ಛಂದ ಪುಸ್ತಕ

ಓದಿ ಓದಿ ಮರುಳಾಗಿ!

ಬಂಡಲ್ ಕತೆಗಳು

ಎಸ್. ಸುರೇಂದ್ರನಾಥ್

BANDAL KATEGALU
-Collection of Short Stories in Kannada
by S. Surendranath,
Published by Chanda Pustaka,
I-004, Mantri Paradise,
Bannerughatta Road, Bangalore-560 076
ISBN: 978-93-84908-58-4

ಮೊದಲ ಮುದ್ರಣ: 2020

ಮುಖಪುಟ: ಸೌಮ್ಯ ಕಲ್ಯಾಣಕರ್
ಕರಡು ತಿದ್ದುವಿಕೆ: ಪುನರ್ವಸು
ಪುಟಗಳು: 152
ಕಾಗದ: ಎನ್‌ಎಸ್ ಮ್ಯಾಪ್ಲಿತೊ 70 ಜಿಎಸ್‌ಎಂ, 1/8 ಡೆಮಿ

ಪ್ರತಿಗಳಿಗಾಗಿ ಸಂಪರ್ಕಿಸಿ:

ಛಂದ ಪುಸ್ತಕ
ಐ-004, ಮಂತ್ರಿ ಪ್ಯಾರಡೈಸ್
ಬನ್ನೇರುಘಟ್ಟ ರಸ್ತೆ
ಬೆಂಗಳೂರು-560 076
ಸೆಲ್: 98444 22782
me@vasudhendra.com

ಮುದ್ರಣ
Pustaka Digital Media Pvt Ltd, Dindigal - 624005

ಎಸ್. ಸುರೇಂದ್ರನಾಥ್

ಹುಟ್ಟಿದ್ದು ಮೂಡಬಿದಿರೆಯ ಸಮೀಪದ ಹಳ್ಳಿಯಲ್ಲಿ. ಓದಿ ಬೆಳೆದದ್ದು ದಾವಣಗೆರೆಯಲ್ಲಿ. ನ್ಯಾಷನಲ್ ಸ್ಕೂಲ್ ಆಫ್ ಡ್ರಾಮಾದಲ್ಲಿ ತರಬೇತಿ. ಹುಲಗೂರ ಹುಲಿಯವ್ವ, ನೀನಾನಾದ್ರೆ ನಾನೀನೇನಾ, ಸಂಕ್ರಮಣ, ಜನತೆಯ ಶತ್ರು, ಆತಂಕವಾದಿಯ ಆಕಸ್ಮಿಕ ಸಾವು, ಮರ್ಯಾದೆ ಪ್ರಶ್ನೆ, ಅಹಲ್ಯಾ ಬಿ ಡಿ, ನಾ ತುಕಾರಾಂ ಅಲ್ಲ, ಸರ್ಕಲ್ ಆಫ್ ಲೈಫ್, ಓಲ್ಡ್ ಮ್ಯಾನ್ ಆ್ಯಂಡ್ ದಿ ಸೀ – ಬರೆದು ನಿರ್ದೇಶಿಸಿದ ಮುಖ್ಯ ನಾಟಕಗಳು. ನಾಗಮಂಡಲ, ಆತಂಕ, ಕಾನೂರು ಹೆಗ್ಗಡತಿ ಸುಬ್ಬಮ್ಮ, ಕೆಂಡಸಂಪಿಗೆ – ಮುಂತಾದ ಚಲನಚಿತ್ರಗಳಿಗೆ ಕತೆ/ ಚಿತ್ರಕತೆ/ ಸಂಭಾಷಣೆ. ಹದಿಮೂರು ವರ್ಷ ಈಟೀವಿಯಲ್ಲಿ ಕಾರ್ಯಕ್ರಮಗಳ ಜವಾಬ್ದಾರಿ. ಜಗತ್ತಿನ ಅನೇಕ ನಾಟಕೋತ್ಸವಗಳಿಗೆ ವಿಶೇಷ ಆಹ್ವಾನಿತ. ಕಟ್ಟು ಕತೆಗಳು, ತಾಪತ್ರಯಗಳು – ಕಥಾ ಸಂಕಲನಗಳು. ಎನ್ನಭವದ ಕೇಡು, ಗಾಳಿಗೆ ಬಿದ್ದ ಚಂದ್ರನ ತುಂಡುಗಳು – ಕಾದಂಬರಿಗಳು. ರಂಗ ಶಂಕರದಲ್ಲಿ ಕಾರ್ಯಕ್ರಮದ ಉಸ್ತುವಾರಿ. ಪ್ರಸ್ತುತ ಸ್ವತಂತ್ರ ನಾಟಕಕಾರ ಮತ್ತು ನಿರ್ದೇಶಕ.

surinath@gmail.com

Pozzo: Gentlemen, I don't know what came over me. Forgive me. Forget all I said. I don't remember exactly what it was, but you may be sure there wasn't a word of truth in it.

• Samuel Beckett
(Waiting for Godot)

ನನ್ನ ಮೂರನೆಯ ಕಥಾ ಸಂಕಲನ ಇದು. ಈ ಸಂಕಲನದಲ್ಲಿನ ಕಥೆಗಳಿಗೆ ನೇರವಾಗಿಯೂ, ಪರೋಕ್ಷವಾಗಿಯೂ ಸ್ಫೂರ್ತಿಯಾಗಿ ಮಾರ್ಸೆಲ್ ಆ್ಯಮಿ, ದಿನೋ ಬುತ್ಸಾಟಿ, ಎನ್ರಿಕ್ ವಿಯಾ–ಮಾತಾಸ್, ಡಿಲಾನ್ ಥಾಮಸ್, ಕೊರ್ತಝಾರ್ ಮೊದಲಾದವರಿದ್ದಾರೆ. ಈ ಕಥೆಗಳ ಬಗ್ಗೆ ಮೆಚ್ಚುಗೆ ಬಂದಲ್ಲಿ ಅವರ ಪಾಲನ್ನು ಅವರಿಗರ್ಪಿಸಿ ಉಳಿದಿದ್ದನ್ನು ಜೇಬಿಗಿಳಿಸುತ್ತೇನೆ.

ಕಥೆಗಳನ್ನು ಪ್ರಕಟಿಸಿದ ಕನ್ನಡಪ್ರಭ, ಮಯೂರ ಮತ್ತು ತುಷಾರದ ಗೆಳೆಯರಿಗೆ ನನ್ನ ವಂದನೆಗಳು.

ನನ್ನ ಕಥೆಗಳ ಮೊದಲ ಓದುಗ ಗೆಳೆಯರು ಸಲಹೆ ನೀಡುತ್ತಾ, ತಿದ್ದುತ್ತಾ ಬಂದಿದ್ದಾರೆ. ಅವರಿಗೆ ಸಪ್ರೇಮ ಪ್ರಣಾಮಗಳು.

ಈ ಕಥೆಗಳ ಬಗ್ಗೆ ತಮ್ಮ ಅಭಿಪ್ರಾಯವನ್ನು ನನ್ನ ಹಲವಾರು ಗೆಳೆಯರು, ಹಿರಿಯರು ಹಂಚಿಕೊಂಡಿದ್ದಾರೆ. ಅವರೆಲ್ಲರಿಗೂ ನನ್ನ ಧನ್ಯವಾದಗಳು.

ಈ ಕಥಾ ಸಂಕಲನವನ್ನು ಪ್ರಕಟಿಸುತ್ತಿರುವ ಗೆಳೆಯ ವಸುಧೇಂದ್ರನಿಗೆ ಪ್ರತ್ಯೇಕ ಸಲಾಮುಗಳು.

ನನಗೆ ಕಥೆ ಹೇಳುವ ಹುಚ್ಚು ಹತ್ತಿಸಿದ ದಾವಣಗೆರೆಯ ನನ್ನ ಮೋತಿ ವೀರಪ್ಪ ಹೈಸ್ಕೂಲಿಗೂ, ಬೇಸರವಿಲ್ಲದೇ ಆಗಿಂದಾಗ್ಗೆ ಹುಟ್ಟಿಸಿ ಹೇಳುತ್ತಿದ್ದ ನನ್ನ 'ಬಂಡಲ್ ಕತೆ' ಗಳನ್ನು ಕೇಳುತ್ತಿದ್ದ ಅಂದಿನ ಎಲ್ಲಾ ಸಹಪಾಠಿಗಳಿಗೂ ಈ ಸಂಕಲನವನ್ನು ಅರ್ಪಿಸುತ್ತಿದ್ದೇನೆ.

● ಎಸ್ ಸುರೇಂದ್ರನಾಥ್

ಮುಖಪುಟದ ಶಿಲ್ಪಕಲಾಕೃತಿ

ಇದು ಪ್ರಾಹ್‌ನ ಕಲಾವಿದೆ ಅನ್ನಾ ಕ್ರೋಮಿಯ ಪ್ರಖ್ಯಾತ ಶಿಲ್ಪಕೃತಿ. ಈ ಕೃತಿಗೆ ಸ್ಫೂರ್ತಿ ಮೊತ್ಸಾರ್ಟ್‌ನ 'ಡಾನ್ ಜಿಯೋವಾನಿ' ಹಾಗೂ ಹ್ಯೂಗೋ ಫಾನ್ ಹಾಫ್‌ಮನ್‌ಸ್ಥಾಲನ 'ಯೇಡರ್‌ಮನ್'. ಈ ಶಿಲ್ಪಕಲಾಕೃತಿಯ ಹೆಸರು 'ಪಿಯೆಟಾ' (Pieta - Coat of Peace). ಇದು ಸ್ಯಾಲ್ಜ್‌ಬುರ್ಗ್‌ನಲ್ಲಿರುವ ಪ್ರಖ್ಯಾತ ಕಥೀಡ್ರಲ್‌ನ ದಕ್ಷಿಣ ದ್ವಾರದ ಬಳಿ ಒಂದು ಕಮಾನಿನೊಳಗಿನ ಅರೆಗತ್ತಲಲ್ಲಿ ಗುಟ್ಟಾಗಿ ಬಚ್ಚಿಟ್ಟುಕೊಂಡಂತೆ ಕೂತಿದೆ. ಥಟ್ಟನೇ ನೋಡಿದಲ್ಲಿ, ಮುಖವಿರದ ಈ ಮೇಲಂಗಿಯ (cloak) ಹಿಂದಿರುವ ಶೂನ್ಯದಲ್ಲಿ ಸಾವು ಕೂತಂತಿದೆ. ಅಥವಾ ಬದುಕಿನಲ್ಲಿ ಸತ್ತ ನಂತರ ಉಳಿದದ್ದೇನಿದೆ, ಅದು ಕಂಡಂತಾಗುತ್ತದೆ. ಬುಡದಲ್ಲಿನ ಕೆತ್ತನೆ ಹೀಗಿದೆ – 'ಮೇಲಂಗಿಯಲ್ಲಿನ ಶೂನ್ಯ ನಮ್ಮ ನಂತರ ಉಳಿಯುವುದನ್ನು – ನಾವು ಹಂಚಿಕೊಂಡ ಪ್ರೀತಿ, ನಾವು ಸೃಷ್ಟಿಸಿದ ಕಲಾಕೃತಿಗಳು, ನಾವು ಅನುಭವಿಸಿದ ನೋವು – ಸಂಕೇತಿಸುತ್ತದೆ.'

ಬಂಡಲ್ ಕತೆಗಳು

ಒಂದು ನೀತಿ ಕಥೆಯ ಮೂರು ಮಗ್ಗುಲುಗಳು

ಎಲ್ಲರಿಗೂ ಗೊತ್ತಿರುವ ಕತೆ

ಶ್ರೀ ದತ್ತಾತ್ರೇಯ ನಾಟಕ ಕಂಪನಿಯ ನಟ ಶಾಂತಣ್ಣ ಪೂಜೆಗೆ ಹೂ ಕೀಳಕೆ ಬೆಳಕು ಹರಿಯೋಕೂ ಮೊದಲೇ ಮನೆ ಮನೆ ಕಾಂಪೋಂಡು ನೋಡ್ಕೋತಾ ಹೊರಟಿದ್ದ. ಅಲ್ಲೇ ಒಂದು ಕಾಂಪೋಂಡಿಗೆ ಒರಕ್ಕೊಂಡು ಜಯದೇವಾ ಬೀಡಿ ಸೇದ್ತಾ ನಿಂತಿದ್ದ ಸಾವು ಶಾಂತಣ್ಣನ್ನ ನೋಡಿ ನಕ್ಕ. ಒನ್ಸತಿ ತಲೆಯಾಡುಸ್ದ. ಬಾ ಅಂತ ಕರೆದಂಗಾಯ್ತು ಶಾಂತಣ್ಣಂಗೆ. ಹಿಂತಿರುಗಿ ಓಡಿದ ಶಾಂತಣ್ಣ ನಿಂತಿದ್ದು ಕಂಪನಿ ಕ್ಯಾಂಪ್ ಮನೆ ಸೇರಿದಾಗಲೇ.

ಇನ್ನೂ ಮಲಕ್ಕೊಂಡಿದ್ದ ಯಜಮಾನರ ಕಾಲು ಹಿಡಿದ. ಯಜಮಾನ್ರು 'ಯಾಕೋ ಶಾಂತಾ' ಅಂದ್ರು. 'ಇಲ್ಲೇ ಮುಂದಿನ ಕ್ರಾಸ್ನಗೆ ಸಾವು ನಿಂತಿದ್ದ. ನಂಗೆ ಬಾ ಅಂತಂದ. ಇವತ್ತೇ ಊರು ಬಿಡಬೇಕು. ಯಾವ್ದಾನಾ ಬಸ್ಸತ್ತಿ ರಾತ್ರಿಗೆಲ್ಲಾ ಜಮಖಂಡಿ ಸೇರ್ಕೆಂತೀನಿ. ರೊಕ್ಕ ಬೇಕು. ಐವತ್ತಾನಾ ಬೇಕು' ಅಂತಂದ. 'ಸರಿ ತಗಾ' ಅಂತಂದ್ರು ಯಜಮಾನ್ರು. ಜೇಬಿಗೆ ರೊಕ್ಕ ತುಂಬ್ಕೊಂಡ ಶಾಂತಣ್ಣ ರಾತ್ರಿ ಜಮಖಂಡಿ ಸೇರ್ಕೊಂಡ.

ಇತ್ಲಗೆ ಈ ಸಾವು ಅನ್ನನು ಹೆಂಗಿರ್ತಾನೆ ನೋಡಬೇಕೂ ಅನ್ನುಸ್ತು ಯಜಮಾನ್ರಿಗೆ. ಮುಂದಿನ ಕ್ರಾಸ್‌ನಗೆ ಅದೇ

ಕಾಂಪೋಂಡಿಗೆ ಒರಕ್ಕೊಂಡು, ಬೀಡಿ ಸೇದ್ತಾ ನಿಂತಿದ್ದ ಸಾವು. ಅವನನ್ನ ನೋಡ್ದೋರೆ, 'ಯಾಕಪಾ ನಮ್ ಶಾಂತಣ್ಣನ್ನ ನೋಡಿ ಕಣ್ಣಾಡುಸ್ದ್ಯಂತೇ? ಅವನು ನೋಡು ಓಡೇ ಹೋದ. ಇಶ್ಟ್ತಿಗೆಲ್ಲಾ ಜಮಖಂಡಿ ಸೇರ್ಕಂಡಿರ್ತಾನೋ ಯೇನೋ. ಇವತ್ತಿನ ಶೋ ಮಾಡರು ಯಾರು ಹೇಳು ಮತೆ?' ಅಂತಂದ್ರು ಯಜಮಾನ್ರು.

ಅದಕ್ಕೆ ಸಾವು 'ನಾನೆಲ್ಲಿ ಕಣ್ಣಾಡುಸ್ದೇ? ಇವತ್ತು ರಾತ್ರಿ ಅವ್ನನ್ನ ಜಮಖಂಡೀನಿಂದ ಹೊತ್ಗೆಂಡು ಹೋಗಬೇಕಿತ್ತು, ಯಾಕಪಾ ತಮಾ ಯಿನ್ನೂ ಯಿಲ್ಲೇ ಯಿದೀಯಾ ಅಂತ ಕೇಳುದೆ. ಓಡೋದ. ನಾನಿನ್ನು ಬರ್ತೀನಿ' ಅಂತಂದು ಬೀಡೀನ್ನ ಅತ್ಲಗೆ ವಗದು ಹೋದ.

ಅದಕ್ಕೇ ಹಿರಿಯರು ಹೇಳಿದ್ದು, ಪಾತಾಳಕ್ಕೋದ್ರೂ ಸಾವು ಬಿಡಂಗಿಲ್ಲ ಅಂತ.

ಕೆಲವರಿಗಷ್ಟೇ ಗೊತ್ತಿರುವ ಕತೆ

ಶ್ರೀ ದತ್ತಾತ್ರೇಯ ನಾಟಕ ಕಂಪನಿಯ ನಟ ಶಾಂತಣ್ಣ ಪೂಜೆಗೆ ಹೂ ಕೀಳಕೆ ಬೆಳಕು ಹರಿಯೋಕೂ ಮೊದಲೇ ಮನೆ ಮನೆ ಕಾಂಪೋಂಡು ನೋಡ್ಕೋತಾ ಹೊರಟಿದ್ದ. ಅಲ್ಲೇ ಒಂದು ಕಾಂಪೋಂಡಿಗೆ ಒರಕ್ಕೊಂಡು ಜಯದೇವಾ ಬೀಡಿ ಸೇದ್ತಾ ನಿಂತಿದ್ದ ಸಾವು ಇವನನ್ನ ನೋಡಿ ನಕ್ಕ. ಒನ್ಸತಿ ತಲೆಯಾಡುಸ್ದ. ಬಾ ಅಂತ ಕರೆದಂಗಾಯ್ತು ಶಾಂತಣ್ಣಂಗೆ. ಹಿಂತಿರುಗಿ ಓಡಿದ ಶಾಂತಣ್ಣ ನಿಂತಿದ್ದು ಕಂಪನಿ ಕ್ಯಾಂಪ್ ಮನೆ ಸೇರಿದಾಗಲೇ.

ಇನ್ನೂ ಮಲಕ್ಕೊಂಡಿದ್ದ ಯಜಮಾನರ ಕಾಲು ಹಿಡಿದ. ಯಜಮಾನ್ರು 'ಯಾಕೋ ಶಾಂತಾ' ಅಂದ್ರು. 'ಇಲ್ಲೇ ಮುಂದಿನ ಕ್ರಾಸ್ನಗೆ ಸಾವು ನಿಂತಿದ್ದ. ನಂಗೆ ಬಾ ಅಂತಂದ. ಇವತ್ತೇ ಊರು ಬಿಡಬೇಕು. ಯಾವ್ದಾನಾ ಬಸ್ಸತ್ತಿ ರಾತ್ರಿಗ್ಲೆಲ್ಲಾ ಜಮಖಂಡಿ ಸೇರ್ಕಂತೀನಿ. ರೊಕ್ಕ ಬೇಕು. ಐವತ್ತಾನಾ ಬೇಕು' ಅಂತಂದ. 'ಸರಿ ತಗಾ' ಅಂತಂದ್ರು ಯಜಮಾನ್ರು. ಜೇಬಿಗೆ ರೊಕ್ಕ ತುಂಬ್ಕೊಂಡ ಶಾಂತಣ್ಣ ರಾತ್ರಿ ಜಮಖಂಡಿ ಸೇರ್ಕೊಂಡ.

ಇತ್ಲಗೆ ಈ ಸಾವು ಅನ್ನನು ಹೆಂಗಿರ್ತಾನೆ ನೋಡಬೇಕೂ ಅನ್ನುಸ್ತು ಯಜಮಾನ್ರಿಗೆ. ಮುಂದಿನ ಕ್ರಾಸ್‌ನಗೆ ಅದೇ ಕಾಂಪೋಂಡಿಗೆ ಒರಕ್ಕೊಂಡು, ಬೀಡಿ ಸೇದ್ತಾ ನಿಂತಿದ್ದ ಸಾವು. ಅವನನ್ನ ನೋಡ್ದೋರೆ, 'ಯಾಕಪಾ ನಮ್ ಶಾಂತಣ್ಣನ್ನ ನೋಡಿ ಕಣ್ಣಾಡುಸ್ದ್ಯಂತೇ? ಅವನು ನೋಡು ಓಡೇ ಹೋದ. ಇಶ್ಟ್ತಿಗೆಲ್ಲಾ ಜಮಖಂಡಿ ಸೇರ್ಕಂಡಿರ್ತಾನೋ ಯೇನೋ. ಇವತ್ತಿನ ಶೋ ಮಾಡರು ಯಾರು ಹೇಳು ಮತೆ?' ಅಂತಂದ್ರು ಯಜಮಾನ್ರು.

ಅದಕ್ಕೆ ಸಾವು 'ನಾನೆಲ್ಲಿ ಕಣ್ಣಾಡುಸ್ದೇ? ಇವತ್ತು ರಾತ್ರಿ ಅವ್ನನ್ನ ಜಮಖಂಡೀನಿಂದ

ಹೊತ್ಗೆಂಡು ಹೋಗಬೇಕಿತ್ತು, ಯಾಕಪಾ ತಮಾ ಯಿನ್ನೂ ಯಿಲ್ಲೇ ಯಿದೀಯಾ ಅಂತ ಕೇಳುದೆ. ಓಡೋದ. ನಾನಿನ್ನು ಬರ್ತೀನಿ' ಅಂತಂದು ಬೀಡೀನ್ನ ಅತ್ಲಗೆ ವಗದು ಹೋದ.

ಶಾಂತಣ್ಣ ಜಮಖಂಡಿ ಸೇರಿದೋನೇ 'ಬಾಗಿಲು ತಗೀರೀ, ಸಾವು ಬೆನ್ನತ್ತಿ ಬರಕ್ಕತನೆ, ಬೆಳಕರಿಯಾ ಮಟ ಉಳ್ಕಣಕೆ ಜಾಗ ಕೊಡ್ರೀ' ಅಂತ ಕೂಕ್ಕೋತಾ ಸಿಕ್ಕ ಸಿಕ್ಕ ಮನೆ ಬಾಗಿಲು ತಟ್ಟುದ. ಸಾವಿನ ಸಾವಾಸ ಯಾಕೆ ಬೇಕು ಅಂತಂದು ಯಾರೂ ಅವ್ನಿಗೆ ಬಾಗಿಲು ತಗೀಲೇ ಇಲ್ಲ. ಬೆಳಕರಿಯಕೆ ಇನ್ನೊಂದು ಜಾಮ ಉಳಿದಿತ್ತು. ಎಲ್ಲಾ ಬಾಗಿಲು ತಟ್ಟೀ ತಟ್ಟೀ ಸುಸ್ತಾಗಿದ್ದ ಶಾಂತಣ್ಣ, ಶ್ರೀ ಅಂಬಾಭವಾನಿ ಕೃಪಾಪೋಷಿತ ನಾಟಕ ಮಂಡಳಿಯ ಯಜಮಾನರಾದ ಅಪ್ಪಾಜಪ್ನೋರ ಮನೆ ಬಾಗಿಲು ತಟ್ಟುದ. ಬಾಗಿಲು ತಗುದು ಶಾಂತಣ್ಣನ ಕತೆ ಕೇಳಿ ಅಪ್ಪಾಜಪ್ನೋರು, 'ನೀನು ಈ ಊರಾಗಿದೀ ಅಂತ ಅವ್ನಿಗೆ ಗೊತ್ತಾಗಿರ್ತತೆ. ನಿನ್ನ ಬೆನ್ನತ್ತಿ ಬಂದಿರ್ತನೆ ಅವನು' ಅಂದ್ರು. 'ಹಂಗರೆ ನಾನೇನು ಮಾಡ್ಲಿ' ಅಂತಂದ ಶಾಂತಣ್ಣ. 'ಅವನು ಯಿವತ್ತು ರಾತ್ರೀನೇ ನಿನ್ನ ಹೊತ್ಗೆಂಡು ಹೋಗಬೇಕೂಂತೆನರ ಮಾಡಿದ್ರೆ ಹೆಂಗರ ಮಾಡಿ ಯಿವತ್ತು ರಾತ್ರಿ ತಡಾಯಿಸು. ಉಳ್ಕೆಂತೀ. ಹೆಂಗೂ ಬೆಳಕರಿಯಕೆ ಬಂತು. ಈಗೊನ್ಕೆಲಸ ಮಾಡು. ಬಾ ನಂಜತೆ' ಅಂತಂದು ಕಂಪನಿ ಥೇಟರ್‌ಗೆ ಕರ್ಕೊಂಡು ಹೋದ್ರು.

ಜಮಖಂಡಿ ಸೇರ್ತಿದ್ದಂಗೇ ಸಾವಿಗೆ ಶಾಂತಣ್ಣನ ವಾಸ್ನೆ ಸಿಕ್ಕಿಬಿಡ್ತು. ಆ ವಾಸನೆ ಹಿಡ್ಕೊಂಡು ಶಾಂತಣ್ಣ ಎಲ್ಲೆಲ್ಲಿ ಹೋಗಿದ್ನೋ ಅಲ್ಲೆಲ್ಲಾ ಹೋದ. ಇನ್ನೇನು ಬೆಳಕರಿಯಾ ಹೊತ್ತು. ಆಕಾಶ ಎಲ್ಲಾ ಬೂದು ಬೂದು ಬಣ್ಣಕ್ಕೆ ತಿರುಗಿತ್ತು. ಶಾಂತಣ್ಣನ್ನ ಕರ್ಕೊಂಡು ಹೋಗಲಿಲ್ಲಾ ಅಂದ್ರೆ ಲೆಕ್ಕ ತಪ್ತತೆ. ಮೂಗು ಅರಳುಸ್ಕೊಂಡು ಜಮಖಂಡಿ ಸುತ್ತುದ. ಕೊನೆಗೂ ಅಂಬಾಭವಾನಿ ಥೇಟರ್ ಹತ್ರ ಶಾಂತಣ್ಣನ ವಾಸನೆ ಸಿಗ್ತು. ವಾಸನೆ ಸಿಕ್ಕಿದತ್ರ ರಪ್ಪಂತ ಒಳಗೆ ಹೊಕ್ಕ.

ಒಳಗೆ ಒನ್ನಾಕು ತಡಿಕೇ ನಡೂಮಧ್ಯೆ ಬೆಳಕೋ ಬೆಳಕು. ಒಳಗೆ ಬರ್ತಿದ್ದಂಗೇ ಸಾವು ಗಾಬರಿಯಾದ. ಎದುರಿಗಿರನು ಒಬ್ನಲ್ಲ, ಇಬ್ಬಾರಲ್ಲ, ಯಂಟತ್ತು ಶಾಂತಣ್ಣಂದ್ರು, ಇವನ್ನೇ ನೋಡ್ತಿದ್ರು. ಇನ್ನೇನು ಸೂರ್ಯ ಹುಟ್ಟಬೇಕು. ಯಾರೂ ಅಂತ ನೋಡಕೆ ಟೈಮಿಲ್ಲ. ಲೆಕ್ಕ ತಪ್ಪಂಗಿಲ್ಲ. ಕೈಗೆ ಸಿಕ್ಕ ಒಬ್ಬ ಶಾಂತಣ್ಣನ್ನ ಎಳ್ಕೆಂಡು ಸಾವು ಓಡಿದ.

ಅವತ್ತು ಮಧ್ಯಾಹ್ನ ಒಬ್ಬ ನಟ ಇನ್ನೊಬ್ನಿಗೆ ಹೇಳ್ತಾಯಿದ್ದ, 'ಅದೇನು ಕಾಲ ಬಂತಪಾ. ಬೆಳಗಾಗತ್ಗೇನೇ ಯದ್ದು ಚರಿಗಿ ತಗಂಡು ಹ್ವರಗೆ ಬಂದ್ರೆ ಯಾವನೋ ಬೋಸುಡಿ ಮಗ ನಮದೊಂದು ದೊಡ್ಡ ಕನ್ನಡಿ ಕದ್ಕೆಂಡು ಓಡ್ತಾಯಿದ್ದ. ಕನ್ನಡೀ ಕದಿಯಂಥಾ ದರಿದ್ರ ಏನು ಬಂದಿತ್ತು ಅವ್ನಿಗೇ ಅಂತೀನಿ.'

ಅದಕ್ಕೇ ಹಿರಿಯರು ಹೇಳಿದ್ದು, ಒನ್ನೊನ್ಸತಿ ಆನೆಗೂ ಅಡಿ ತಪ್ತತೆ ಅಂತ.

ಯಾರಿಗೂ ಗೊತ್ತಿಲ್ಲದ ಕತೆ

ಶ್ರೀ ದತ್ತಾತ್ರೇಯ ನಾಟಕ ಕಂಪನಿಯ ನಟ ಶಾಂತಣ್ಣ ಪೂಜೆಗೆ ಹೂ ಕೀಳಕೆ ಬೆಳಕರಿಯಕೂ ಮೊದಲೇ ಮನೆ ಮನೆ ಕಾಂಪೋಂಡು ನೋಡ್ಕೋತಾ ಹೊರಟಿದ್ದ. ಅಲ್ಲೇ ಒಂದು ಕಾಂಪೋಂಡಿಗೆ ವರಕ್ಕೆಂಡು ಜಯದೇವಾ ಬೀಡಿ ಸೇದ್ತಾ ನಿಂತಿದ್ದ ಸಾವು ಇವನನ್ನ ನೋಡಿ ನಕ್ಕ. ಒನ್ಸತಿ ತಲೆಯಾಡುಸ್ದ. ಬಾ ಅಂತ ಕರೆದಂಗಾಯ್ತು ಶಾಂತಣ್ಣಂಗೆ. 'ಈಗ ಟೈಮಿಲ್ಲ, ಶೋ ಆದ್ಮೇಲೆ ಸಿಗ್ತೀನಿ. ಥೇಟ್ರಿಗೆ ಬಾ' ಅಂತಂದ ಶಾಂತಣ್ಣ.

ಹಂಗೂ ಹಿಂಗೂ ಊರು ಅಡ್ಡಾಡಿ ಟೈಮ್ ಪಾಸ್ ಮಾಡಿ ಸಾವು ಬೆಳಗಿನ ಜಾವ ನಾಕೂವರೆಗೆ ಕಂಪನಿ ಥೇಟರ್‌ಗೆ ಬಂದ. ಶೋ ಮುಗಿದಿತ್ತು. ಸಾವನ್ನು ಬಿಟ್ರೆ ಅಲ್ಲಿ ಒಂದು ಜೀವ ಇರಲಿಲ್ಲ. ಒಳಗೆ ಕಾಲಿಟ್ರೆ ಕತ್ತಲೋ ಕತ್ತಲು. ಶಾಂತಣ್ಣನ ವಾಸನೆ ಹಿಡ್ಕೊಂತಾ ಸಾವು ಥೇಟರ್‌ನಗೆ ಅತ್ಲಗಿತ್ಲಗೆ ಅಡ್ಡಾಡಿದ. ಇದ್ದಕ್ಕಿದ್ದಂಗೇ ಧಿಗ್ಗಂತ ಬೆಳಕೋ ಬೆಳಕಾಯ್ತು. ಒಂದೇ ಸತಿಗೆ ಎದುರಿಗೆ ಪ್ರತ್ಯಕ್ಷ ಆದೋನ್ನ ನೋಡಿ ಸಾವು ಅದುರಿಬಿಟ್ಟ. ಥೇಟ್ ತನ್ನಂಗೇ ಇದಾನೆ. ತಾನೇ ಅವನು ಅವನೇ ತಾನು ಅನ್ನಬೇಕು ಹಂಗಿದನೆ. ದೀಪ ಹತ್ಕಣದಿಕ್ಕೂ ಎದುರಿಗೆ ನಿಂತೋನು ಹ್ಹಹ್ಹ ಅಂತ ಅಬ್ಬರಿಸಕೂ ಸರಿ ಹೋಯ್ತು. ಆ ಆರ್ಭಟಕ್ಕೆ ಸಾವಿನ ಎದೆ ಧಸ್ ಅಂತೋ ಇಲ್ಲೋ, ಒಂದೇ ಏಟಿಗೆ ಕುಸಿದು ಬಿದ್ದ. ಮತ್ತೆ ಏಳಲೇ ಇಲ್ಲ. ಶಾಂತಣ್ಣ ಮೇಕಪ್ ವರುಸ್ಕೆಂಡು ಭಾಳಾ ಹೊತ್ತು ಅಂಗತ್ತ ಸತ್ತು ಬಿದ್ದಿದ್ದ ಸಾವಿನ ಮುಂದೆ ಕೂತೇ ಇದ್ದ. ಬೆಳಕರೀತು. ಪೂಜೆಗೆ ಹೂ ಬೇಕಲ್ಲ, ಮನೆ ಮನೆ ಕಾಂಪೋಂಡು ಹುಡುಕ್ಕೊಂಡು ಹೊರಟ.

ಅದಕ್ಕೇ ಹಿರಿಯರು ಹೇಳಿದ್ದು, ಸಾವಾದ್ರೇನು, ಯಾವನಾದ್ರೇನು, ನಾಟಕದೋರನ್ನ ತಡವಕೋಬೇಡಿ ಅಂತ.

ಹತ್ತರಿಂದ ಆರು

ಶಿವಪುತ್ರಪ್ಪ ಬನವಾಸಿ ಅವರಿಗೆ ಒಂದೆರಡು ತಿಂಗಳುಗಳಿಂದ ಪ್ರತಿನಿತ್ಯ ಪೇಪರ್ ಓದಿದ ಕೂಡಲೇ ಹೊಟ್ಟೆಯಲ್ಲಿ ತಳಮಳವಾದಂತಹ ಅನುಭವವಾಗುತ್ತಿದೆ. ಅವರೊಬ್ಬ ಲೇಖಕರು. ಖ್ಯಾತನಾಮರು. ಪ್ರಕಟಗೊಂಡ ಅವರ ಪ್ರತಿಯೊಂದು ಪುಸ್ತಕವೂ ಕನಿಷ್ಠ ಹತ್ತು ಮರುಮುದ್ರಣಗಳನ್ನು ಕಂಡಿದೆ. ಅವರ ಕಾದಂಬರಿಗಳು, ಸಣ್ಣ ಕತೆಗಳು ಮಂಗೋಲಿಯಾ ಭಾಷೆಯಿಂದ ಹಿಡಿದು ಇಂಗ್ಲಿಷ್, ಜರ್ಮನ್, ಚೀನೀ ಮತ್ತು ಜಪಾನೀ ಭಾಷೆಗಳಿಗೂ ಅನುವಾದಗೊಂಡಿವೆ. ಅವರ ಇತ್ತೀಚಿನ ಕಾದಂಬರಿಯೊಂದು ಪ್ರಕಟಗೊಂಡ ಮೊದಲನೇ ದಿನವೇ, ದೇಶದ ನಾಲ್ಕು ಭಾಷೆಗಳಲ್ಲಿ ಹದಿನೈದು ಮರುಮುದ್ರಣಗಳನ್ನು ಕಂಡ ದಾಖಲೆಯಿದೆ. (ಅವರಿಗೆ ಈ ಬರೆಯುವ ಹಂಬಲ ಅವರ ಕಾಲೇಜು ದಿನಗಳಿಂದಲೇ ಇದೆ. ಬರವಣಿಗೆಯ ಮೊದಲ ದಿನಗಳಲ್ಲಿ ಶಿವಪುತ್ರಪ್ಪ ಎಂಬ ಹೆಸರಿನಲ್ಲೇ ಬರೆಯುತ್ತಿದ್ದರು. ಹಿತೈಷಿಗಳು ಇದು ತೀರಾ ಹಳೆ ಮಾದರಿಯ ಹೆಸರಾಯಿತು ಎಂದು ಟೀಕೆ ಮಾಡಿದ್ದಕ್ಕೆ ಪುತ್ರ ಅನ್ನೋ ಕಾವ್ಯನಾಮದಲ್ಲಿ ಬರೆಯುತ್ತಿದ್ದಾರೆ. ಅದೇ ಹೆಸರಿನಲ್ಲಿ

ಹೆಸರುವಾಸಿಯಾಗಿದ್ದಾರೆ.) ಪ್ರತಿ ಶನಿವಾರವೋ ಭಾನುವಾರವೋ ಸಾಮಾನ್ಯವಾಗಿ ಯಾವುದಾದರೂ ಯುವ ಲೇಖಕರ ಪುಸ್ತಕ ಬಿಡುಗಡೆ ಮಾಡುತ್ತಲೋ, ಯಾವುದಾದರೂ ಒಂದು ಸಭೆಯಲ್ಲಿ ಭಾಷೆಯ ಬಗ್ಗೆ, ದೇಶದ ರಾಜಕೀಯದ ಬಗ್ಗೆ, ಶಂಕರಾಚಾರ್ಯರ ವಿದ್ವತ್ತಿನ ಬಗ್ಗೆ, ಗಾಂಧೀತತ್ವದ ಬಗ್ಗೆ, ಸಾಮಾನ್ಯರನ್ನು ಮಾರುಕಟ್ಟೆ ಆವರಿಸುತ್ತಿರುವ ಬಗ್ಗೆ, ಟೆಲಿವಿಷನ್ ಧಾರಾವಾಹಿಗಳಲ್ಲಿ ಗಂಡಸರು ಶೋಷಣೆಗೆ ಒಳಗಾಗುತ್ತಿರುವುದರ ಬಗ್ಗೆ ಅವರು ಭಾಷಣ ಮಾಡುತ್ತಿರುವ ಚಿತ್ರಗಳು ದಿನಪತ್ರಿಕೆಗಳಲ್ಲಿ ಬರುವುದು ತೀರಾ ಸಾಮಾನ್ಯ. ಪ್ರತಿಸಂಜೆ ಅಲ್ಲದೇ ಹೋದರೂ ವಾರದಲ್ಲಿನ ಐದು ಸಂಜೆಗಳನ್ನು ನಗರದ ಪ್ರತಿಷ್ಠಿತ ವ್ಯಕ್ತಿಗಳ ಜೊತೆ ಆಮೋದ-ಪ್ರಮೋದಗಳಲ್ಲಿ ತೊಡಗಿರುವುದು ತೀರಾ ಸಾಮಾನ್ಯ ಸಂಗತಿ. ಇವರಿಗೆ ಇಂತಹುದೇ ರಾಜಕೀಯ ನಂಬಿಕೆ ಇದೆ ಎಂದು ಹೇಳಲಾಗದು. ಬಲದವರ ಬಲ ಹೆಚ್ಚಾದಾಗ ಬಲಕ್ಕೂ, ಎಡದವರ ಬಲ ಹೆಚ್ಚಾದಾಗ ಎಡಕ್ಕೂ ವಾಲುತ್ತಾ, ಅಂತೆಯೇ ಬರೆಯುತ್ತಾ ಎರಡೂ ಕಡೆಗೆ ಸಲ್ಲುವ ಲೇಖಕರಾದ್ದರಿಂದ ಯಾವ ಸರ್ಕಾರ ಬಂದರೂ, ಯಾವ ಸರ್ಕಾರ ಬಿದ್ದರೂ ಇವರಿಗೆ ಚಿಂತೆಯಿಲ್ಲ. ಯಾವುದೇ ಸರ್ಕಾರ ಬಂದರೂ ಅದರಲ್ಲಿ ಕನಿಷ್ಠ ಇಬ್ಬರಾದರೂ ಸಚಿವರು ಇವರೊಂದಿಗೆ ಏಕವಚನದ ಸಂಬಂಧ ಇಟ್ಟುಕೊಂಡಿರುತ್ತಾರೆ. ಒಂದು ಸ್ವಂತ ಮನೆಯಿದ್ದರೂ ಸ್ವರ್ಗಕ್ಕೆ ಕಿಚ್ಚು ಹಚ್ಚಲು ಜೊತೆ ನೀಡುವ ಹೆಂಡತಿ ಮಾತ್ರ ಇಲ್ಲ. ಅಂದರೆ ಇದುವರೆಗೂ ಮದುವೆಯಾಗಿಲ್ಲ. ಹಾಗೆಂದು ಹೆಣ್ಣಿನ ಸಹವಾಸ ಇಲ್ಲವೆಂದಲ್ಲ. ಇಂಥಾ ಖ್ಯಾತ ಲೇಖಕನಿಗೆ ಹೆಣ್ಣಿನ ಸಹವಾಸ ಇಲ್ಲವೆಂದಲ್ಲಿ ಸಾಹಿತ್ಯ ಲೋಕಕ್ಕೇ ಅಪಚಾರವಲ್ಲವೇ? ಹೆಂಡತಿ ಬೇಕು ಅನಿಸಿಲ್ಲ ಅಷ್ಟೇ. ಉಡಲು-ತೊಡಲು ಎಂದೂ ಏನೂ ಕೊರತೆಯಾಗಿಲ್ಲ. ಆದರೂ ಶಿವಪುತ್ರಪ್ಪ ಬನವಾಸಿ ಅವರು ಒಂದು ರೀತಿಯ ಮಾನಸಿಕ ಕ್ಷೋಭೆಗೆ ಒಳಗಾಗಿದ್ದಾರೆ ಎಂದರೂ ತಪ್ಪಿಲ್ಲ. ಅವರಿಗೆ ಪ್ರಪಂಚ ತಮ್ಮ ಕಣ್ಣೆದುರೇ ಬದಲಾಗುತ್ತಿದೆ ಅನಿಸುತ್ತಿದೆ.

ತಮ್ಮ ಮನಸ್ಸಿನ ತಲ್ಲಣವನ್ನು, ತಳಮಳವನ್ನು, ಕಿರಿಕಿರಿಯನ್ನು ತಾವು ಇಂದು ಬರೆದಿಡದೇ ಹೋದಲ್ಲಿ ಮುಂದಿನ ಪೀಳಿಗೆ ಸಾಹಿತ್ಯಕವಾಗಿ ಒಂದಿಷ್ಟು ಬಡವಾಗುವುದು ಖಾತ್ರಿ ಅನಿಸಿ ಒಂದು ಡೈರಿಯಲ್ಲಿ ತಮ್ಮ ಅನಿಸಿಕೆಗಳನ್ನು ಬರೆಯತೊಡಗಿದ್ದಾರೆ. ಆ ಡೈರಿಯ ಕೆಲವು ಪುಟಗಳು ಇವು.

ಫೆಬ್ರವರಿ 10

ಈಗ ಒಂದಷ್ಟು ದಿನಗಳಿಂದ ಎಲ್ಲೆಡೆಯಲ್ಲೂ ಒಂದು ವದಂತಿ ಹರಡಿದೆ. ಉದ್ಯೋಗದಲ್ಲಿರುವ ಜನರ (ಅಂದರೆ ಕೆಲಸಕ್ಕೆ ಬರುವ ಕೆಲಸ ಮಾಡುವವರು)

ಕಾರ್ಯಕ್ಷಮತೆ ಹೆಚ್ಚಿಸಲು, ಅವರಿಗೆ ಹೆಚ್ಚಿನ ಅನುಕೂಲಕರ ವಾತಾವರಣವನ್ನು ಸೃಷ್ಟಿಸಿಕೊಡಲು, ಅವರ ಬೇಡಿಕೆಗಳನ್ನು ಸಕಾಲಕ್ಕೆ ಪೂರೈಸಲು, ಕೆಲಸಕ್ಕೆ ಬಾರದವರನ್ನು, ನಿಷ್ಪ್ರಯೋಜಕರನ್ನು, ನಿರ್ಗತಿಕರನ್ನು, ನಿರುಪಯೋಗಿಗಳನ್ನು (ಅಂದರೆ ಕೆಲಸಕ್ಕೆ ಬಾರದ ಕೆಲಸಗಳನ್ನು ಮಾಡುವವರು) ಸರ್ಕಾರ ಸಾವಿಗೀಡು ಮಾಡಲಿದೆ. ಕೆಲಸಕ್ಕೆ ಬಾರದವರು ಅಂದರೆ ವಯಸ್ಸಾದವರು, ನಿವೃತ್ತರಾದವರು, ಖಾಸಗಿ ವರಮಾನ ಉಳ್ಳವರು, ನಿರುದ್ಯೋಗಿಗಳು, ಮತ್ತು ಕೇವಲ ತಿನ್ನುವ ಬಾಯಿಗಳು. ಒಳಗೊಳಗೇ ನನಗೂ ಇದು ಸರಿ ಅನಿಸುತ್ತಿದೆ.

ಇವತ್ತು, ಇಲ್ಲೇ ರಸ್ತೆ ತಿರುವಿನಲ್ಲಿ ರಾಮಯ್ಯಂಗಾರರನ್ನು ಭೇಟಿ ಮಾಡಿದೆ. ರಾಮಯ್ಯಂಗಾರರು ಈ ಪ್ರಾಂತ್ಯದ ರಾಧಾ ಮದ್ರಾಸು ನಸ್ಯದ ದೊಡ್ಡ ದಾಸ್ತಾನುಗಾರರು. ಮಂಡಿಪೇಟೆಯಲ್ಲಿ ಅವರ ದೊಡ್ಡ ಅಂಗಡಿಯಿದೆ. ಎಪ್ಪತ್ತು ವರ್ಷ ಅವರಿಗೆ ಈಗ. ಹೋದ ಭಾದ್ರಪದದಲ್ಲಿ ಎರಡನೇ ಮದುವೆ ಆಗಿದಾರೆ. ಅಂದರೆ ಮದುವೆ ಆಗಿ ಇನ್ನೂ ಎಂಟು ತಿಂಗಳೂ ತುಂಬಿಲ್ಲ. ಅವರ ಹೆಂಡತಿಗೆ, ಕಲ್ಯಾಣಸುಂದರಿ ಅಂತ ಆಕೆ ಹೆಸರು, ಇನ್ನೂ ಮೂವತ್ತೇಳು. ರಾಮಯ್ಯಂಗಾರರಿಗೂ ಈ ಗುಸುಗುಸು ಮುಟ್ಟಿರಬೇಕು, ಸಿಟ್ಟಿನಲ್ಲಿ ಕುದಿಯುತ್ತಾ ಇದ್ದರು. 'ವಯಸ್ಸು ಕಟ್ಗಂಡು ಏನು ಮಾಡ್ತಾರಂತೆ. ಅವಳಿಗೆ ಕೇಳಿ, ನಂಗೆ ವಯಸ್ಸಾಗಿದ್ಯೋ ಇಲ್ವೋ ಅಂತ ಅವಳು ಹೇಳ್ತಾಳೆ' ಎಂದು ನಿಂತ ನಿಂತಲ್ಲೇ ತೊಡೆ ತಟ್ಟಿಕೊಂಡು ಕುಣಿದಾಡಿದರು. ಸಮಾಜಕ್ಕೆ, ದೇಶಕ್ಕೆ ಒಳ್ಳೆಯದಾಗಬೇಕಾದಲ್ಲಿ ಇಂತಹ ತ್ಯಾಗಕ್ಕೆ ನೀವು ತಯಾರಾಗಿರಬೇಕು ಎಂದು ಒಂದು ಸಣ್ಣ ಭಾಷಣ ಮಾಡಿದೆ. ಅವರು ಒಪ್ಪಿದರೋ ಬಿಟ್ಟರೋ ಗೊತ್ತಿಲ್ಲ.

ಫೆಬ್ರವರಿ 12

ಬೆಂಕಿಯಿಲ್ಲದೇ ಹೊಗೆ ಬರುತ್ತದೇನು? ಇವತ್ತು ಹೊಂಬಣ್ಣನ ಜೊತೆಯಲ್ಲಿ ರಾತ್ರಿ ಕ್ಲಬ್ಬಿನಲ್ಲಿ ಊಟ ಮಾಡಿದೆ. ಹೊಂಬಣ್ಣ ಅಂಬೇಕರ್ ರಾಜಧಾನಿಯಿಂದ ಇವತ್ತಷ್ಟೇ ಊರಿಗೆ ಬಂದಿದಾನೆ. ಈ ಊರಿನಿಂದ ವಿಧಾನಸಭೆ ಚುನಾವಣೆಗೆ ಸ್ಪರ್ಧಿಸಿದಾಗೆಲ್ಲಾ ಅವನು ಸೋತ ಉದಾಹರಣೆಗಳೇ ಇಲ್ಲ. ಒಂದೆರಡು ಪೆಗ್ ಏರಿಸಿದ ಮೇಲೆ ಹಗುರವಾಗಿ ಕೆದಕಿದೆ. 'ಛೇ, ಈ ಕೆಲಸಕ್ಕೆ ಬಾರದವರನ್ನ ಕೊಲ್ಲಬೇಕೂ ಅಂತೇನಿಲ್ಲ. ಅವರ ಟೈಮನ್ನ ಸೊಲ್ಪ ಕಟ್ ಮಾಡ್ಕಬಕೂ ಅಂತಿದೀವಿ ಅಷ್ಟೆ.' ನಂಗೆ ಅರ್ಥವಾಗಲಿಲ್ಲ ಅಂದದ್ದಕ್ಕೆ ಮತ್ತೆ ವಿವರಿಸಿದ, 'ದೇಶಕ್ಕೆ ಅವರ ಉಪಯೋಗ ಎಷ್ಟೈತೋ ಅಷ್ಟು ದಿಸ ತಿಂಗಳಗೆ ಬದುಕಿರಕೆ ಹಕ್ಕಿರ್ತತೆ ಅವರಿಗೆ. ದೇಶಕ್ಕೇ ಅಂತ ಯಾಕಂದೇ ಅಂದ್ರೆ ಈಗ್ನೋಡು ಯಾವನೋ ವಬ್ಬ ಅವನ ಹೆಂಡತಿ ಮಕ್ಕಿಗೆ ಬೇಕಾಗಿರಬೋದು, ಆದ್ರೆ

ದೇಶಕ್ಕೆ ಅವನ ಕಿಮ್ಮತ್ತು ಒಂದಾಣೇನೂ ಇರಲ್ಲ. ಹಂಗೆ. ದೇಶಕ್ಕೆ ಅವರು ಬೇಕು. ಮತ್ತೆ ದೇಶಕ್ಕೆ ಉಪಯೋಗ ಆಗಂಥಾ ಕೆಲಸ ಮಾಡ್ತಿರಬೇಕು.' ಅವನು ಹೇಳಿದ ಪ್ರಕಾರ ಮೊರಾಟಾಬಾದ್ ಸೆಕ್ಯೂರಿಟಿ ಫ್ಯಾಕ್ಟರಿಯಲ್ಲಿ ಆಗಲೇ ಟೈಮ್‌ಕಾರ್ಡ್ ಮುದ್ರಣ ಆಗಿ ಹೋಗಿದೆಯಂತೆ. ರೇಷನ್‌ಕಾರ್ಡ್ ಜತೆ ಪ್ರತಿಯೊಬ್ಬ ದೇಶವಾಸಿಗೂ ಅದನ್ನ ತಲುಪಿಸೋದು ಬಾಕಿ ಅಷ್ಟೇ. ಅದೂ ನಾಳೇನೋ ನಾಡಿದ್ದೋ ಆರಂಭವಾಗಿಬಿಡತ್ತಂತೆ. ಆ ಕ್ಷಣ ನನಗೆ ಇದು ಸರ್ಕಾರದ ಅತ್ಯದ್ಭುತವಾದ ಕಲ್ಪನೆ ಅನಿಸಿಬಿಟ್ಟಿತು. ಸರ್ಕಾರಕ್ಕೆ ನನ್ನ ಧನ್ಯವಾದ ತಿಳಿಸೂ ಅಂದೆ. ಕೃತಜ್ಞತೆಯಿಂದ ಅವನ ಕಣ್ಣುಗಳಲ್ಲಿ ನೀರು ತುಂಬಿತ್ತು.

ಫೆಬ್ರವರಿ 13

ಇದೆಂತಹ ಅನ್ಯಾಯ, ಮೋಸ, ದಗಾ, ವಂಚನೆ? ಇವತ್ತು ಸರ್ಕಾರದ ಸುಗ್ರೀವಾಜ್ಞೆ ಎಲ್ಲಾ ಪತ್ರಿಕೆಗಳಲ್ಲೂ ಪ್ರಕಟವಾಗಿದೆ. ನಿರುಪಯುಕ್ತ ಪ್ರಜೆಗಳ (ಅಂದರೆ ಕೆಲಸಕ್ಕೆ ಬಾರದ ಕೆಲಸ ಮಾಡುತ್ತಿರುವವರು) ಪಟ್ಟಿಯಲ್ಲಿ ಕಲಾವಿದರು, ಲೇಖಕರು, ಸಂಗೀತಗಾರರು, ನಾಟಕಕಾರರು, ಸಮಾಜಸೇವಾ ಸಂಸ್ಥೆಗಳಲ್ಲಿ ದುಡಿಯುವವರು ಮತ್ತು ಇಂತಹ ಅಸಾಮಾಜಿಕ ಹಾಗೂ ಯಾವುದೇ ವರಮಾನವಿಲ್ಲದ ವೃತ್ತಿಯಲ್ಲಿ, ಪ್ರವೃತ್ತಿಯಲ್ಲಿ ಇರುವವರನ್ನು ಸೇರಿಸಲಾಗಿದೆ. ಸಮಾಜಸುಧಾರಕರು, ಸಮಾಜಸೇವೆ ಮಾಡುವ ಸಂಸ್ಥೆಗಳಲ್ಲಿ ಕೆಲಸ ಮಾಡುವವರು, ನಾಟಕ ಮಾಡುವವರು, ಸಿನೆಮಾ ಮಾಡುವವರು, ಸಂಗೀತಗಾರರು ಇತ್ಯಾದಿಗಳ ಕತೆ ಹೋಗಲಿ, ನನ್ನಂತಹಾ ಜಗತ್ ಪ್ರಸಿದ್ಧ ಲೇಖಕರನ್ನೂ ಪರಿಗಣಿಸಿಲ್ಲವೆಂದರೆ ಎಂತಹ ಘೋರ ಅನ್ಯಾಯವಿದು. ಎಲ್ಲರನ್ನೂ ಸಾರಾಸಗಟಾಗಿ ಒಂದೇ ಗುಂಪಿನಡಿಯಲ್ಲಿ ಗುಡಿಸಿಬಿಟ್ಟಿರುವುದು ನನ್ನಂತಹ ಲೇಖಕರ ಯೋಗ್ಯತೆ ಮತ್ತು ಬೆಲೆ ಸರ್ಕಾರಕ್ಕೆ ಗೊತ್ತಿಲ್ಲ ಎನ್ನುವುದಕ್ಕೆ ಸಾಕ್ಷಿ. (ಸುದ್ದಿ ಓದಿದ ಕೂಡಲೇ, ನನ್ನ ಆಲೋಚನೆಯನ್ನು ಎಲ್ಲರಿಗೂ ತಿಳಿಸಬೇಕು, ಆ ಮೂಲಕ ಸರ್ಕಾರದಲ್ಲಿ ಒಂದು ಜಾಗೃತಿಯನ್ನು ಮೂಡಿಸಬೇಕೆಂದು ಪರಿಚಯದ ಸುಮಾರು ಲೇಖಕರಿಗೆ ಫೋನ್ ಮಾಡಿದೆ. ಗಿರೀಶ್ ಆರಾಧ್ಯ, ನಿಂಗಪ್ಪ ಅಂದಾನಿ, ತ್ರಯಂಬಕರಾವ್, ಸುಂದರಮೂರ್ತಿ ಸಾಲಿಗ್ರಾಮ, ಶರಣಪ್ಪ ಬಡಿಗೇರ್, ವಾಸುದೇವ ಚಿನ್ವಾರ, ಶ್ರೀಧರ್ ಹತ್ವಾರ್ ಇನ್ನೂ ಹಲವಾರು. ಈಗಷ್ಟೇ ಸುದ್ದಿಯನ್ನು ಓದಿದ್ದ ಅವರೆಲ್ಲರೂ ದಿಗ್ಭ್ರಾಂತರಾಗಿ ಮಾತನಾಡುವ ಸ್ಥಿತಿಯಲ್ಲಿರಲಿಲ್ಲ.)

ಸಂಜೆ ತುರ್ತು ಅಂಚೆಯ ಮೂಲಕ ಬಂದ ಸುಗ್ರೀವಾಜ್ಞೆಯ ಪ್ರಕಾರ ತಿಂಗಳ ಹದಿನೈದು ದಿನ ನಾನು ಬದುಕಿರಬೇಕು, ಉಳಿದ ಹದಿನೈದು ದಿನ ನಾನು ಶೀರಿಕೊಂಡಿರಬೇಕು. ಇದು ನನ್ನ ಬದುಕಿನ ಪಡಿತರ.

ಫೆಬ್ರವರಿ 16

ಇವತ್ತು ಪತ್ರಿಕೆಗಳಲ್ಲಿ ಪ್ರಕಟವಾಗಿದೆ. ಸುಗ್ರೀವಾಜ್ಞೆ ಮಾರ್ಚ್ ಒಂದರಿಂದ ಜಾರಿಗೆ ಬರಲಿದೆ. ಪ್ರತಿಯೊಬ್ಬ ನಾಗರಿಕನೂ ತಮ್ಮ ತಮ್ಮ ವೃತ್ತಿ, ವಯಸ್ಸು, ವರಮಾನ, ತಾವು ಪ್ರಸ್ತುತ ಸಲ್ಲಿಸುತ್ತಿರುವ ತೆರಿಗೆ, ತಮ್ಮ ಬ್ಯಾಂಕ್ ಖಾತೆಯ ವಿವರಗಳು ಮತ್ತು ಆಧಾರ್ ನಂಬರ್ ಸಮೇತ ಈ ತಿಂಗಳ ಹತ್ತೊಂಬತ್ತರೊಳಗೆ ನೋಂದಾಯಿಸಿಕೊಳ್ಳುವುದು ಕಡ್ಡಾಯವಾಗಿದೆ.

ಫೆಬ್ರವರಿ 17

ಇದ್ದಕ್ಕಿದ್ದಂತೇ ಕೆಲಸಕ್ಕೆ ಬಾರದ ಕೆಲಸದಲ್ಲಿರುವವರು ಕಂಡ ಕಂಡ ಕಚೇರಿಗಳ ಮುಂದೆ ಯಾವುದೋ ಒಂದು ಕೆಲಸಕ್ಕೆ ಬರುವ ಕೆಲಸ ಸೇರಲು ಸಾಲುಗಟ್ಟಿ ನಿಲ್ಲುತ್ತಿದ್ದಾರೆ. ಒಟ್ಟಿನಲ್ಲಿ ಈಗಾಗಲೇ ಪ್ರಕಟವಾಗಿರುವ ಪಟ್ಟಿಯಿಂದ ತಮ್ಮ ಹೆಸರನ್ನು ವಜಾ ಮಾಡಿಸಿಕೊಳ್ಳುವ ಹುನ್ನಾರದ ಕೊನೆಯ ಪ್ರಯತ್ನ ಇದು. ಇಂತಹ ಪರಿಸ್ಥಿತಿಯನ್ನು ಮುಂಗಂಡ ಸರ್ಕಾರ ಈ ತಿಂಗಳ ಇಪ್ಪತ್ತೈದನೇ ತಾರೀಖಿನಿಂದ ಮರು ಆಜ್ಞೆ ಹೊರಡಿಸುವವರೆಗೂ ಯಾವುದೇ ಇಲಾಖೆಯ ಅಥವಾ ಸಂಸ್ಥೆಯ, ಸರ್ಕಾರದ್ದೇ ಆಗಲೀ ಖಾಸಗಿಯದ್ದೇ ಆಗಲೀ, ಅಥವಾ ಕಾರ್ಖಾನೆಯ ಯಾವುದೇ ವರ್ಗಾವಣೆ ಅಥವಾ ಹೊಸ ನೇಮಕಗಳನ್ನು ಸಂಪೂರ್ಣ ರದ್ದು ಮಾಡಿದೆ.

ಇವತ್ತು ಹೊಂಬಣ್ಣನಿಗೆ ಫೋನ್ ಮಾಡಿದೆ. ಅವನ ಕಚೇರಿಯಲ್ಲಿ ಯಾವುದಾದರೂ ಕೆಲಸಕ್ಕೆ ಬರುವ ಕೆಲಸವಿದೆಯೇ ಎಂದು ವಿಚಾರಿಸಲು. 'ಯಾರಿಗೆ' ಎಂದು ಕೇಳಿದ. ನಾಚಿಕೆ, ಬಿಗುಮಾನ ಬಿಟ್ಟು 'ನನಗೇ' ಎಂದು ಹೇಳಿದೆ. 'ಈಗೊಂದ್ಗಂಟೇ ಮದ್ಲು ನನ್ನ ಇಲಾಕೇ ಕೊನೇ ಕೆಲಸಾನ್ನೂ ಕೊಟ್ಬಾತು, ಯಿನ್ನು ಕೆಲಸಕ್ಕೆ ಬರಾ ಯಾವುದೇ ಕೆಲಸ ಕಾಲಿಯಿಲ್ಲ ನನ್ನ ಇಲಾಕೇನಗೆ, ಮದ್ಲೇ ಕೇಳಬಾರದಿತ್ತೇನ್ಲೇ, ಇಲ್ಲೀ ತನ ಏನು ಶಂಟ ಹರೀತ್ತಿದ್ದೀ' ಅಂತ ಕೇಳಿದ. 'ಅಲ್ಲಪಾ ಇದು ನನ್ನ ಬುಡಕ್ಕೇ ಬರ್ತತೆ ಅಂತ ನಂಗೆ ಹೆಂಗೆ ಗೊತ್ತಾಗಬಕು, ಮೊನ್ನೆ ರಾತ್ರಿ ನೀನು ಒಂಚೂರರಾ ಸುಳೂ ಕೂಡಾ ಕೊಡ್ಲಿಲ್ಲ' ಅಂದೆ. ಅವನು ಸ್ವಲ್ಪ ಸಿಟ್ಟಾದಂತೆ ಕಂಡಿತು. ದನಿ ದೊರಗಾಯಿತು. 'ಲೋಯ್ ಅಜಾ, ತಮಾಷೆ ಮಾಡಬೇಡ, ಯಿನ್ನಾ ಏಟು ಬಿಡಿಸಿಹೇಳಬೇಕಾಗಿತ್ತು ನಿಂಗೆ, ಕೆಲಸಕ್ಕೆ ಬಾರದ ಕೆಲಸದಲ್ಲಿರಾ ಎಲ್ಲರಿಗೂ ಈ ಆರ್ಡರ್ರೂ ಅಂತ ಅವತ್ತೇ ಕ್ಲಿಯರ್ರಾಗಿ ಹೇಳಿದ್ದೆ ನಿಂಗೆ' ಅಂದವನೇ ಫೋನ್ ಕಟ್ ಮಾಡಿದ.

ಈಗೊಂದು ಗಂಟೆಯ ಹಿಂದೆ ರಾಮಯ್ಯಂಗಾರರನ್ನೂ ಅವರ ಹೆಂಡತಿ ಕಲ್ಯಾಣಸುಂದರಿಯನ್ನೂ ಭೇಟಿಯಾದೆ, ಅವರ ಮನೆಯ ಮುಂದೆ. ಅವರ ಹೆಂಡತಿ ಪಾತಿಗಳಿಗೆ ನೀರುಣಿಸುತ್ತಿದ್ದಳು. ಅವರು ತಲೆಯ ಮೇಲೆ ಕೈ ಹೊತ್ತು ಕುಳಿತಿದ್ದರು. ಪಾಪ ಈ ಎರಡು ದಿನಗಳಲ್ಲಿ ಪೂರಾ ಇಳಿದು ಹೋಗಿದ್ದಾರೆ. ಅವರ ಲೆಕ್ಕದಲ್ಲಿ ತಿಂಗಳಿಗೆ ಆರೇ ದಿನ ಬದುಕಲು ಅವಕಾಶವಿದೆ. ಅವರ ಸಂಕಟ ತಾನು ಸಾಯುವುದಲ್ಲ, ತನ್ನ ಹೆಂಡತಿ ಬದುಕಿರುವುದು. ಆಕೆಯ ವಯಸ್ಸಿನ ಅನ್ವಯ ಆಕೆಗೆ ತಿಂಗಳಿಗೆ ಇಪ್ಪತ್ತು ದಿನ ಬದುಕಲು ಅವಕಾಶವಿದೆ. ತಲೆ ಕೆಟ್ಟು ಹೋಗಿದೆ ರಾಮಯ್ಯಂಗಾರ್ ಅವರಿಗೆ. ಮದುವೆಯಾದ ಹೊಸ್ತಿಲಲ್ಲೇ ವಿಧವೆಯಾಗುವ ಪಟ್ಟ ದೊರೆತರೂ ಕಲ್ಯಾಣಸುಂದರಿ ಒಂದು ರೀತಿಯ ನಿರ್ಭಾವ ರೀತಿಯಲ್ಲಿ ತನ್ನ ಜೀವನದ ದುರಂತವನ್ನು ಒಪ್ಪಿಕೊಂಡು ಬಿಟ್ಟಿದ್ದಾಳೆ ಅನಿಸುತ್ತದೆ ನನಗೆ.

ಫೆಬ್ರವರಿ 18

ವಾರ್ಡ್ ಆಫೀಸಿನ ಮುಂದೆ ನನ್ನ ಟೈಮ್‌ಕಾರ್ಡ್ ಪಡೆಯಲು ಸುಮಾರು ಮೂರು ಗಂಟೆ ಸಾಲಿನಲ್ಲಿ ಕಾದಿದ್ದೆ. ಎರಡು ಸಾವಿರಕ್ಕೂ ಹೆಚ್ಚು ಜನ ಇದ್ದೆವು. ಕೆಲಸಕ್ಕೆ ಬರುವ ಕೆಲಸ ಮಾಡುವವರ ಹೊಟ್ಟೆ ಮತ್ತು ಉಸಿರನ್ನು ತುಂಬಿಸಲು, ಕೆಲಸಕ್ಕೆ ಬಾರದ ಕೆಲಸದಲ್ಲಿರುವ ನಾವು ನಮ್ಮ ಬದುಕನ್ನೇ ಅವರಿಗಾಗಿ ತ್ಯಾಗ ಮಾಡಲು ಎರಡು ಸಾಲುಗಳಲ್ಲಿ ನಿಂತಿದ್ದೆವು. ಇದ್ದವರಲ್ಲಿ ಅರ್ಧದಷ್ಟು ವಯಸ್ಸಾದವರೇ. ಎಲ್ಲರ ಮುಖದಲ್ಲೂ ಸಾಯುವಂಥಾದ್ದು ನನಗೇನಾಗಿದೆ, ನಾನು ಸಾಯಲು ತಯಾರಿಲ್ಲ, ನನಗೇನೋ ಮೋಸವಾಗಿದೆ ಎನ್ನುವ ಭಾವನೆಗಳೇ ತುಂಬಿ ತುಳುಕುತಿದ್ದವು.

ಕೊನೆಗೂ ನನಗೆ ನನ್ನ ಕಾರ್ಡ್ ಸಿಕ್ಕಿತು. ಕಾರ್ಡಿನ ಜೊತೆಗೆ ಹಲವಾರು ಮಂಕಾದ ತಿಳಿ ನೀಲಿ ಚೀಟಿಗಳು. ಪ್ರತಿ ಚೀಟಿಯಲ್ಲೂ ಇಪ್ಪತ್ತನಾಲ್ಕು ಗಂಟೆ ಬದುಕುವ ಅವಕಾಶ. ನಾನು ತಿಂಗಳಿಗೆ ಹದಿನೈದು ಚೀಟಿಗಳನ್ನು ಖರ್ಚು ಮಾಡಬಹುದು. ನೀಲಿ ಚೀಟಿಗಳನ್ನು ನೋಡುತ್ತಿದ್ದಂತೇ ನನ್ನ ಕಣ್ಣುಗಳಲ್ಲಿ ನೀರು ತುಂಬಿ ಬಂತು.

ಫೆಬ್ರವರಿ 24

ನನ್ನ ಹೆಸರು, ನನ್ನ ಖ್ಯಾತಿ, ನನ್ನ ಬರವಣಿಗೆಯಿಂದ ದೇಶಕ್ಕೆ, ದೇಶದ ಯುವ ಪೀಳಿಗೆಗೆ ಆಗುತ್ತಿರುವ ಉಪಯೋಗ ಇತ್ಯಾದಿಗಳನ್ನು ಗಮನಿಸಬೇಕೆಂದೂ, ಅಗತ್ಯವಿದ್ದಲ್ಲಿ ದೇಶಕ್ಕೋಸ್ಕರ ನನ್ನ ಬರವಣಿಗೆಯನ್ನು ಮುಡಿಪಾಗಿ ಇಡುತ್ತೇನೆಂದು

ಈ ಮೂಲಕ ಪ್ರಮಾಣ ಮಾಡುತ್ತೇನೆಂದೂ ಹೇಳಿ, ನನ್ನನ್ನು ಈ ಪಟ್ಟಿಯಿಂದ ತೆಗೆದು ಹಾಕಿ ನನಗೆ ವಿಶೇಷ ರಿಯಾಯಿತಿ ನೀಡಬೇಕೆಂದು ಎರಡು ದಿನಗಳ ಕೆಳಗೆ ಸಂಬಂಧಪಟ್ಟ ಇಲಾಖೆಗೆ ಒಂದು ಮನವಿ ಮಾಡಿಕೊಂಡೆ. ಉತ್ತರವಾಗಿ, ನನ್ನ ಉಪಯೋಗವನ್ನು ಗಮನಿಸಿ ತಿಂಗಳಿಗೆ ಇನ್ನೊಂದು ದಿನ ಹೆಚ್ಚು ಬದುಕಲು ಅವಕಾಶ ನೀಡಿತು, ಅಷ್ಟೇ. (ದೇಶದ ಲಕ್ಷಾಂತರ ಲೇಖಕರು ದೇಶ ಮತ್ತು ದೇಶದ ಹಿತಕ್ಕೋಸ್ಕರ ತಮ್ಮ ಲೇಖನಿಯನ್ನು ಮುಡಿಪಾಗಿಡುವುದರ ಬಗ್ಗೆ ಪ್ರಮಾಣ ಮಾಡಿರುವುದರಿಂದ, ಮತ್ತು ಅವೆಲ್ಲವುಗಳ ಕೂಲಂಕಷ ವಿಶ್ಲೇಷಣೆ ಆಗಬೇಕಾಗಿರುವುದರಿಂದ ಈ ಕೂಡಲೇ ತಮ್ಮ ಪ್ರಮಾಣದ ಕುರಿತಾಗಿ ಇಲಾಖೆ ಏನೂ ಉತ್ತರ ನೀಡುವ ಸ್ಥಿತಿಯಲ್ಲಿಲ್ಲವೆಂದೂ ಒಂದು ಅಡಿ ಟಿಪ್ಪಣಿ ಸೇರಿಸಲಾಗಿತ್ತು. ಆ ಕ್ಷಣ ನನಗೆ ಆ ಲಕ್ಷಾಂತರ ಲೇಖಕರ ಬಗ್ಗೆ ಕೊಂಚ ಅಸಮಾಧಾನ ಉಂಟಾಗಿದ್ದು ನಿಜವೆಂದು ಒಪ್ಪಿಕೊಳ್ಳುತ್ತೇನೆ.) ವಿಧಿ ನೀಡಿದ್ದನ್ನು ಮಾತಿಲ್ಲದೇ ಒಪ್ಪಿಕೊಳ್ಳಬಹುದು, ಆದರೆ ಸರ್ಕಾರ ನೀಡಿದ್ದನ್ನು?

ಮಾರ್ಚ್ 5

ಕಳೆದ ಒಂದು ವಾರದಿಂದ ನಾನು ಎಚ್ಚರ ತಪ್ಪಿದ ಸ್ಥಿತಿಯಲ್ಲೇ ಬದುಕುತ್ತಿದ್ದೇನೆ. ಈ ದಿನಚರಿಯನ್ನೂ ದಿನಂಪ್ರತಿ ಬರೆಯಲಾಗುತ್ತಿಲ್ಲ. ಸಾವು ಅಥವಾ ಅರೆ ಸಾವು ಅಥವಾ ಅರೆ ಬದುಕು ಅಥವಾ ತಾತ್ಕಾಲಿಕ ಸಾವು ಅಥವಾ ತಾತ್ಕಾಲಿಕ ಬದುಕು ಅಪ್ಪಳಿಸುವ ಮುನ್ನ ಬದುಕಿನ ಪ್ರತಿಯೊಂದು ಕ್ಷಣವನ್ನೂ ಚಪ್ಪರಿಸಿ ರುಚಿನೋಡುವ ಉದ್ದೇಶದಿಂದ ರಾತ್ರಿಯ ನಿದ್ದೆಗೂ ತಿಲಾಂಜಲಿಯನ್ನಿತ್ತಿದ್ದೇನೆ. ಕಳೆದ ಐದು ದಿನಗಳಲ್ಲಿ ನಾನು ಏನಿಲ್ಲವೆಂದರೂ ಸುಮಾರು ಒಂಬೈನೂರು ಪುಟಗಳಷ್ಟನ್ನಾದರೂ ಬರೆದಿರಬೇಕು. ಗಾತ್ರ ನಂಬಲಾಗದಷ್ಟು ದೊಡ್ಡದಿದ್ದರೂ ಗುಣಮಟ್ಟದಲ್ಲಿ ಏನೂ ರಾಜಿ ಮಾಡಿಕೊಂಡಿಲ್ಲವೆಂದೇ ನನ್ನ ನಂಬಿಕೆ. ನನ್ನ ಬರವಣಿಗೆಯಲ್ಲಿ ಅದೇ ಆಳ, ಅದೇ ಪ್ರಖರತೆ, ಅದೇ ಪ್ರಾಮಾಣಿಕತೆ, ಅದೇ ಜಾಣ್ಮೆ ಎದ್ದು ತೋರುತ್ತದೆ ಎಂಬ ಖಾತ್ರಿಯಿದೆ ನನಗೆ.

ಸಮಯದ ಮೇಲೆ ಸೇಡು ತೀರಿಸಿಕೊಳ್ಳಬೇಕು ನಾನು. ಪ್ರತಿ ಕ್ಷಣವನ್ನೂ ಉತ್ಕಟವಾಗಿ ಅನುಭವಿಸಬೇಕು. ಅದಕ್ಕಾಗಿ ದಿನಕ್ಕೆ ಮೂರು ಸಾರಿ ಹೊಟ್ಟೆ ತುಂಬಾ ಊಟ ಮಾಡುತ್ತಿದ್ದೇನೆ. ಯಥೇಚ್ಛ ಮದ್ಯಪಾನ ಮಾಡುತ್ತಿದ್ದೇನೆ. ಈ ಕ್ಷಣ ಕಾಫಿ ಗುಟುಕರಿಸುತ್ತಿದ್ದಂತೇ, ಸಾವು ಸಮೀಪದಲ್ಲೇ ಅಲೆಯುತ್ತಿರುವ ಅರಿವಿದ್ದರೂ ಒಂದು ರೀತಿಯ ಸಮಾಧಾನ ಮನಸ್ಸನ್ನು ಆವರಿಸುತ್ತಿದೆ.

ಇವತ್ತು ಮಧ್ಯಾಹ್ನ ಒಂದು ಸೊಗಸಾದ ಊಟ ಮಾಡಿ ಹೋಟೆಲಿನಿಂದ ಹೊರಬರುವಾಗ ರಾಮಯ್ಯಂಗಾರರು ಸಿಕ್ಕಿದ್ದರು. ಮುದುಕ ಪಾಪ ಗುರುತೇ ಸಿಗದಷ್ಟು ಇಳಿದು ಹೋಗಿದ್ದಾರೆ. ಈ ತಿಂಗಳ ಲೆಕ್ಕದ ಅವರ ಬದುಕಿನ ಕೊನೇ ದಿನ ಇವತ್ತು. ಮಧ್ಯರಾತ್ರಿಗೆ ಸರಿಯಾಗಿ, ಅವರ ಆರನೇ ನೀಲಿ ಚೀಟಿ ಖರ್ಚಾದಂತೇ, ಮರ್ತ್ಯಲೋಕದಿಂದ ಒಂದು ಅನೂಹ್ಯ ಲೋಕಕ್ಕೆ ಪ್ರಯಾಣ ಮಾಡಿಬಿಡುತ್ತಾರೆ. ಮುಂದಿನ ಇಪ್ಪತ್ತೈದು ದಿನಗಳು ಅವರ ವಾಸ ಅಲ್ಲೇ.

ಮಾರ್ಚ್ 7

ಇವತ್ತು ಕಲ್ಯಾಣಸುಂದರಿಯನ್ನು ನೋಡಲು ಹೋಗಿದ್ದೆ. ಈಗ ಆಕೆ ತಾತ್ಕಾಲಿಕ ವಿಧವೆ. ಮನೆಯೊಳಗೆ ಕರೆದು ಕೂಡಿಸಿದಳು. ಬೇಲದ ಹಣ್ಣು, ಬೆಲ್ಲ, ಶುಂಠಿ ಹದವಾಗಿ ಬೆರೆತಿದ್ದ ಪಾನಕವನ್ನು ಕೊಟ್ಟಳು. ಪಾನಕವನ್ನು ಗುಟುಕರಿಸುತ್ತಾ ಅದೂ ಇದೂ ಮಾತನಾಡುತ್ತಾ ಕುಳಿತಿದ್ದೆವು. ಮಾತಿನ ಮಧ್ಯೆ ಅವಳ ಗಂಡನ ಮಾತೂ ಬಂತು. ರಾಮಯ್ಯಂಗಾರರು ಹೋದ ಬಗೆಯನ್ನು ವಿವರಿಸಿದಳು. ಆಕೆ ಹೇಳಿದ ಪ್ರಕಾರ ರಾಮಯ್ಯಂಗಾರ್ರು ಹೋಗುವ ಸಮಯದಲ್ಲಿ ಅವರಿಬ್ಬರೂ ಹಾಸಿಗೆಯಲ್ಲಿ ಮಲಗಿದ್ದರಂತೆ. ಆಗಷ್ಟೇ ರಾಮಯ್ಯಂಗಾರ್ರು ಬಚ್ಚಲಿಗೆ ಹೋಗಿ ಬಂದಿದ್ದರಂತೆ. ಮಧ್ಯರಾತ್ರಿಗೆ ಇನ್ನೂ ಐದು ನಿಮಿಷಗಳಿರುವಾಗ ರಾಮಯ್ಯಂಗಾರ್ರು ಆಕೆಯ ಕೈ ಹಿಡಿದು ಆಕೆಗೆ ಕೊನೆ ಗಳಿಗೆಯ ಕೆಲವು ಬುದ್ಧಿವಾದಗಳನ್ನು ಹೇಳುತ್ತಿದ್ದರಂತೆ. ಮಧ್ಯರಾತ್ರಿಗೆ ಸರಿಯಾಗಿ ಅವರ ಕೈ ತನ್ನ ಕೈಗಳಲ್ಲಿ ಕರಗಿ ಹೋದಂತೆ ಅನಿಸಿತಂತೆ. ತನ್ನ ಎದೆಯ ಮೇಲಿದ್ದ ಅವರ ತಲೆ ಗಾಳಿಯಲ್ಲಿ ಲೀನವಾಯಿತಂತೆ. ಕೊನೆಗೆ ಮಂಚದ ಮೇಲೆ ಉಳಿದಿದ್ದು ಆ ಹೊತ್ತಿನಲ್ಲಿ ರಾಮಯ್ಯಂಗಾರರು ತೊಟ್ಟಿದ್ದ ಕೌಪೀನ ಮತ್ತು ಅವರ ಕಪ್ಪು ಕನ್ನಡಕ. ಇನ್ನು ಇಪ್ಪತ್ತನಾಲ್ಕು ದಿನ ಒಂಟಿಯಾಗಿ ಬದುಕುವ ಬವಣೆಯನ್ನು ಆಕೆ ಒಂದೆರಡು ಮಾತಿನಲ್ಲಿ ಸೂಚಿಸಿದಳು. ನಮ್ಮಿಬ್ಬರಿಗೂ ಒಂದು ಬಗೆಯ ಸಂಕಟವಾಯಿತು. ಆಕೆ ಬಿಕ್ಕಿದಳು. ಆಕೆಯನ್ನು ಅಪ್ಪಿ ಹಿಡಿದು ಸಂತೈಸಿದೆ. ಆಕೆ ಬೇಡವೆನ್ನಲಿಲ್ಲ.

ಮಾರ್ಚ್ 12

ಇವತ್ತು ಮಹಾಬಲರಾಯರ ಮನೆಗೆ ಊಟಕ್ಕೆ ಕರೆದಿದ್ದರು. ಹೋಗಿದ್ದೆ. ಯಥಾಪ್ರಕಾರ ಗಂಡ ಹೆಂಡತಿ ತಮ್ಮ ತಮ್ಮ ಜಗಳದಲ್ಲಿದ್ದರು. ಒಬ್ಬರನ್ನೊಬ್ಬರು

ಮೂದಲಿಸುತ್ತಾ, ಒಬ್ಬರ ಮೇಲೊಬ್ಬರು ಅರಚುತ್ತಾ, ಸರತಿಯ ಮೇಲೆ ಒಬ್ಬರಲ್ಲೊಬ್ಬರು ಕಣ್ಣೀರಿಡುತ್ತಾ ಹೊತ್ತು ಕಳೆಯುತ್ತಿದ್ದರು. ನನ್ನನ್ನು ನೋಡಿದ ಕೂಡಲೇ ಮಹಾಬಲರಾಯರು ನನ್ನ ಕೈ ಹಿಡಿದು ಹೇಳಿದರು, 'ನಂಗೇನಾರಾ ನಂಗೆ ಬೇಕಾದ ದಿಸಾ ಆರಿಸ್ಕಳಕೆ ಬಿಟ್ಟಿದ್ರೆ ತಿಂಗಳ ಎರಡ್ನೇ ಅರ್ದ ತಗಂತಿದ್ದೆ. ಇವಳ ಮುಖ ನೋಡದು ತಪ್ಪಿತ್ತು. ವಟ್ನಗೆ ನನ್ನ ಕರ್ಮ ಇವಳು ಇರಾ ಹೊತ್ನಗೆ ನಾನೂ ಇರಂಗಾಗಿದೆ. ವಟ್ನಗೆ ಸರ್ಕಾರಕ್ಕೂ ಬಗವಂತಂಗೂ ನಾನು ಸುಕಾ ನೆಮ್ಮದಿಯಿಂದಿರದು ಬೇಕಾಗಿಲ್ಲ ತಗಿ.' ಇದನ್ನು ಶ್ರೀಮತಿ ಮಹಾಬಲರಾಯರು ಕೇಳಿಸಿಕೊಂಡು ಬಿಟ್ಟರು. ಮನೆಯ ಒಳಗಿನಿಂದ ಆಕೆ ಲೋಕವನ್ನು ನಿಂದಿಸುತ್ತಾ, ದೊಡ್ಡದಾಗಿ ರೋದಿಸಲು ಆರಂಭಿಸಿದ್ದು ಕೇಳಿಸಿತು. ಊಟ ಮಾಡದೇ ನಾನು ಹೊರಬಂದೆ.

ಮಾರ್ಚ್ 16

ಇವತ್ತು ಕಲ್ಯಾಣಸುಂದರಿ ಗಾಳಿಯಲ್ಲಿ ಐಕ್ಯಳಾದಳು. ಹೋಗುವ ಕಾಲ ಸನ್ನಿಹಿತವಾಗುತ್ತಿದ್ದಂತೇ ಆಕೆ ತುಂಬಾ ಹೆದರಿದ್ದಳಾದ್ದರಿಂದ ಆಕೆಯ ಕೊನೆಯ ಕ್ಷಣಗಳಲ್ಲಿ ಧೈರ್ಯ ತುಂಬಲು ನಾನು ಜೊತೆಯಲ್ಲಿರಬೇಕಾಯಿತು. ಹಾಗೆಂದು ಆಕೆ ನಿನ್ನೆಯೇ ಕೇಳಿಕೊಂಡಿದ್ದಳು, ಹೋಗುವ ಸಮಯದಲ್ಲಿ ಜೊತೆಯಲ್ಲಿರಲು ಸಾಧ್ಯವೇ ಎಂದು. ಕತ್ತಲಾಗುತ್ತಿದ್ದಂತೇ ಆಕೆಯ ಮನೆ ಸೇರಿದ್ದೆ ನಾನು. ಆಕೆ ಮಂಚದ ಮೇಲೆ ಮಲಗಿದ್ದಳು. ಕೊನೆಯ ಕ್ಷಣಗಳ ಆತಂಕವನ್ನು ದೂರ ಮಾಡಲು, ಆಕೆ ಅತ್ತ ಬಚ್ಚಲು ಮನೆಗೆ ಹೋದಾಗ, ಇತ್ತ ರೂಮಿನಲ್ಲಿದ್ದ ಗಡಿಯಾರವನ್ನು ಕಾಲು ಗಂಟೆ ಹಿಂದೆ ಸರಿಸಿಬಿಟ್ಟೆ. ಒಂದು ಐದು ನಿಮಿಷ ಆಕೆ ನನ್ನನ್ನು ಅಪ್ಪಿ ಬಿಕ್ಕಿ ಬಿಕ್ಕಿ ಅತ್ತಳು. ಮೈದಡವುತ್ತಾ ಆಕೆಯನ್ನು ಸಂತೈಸಿದೆ. ಇನ್ನೂ ಇಪ್ಪತ್ತು ನಿಮಿಷ ಇದೆ ಎಂದು ತಿಳಿದ ಆಕೆ ಹೋಗಲು ತಯಾರಿ ನಡೆಸಿದಳು. ನನ್ನೆದುರೇ ಸೀರೆಯನ್ನು ಬದಲಿ ಮಾಡಿದಳು. ಕುಪ್ಪಸ ಬದಲಿ ಮಾಡಿದಳು. ಯಾವುದೋ ಮದುವೆಗೆ ಹೊರಟು ನಿಂತಂತೆ ತಯಾರಾದಳು. ನನ್ನೆಡೆಗೆ ಒಂದು ಮಾದಕ ನಗೆ ಬೀರಿದಳು. ಓಡಿ ಬಂದು ಬಿಗಿದಪ್ಪಿದಳು. ಆಕೆಯ ಹಣೆಯ ಮೇಲೆ ಹೂಮುತ್ತಿಟ್ಟೆ. ಆಕೆಯ ತುಟಿಯನ್ನೂ ಚುಂಬಿಸಬೇಕೆಂದು ಆಕೆಯ ತುಟಿಯತ್ತ ಬಾಗಿದೆ, ಅಷ್ಟೇ. ಆಕೆ ಅಲ್ಲಿರಲಿಲ್ಲ. ನನ್ನೆದುರು ಅವಳುಟ್ಟ ಸೀರೆ, ಕುಪ್ಪಸ, ಒಳ ಲಂಗ ಮತ್ತು ಬಾಡಿ ಗುಪ್ಪೆಯಾಗಿ ಬಿದ್ದಿದ್ದವು. ಗಾಳಿಯಲ್ಲಿ ಮುಂಚಾಚಿದ ನನ್ನ ತುಟಿಗಳು ಹಾಗೇ ಮುಂಚಾಚಿಕೊಂಡಿದ್ದವು. ನನ್ನೆದೆಯ ಮೇಲೆ ಅವಳು ಒರಗಿದ ಜಾಗ ಇನ್ನೂ ಬೆಚ್ಚಗಿತ್ತು. ಏನೋ ಕಳೆದುಕೊಂಡ ಅನುಭವವಾಗುತ್ತಿದೆ.

ಬೆಳಿಗ್ಗೆ ಎದ್ದಾಗಿನಿಂದ ಇವತ್ತಿನ ನನ್ನ ಕೊನೆಯ ಕ್ಷಣಗಳನ್ನು ಲೆಕ್ಕ ಹಾಕುತ್ತಿದ್ದೇನೆ. ಇವತ್ತು ಮಧ್ಯರಾತ್ರಿ ನನ್ನ ಸರದಿ.

ಮಧ್ಯರಾತ್ರಿಗೆ ಇನ್ನೂ ಹದಿನೈದು ನಿಮಿಷಗಳಿವೆ. ದಿನಚರಿಯನ್ನು ಬರೆಯುತ್ತಿದ್ದೇನೆ. ಹಾಸಿಗೆಯ ಮೇಲೆ ಮಲಗಿದ್ದೇನೆ. ಬರೆಯುತ್ತಿದ್ದೇನೆ. ನನ್ನ ಲೇಖನಿ ನನ್ನ ಕೈಲಿರುವಂತೆಯೇ ನಾನು ಹೋಗಬೇಕು. ನಾನು ಬದುಕಿರುವ ತನಕವೂ ಲೇಖನಿ ನನ್ನ ಕೈಲಿರಬೇಕು. ಕೈಯಲ್ಲಿನ ಹಿರಿದಿಟ್ಟ ಕತ್ತಿಯಂತೇ ಲೇಖನಿ ಕೂಡಾ ಧೈರ್ಯ ತುಂಬುತ್ತದೆ. ನನ್ನೆದುರು ಬರುವ ಸಾವು ತಾತ್ಕಾಲಿಕವಾಗಿದ್ದಿರಬಹುದು ಆದರೆ ಸಾವಂತೂ ನಿಜ ಅಲ್ಲವೇ? ಮತ್ತೆ ಹುಟ್ಟಿಬರುವ ಅವಕಾಶವಿದ್ದರೂ ಒಂದು ರೀತಿಯ ಆತಂಕವಿದೆ. ಇದೊಂದು ಸರ್ಕಾರದ ಪಿತೂರಿಯಿರಬಾರದೇಕೆ ಎನ್ನುವ ದುಷ್ಟಾಲೋಚನೆ ಕೂಡಾ ಕಾಡುತ್ತಿದೆ. ಸರ್ಕಾರ ನೀಡುವ ಸಾವು ನಿಜವಾಗಿಯೂ ಶಾಶ್ವತವಾಗಿರಬಾರದೇಕೆ? ಒಂದು ವೇಳೆ ಜೀವ ತ್ಯಾಗ ಮಾಡಿದ ಯಾರೊಬ್ಬರೂ ಇವತ್ತಿನಿಂದ ಹದಿನೈದು ದಿನಗಳ ನಂತರ ಮತ್ತೆ ಹುಟ್ಟಿ ಬಾರದಿದ್ದಲ್ಲಿ, ಅವರಿಗಾಗಿ ಅಳುವವರು ಯಾರು? ಹೋದವರ ಮಕ್ಕಳೂ, ಉತ್ತರಾಧಿಕಾರಿಗಳಂತೂ ಅಲ್ಲ ಖಂಡಿತ. ಹೋದವರು ಮತ್ತೆ ಹುಟ್ಟಿಬಂದಲ್ಲಿ ಉತ್ತರಾಧಿಕಾರಿಗಳಿಗೆ ನಷ್ಟ ತಾನೇ. ಯಾವ ಸುಖಕ್ಕಾಗಿ ಅವರನ್ನು ಬಾ ಎಂದು ಸ್ವಾಗತಿಸಬೇಕು ಅವರು? ಒಂದು ವೇಳೆ ನಾ...

ಏಪ್ರಿಲ್ 1

ಮತ್ತೆ ಬಂದೆ. ಹುಟ್ಟಿ ಬಂದೆ. ಹೋಗಿ–ಬರುವ ಪ್ರಕ್ರಿಯೆ ನಿಜ ಎಂದಾಯ್ತು. ಇದು ಹೋದವರನ್ನು ಹಾಗೇ ಶಾಶ್ವತವಾಗಿ ಕಳಿಸಿಬಿಡುವ ಸರ್ಕಾರದ ಪಿತೂರಿಯಂತೂ ಅಲ್ಲ. ಸರ್ಕಾರ ತನ್ನ ಮಾತನ್ನು ಉಳಿಸಿಕೊಂಡಿದೆ. ಅಷ್ಟರ ಮಟ್ಟಿಗೆ ಸರ್ಕಾರದ ಬಗ್ಗೆ ಹೆಮ್ಮೆಯುಂಟಾಯಿತು.

ಸಮಾಧಾನ ಏನೆಂದರೆ, ನನ್ನ ಜೀವಮಾನದಲ್ಲಿ ಒಂದಿಷ್ಟು ಕಾಲ ಕಳೆದು ಹೋಗಿದೆ ಎಂದು ಅನಿಸುತ್ತಲೇ ಇಲ್ಲ. ನಾನು ಹಾಸಿಗೆಯಲ್ಲಿ ಮತ್ತೆ ಎದ್ದಾಗ, ಸಾಯುವ ಮೊದಲು ಯಾವ ಭಂಗಿಯಲ್ಲಿ ಮಲಗಿದ್ದೆನೋ ಅದೇ ಭಂಗಿಯಲ್ಲಿ ಮತ್ತೆ ಹುಟ್ಟಿ ಬಂದಿದ್ದೇನೆ. ಸಾಯುವ ಮೊದಲು ಯಾವ ಮನಸ್ಥಿತಿಯಲ್ಲಿದ್ದೆನೋ ಮರು ಹುಟ್ಟಿದ ಮೇಲೂ ಅದೇ ಮನಸ್ಥಿತಿಯಲ್ಲಿದ್ದೇನೆ. ನನ್ನೆದುರು ಹಾಸಿಗೆಯ ಮೇಲೆ ತೆರೆದ ನನ್ನ ದಿನಚರಿ ಪುಸ್ತಕವಿದೆ. ನಾನು ಬರೆದ ಅರ್ಧ ಸಾಲೂ ನನಗೆ ನೆನಪಿದೆ. "ಒಂದು ವೇಳೆ ನಾ...ನು ಹುಟ್ಟಿ ಬರದೇ ಹೋದಲ್ಲಿ ನನ್ನ ಕುರಿತು ಯಾರು ತಲೆಕೆಡಿಸಿಕೊಳ್ಳುತ್ತಾರೆ, ಯಾವ ಲಾಭಕ್ಕೆ?" ಆದರೆ ನನ್ನ ಲೇಖನಿಯಲ್ಲಿನ ಇಂಕು ಒಣಗಿದೆ. ನನ್ನ ಗಡಿಯಾರ ನಾಲ್ಕು

ಗಂಟೆ ಹತ್ತು ನಿಮಿಷಕ್ಕೆ ನಿಂತು ಹೋಗಿದ್ದನ್ನು ನೋಡಿ ನಿಜ ಏನಿದ್ದಿರಬಹುದೆಂದು ಊಹೆ ಮಾಡಿದೆ. ನನ್ನ ಗಡಿಯಾರ ನಿಂತು ಹೋಗಿದೆ. ಹೊಂಬಣ್ಣನಿಗೆ ಫೋನ್ ಮಾಡಿ ಇವತ್ತಿನ ತಾರೀಕು ಏನೆಂದು ಕೇಳಬೇಕೆಂದುಕೊಂಡೆ. ಸರಿರಾತ್ರಿಯಲ್ಲಿ ಫೋನ್ ಮಾಡಿ, ಮಲಗಿದವನನ್ನು ಎಬ್ಬಿಸಿ ಮಾತುಕತೆಗೆ ಎಳೆದದ್ದು ಆತನಿಗೆ ಸರಿ ಕಾಣಲಿಲ್ಲ. ನಾನು ಮರಳಿ ಹುಟ್ಟಿಬಂದ ನನ್ನ ಸಂತೋಷವೂ ಅವನಿಗೆ ಗಮನಕ್ಕೆ ಬರಲಿಲ್ಲ. ನನ್ನ ಭಾವನೆಗಳನ್ನು ಹಂಚಿಕೊಳ್ಳಲು ನನಗೆ ಯಾರಾದರೂ ಬೇಕಿತ್ತು. ನಾನು ಹೇಳಿದೆ, 'ಹೊಂಬಣ್ಣಾ, ಬದುಕಿರೋ ಕಾಲಕ್ಕೂ ದೇಶಕಾಲಕ್ಕೂ ಇರುವ ವ್ಯತ್ಯಾಸ ಕಾಲ್ಪನಿಕ ಅಲ್ಲ. ಅದಕ್ಕೆ ನಾನೇ ಉದಾಹರಣೆ. ಸ್ವತಂತ್ರ ಕಾಲ ಅನ್ನೋದಿಲ್ವೋ...ಎವೆರಿಥಿಂಗ್ ಈಸ್ ರಿಲೇಟೀವ್. ನಥಿಂಗ್ ಈಸ್ ಅಬ್ಸೊಲ್ಯೂಟ್' ಅದಕ್ಕೆ ಅವನು ಸ್ವಲ್ಪ ಗಡಸಾದ ದನಿಯಲ್ಲಿ ಹೇಳಿದ, 'ಇರಬೋದಪಾ ಜಾಣ, ಈಗ ಕಾಲ ಯಷ್ಟಾತೂ ಅಂತ ಗೊತ್ತೈತಾ ನಿಂಗೆ, ಹನ್ನೆಲ್ಡೂ ಕಾಲು, ಸರಿ ರಾತ್ರಿ ಹನ್ನೆಲ್ಡೂ ಕಾಲು. ನೀನು ತಪ್ಪು ತಿಳೀದೇ ಹೋದ್ರೆ...' 'ಅಲ್ಲೋ, ಅದೇ ಒಂದು ದೊಡ್ಡ ಸಮಾಧಾನ ಅನ್ಸಲ್ಲೇನೋ ನಿಂಗೆ. ಎರಡು ವಾರ ನಾನು ಇರಲಿಲ್ಲವಲ್ಲಾ ಅದನ್ನು ಕಳಕೊಂಡಿದೀನಿ ಅಂತ ನಂಗೆ ಅನ್ನುಸ್ತಲೇ ಇಲ್ಲ. ನನ್ನ ಬದುಕಿಗೆ ಅವನ್ನು ಮತ್ತೆ ಸೇರುಸ್ಕಂಡು ಬದುಕ್ಕೋಬಹುದು. ಇವತ್ತು ಯಾವ ತಾರೀಕು ಹೇಳು...' 'ಮಗ್ಲಾಗೆ ಯಾವದಾನಾ ಕ್ಯಾಲೆಂಡರ್ ಯಿದ್ರೆ ನೋಡ್ಕೋ. ಗುಡ್‌ನೈಟ್' ಅಂದವನೇ ಫೋನ್ ಕುಕ್ಕಿದ.

ಬೆಳಿಗ್ಗೆ ಹಾಗೇ ರಸ್ತೆಯಲ್ಲಿ ತಿರುಗಾಡಿ ಬಂದೆ. ಮರಗಳು ಚಿಗುರಿಟ್ಟಿವೆ. ಚಳಿ ತೊಲಗಿದೆ. ಚುಮುಚುಮು ಬಿಸಿಲು ಮನಸ್ಸಿಗೂ ಮೈಗೂ ಹಿತವಾಗಿದೆ. ಬರೆಯಲು ಹೇಳಿಮಾಡಿಸಿದ ಕಾಲವಿದು. ಆದರೆ ನಾನಿಲ್ಲದೆಯೇ ಜಗತ್ತು ತನ್ನ ಪಾಡಿಗೆ ತಾನು ನಡೆಯುತ್ತಿರುವುದನ್ನು ಯೋಚಿಸಿ ಸ್ವಲ್ಪ ಖಿನ್ನನಾದೆ. ನಿನ್ನೆ ಮಧ್ಯರಾತ್ರಿಯಲ್ಲಿ ಮರಳಿ ಬಂದವರು ಒಂದಿಷ್ಟು ಜನ ಭೇಟಿಯಾದರು. ಟೀವಿ ಧಾರಾವಾಹಿಗಳಲ್ಲಿ ಅತ್ತೆ ಪಾತ್ರ ಮಾಡುವ ರೂಪಾದೇವಿಯಂತೂ ತನ್ನ ದೇಹದಿಂದ ದೂರವಾದಾಗ ತಾನು ಹೇಗೆ ನಿರ್ವಾಣದ ಆನಂದವನ್ನು ಅನುಭವಿಸಿದೆ ಎಂದು ಇಪ್ಪತ್ತು ನಿಮಿಷ ಹೇಳಿದಳು. ಸುಬ್ಬರಾಜು ಕತೆಯಂತೂ ರೋಚಕವಾಗಿದೆ. ಅವನು ತಾತ್ಕಾಲಿಕವಾಗಿ ತೀರಿಕೊಂಡಿದ್ದು ಮಾರ್ಚ್ ಹದಿನೈದರಂದು. ನಿದ್ದೆಯಲ್ಲಿದ್ದಾಗ ಜಾರಿಹೋಗಿದ್ದ. ಇವತ್ತು ಮಧ್ಯರಾತ್ರಿ ಎದ್ದಾಗ ತನಗೆ ಈ ಸಾವು ತಟ್ಟಿಯೇ ಇಲ್ಲವೆಂದು ತಿಳಿದಿದ್ದಾನೆ. ನಿನ್ನೆ ರಾತ್ರಿ ನಿದ್ದೆ ಮಾಡಿ ಇವತ್ತು ನಿದ್ದೆಯಿಂದ ಎದ್ದೆ ಎಂದೇ ನಂಬಿದ್ದಾನೆ. ಅವನು ತೀರಿಹೋಗಿ ನಿನ್ನೆ ರಾತ್ರಿ ಮತ್ತೆ ಹುಟ್ಟಿ ಬಂದಿದ್ದಾನೆ ಎಂದರೂ ಅವನು ನಂಬುತ್ತಿಲ್ಲ. ಅವನ ಷಡ್ಡಕನ ಮಗನ ಮದುವೆ ಇವತ್ತೇ ಎಂದು ಸರ್ವಾಂಗ ಸುಂದರನಾಗಲು ತಯಾರಿ ನಡೆಸಿದ್ದಾನೆ. ಆದರೆ ಪಾಪ ಆ ಮದುವೆಯಾಗಿ ಎರಡು ವಾರಗಳಾಗಿವೆ

ಎಂದು ಅವನಿಗೆ ತಿಳಿದೇ ಇಲ್ಲ. ನಾನಾದರೂ ಯಾಕೆ ಅದನ್ನು ಹೇಳಿ ಅವನಿಗೆ ನಿರಾಸೆ ಮಾಡಲಿ...

ಏಪ್ರಿಲ್ 2

ರಾಮಯ್ಯಂಗಾರರ ಮನೆಗೆ ಹೋಗಿದ್ದೆ. ರಾಮಯ್ಯಂಗಾರರು ತುಂಬಾ ಸಂತೋಷದಲ್ಲಿದ್ದರು. ಹೋಗುವುದು ಶಾಶ್ವತವಾಗಿ ಅಲ್ಲ, ವಾಪಸ್ಸು ಬರಬಹುದು ಕೂಡಾ ಎಂದು ತಿಳಿದ ಮೇಲೆ ಮನಸ್ಸು ಹಗುರವಾಗಿದೆ ಅಂದರು. ತಾವು ಯಾವುದೋ ಪುರಾಣದ ಪಾತ್ರದಂತೆ ಅನಿಸುತ್ತಿದೆ ಎಂದರು. ತಿಂಗಳಿಗೊಮ್ಮೆ ಸತ್ತು ಮತ್ತೆ ಹುಟ್ಟಿ ಬರುವುದರಿಂದ ತಾವು ಭಗವಂತನೇ ಅನಿಸಿಬಿಟ್ಟಿದೆ ಅಂದರು. ಆದರೆ ತಾವಿಲ್ಲದಾಗಿನ ಕಾಲದ ಅರಿವೇ ಇಲ್ಲ ಅವರಿಗೆ. ತಾನಿಲ್ಲದ ಕಾಲದಲ್ಲಿ ನಡೆದ ಘಟನೆಗಳೂ ಅವರ ಪಾಲಿಗೆ ನಿಜವಲ್ಲ. ಅವರಿಲ್ಲದಾಗ ಅವರ ಹೆಂಡತಿ ಕಲ್ಯಾಣಸುಂದರಿ ಅವರಿಗೆ ಮೋಸ ಮಾಡುತ್ತಿರಬಹುದೇ ಎನ್ನುವ ಶಂಕೆ ಅವರ ಪಾಲಿನ ಪಾರಮಾರ್ಥಿಕ ಅನುಸಂಧಾನವಾಗಿಬಿಟ್ಟಿದೆ. ಅವರ ಸಂತೋಷ ನೋಡಿ ನನಗೂ ಸಂತೋಷವಾಯಿತು. ಕಲ್ಯಾಣಸುಂದರಿ ನನ್ನತ್ತ ಕಳ್ಳನೋಟ ಬೀರುವುದನ್ನು, ತುಟಿಯ ಎಡಮೂಲೆಯಲ್ಲಿ ಮಾತ್ರ ನಗುವುದನ್ನು ನಿಲ್ಲಿಸಲಿಲ್ಲ. ಇನ್ನೊಬ್ಬರ ಬೆನ್ನ ಹಿಂದೆ ಯಾವುದೇ ಭಾವನೆಗಳನ್ನು ಬೀರದ ನಗುವಾಗಲೀ, ನೋಟವಾಗಲೀ ನನಗಿಷ್ಟವಿಲ್ಲ.

ಏಪ್ರಿಲ್ 3

ಸ್ವಲ್ಪ ವ್ಯಗ್ರನಾಗಿದ್ದೇನೆ. ಮನಸ್ಸು ವಿಕ್ಷಿಪ್ತವಾಗಿದೆ. ಜಾಗತಿಕ ಕನ್ನಡ ಲೇಖಕರ ಮಹಾಪರಿಷತ್ತಿನ ನೂರನೇ ವಾರ್ಷಿಕೋತ್ಸವವನ್ನು ಏಪ್ರಿಲ್ ಹದಿನೆಂಟಕ್ಕೆ ನಿಗದಿ ಮಾಡಲಾಗಿದೆಯಂತೆ. ಇನ್ನು ಹದಿನೈದು ದಿನಗಳಲ್ಲಿ ಎಲ್ಲಾ ತಯಾರಿ ಆಗಬೇಕಂತೆ. ಈಗಾಗಲೇ ಆಮಂತ್ರಣವನ್ನು ಹಂಚಲಾಗಿದೆಯಂತೆ. ಈ ಬೆಳವಣಿಗೆಗಳೆಲ್ಲಾ ನಾನು ಇಲ್ಲದ ಕಾಲದಲ್ಲಿ ನಡೆದಿದ್ದು. ಆ ಕ್ಷಣ ರಮೇಶ ಜಿತೂರಿ, ಮಹಾಪರಿಷತ್ತಿನ ಸೆಕ್ರೆಟರಿ, ಮೇಲೆ ಇಲ್ಲದ ರೋಷ ಉಕ್ಕಿತು. ನಾನೂ ಒಂದು ಸಮಾರಂಭದಲ್ಲಿ ಮುಖ್ಯ ಅತಿಥಿ ಭಾಷಣ ಮಾಡಬೇಕಿತ್ತು. ಸರ್ಕಾರ ನನ್ನ ಹೆಸರನ್ನೇ ಅನುಮೋದಿಸಿತ್ತು. ಇದು ಜಿತೂರಿಗೆ ಇಷ್ಟವಿರಲಿಲ್ಲ. ಈ ಭಾಷಣಕ್ಕಾಗಿ ಸಕಲ ತಯಾರಿಯನ್ನೂ ನಡೆಸಿದ್ದೆ. ನನ್ನ ಹೆಸರು ವಿದೇಶೀ ಸಾಹಿತ್ಯಕ ಪತ್ರಿಕೆಗಳಲ್ಲಿ ತಾಂಡವವಾಡುತ್ತಿತ್ತು. ಆದರೆ ಈಗ

ಅವಕಾಶ ಹೋಗಿದೆ. ಇದರಲ್ಲಿ ಜಿತೂರಿ ಪಿತೂರಿಯಿದೆ ನನಗೆ ಗೊತ್ತು. ಹದಿನೆಂಟಕ್ಕೆ ನಾನು ಇನ್ನೆಲ್ಲೋ ಇರುತ್ತೇನೆ.

ಏಪ್ರಿಲ್ 7

ರಾಮಯ್ಯಂಗಾರರು ಮತ್ತೆ ತೀರಿಕೊಂಡರು. ಈ ಬಾರಿ ನಗುನಗುತ್ತಾ ಹೋದರು. ರಾತ್ರಿ ಊಟಕ್ಕೆ ಕರೆದಿದ್ದರು. ನನಗಾಗೇ ವಿಶೇಷವಾಗಿ ತರಿಸಿದ್ದ ಬಾಟಲಿಯನ್ನು ನನ್ನ ಮುಂದಿಟ್ಟು ತಾವು ಬೇಲದ ಹಣ್ಣಿನ ಪಾನಕದ ಬಟ್ಟಲನ್ನು ಕೈಗೆತ್ತಿಕೊಂಡರು. ಊಟ ಮುಗಿಸಿ ಅವರ ಪುಟ್ಟ ಕೈ ತೋಟದಲ್ಲಿ ನಾನೂ, ಅವರೂ ಮತ್ತು ಕಲ್ಯಾಣಸುಂದರಿ ತಾಂಬೂಲ ಹಾಕಿಕೊಳ್ಳುತ್ತಾ ಮಾತನಾಡುತ್ತಾ ಕುಳಿತಿದ್ದೆವು. ಬೆಳದಿಂಗಳು ಸೊಗಸಾಗಿತ್ತು. ನಮ್ಮೆದುರು ನಿಂತಿದ್ದ ರಾಮಯ್ಯಂಗಾರರು ಇದ್ದಕ್ಕಿದ್ದಂತೇ ಅದೃಶ್ಯವಾದರು. ಅವರುಟ್ಟ ದೋತಿ-ಜುಬ್ಬಾ-ಕೌಪೀನ ನಮ್ಮೆದುರು ಗುಪ್ಪೆಯಾಗಿ ಬಿದ್ದಿದ್ದವು. ಅವರು ಅದೃಶ್ಯರಾದ ಪರಿ ತೀರಾ ತಮಾಷೆಯಾಗಿ ಕಂಡರೂ, ಅವರು ಹೋದ ಮರು ಸೆಕೆಂಡಿನಲ್ಲೇ ಕಲ್ಯಾಣಸುಂದರಿ ಖಿಕ್ ಎಂದು ನಗಬಾರದಿತ್ತು. ಆ ಸಾವಿಗೆ ಶೋಭೆಯಲ್ಲ ಅದು.

ಏಪ್ರಿಲ್ 12

ಇವತ್ತು ಬೆಳಿಗ್ಗೆ ಬೆಳಿಗ್ಗೆಯೇ ನನ್ನ ಮನೆಯ ಬಾಗಿಲನ್ನು ಒಬ್ಬ ವ್ಯಕ್ತಿ ತಟ್ಟಿದ. ಸುಮಾರು ನಲವತ್ತು ವಯಸ್ಸು. ತೀರಾ ಬಡವನಿದ್ದಂತೆ ತೋರಿತು. ಆರೋಗ್ಯವೂ ಹೇಳಿಕೊಳ್ಳುವಂತಿರಲಿಲ್ಲವೆಂದು ಕಾಣುತ್ತದೆ. ದೈಹಿಕವಾಗಿಯೂ ಸುಸ್ಥಿತಿಯಲ್ಲಿರಲಿಲ್ಲ ಅವನು. ಸರ್ಕಾರದ ಯಾವುದೋ ಒಂದು ಕಾರ್ಖಾನೆಯಲ್ಲಿ ಕಾರ್ಮಿಕ. ದಿನದ ಹತ್ತು ಗಂಟೆ ಬೆವರು ಸುರಿಸುವಂಥಾ ಕೆಲಸ ಆದರೆ ಅದಕ್ಕೆ ತಕ್ಕ ಪ್ರತಿಫಲವಿರಲಿಲ್ಲ. ಮದುವೆಯಾಗಿದೆ. ಮೂವರು ಹೆಣ್ಣುಮಕ್ಕಳು. ಹೆಂಡತಿಗೆ ಸದಾ ಖಾಯಿಲೆ. ಮಕ್ಕಳ ಆರೋಗ್ಯವೂ ಅಷ್ಟಕ್ಕಷ್ಟೇ. ದಾರಿದ್ರ್ಯ ಮನೆಯಲ್ಲೇ ಬೀಡು ಬಿಟ್ಟಿದೆ. ಅವನ ಆರೋಗ್ಯದಿಂದಾಗಿ ಹೆಚ್ಚಿನ ಕೆಲಸವನ್ನೂ ಒಪ್ಪಿಕೊಳ್ಳುವ ಸ್ಥಿತಿಯಲ್ಲಿಲ್ಲ. ಹೀಗಿರುವಾಗ್ಗೆ ಅವನು ತಿಂಗಳ ತನ್ನ ಒಂದಿಷ್ಟು ದಿನಗಳನ್ನು ನನಗೆ ಮಾರಲು ಬಂದಿದ್ದಾನೆ. ಎರಡು ಉದ್ದೇಶಗಳಿಂದ ನನಗೆ ಮಾರಲು ತಯಾರಿದ್ದಾನೆ - ಒಂದು, ತನ್ನ ಸಂಸಾರದ ಬವಣೆಯಿಂದ ತಾನು ಒಂದಷ್ಟು ದಿನ ಪಾರಾಗುವುದು. ಎರಡು, ತಾನಿಲ್ಲದಿರುವ ಕಾಲದಲ್ಲಿ ತನ್ನ ಈ ಅನಧಿಕೃತ ಸಂಪಾದನೆಯಿಂದ ತನ್ನ ಸಂಸಾರವಾದರೂ ಒಂದಷ್ಟು

ನೆಮ್ಮದಿಯಿಂದ ಇರುವುದು. ಬೇಕಾದಲ್ಲಿ ಪ್ರತಿ ತಿಂಗಳೂ ತನ್ನ ಪಾಲಿನ ಇಂತಿಷ್ಟು ದಿನಗಳ ಚೀಟಿಗಳನ್ನು ನನಗೆ ಮಾರಲು ತಯಾರಿದ್ದಾನಂತೆ. ಇವನ ಮಾತು ಕೇಳಿ ನನಗೆ ಗೊಂದಲವುಂಟಾಯಿತು. ಯಾವುದೋ ಜಾನಪದ ಕತೆಯಲ್ಲಿನ ಜೀವ ತಿನ್ನುವ ರಾಕ್ಷಸನಂತೆ ನನಗೆ ನಾನು ಕಂಡುಬಂದೆ. ಇಂತಹ ವ್ಯವಹಾರ ನನ್ನ ಬಳಿ ಸಾಧ್ಯವಿಲ್ಲವೆಂದು ಹೇಳಿದೆ. ಬೇಕಾದಲ್ಲಿ ಸಹಾಯ ಎಂದು ಒಂದಿಷ್ಟು ಹಣ ಕೊಡಲು ಮುಂದಾದೆ. ಆದರೆ ತನ್ನ ತ್ಯಾಗದ ಬೆಲೆಯನ್ನು ತಿಳಿದಿದ್ದ ಆ ಸ್ವಾಭಿಮಾನಿ ನನ್ನ ಭಿಕ್ಷೆಯನ್ನು ಒಪ್ಪಿಕೊಳ್ಳಲು ತಯಾರಿರಲಿಲ್ಲ. ಕೊನೆಗೂ ಅವನಿಂದ ಒಂದು ನೀಲಿ ಚೀಟಿಯನ್ನು ಖರೀದಿಸಿದೆ. ಅದನ್ನು ಎಂದೂ ಉಪಯೋಗಿಸದ ಕನ್ನಡ-ಕನ್ನಡ ಡಿಕ್ಷನರಿಯಲ್ಲಿ ಹುದುಗಿಸಿಟ್ಟೆ. ಈ ಚೀಟಿಯಿಂದ ಬದುಕುವ ಆ ಒಂದು ದಿನದ ಪ್ರತಿಕ್ಷಣವೂ ಅಸಹ್ಯವಾಗಬಹುದು.

ಏಪ್ರಿಲ್ 14

ಇವತ್ತು ಮೆಟ್ರೋದಲ್ಲಿ ಕಬೀರ್ ಪಾರೇಖ್ ಸಿಕ್ಕಿದ್ದರು. ಖ್ಯಾತ ಆರ್ಥಿಕತಜ್ಞ ಆತ. ಸರ್ಕಾರದ ಈ ಅರೆ ಬದುಕಿನ ಕಾರ್ಯಕ್ರಮ ಯಶಸ್ವಿಯಾಗುತ್ತಿದೆ ಎಂದು ವಿವರಿಸಿದರು. ಕಡು ಶ್ರೀಮಂತರಿಗೆ ಈ ಕಾರ್ಯಕ್ರಮ ತಲೆನೋವಾಗಿದೆಯಂತೆ. ಮಾರುಕಟ್ಟೆಯಲ್ಲಿ ಸಾವಿರಾರು ಸಾಮಗ್ರಿಗಳ, ಉತ್ಪನ್ನಗಳ ಬೆಲೆ ದಿನದಿಂದ ದಿನಕ್ಕೆ ಕುಸಿಯುತ್ತಿದೆಯಂತೆ. ದುಡಿಯುವವರು, ಕಾರ್ಮಿಕರು ಈಗ ಎರಡು ಹೊತ್ತು ಹೊಟ್ಟೆ ತುಂಬಾ ಊಟ ಮಾಡಬಹುದಂತೆ. ದೇಶ ಸುಭಿಕ್ಷೆಯತ್ತ ಸಾಗುತ್ತಿದೆಯಂತೆ. ಇದ್ದರೂ ಇರಬಹುದು ಅನಿಸಿತು. ನಮ್ಮಿಬ್ಬರ ಸಂಭಾಷಣೆಯನ್ನು ಕೇಳುತ್ತಿದ್ದ ಒಬ್ಬರು, ಅವರು ಯಾವುದೋ ಕಾಲೇಜಿನಲ್ಲಿ ಅಧ್ಯಾಪಕರಂತೆ, ಹೊಸ ಹುಮ್ಮಸ್ಸಿನಲ್ಲಿ ಹೇಳಿದರು: ಈಗ ನೋಡ್ರಿ ಗೊತ್ತಾಗ್ತತೆ ಈ ಉಳ್ಳವರು ಮತ್ತು ಬುದ್ಧಿಜೀವಿಗಳು ದೇಶಕ್ಕೆ ಎಷ್ಟು ಅಪಾಯಕಾರಿ ಅಂತ, ಈ ಸಮಾಜಕ್ಕೆ ಎಷ್ಟು ಅಪಾಯ ಅಂತ, ಬೇರೆ ಏನೂ ಕೆಲಸ ಇರಲ್ಲ ನೋಡ್ರೀ ಅದಕ್ಕೇ ಸುಳ್ಳುಸುದ್ದಿ ಹಬ್ಸದು, ದಾಂದಲೇ ಹಚ್ಚಿಕೊಡದು, ಅರಾಜಕತೆ ಹಬ್ಸದು, ಈಗ ತಿಂಗ್ಳಗೆ ಒಂದಿಷ್ಟು ದಿಸಾ ಅಂತಾಯ್ತಲ್ಲ, ಮುಕ್ಳಿ ಮೆತ್ತಗಾಗದೆ, ಯಾರದ್ದೂ ಉಸಿರಿಲ್ಲ.

ಏಪ್ರಿಲ್ 16

ಈ ರಾತ್ರಿ ನಾನು ಸಾಯುತ್ತೇನೆ. ಮೊದಲಿನ ಎದೆಗುದಿ ಅಥವಾ ಹೆದರಿಕೆ ಇಲ್ಲ.

ಮೇ 1

ವಾಪಸ್ಸು ಬಂದ ಗಳಿಗೆ ಆಶ್ಚರ್ಯಕ್ಕೆ ತುತ್ತಾದೆ. ಹದಿನೈದು ದಿನಗಳ ಹಿಂದೆ ಹೋಗುವಾಗ ನಿಂತಿದ್ದೆ. ನಿಂತ ನಿಂತ ಹಾಗೇ ಹೋಗಿದ್ದರಿಂದ ನಾನುಟ್ಟ ಪೈಜಾಮ, ಅಂಗಿ, ಕಾಚ ಎಲ್ಲಾ ಗುಪ್ಪೆಯಾಗಿ ಬಿದ್ದಿದ್ದವು. ಅಂತೇ ನಾನು ವಾಪಸ್ಸು ಬಂದಾಗ ಬತ್ತಲೆಯಾಗಿ ನಿಂತಿದ್ದೆ. ನಂತರ ಬಟ್ಟೆ ಹಾಕಿಕೊಳ್ಳಬೇಕಾಯಿತು. ಇದಕ್ಕಿಂತಾ ತಮಾಷೆಯಾದ ಸಂಗತಿ ಸಮೀರ್ ಸಪ್ರು ಮನೆಯಲ್ಲಿ ನಡೆಯಿತಂತೆ. ಸಮೀರ್ ಸಪ್ರು ಹೇಳೀ ಕೇಳೀ ಜಗದ್ವಿಖ್ಯಾತ ಕಲಾವಿದ. ಮನೆಯಲ್ಲಿ ಸದಾ ಮೋಜು–ಮೇಜವಾನಿ ನಡೆಯುತ್ತಿರಬೇಕು. ಹದಿನೈದು ದಿನಗಳ ಹಿಂದೆ, ಅವತ್ತೇ ಹೋಗಬೇಕಾಗಿದ್ದ ಒಂದಿಷ್ಟು ಕಲಾವಿದರನ್ನು ಊಟಕ್ಕೆ ಕರೆದಿದ್ದನಂತೆ. ಎಲ್ಲರೂ ಒಟ್ಟಿಗೇ ಹೋಗುವ ಯೋಜನೆ ಅವನದ್ದು. ಅಂತೆಯೇ ಎಲ್ಲರೂ (ಅದರಲ್ಲಿ ಹೆಂಗಸರೂ ಇದ್ದರು) ಕುಡಿಯುತ್ತಾ, ಓಡಾಡುತ್ತಾ ಕಾಲ ಕಳೆದರಂತೆ. ಕಾಲ ಬಂತು, ಎಲ್ಲಾ ಒಟ್ಟಿಗೇ ಹೋದರು. ನಂತರ ಒಟ್ಟಿಗೇ ಮರಳಿ ಬಂದರಂತೆ. ಎಲ್ಲರೂ ಬತ್ತಲೆಯಾಗಿ. ಮುಂದೇನಾಯಿತು ಕತೆ ಗೊತ್ತಿಲ್ಲ.

ಮೇ 5

ಒಂದು ತರಹದ ಉದ್ವಿಗ್ನ ಪರಿಸ್ಥಿತಿ ಉಂಟಾಗಿದೆ ಇಡೀ ದೇಶದಲ್ಲಿ. ಪೂರ್ಣಾವಧಿ ಬದುಕುತ್ತಿರುವವರ ಮತ್ತು ಸರ್ಕಾರದ ಆಜ್ಞೆಯಂತೆ ಅರೆ ಬದುಕು ಬದುಕುತ್ತಿರುವವರ ನಡುವೆ ವಿಚಿತ್ರ ರೀತಿಯ ಘರ್ಷಣೆ ಆರಂಭವಾಗಿದೆ. ಮೇಲುನೋಟಕ್ಕೆ ಇದು ಕಾಣದೇ ಹೋದರೂ, ಸೂಕ್ಷ್ಮಗ್ರಾಹಿಗಳಿಗೆ (ಅಂದರೆ ಫೇಸ್‌ಬುಕ್ ಲೇಖಕರಿಗೆ, ಟೀವಿ ಸುದ್ದಿವಾಹಿನಿಗಳ ಪತ್ರಕರ್ತರಿಗೆ) ಇದು ಗೋಚರವಾಗುತ್ತಿದೆ. ನನ್ನನ್ನು ಕೇಳುವುದಾದಲ್ಲಿ ಇದೊಂದು ರೀತಿಯ ಕೊಟ್ಟು–ಕೊಳ್ಳುವ ಅಸೂಯೆ, ಅಥವಾ ಹೊಟ್ಟೆಕಿಚ್ಚು. ನೀಲಿ ಚೀಟಿಯುಳ್ಳವರು ಇಲ್ಲದವರ ಮೇಲೆ ಹೊಟ್ಟೆಕಿಚ್ಚು ಕಾರುವುದು ಸಹಜವೇ, ಪ್ರಕೃತಿ ಸಹಜವಾದ ಬದುಕಿನಿಂದ ವಂಚಿತರಾಗಿ, ತಿಂಗಳಿಗೆ ಅಕ್ಕಿ–ಸಕ್ಕರೆಯಂತೆ ಬದುಕು ಕೂಡಾ ಪಡಿತರದಲ್ಲಿ ಪಡೆದು ಬದುಕುತ್ತಿರುವ ಅವರ ಕಣ್ಣೆದುರೇ ಪೂರ್ಣಾವಧಿ ಬದುಕು ಬದುಕುತ್ತಿರುವವರು ರಾಜಾರೋಷ ಓಡಾಡಿದಲ್ಲಿ ಏನಾಗಬೇಡ. ಆದರೆ ಚೀಟಿಯಿಲ್ಲದವರು ಚೀಟಿಯಿದ್ದವರ ಮೇಲೇಕೆ, ಅಂದರೆ ನಮ್ಮಂಥವರ ಮೇಲೇಕೆ, ಹೊಟ್ಟೆಕಿಚ್ಚು ಕಾರಬೇಕು? ಅವರ ಪಾಲಿಗೆ ನಾವು ಒಂದು ರೀತಿ ಪುರಾಣದ ದೇವರುಗಳು, ದಂತಕತೆಗಳ ನಾಯಕರಾಗಿಬಿಟ್ಟಿದ್ದೇವೆ.

ಇಲ್ಲಿಯವರೆಗೂ ಮನುಷ್ಯರಾಗಿದ್ದವರು ಇದ್ದಕ್ಕಿದ್ದ ಹಾಗೇ ದೇವರ ಸಮಾನರಾಗಿ, ದೇವರು ಅವತಾರಗಳನ್ನೆತ್ತುವಂತೆ, ಹೋಗುತ್ತಾ ಬರುತ್ತಾ ಇರುವುದು ಅಂದರೇನು? ಪ್ರತಿ ತಿಂಗಳೂ ನಾವು ಸಾಯುವುದು ಮತ್ತೆ ಹುಟ್ಟಿ ಬರುವುದು ಅವರ ಪಾಲಿಗೆ ನಾವು ರಜೆಯ ಮೇಲೆ ಯಾವುದೋ ಊರಿಗೆ ಹೋಗಿ ಬರುತ್ತಿದ್ದೇವೆ ಎಂಬಂತಾಗಿದೆ. ನಾವು ಹೋದಷ್ಟು ದಿನ ನಮ್ಮ ಪಾಲಿನ ಕೆಲಸವನ್ನೂ ಅವರೇ ಮಾಡಬೇಕಾಗಿ ಬಂದಿದೆ. ಆದರೆ ಒಂದು ನಿಜ, ನಮ್ಮ ಬದುಕಿಗೆ ಒಂದು ಅಮೋಘವಾದ ವೇಗ ಬಂದು ಬಿಟ್ಟಿದೆ. ಬದುಕಿರುವ ಕೆಲವೇ ದಿನಗಳಲ್ಲಿ ತಿಂಗಳು ಮಟ್ಟಿಗಿನ ಕೆಲಸ ಮಾಡುವ ಅನಿವಾರ್ಯತೆ ನಮಗೆ ಒದಗಿ ಬಂದಿದೆ.

ಮೇ 8

ಇವತ್ತು ನೀಲಿ ಚೀಟಿ ಮಾರಲು ಬೆಳಿಗ್ಗೆ ಒಬ್ಬ ಬಂದಿದ್ದ. ಹತ್ತು ಸಾವಿರ ರೂಪಾಯಿಗಳಿಗೆ ಒಂದು ಚೀಟಿ ಅಂತೆ. ಸುಮಾರು ನಲವತ್ತೆರಡು ಚೀಟಿಗಳು ಅವನ ಬಳಿ ಇದ್ದವು. ಪೋಲೀಸರಿಗೆ ಹೇಳಿ ಕಳುಹಿಸುತ್ತೇನೆಂದು ಹೊರ ಹಾಕಿದೆ.

ಮೇ 10

ಇವತ್ತಿಗೆ ನಾಲ್ಕು ದಿನಗಳ ಕೆಳಗೆ, ಮೂರನೇ ಸಾರಿ ರಾಮಯ್ಯಂಗಾರರು ಹೋದರು. ಅವತ್ತಿಂದ ಕಲ್ಯಾಣಸುಂದರಿಯನ್ನು ನೋಡಿಲ್ಲ. ಮನೆಗೆ ಹೋಗಿದ್ದೆ. ಬೀಗ ಹಾಕಿತ್ತು. ಇತ್ತೀಚೆಗೆ ಆಕೆ ಅದ್ಯಾವುದೋ ಹುಡುಗನ ಜೊತೆ ಓಡಾಡುತ್ತಿದ್ದಾಳೆ ಎಂದು ಕೇಳಿದೆ. ಅವಳು ಹಾಗೇ ಎಂದು ಬಹಳ ಹಿಂದೆಯೇ ನನಗೆ ಗೊತ್ತಾಗಿತ್ತು.

ಮೇ 12

ನೀಲಿ ಚೀಟಿಗಳ ಕಾಳದಂಧೆ ಬಹಳ ಜೋರಾಗಿದೆ. ಈಗೀಗಂತೂ ರಾಜಾರೋಷವಾಗಿ ಮನೆ ಬಾಗಿಲಿಗೆ ಜನ ಬರುತ್ತಿದ್ದಾರೆ, ಕೊಳ್ಳಲು ಅಥವಾ ಮಾರಲು. ಚೀಟಿಗಳುಳ್ಳ, ಕೆಲಸಕ್ಕೆ ಬರುವ ಕೆಲಸ ಮಾಡುತ್ತಿರುವವರ ಬಡವರ ಮನೆಗೆ ದಲ್ಲಾಲಿಗಳು ದಿನವೂ ಎಡತಾಕುತ್ತಿದ್ದಾರೆ. ಹಣಕ್ಕೆ ಅವರ ಚೀಟಿಗಳನ್ನು ಕೊಳ್ಳಲು ಆಮಿಷ ತೋರುತ್ತಿದ್ದಾರೆ. ಮುದುಕರು, ಕೆಲಸ ಮಾಡಲು ಇಷ್ಟವಿಲ್ಲದವರು, ಬಾಯಿಬಡುಕರು ಸುಲಭವಾಗಿ ಬಲಿಬೀಳುತ್ತಿದ್ದಾರೆ. ಇರುವ ನಾಲ್ಕು ದಿನ ಮಜಾ

ಮಾಡಲು ಕುಳಿತಲ್ಲೇ ಯಥೇಚ್ಛ ಹಣ ಸಿಗುವಂತಾದರೆ ಯಾರಿಗೆ ಬೇಡ ಹೇಳಿ. ಒಂದು ಚೀಟಿಯ ಬೆಲೆ ಈಗ ಏನಿಲ್ಲಾ ಅಂದರೂ ಹತ್ತರಿಂದ ಹದಿನೈದು ಸಾವಿರದವರೆಗೆ ಇರಬೇಕು. ಅಲ್ಲದೇ ಒಟ್ಟಾಗಿ ತೆಗೆದುಕೊಂಡಲ್ಲಿ ರಿಯಾಯಿತಿ ಕೂಡಾ ಇದೆಯಂತೆ. ಆದರೆ ಇದು ಹೆಚ್ಚು ದಿನ ನಡೆಯುವುದಿಲ್ಲವೆಂದು ನನ್ನ ನಂಬಿಕೆ. ಯಾಕೆಂದರೆ ಬಡವರು ಶ್ರೀಮಂತರಿಗಿಂತಾ ಸಂಖ್ಯೆಯಲ್ಲಿ ನಾಕು ಪಟ್ಟು ಹೆಚ್ಚಿದ್ದಾರೆ. ನಾನು ಮಾತ್ರ ನನ್ನ ಆತ್ಮಸಾಕ್ಷಿಗೆ ಮೋಸ ಮಾಡಲಾರೆ.

ಮೇ 14

ಶ್ರೀ ಮಹಾಬಲರಾಯರ ಹೆಂಡತಿಯ ಟೈಮ್‌ಕಾರ್ಡ್ ಕಳೆದು ಹೋಗಿದೆಯಂತೆ. ಆಕೆಯ ಪಾಲಿನ ತೊಂದರೆ ಏನೂ ಅಂದರೆ ಮತ್ತೊಂದು ಟೈಮ್‌ಕಾರ್ಡ್ ಪಡೆಯಲು ಕನಿಷ್ಠ ನಾಲ್ಕು ತಿಂಗಳಾದರೂ ಬೇಕು. ಟೈಮ್‌ಕಾರ್ಡಿನ ಜೊತೆಗೇ ಆಕೆಯ ನೀಲಿ ಚೀಟಿಗಳೂ ಇದ್ದವಲ್ಲ. ಹಾಗಾಗಿ ಪ್ರಸ್ತುತದಲ್ಲಿ ಆಕೆಗೆ ಬದುಕಲು ಅವಕಾಶವಿಲ್ಲ. ತನ್ನ ಗಂಡನೇ ಅದನ್ನು ಬಚ್ಚಿಟ್ಟಿರಬೇಕು ಎಂದು ಆಕೆ ಎಲ್ಲರಲ್ಲೂ ಹೇಳಿಕೊಂಡು ತಿರುಗುತ್ತಿದ್ದಾರೆ. ಮಹಾಬಲರಾಯರು ಅಷ್ಟು ದುಷ್ಟ ಬುದ್ಧಿಯವರಲ್ಲ ಅಂತ ನನ್ನ ಅನಿಸಿಕೆ.

ಮೇ 20

ಕಳೆದ ನಾಲ್ಕು ದಿನಗಳಿಂದ ನಗರದಿಂದ ಸುಮಾರು ಇನ್ನೂರು ಕಿಲೋಮೀಟರ್ ದೂರದ ಒಂದು ಹಳ್ಳಿಯಲ್ಲಿ ಇದ್ದೇನೆ. ಈ ಹಳ್ಳಿಯಲ್ಲಿ ಸಾಂಸ್ಕೃತಿಕ ಶಿಬಿರಗಳು ನಡೆಯುವುದರಿಂದ ವಾತಾವರಣ ಸ್ವಚ್ಛವಾಗಿದೆ. ಯಾವುದೇ ರಾಜಕೀಯದ ಸೋಂಕಿಲ್ಲದೇ, ಯಾವುದೇ ಮತ್ಸರ-ದ್ವೇಷಗಳಿಲ್ಲದೇ ಬದುಕಬಹುದು. ಹಾಗಾಗಿ ಇಲ್ಲಿಗೆ ಬಂದಿದ್ದೇನೆ. ಬೆಳಿಗ್ಗೆ ಮತ್ತು ಸಂಜೆಯ ಎರಡೆರಡು ಗಂಟೆಗಳ ವಾಕಿಂಗ್ ಬಿಟ್ಟಲ್ಲಿ ಉಳಿದ ಸಮಯವನ್ನು ಕೇವಲ ಬರವಣಿಗೆಗಾಗಿ ಮೀಸಲಾಗಿಟ್ಟಿದ್ದೇನೆ. ಇಲ್ಲಿನ ರೈತಾಪಿ ಜನರಿಗೆ ಟೈಮ್‌ಕಾರ್ಡಿನ ಬಗ್ಗೆ ಅಷ್ಟೊಂದು ಚಿಂತೆಯಿಲ್ಲ. ಇಲ್ಲಿ ವಯಸ್ಸಾದವರೂ ಇಪ್ಪತ್ತೆಂಟು ದಿನ ಬದುಕುತ್ತಿದ್ದಾರೆ. ನನ್ನ ಬರವಣಿಗೆ ಮುಗಿಸಲು ಅಂದಾಜು ಇನ್ನೂ ಒಂದು ದಿನ ಹೆಚ್ಚು ಬೇಕಾಗಬಹುದೋ ಏನೋ, ಹಾಗಾಗಿ ಒಬ್ಬ ರೈತನಿಗೆ ಕೇಳಿದೆ, ಒಂದು ದಿನದ ಚೀಟಿ ಮಾರಲು ಸಾಧ್ಯವೇ ಎಂದು. ಎಷ್ಟು ಕೊಡುತ್ತೀರಾ ಅಂತ ಕೇಳಿದ್ದಕ್ಕೆ ಹತ್ತು ಸಾವಿರ ಅಂದೆ. ಆತ ನಕ್ಕು ಬಿಟ್ಟು 'ಸೋಮೇರೇ,

ನಮ್ಮೂರಿಗೆ ಗಂಡೆಮ್ಮೆ ಕರಕ್ಕೇ ಹದಿನೈದು ಕೊಡ್ತೇವಿ ತಿಳ್ಕಳಿ' ಅಂದ. ಅಂತೂ ನನ್ನ ವ್ಯವಹಾರ ಕುದುರಲಿಲ್ಲ. ನಾಳೆ ಬೆಳಿಗ್ಗೆ ಊರಿಗೆ ವಾಪಸ್ಸು ಹೋಗಬೇಕು. ಬೆಳಿಗ್ಗೆ ಆರು ಗಂಟೆಗೆಲ್ಲಾ ರೈಲು ಹೊರಡತ್ತೆ.

ಜೂನ್ 2

ಎಂತಹ ಸಾಹಸ ಅಂತೀನಿ. ಅವತ್ತು ರೈಲು ಊರು ತಲುಪುವುದು ತುಂಬಾ ತಡವಾಗಿತ್ತು, ಅದೆಲ್ಲೋ ಏನೋ ಹಳಿ ತಪ್ಪಿತ್ತಂತೆ. ನನ್ನ ಸಾವು ಊರು ತಲುಪುವ ಅರ್ಧ ಗಂಟೆ ಮೊದಲು ರೈಲಿನಲ್ಲೇ ಆಗಿತ್ತು. ಇವತ್ತು ಅದೇ ಬೋಗಿಯಲ್ಲಿ ಮತ್ತೆ ಹುಟ್ಟಿ ಬಂದೆ. ಆದರೆ ರೈಲಿನ ಆ ಬೋಗಿ ಇವತ್ತು ರಾಮೇಶ್ವರದ ಹತ್ತಿರ ಇನ್ನಾವುದೋ ರೈಲಿನ ಬಾಲವಾಗಿ ಓಡುತ್ತಿತ್ತು. ಮರಳಿ ಬಂದಾಗ ಸಂಪೂರ್ಣ ಬತ್ತಲಾಗಿದ್ದೆ. ಎಂಥಾ ಫಜೀತಿ ಅಂತೀನಿ. ಪುಣ್ಯಕ್ಕೆ ಯಾರೋ ಬಟ್ಟೆ ಕೊಟ್ಟರು ಮರ್ಯಾದೆ ಉಳೀತು.

ಜೂನ್ 4

ಇತ್ತೀಚೆಗೆ ಪ್ರವರ್ಧಮಾನಕ್ಕೆ ಬಂದಿರುವ ಸಿನೆಮಾ ನಟಿ ಶ್ವೇತಶ್ರೀ ಸಿಕ್ಕಿದ್ದಳು ಒಂದು ಪಾರ್ಟಿಯಲ್ಲಿ. ಅವಳು ಹೇಳಿದ ಕತೆಯನ್ನು ನಂಬಲಾಗುತ್ತಿಲ್ಲ. ಮೊನ್ನೆ ಆಕೆಯ ಒಂದು ಸಿನೆಮಾ ನೂರು ದಿನಗಳು ಓಡಿದ ಸಂಭ್ರಮದಲ್ಲಿ ಆಕೆಯ ಅಭಿಮಾನಿಗಳು ಇಪ್ಪತ್ತೆರಡು ನೀಲಿ ಚೀಟಿಗಳನ್ನು ಪಾರ್ಸೆಲ್ ಮೂಲಕ ಕಳುಹಿಸಿದ್ದರಂತೆ. ಅವೆಲ್ಲವನ್ನೂ ಆಕೆ ಬಳಸಿಕೊಂಡಳಂತೆ. ಮೇ ತಿಂಗಳಲ್ಲಿ ಆಕೆ ಸಾಯಲೇ ಇಲ್ಲ. ಬದಲಿಗೆ ಮೂವತ್ತಾರು ದಿನ ಬದುಕಿದ್ದಳಂತೆ. ನಾನು ನಂಬಲಿಲ್ಲ.

ಜೂನ್ 11

ರಾಮಯ್ಯಂಗಾರರ ಮನೆಯಲ್ಲಿ ದೊಡ್ಡ ರಾಮಾಯಣ ಜರುಗಿತಂತೆ. ಇವತ್ತಷ್ಟೇ ಗೊತ್ತಾಗಿದ್ದು ನಂಗೆ. ಮೇ ಹದಿನೈದಕ್ಕೆ ಕಲ್ಯಾಣಸುಂದರಿ ತಮ್ಮ ಪ್ರಿಯಕರನನ್ನು ರಾತ್ರಿ ಮನೆಗೆ ಕರೆದಿದ್ದಳಂತೆ. ರಾತ್ರಿ ಒಬ್ಬರನ್ನೊಬ್ಬರು ಅಪ್ಪಿ ಮಲಗಿದ್ದಾಗಲೇ ಇಬ್ಬರೂ ತೀರಿಕೊಂಡರು. ಅವರ ಅವಧಿ ಪೂರೈಸಿದ ನಂತರ ಅಪ್ಪಿ ಮಲಗಿದ್ದಂತೇ ಮತ್ತೆ ಹುಟ್ಟಿ ಬಂದರು. ಆದರೆ ಈ ಬಾರಿ ಇಬ್ಬರೇ ಇರಲಿಲ್ಲ. ಇಬ್ಬರ ನಡುವೆ ಧುತ್ತನೆ ರಾಮಯ್ಯಂಗಾರರು ಪ್ರತ್ಯಕ್ಷವಾದರಂತೆ. ಅವರೂ ಕೂಡಾ ತಮ್ಮ ಮಂಚದ

ಮೇಲೇ ಹೋಗಿದ್ದರಲ್ಲ, ಅಲ್ಲೇ ಹುಟ್ಟಿ ಬಂದರು. ಅವರನ್ನು ನೋಡಿದ ಕೂಡಲೇ ಕಲ್ಯಾಣಸುಂದರಿಯೂ ಆ ಪ್ರಿಯಕರನೂ ತೀರಾ ಅಪರಿಚಿತರಂತೆ ಆಡಿದರಂತೆ. ಇಲ್ಲೇನೋ ತಪ್ಪಾಗಿದೆ ಅಂತ ಗೊಣಗಿದರಂತೆ. ಆದರೆ ರಾಮಯ್ಯಂಗಾರರು ಇದನ್ನು ನಂಬಿದಂತೆ ಕಾಣಲಿಲ್ಲ.

ಜೂನ್ 12

ನೀಲಿ ಚೀಟಿಗಳು ಈಗ ಸಿಕ್ಕಾಪಟ್ಟೆ ರೇಟಿಗೆ ಮಾರಾಟವಾಗುತ್ತಿದ್ದಾವೆ. ಒಂದು ಟಿಕೇಟಿಗೆ ಸುಮಾರು ಮೂವತ್ತು ಸಾವಿರದಿಂದ ಅರುವತ್ತು ಸಾವಿರದವರೆಗೂ ರೇಟಿದೆ. ಯಾರು, ಯಾಕೆ ಎಂದು ವಿಚಾರಿಸಿದ ಮೇಲೆ, ಅವರವರ ಅಗತ್ಯಕ್ಕೆ ತಕ್ಕಂತೆ ರೇಟು ಏರುತ್ತದೆ ಅಥವಾ ಬೀಳುತ್ತದೆ. ಬಡವರು ದುಡ್ಡಿನಾಸೆಗೆ ಬಿದ್ದಲ್ಲಿ ಶ್ರೀಮಂತರು ಬದುಕಿನಾಸೆಗೆ ಬಿದ್ದಿದ್ದಾರೆ. ನಾನು ಹತ್ತು ಚೀಟಿ ಕೊಂಡುಕೊಂಡೆ, ತಿಂಗಳ ಮೊದಲಲ್ಲಿ, ಹನ್ನೆರಡು ಸಾವಿರ ರೂಪಾಯಿಗೆ ಒಂದರಂತೆ. ಅದಾದ ಮಾರನೇ ದಿನ ಊರಿಂದ ನನ್ನ ಚಿಕ್ಕಪ್ಪ ತಮ್ಮ ಪಾಲಿನ ಒಂಬತ್ತು ಚೀಟಿಗಳನ್ನು ಕಳುಹಿಸಿದರು. ಅವರಿಗೆ ಎಂಥಾ ಉಬ್ಬಸವಿದೆ ಅಂದರೆ ಸಾಯುವುದು ಮೇಲು, ಬದುಕುವುದು ದುಸ್ತರ. ಹೀಗೆ ಅಂತರ್ಧಾನ ಸ್ಥಿತಿಯಲ್ಲಾದರೂ ತಮ್ಮ ಉಬ್ಬಸ ಸರಿಹೋಗಬಹುದೇನೋ ಅನ್ನುವ ನಂಬಿಕೆ ಅವರದ್ದು. ನನ್ನ ಹತ್ತಿರ ಈಗ ಹತ್ತೊಂಬತ್ತು ಚೀಟಿಗಳಿದ್ದಾವೆ. ತಿಂಗಳಲ್ಲಿ ಇರುವುದು ಮೂವತ್ತು ದಿನಗಳು. ನನ್ನ ಹತ್ತಿರ ಐದು ದಿನಗಳ ಎಕ್ಸ್‌ಟ್ರಾ ಬದುಕು ಇದೆ. ಖರೀದಿ ಮಾಡೋ ಗಿರಾಕಿಗಳಿಗೇನೂ ಕೊರತೆಯಿಲ್ಲ ಈಗ.

ಜೂನ್ 20

ಕೆಲಸದಲ್ಲಿ ತಲ್ಲೀನನಾಗಿದ್ದೇನೆ. ಹರಡುತ್ತಿರುವ ಸುದ್ದಿಗಳನ್ನು ಕೇಳಿದಲ್ಲಿ ನಟಿ ಶ್ವೇತಶ್ರೀ ಹೇಳಿದ್ದು ಉತ್ಪ್ರೇಕ್ಷೆಯೇನಲ್ಲ. ಬಹಳಷ್ಟು ಜನ ಮೇ ತಿಂಗಳಲ್ಲಿ ಮೂವತ್ತೊಂದು ದಿನಗಳಿಗೂ ಮೀರಿ ಬದುಕಿದ್ದರಂತೆ. ಕೆಲವರ ಅನುಭವಗಳನ್ನು ನಾನೇ ಕೇಳಿದೆ. ಈ ಕತೆಗಳನ್ನು ನಂಬುವ ಹುಂಬ ಜನಕ್ಕೇನೂ ಕೊರತೆಯಿಲ್ಲ, ಅದು ಬೇರೆ ಮಾತು.

ಜೂನ್ 22

ಕಲ್ಯಾಣಸುಂದರಿಯ ಮೇಲೆ ಸೇಡು ತೀರಿಸಿಕೊಳ್ಳಲೆಂದೇ ರಾಮಯ್ಯಂಗಾರರು

ಒಂದಿಷ್ಟು ನೀಲಿ ಚೀಟಿಗಳನ್ನು ಕಾಳಸಂತೆಯಲ್ಲಿ ಖರೀದಿ ಮಾಡಿದರಂತೆ. ಒಂದೊಂದಕ್ಕೂ ಸುಮಾರು ಒಂದೂವರೆ ಲಕ್ಷ ರೂಪಾಯಿ ಕೊಟ್ಟು. ಅವನ್ನು ತಮ್ಮ ಆಯಸ್ಸಿಗಾಗಿ ಉಪಯೋಗಿಸಲಿದ್ದಾರಂತೆ. ಕಲ್ಯಾಣಸುಂದರಿ ಹೋಗಿ ಹತ್ತು ದಿನಗಳಾಗಿವೆ ಆಗಲೇ. ಇವರೂ ಹೋಗಿ ಅಷ್ಟು ದಿನಗಳಾಗಿರಬೇಕಿತ್ತು. ಕೈಯಲ್ಲಿ ನೀಲಿ ಚೀಟಿಗಳಿದ್ದಾವಲ್ಲ, ಅವನ್ನು ಬಳಸುತ್ತಿದ್ದಾರೆ. ಅಷ್ಟು ಕ್ರೂರಿಯಾಗಿ ವರ್ತಿಸಿದ್ದಕ್ಕೆ ರಾಮಯ್ಯಂಗಾರರು ಸ್ವಲ್ಪ ಖಿನ್ನರಾಗಿದ್ದಾರಂತೆ. ಒಂಟಿತನ ಅವರನ್ನು ಕಿತ್ತು ತಿನ್ನುತ್ತಿರಬೇಕು. ಗುರುತೇ ಸಿಗದಷ್ಟು ಬದಲಾಗಿದ್ದಾರೆ.

ಜೂನ್ 27

ಉಳ್ಳವರಿಗೆ ಮಾತ್ರ, ಅಂದರೆ ಆಯ್ದ ಧನಾಢ್ಯರಿಗೆ ಮಾತ್ರ, ಮೇ ತಿಂಗಳು ಮೂವತ್ತೊಂದು ದಿನಗಳಿಗಿಂತಾ ಉದ್ದವಾದ ಕತೆಗಳನ್ನು ಜನ ಈಗ ಒಪ್ಪಿಕೊಳ್ಳುತ್ತಿದ್ದಾರೆ. ಪ್ರಭಾಕರ ರೆಡ್ಡಿ ದೇಶದ ದೊಡ್ಡ ಗಣಿ ಧಣಿ. ಈತನ ದೈನಂದಿನ ವಹಿವಾಟೇ ಮುನ್ನೂರು ಕೋಟಿ ಎಂದು ಗುಮಾನಿ. ಈತನ ಮಾತನ್ನು ಈತನ ಸಮುದಾಯದ ಜನ ಗೌರವದಿಂದ ಒಪ್ಪಿಕೊಳ್ಳುತ್ತಾರೆ. ಒಪ್ಪಿಕೊಳ್ಳದಿದ್ದಲ್ಲಿ ದುಡ್ಡು ಬಿಸಾಕಿ ಒಪ್ಪಿಕೊಳ್ಳುವಂತೆ ಮಾಡುತ್ತಾನೆ. (ಒಮ್ಮೆ ಈತನ ಅತಿಥಿಗೃಹದ ಶೌಚಾಲಯದಲ್ಲಿ, ತಾನು ಮಾಡಬೇಕಾದ ಕೆಲಸ ಮುಗಿಸಿ ನೋಡಿದಾಗ ನೀರು ಇಲ್ಲದೇ, ಐದು ಸಾವಿರ ರೂಪಾಯಿಯ ಆರು ನೋಟುಗಳಲ್ಲಿ ಅಂಡು ಒರೆಸಿಕೊಂಡಿದ್ದು ದೇಶದ ದಂತಕತೆಗಳಲ್ಲಿ ಒಂದು) ಅವನೇ ತನ್ನ ಗೆಳೆಯರೊಂದಿಗೆ ಒಪ್ಪಿಕೊಂಡ ಪ್ರಕಾರ, ಮೇ ತಿಂಗಳಲ್ಲಿ ಆತ ಮೂವತ್ತೈದು ದಿನ ಬದುಕಿದ್ದನಂತೆ. ಬದುಕುವ ಕಾಲವನ್ನು ಈ ರೀತಿ ಪಡಿತರ ಮಾದರಿಯಲ್ಲಿ ಪ್ರತಿಯೊಬ್ಬನಿಗೂ ಹಂಚುತ್ತಿರುವುದು ಅನೇಕರ ಮನಸ್ಸನ್ನು ಭ್ರಷ್ಟವಾಗಿಸಿದೆ.

ಜೂನ್ 28

ರಾಮಯ್ಯಂಗಾರರು ಇಂದು ತೀರಿಕೊಂಡರು. ಸಾಯುವಾಗ ಅತೀವ ದುಃಖ ಅನುಭವಿಸಿದ್ದಿರಬೇಕು, ಮುಖ ಕಿವಿಚಿಕೊಂಡಂತಿತ್ತು. ಈ ಸಲದ ಸಾವು ತಾತ್ಕಾಲಿಕ ಸಾವಲ್ಲ, ಅಂದರೆ ಹೋಗಿ ಬರುವಂಥಾ ಸಾವಲ್ಲ. ಶಾಶ್ವತವಾಗಿ ಹಿಂತಿರುಗಿ ಬರದಂತೆ ಹೋಗಿಬಿಡುವುದು. ಒಂದು ರೀತಿಯಲ್ಲಿ ವಾಕ್ಯಕ್ಕಿಟ್ಟ ಫುಲ್‌ಸ್ಟಾಪಿನಂತೆ. ನಾಳೆ ಮಧ್ಯಾಹ್ನ ಅಂತ್ಯಕ್ರಿಯೆ. ಜುಲೈ ಒಂದಕ್ಕೆ ಕಲ್ಯಾಣಸುಂದರಿ ಮರಳಿ ಹುಟ್ಟಿ ಬಂದಾಗ ಆಕೆ ವಿಧವೆಯಾಗಿರುತ್ತಾಳೆ.

ಜೂನ್ 32

ಒಪ್ಪಿಕೊಂಡು ಬಿಡುತ್ತೇನೆ, ಕಾಲಕ್ಕೆ ಮನುಷ್ಯನ ತಿಳಿವಳಿಕೆಯನ್ನೂ ಮೀರಿದ ಹಲವು ಆಯಾಮಗಳಿವೆ. ಅವನ್ನು ಹುಡುಕಿಕೊಳ್ಳಬೇಕಷ್ಟೆ.

ಉದಾಹರಣೆಗಳು:

ನಿನ್ನೆ ಕಾಗದ ಖರೀದಿ ಮಾಡಲು ಭಾಸ್ಕರ್ ಸ್ಟೇಷನರಿ ಅಂಗಡಿಗೆ ಹೋಗಿದ್ದೆ. ರಸೀತಿಯ ಮೇಲೆ ಜೂನ್ ಮೂವತ್ತೊಂದು ಎಂದು ಬರೆದು ಕೊಟ್ಟ. ಜೂನ್ ತಿಂಗಳಲ್ಲಿ ಮೂವತ್ತೊಂದು ದಿನಗಳಿದ್ದಾವೇನು ಎಂದು ಭಾಸ್ಕರನಿಗೆ ಕೇಳಿದೆ. ನನಗೂ ಅವನಿಗೂ ದಶಕಗಳ ಪರಿಚಯ. ನನ್ನ ಎಲ್ಲಾ ಬರೆಯುವ ಸಾಮಗ್ರಿಗಳನ್ನು ಅವನಲ್ಲೇ ಖರೀದಿ ಮಾಡುವುದು. ನನ್ನ ಬುದ್ಧಿವಂತಿಕೆ ತಿಳಿದೂ ಆತ ನನ್ನನ್ನು ಒಬ್ಬ ಅಜ್ಞಾನಿಯೆಂಬಂತೆ ಅನುಕಂಪದಿಂದ ನೋಡಿದ. ಮಾತಿಲ್ಲದೇ ಅಂದಿನ ಪತ್ರಿಕೆ ತೋರಿಸಿ, ಮುಖಪುಟದಲ್ಲಿ ಪ್ರಕಟವಾಗಿದ್ದ ಒಂದು ಸುದ್ದಿಯನ್ನು ಬೆರಳಿಟ್ಟು ತೋರಿಸಿದ. 'ಮೂವತ್ತು ವರ್ಷಗಳ ಉತ್ತರ ಕೊರಿಯಾ ಮತ್ತು ಅಮೇರಿಕದ ಯುದ್ಧವನ್ನು ಕೊನೆಗಾಣಿಸಲು ವಿಶ್ವಸಂಸ್ಥೆ ಜೂನ್ ಮೂವತ್ತೊಂಬತ್ತರಿಂದ ಜೂನ್ ನಲವತ್ತೈದರವರೆಗೆ ನಡೆಯುವ ಶೃಂಗಸಭೆಗೆ ಎರಡೂ ದೇಶಗಳನ್ನು ಆಹ್ವಾನಿಸಿದೆ.' ನನ್ನಲ್ಲಿ ಉತ್ತರವಿರಲಿಲ್ಲ.

ಒಂದು ಹೋಟೆಲಿನಲ್ಲಿ ಕುಳಿತಿದ್ದೆ. ನನ್ನ ಪಾಡಿಗೆ ನಾನು ಕಾಫಿಯೊಂದನ್ನು ಗುಟುಕರಿಸುತ್ತಿದ್ದೆ. ಹಿಂದಿನ ಟೇಬಲ್ಲಿನಲ್ಲಿ ಕುಳಿತ ಇಬ್ಬರು ಯುವಕರ ಸಂಭಾಷಣೆ ಕಿವಿಗೆ ಬಿತ್ತು – ನಾಡಿದ್ದು ಮೂವತ್ತೆಂಟನೇ ತಾರೀಕು ನಾನು ಮುಂಬೈಯಲ್ಲಿರಬೇಕು.

ರಸ್ತೆಯಲ್ಲಿ ಜಾಫರ್ ಸಲೀಮುದ್ದೀನ್ ಭೇಟಿಯಾದರು. ತೀವ್ರ ಗೊಂದಲದಲ್ಲಿದ್ದವರಂತೆ ಕಂಡುಬಂದರು. ಅವರ ಮೊಮ್ಮಗ ಜೂನ್ ಮೂವತ್ತೆಂಟಕ್ಕೆ ಬರುತ್ತಾನಂತೆ. ಅವರ ತಿಂಗಳ ನೀಲಿ ಚೀಟಿ ಹಿಂದಿನ ದಿನವೇ ಕೊನೆಯಾಗುತ್ತದಂತೆ. ಪರಿಹಾರ ಕಂಡುಕೊಳ್ಳುವ ಮಾರ್ಗ ತಿಳಿಯದೇ ಒದ್ದಾಡುತ್ತಿದ್ದರು. ನಾನು ಸಮಾಧಾನ ಮಾಡಿದೆ.

ಸರಿ ಸುಮಾರು ಮಧ್ಯಾಹ್ನದ ಹೊತ್ತಿಗೆ ನಾನೊಂದು ಅಭಿಪ್ರಾಯಕ್ಕೆ ಬಂದಿದ್ದೆ. ಪೂರ್ಣಾವಧಿಯಲ್ಲಿ ಬದುಕುತ್ತಿರುವವರಿಗೆ ಕಾಲ ಸುರುಳಿ ಸುರುಳಿಯಾಗಿ ಬಿಚ್ಚಿಕೊಳ್ಳುತ್ತಾ ಉದ್ದವಾಗುತ್ತಿರುವುದರ ಕಲ್ಪನೆಯೇ ಇಲ್ಲ. ಅವರ ಪಾಲಿಗೆ ಕಾಲ ಎಂದಿನಂತೆ ತಿಂಗಳಿಗೆ ಇಪ್ಪತ್ತೆಂಟು–ಇಪ್ಪತ್ತೊಂಬತ್ತು–ಮೂವತ್ತು–ಮೂವತ್ತೊಂದು ದಿನಗಳಂತೆಯೇ ಉರುಳುತ್ತಿದೆ. ದಿನಕ್ಕೆ ಇಪ್ಪತ್ತನಾಲ್ಕು ಗಂಟೆ, ಗಂಟೆಗೆ ಅರವತ್ತು ನಿಮಿಷಗಳು, ನಿಮಿಷಕ್ಕೆ ಅರವತ್ತು ಸೆಕೆಂಡುಗಳ ಕೋಷ್ಟಕದಂತೆ ಅವರ ಪ್ರಪಂಚ ದಿನ

ಕಳೆಯುತ್ತಿದೆ. ನನ್ನಂತೆ ತಿಂಗಳುಗಳನ್ನು ಉದ್ದ ಮಾಡಿ ದಿನಗಳನ್ನು ಐಷಾರಾಮದಿಂದ ಬದುಕುತ್ತಿರುವವರ ಪಾಲಿಗೆ ಮಾತ್ರ ಪ್ರಪಂಚದ ಋತು ಚಕ್ರ ಬದಲಾಗಿದೆ. ಇದು ಮೋಸದ ಜೀವನವೆಂದು ನನಗೆ ಅನಿಸುತ್ತಿದೆ. ಹೊಂಬಣ್ಣನಿಗೆ ಫೋನ್ ಮಾಡಿ ನನ್ನ ಅಭಿಪ್ರಾಯವನ್ನು ವಿವರಿಸಿದಾಗ ಆತನಿಗೆ ಇದರಲ್ಲಿ ಏನಾದರೂ ವಿಶೇಷವಿದೆಯೆಂದು ತೋರಲಿಲ್ಲ.

ಬದುಕುವ ಕಾಲ ವಿಸ್ತಾರವಾದರೇನಂತೆ ಅದನ್ನು ಬದುಕಿದರಾಯ್ತು ಎನ್ನುವ ತೀರ್ಮಾನಕ್ಕೆ ಬಂದಿದ್ದೇನೆ. ಹಾಗಾಗಿ ಇಂದಿನಿಂದ ಆ ಚಿಂತೆಯಲ್ಲೇ ನನ್ನ ಪಾಲಿನ ಎಕ್ಸ್‌ಟ್ರಾ ದಿನಗಳನ್ನೂ ಹಾಳು ಮಾಡಿಕೊಳ್ಳಲು ನಾನು ತಯಾರಿಲ್ಲ.

ನಿನ್ನೆ ಸಾಯಂಕಾಲದಿಂದ ಪುಳಕಿತನಾಗಿದ್ದೇನೆ. ಪ್ರೇಮದಲ್ಲಿ ಸಿಲುಕಿದ್ದೇನೆ. ಒಂದು ಪಾರ್ಟಿಯಲ್ಲಿ ಆಕೆಯನ್ನು ನೋಡಿದೆ. ಆಕೆಯೂ ನನ್ನನ್ನು ನೋಡಿದಳು. ಮೊದಲ ನೋಟದಲ್ಲೇ ಪ್ರೇಮಾಂಕುರವಾಯಿತು. ಇಬ್ಬರೂ ಪ್ರೇಮದಲ್ಲಿ ಏಕಕಾಲಕ್ಕೇ ಸಿಕ್ಕಿಬಿದ್ದೆವು. ಆಕೆಯನ್ನು ನೋಡಿದಾಗಿನಿಂದ ಹುಚ್ಚನಂತಾಗಿದ್ದೇನೆ. ನನ್ನ ಪ್ರೀತಿಯ ಛಾಯಾ.

ಜೂನ್ 34

ನಿನ್ನೆ ಮತ್ತು ಇಂದು ಛಾಯಾಳನ್ನು ಮತ್ತೆ ಮತ್ತೆ ಭೇಟಿಯಾದೆ. ಆಕೆಯ ಜೊತೆಗಿದ್ದಲ್ಲಿ ಬೇರೇನೂ ಬೇಡ ಎನ್ನುವಂತಾಗಿದೆ. ಕೈ ಕೈ ಹಿಡಿದು ಓಡಾಡಿದೆವು. ಅಪ್ಪಿಕೊಂಡು ಗಂಟೆಗಳನ್ನು ಕಳೆದೆವು. ಆಕೆಯ ಮಾದಕವಾದ ಬಿಸಿಯುಸಿರಿಗೆ ಅದೊಂದು ಮೋಹಕವಾದ ಪರಿಮಳವಿದೆಯೆಂದು ಕಂಡುಕೊಂಡೆ. ಕೊನೆಗೂ ನನಗೆ ನನ್ನ ಕನಸಿನ ರಾಣಿ ದೊರಕಿದ್ದಾಳೆ. ಬದುಕು ಸುಂದರವಾಗಿದೆ. ಮದುವೆಯಾಗುವ ನಿರ್ಧಾರ ಮಾಡಿದ್ದೇವೆ. ನಾಳೆಯಿಂದ ಮೂರು ವಾರ ಆಕೆ ಕೆಲಸದ ಮೇಲೆ ಅದ್ಯಾವುದೋ ಊರಿಗೆ ಹೋಗುತ್ತಾಳೆ. ಅವಳು ವಾಪಸ್ಸು ಬಂದ ನಂತರ ಮದುವೆಯಾಗುವುದೆಂದು ನಿರ್ಧರಿಸಿದ್ದೇವೆ. ಸಂತೋಷದಿಂದ ನನಗೆ ಮಾತುಗಳೇ ಹೊರಡುತ್ತಿಲ್ಲ. ಮೊದಲ ಬಾರಿಗೆ ನನ್ನ ಭಾವನೆಗಳನ್ನು ಬರೆಯಲಾಗದ ಸ್ಥಿತಿಯಲ್ಲಿದ್ದೇನೆ. ಅಸಹಾಯಕನಾಗಿದ್ದೇನೆ.

ಜೂನ್ 35

ಛಾಯಾಳನ್ನು ವಿಮಾನನಿಲ್ದಾಣಕ್ಕೆ ಬಿಟ್ಟು ಬಂದೆ. ಹೋಗುವ ಮುನ್ನ ಆಕೆ ನನ್ನನ್ನು ಅಪ್ಪಿ, ಹಗುರಾಗಿ ನನ್ನ ತುಟಿಗಳ ಮೇಲೆ ಮುತ್ತಿಟ್ಟು ಹೇಳಿದಳು, 'ಜೂನ್

ಐವತ್ತೊಂಬತ್ತರೊಳಗೆ ವಾಪಸ್ಸು ಬರಲು ಖಂಡಿತಾ ಪ್ರಯತ್ನ ಮಾಡುತ್ತೇನೆ, ಯೋಚಿಸ ಬೇಡಿ, ಬಂದ ಮೇಲೆ ಮದುವೆ ಗ್ಯಾರಂಟಿ, ಪ್ರಾಮಿಸ್.'

ಆಕೆ ಮಾಡಿದ ಪ್ರಾಮಿಸ್ ಹೊಟ್ಟೆಯನ್ನು ಕಲಕುತ್ತಿದೆ. ಯಾಕೋ ಸಂಕಟವಾಗುತ್ತದೆ. ಇವತ್ತು ಈ ತಿಂಗಳ ನನ್ನ ಕೊನೆಯ ಚೀಟಿ ಖರ್ಚಾಗುತ್ತದೆ. ನಾಳೆ ಯಾವ ದಿನ, ಯಾವ ದಿನಾಂಕದಲ್ಲಿ ಪ್ರಪಂಚ ಮುಂದುವರೆಯುತ್ತದೆ? ನಾನು ಯಾವ ದಿನಾಂಕದಲ್ಲಿ ಬದುಕಿರುತ್ತೇನೆ? ವಾಪಸ್ಸು ಬಂದಾಗ ಯಾವ ದಿನವಾಗಿರುತ್ತದೆ? ಇವೆಲ್ಲಕ್ಕೂ ಸದ್ಯ ನನ್ನಲ್ಲಿ ಉತ್ತರವಿಲ್ಲ. ವಾಪಸ್ಸು ಬಂದ ಮೇಲೇ ಖಾತ್ರಿ.

ಜುಲೈ 1

ಮೂವತ್ತೈದನೇ ಜೂನ್ ಎಂದು ಹೇಳಿದರೆ ಯಾರಿಗೂ ಅರ್ಥವಾಗುತ್ತಿಲ್ಲ. ಕಳೆದ ಐದು ದಿನಗಳ ಯಾವುದೇ ನೆನಪಿಲ್ಲ ಯಾರಿಗೂ. ಅದೃಷ್ಟವಶಾತ್ ಈ ಐದು ದಿನಗಳನ್ನು ಬದುಕಿದ ಕೆಲವು ಜನರಾದರೂ ಸಿಕ್ಕರು. ಅವರೊಂದಿಗೆ ನನ್ನ ಮಾತುಕತೆ ಸಾಧ್ಯವಾಯಿತು. ಕೆಲವು ಮಾತುಕತೆಗಳಂತೂ ತೀರಾ ವಿಚಿತ್ರವಾಗಿದ್ದವು. ಐದು ದಿನ ಬದುಕಿದ ನನಗೇ ಅವು ತಮಾಷೆಯೆಂಬಂತೆ ಕಂಡವು. ನನ್ನ ಪಾಲಿಗೆ ನಿನ್ನೆ ಜೂನ್ ಮೂವತ್ತೈದು. ಕೆಲವರಿಗೆ ನಿನ್ನೆ ಜೂನ್ ಮೂವತ್ತೆರಡು. ಮತ್ತೆ ಕೆಲವರಿಗೆ ಜೂನ್ ನಲವತ್ತಮೂರು. ದರ್ಶಿನಿಯಲ್ಲಿ ಸಿಕ್ಕ ಒಬ್ಬ ಮಹರಾಯ ಜೂನ್ ತಿಂಗಳಲ್ಲಿ ಅರವತ್ತಾರು ದಿನ ಬದುಕಿದ್ದನಂತೆ.

ಜುಲೈ 2

ಛಾಯಾ ಊರಲ್ಲಿಲ್ಲವೆಂದು ಗೊತ್ತಿದ್ದೂ ಅವಳಿಗೆ ಫೋನ್ ಮಾಡುವ ಕಾರಣ ಕಾಣಲಿಲ್ಲ. ಆದರೂ ಅನುಮಾನ ಕೊರೆಯುತ್ತಿದೆ. ಕೊನೆಗೂ ಫೋನ್ ಮಾಡಿಯೇ ಬಿಟ್ಟೆ, ಆಕೆಯೇ ಖುದ್ದಾಗಿ ಫೋನ್ ತೆಗೆದುಕೊಂಡಳು. ಆಕೆ ಯಾವುದೇ ಊರಿಗೆ ಹೋಗಿಲ್ಲ. ಅಸಲಿಗೆ ಆಕೆಗೆ ನನ್ನ ಪರಿಚಯವೇ ಇಲ್ಲವಂತೆ. ಇತ್ತೀಚೆಗಷ್ಟೇ ನಮ್ಮ ಭೇಟಿಯಾಗಿದೆ ಎಂದು ಆಕೆಗೆ ಮನವರಿಕೆ ಮಾಡಿಕೊಡಲು ಪ್ರಯತ್ನಿಸಿದೆ. ಆಕೆಗೆ ಆಶ್ಚರ್ಯವಾದರೂ ನಂಬಲಿಲ್ಲ. ನಾವಿಬ್ಬರೂ ಕಳೆದ ಮೂರು–ನಾಲ್ಕು ದಿನಗಳನ್ನು ಎಲ್ಲಾ ವಿವರಗಳಲ್ಲಿ ಹೇಳಿದೆ. ಆಕೆ ನನಗೆ ಮುತ್ತಿಟ್ಟಿದ್ದನ್ನೂ, ಆಕೆಯನ್ನು ನಾನು ಅಪ್ಪಿದ್ದನ್ನೂ ಹೇಳಿದೆ. ಆಕೆಗೆ ಸ್ವಲ್ಪ ಮುಜುಗರವಾದಂತೆ ಕಂಡಿತೇ ಹೊರತು ಆಕೆ ನನ್ನ ಮಾತುಗಳನ್ನು ನಂಬಲಿಲ್ಲ. ಕೊನೆಗೂ ಗುರುವಾರ ಭೇಟಿಯಾಗಲು ಒಪ್ಪಿದ್ದಾಳೆ.

ನನಗಂತೂ ಪ್ರಾಣವೇ ಹೋಗುವಂತಾಗಿದೆ ಈಗ. ಇದ್ದಕ್ಕಿದ್ದಂತೇ ಬದುಕು ನೀರಸವೆನಿಸತೊಡಗಿದೆ.

ಜುಲೈ 4

ಪತ್ರಿಕೆಗಳಲ್ಲಿ ನೀಲಿ ಚೀಟಿ ಹಗರಣಗಳೇ ತುಂಬಿವೆ. ಈ ಹಗರಣ ಬಹುಶಃ ಈ ದಶಕದ ಭಾರೀ ದೊಡ್ಡ ಹಗರಣವಾಗಬಹುದು. ಸರ್ಕಾರ ಇದಕ್ಕೆ ಬೆಲೆ ತೆತ್ತುವುದಂತೂ ಖಂಡಿತಾ. ಈ ಚೀಟಿಗಳ ಮೇಲಿನ ಉಳ್ಳವರ ಏಕಸ್ವಾಮ್ಯದಿಂದ ನಮ್ಮಂತಹವರಿಗೆ ಸಣ್ಣ ಪುಟ್ಟ ಉಳಿತಾಯಕ್ಕೂ ಪರದಾಡುವಂತಾಗಿದೆ. ನಮ್ಮೆಲ್ಲಾ ಆದಾಯ ಚೀಟಿ ಕೊಂಡುಕೊಳ್ಳುವದರಲ್ಲೇ ತೀರಿಕೊಂಡು ಬಿಡುತ್ತದೆ. ಕೆಲವು ಪ್ರಕರಣಗಳಂತೂ ಜನರಲ್ಲಿ ಅಸಹನೆಯನ್ನು ಉಂಟು ಮಾಡಿದೆ. ಕೈಲಾಗದ ಜನರಲ್ಲಿ ಕೋಪ ಉಕ್ಕೇರುತ್ತಿದೆ. ಇಂದು ಕೇಳಿದ ಪ್ರಕರಣವಂತೂ ಜನರನ್ನು ಬಡಿದೆಬ್ಬಿಸುವುದು ಖಾತ್ರಿ. ನಾಳೆ ದೇಶದಲ್ಲಿ ಕ್ರಾಂತಿಯಾದರೂ ಆಶ್ಚರ್ಯವೇನಿಲ್ಲ. ಸತ್ಯಪ್ರಕಾಶ್ ದಯಾಳ್, ದೇಶದ ಪ್ರಧಾನ ಮಂತ್ರಿಯ ಅಳಿಯ, ಜೂನ್ ಮೂವತ್ತರಿಂದ ಜುಲೈ ಒಂದರ ನಡುವೆ ಸುಮಾರು ಒಂದು ಸಾವಿರದ ಆರು ದಿನ ಬದುಕಿದ್ದನಂತೆ. ಅಂದರೆ ಅಷ್ಟು ಚೀಟಿ ಖರೀದಿ ಮಾಡಿದ್ದ.

ನಾಳೆ ಛಾಯಾಳನ್ನು ಭೇಟಿಯಾಗುತ್ತೇನೆ. ಆ ಸಂತೋಷದಲ್ಲಿ ಎರಡು ಪೆಗ್ ಜಾಸ್ತಿ ಹಾಕುವ ಮನಸ್ಸಾಗಿದೆ.

ಜುಲೈ 5

ಛಾಯಾಳನ್ನು ಭೇಟಿಯಾದೆ. ಎಲ್ಲಾ ಮುಗಿದು ಹೋಯಿತು. ಯಾವ ಪಸೆಯೂ ಉಳಿಯದಂತೆ ಆಸೆ ಕಮರಿ ಹೋಯಿತು. ದುರಂತವೆಂದರೆ ನನ್ನ ಕತೆಯ ಬಗ್ಗೆ ಆಕೆಗೆ ಅನುಮಾನಗಳಿಲ್ಲ, ನನ್ನ ಕತೆ ಆಕೆಯನ್ನು ಗಾಢವಾಗಿ ತಟ್ಟಿರಬೇಕು. ಆದರೆ ಆಕೆ ವಿಚಲಿತಳಾಗಲಿಲ್ಲ. ಆಕೆಗೆ ಏನೂ ಅನಿಸಲಿಲ್ಲ. ಈಗ ಅನಿಸುತ್ತಿದೆ ಆಕೆಗೆ ಮದುವೆಯಾಗಿರಬೇಕು ಅಥವಾ ಪ್ರಿಯಕರನೊಬ್ಬನಿರಬೇಕು. ಏನೇ ಆಗಲಿ ನನ್ನ ವಿದ್ವತ್ತು, ನನ್ನ ವಾಕ್ ಸಂಪತ್ತು ವಿಫಲವಾಯಿತು. ಜೂನ್ ಮೂವತ್ತೊಂದನೇ ರಾತ್ರಿ ನನ್ನೆದೆಯಲ್ಲಿ ಹೊತ್ತಿದ್ದ ಪ್ರೇಮದ ನಂದಾದೀಪ ಒಂದು ಕ್ಷಣಭಂಗುರ ಮಾತ್ರ. ಇನ್ನು ಮೇಲೆ ಮನಸ್ಸು ಮನಸ್ಸು ಕಲೆಯುವ, ಜೊತೆಯಾಗುವ ಬಗ್ಗೆ ಬರೆಯುವುದಿಲ್ಲ. ನರಕದಲ್ಲಿನ ಆತ್ಮದಂತೆ ತೊಳಲಾಡುತ್ತಿದ್ದೇನೆ. ಈ ನನ್ನ ತೊಳಲಾಟವನ್ನೇ ಒಂದು

ಪುಸ್ತಕವಾಗಿ ಬರೆಯಬೇಕೆನಿಸಿದೆ. ಸಾಧ್ಯವಾಗುವುದೋ ಇಲ್ಲವೋ ಗೊತ್ತಿಲ್ಲ. ಪುಸ್ತಕವಾಗಿ ಬಂದರೂ ಯಶಸ್ವಿಯಾಗುತ್ತದೋ ಇಲ್ಲವೋ ಗೊತ್ತಿಲ್ಲ.

ಜುಲೈ 6

ಸರ್ಕಾರ ಸುಗ್ರೀವಾಜ್ಞೆಯನ್ನು ಹಿಂತೆಗೆದುಕೊಂಡಿದೆ. ನೀಲಿ ಚೀಟಿಗಳನ್ನು ಇಂದಿನಿಂದ ರದ್ದು ಪಡಿಸಲಾಗಿದೆ. ಕಟ್ಟಿಕೊಂಡು ನಾನೇನು ಮಾಡಲಿ...

ನಿಮ್ಮ ಕಥೆ 'ಹತ್ತರಿಂದ ಆರು' ಓದಿದೆ. ತುಂಬ ಅದ್ಭುತವಾದ ಕತೆ ಕಟ್ಟಿದ್ದೀರಿ. ಧನ್ಯವಾದಗಳು. ಮೊದಮೊದಲು ಜಾರ್ಜ್ ಆರ್ವೆಲ್ಲನ '1984' ನೆನಪಿಸಿದ ಕತೆ ಕೂಡಲೇ ಒಂದು ಬೇರೆ ಆಯಾಮ ಪಡೆದುಕೊಂಡು ತನ್ನದೇ ಸ್ವತಂತ್ರ ದಾರಿ ಹಿಡಿದದ್ದು ಒಂದು ಅದ್ಭುತ. ಕನ್ನಡ ಲೇಖಕರ exposure ತೀರುತ್ತಾ ಬಂದು ಹೊಸತರ ಹುಡುಕಾಟದಲ್ಲಿದ್ದಾಗ ನೀವು ಒಂದು ಹೊಸ ದಾರಿ ತೋರಿದ್ದೀರಿ. ಈ ಅಂಕುಡೊಂಕು ಕಥಾನಕಕ್ಕೆ ದಿನಚರಿಯ ದಾರಿ ಹಿಡಿಸಿದ್ದು ನಿಮ್ಮ ಕೌಶಲ. ಕತೆಯಲ್ಲಿನ, ವ್ಯಂಗ್ಯ, ಮೋಸ, ಆತ್ಮರತಿ, ಆಷಾಢಭೂತಿತನ ಇವೆಲ್ಲ ಒಂದರೊಳಗೊಂದು ಹಾಸು ಹೊಕ್ಕಾದ ಪರಿ ಮೆಚ್ಚುವಂತಹುದು. ಅದೇ ಅದೇ ಜಾಡಿನ ಪ್ರೇಮಕತೆಗಳು, ಶೋಷಣೆಯ ಕತೆಗಳೂ ಬೇಸರ ಬರಿಸುತ್ತಿದ್ದ ಈ ದಿನಗಳಲ್ಲಿ, fantasy ಅನಿವಾರ್ಯವೋ ಏನೋ?

• ಶ್ರೀನಿವಾಸ ವೈದ್ಯ

ಮೊದಲ ಪುಟದಲ್ಲೇ ಮುಗ್ಗರಿಸಿ...

'ಒಂದು ವೇಳೆ ನೀವು ಒಂದು ಮನೋವೈಜ್ಞಾನಿಕ ಪತ್ತೇದಾರಿ ಕಾದಂಬರಿ ಬರೀತಾಯಿದೀರಿ ಅಂತಿಟ್ಟುಕೊಳ್ಳಿ. ಅದಕ್ಕೆ ಏನೂಂತ ಹೆಸರು ಕೊಡ್ತೀರಾ?' ಅಂತ ಸೂರಿ ಜೋಗಿಗೆ ಫೋನ್ ಮಾಡಿದಾಗ ಜೋಗಿ ಉತ್ತರ ತಯಾರಿತ್ತು. 'ಮಾರೀಚ. ನಾನು ಬರೀಬೇಕೂ ಅಂತ ಇಟ್ಕೊಂಡಿರೋ ಕಾದಂಬರಿಯ ಹೆಸರಲ್ಲ, ಬರೀತಾಯಿರೋ ಕಾದಂಬರಿಯ ಹೆಸರು. ಅದಕ್ಕೆ ಸ್ವಲ್ಪ ರಿಸರ್ಚ್ ಮಾಡಬೇಕು. ಒಂದಿಬ್ಬರು ಮನೋವಿಜ್ಞಾನಿಗಳನ್ನು ನೋಡಬೇಕು. ಒಂದಿನ ನಿಮ್ಹಾನ್ಸ್‌ಗೆ ಕೂಡಾ ಹೋಗಬೇಕೂ ಅಂತಿದೀನಿ.'

ನಂತರದ ಒಂದೆರಡು ತಿಂಗಳು ಜೋಗಿಗೆ ನಿಮ್ಹಾನ್ಸ್‌ಗೆ ಹೋಗೋದಿರಲಿ, ಬರಿಯೋದನ್ನ ಅದೆಷ್ಟು ಮೈಮೇಲೆ ಹಾಕ್ಕೊಂಡಿದ್ದ ಅಂದ್ರೆ ಸೂರಿಗೆ ಹೇಳಿದ ಕಾದಂಬರಿ ಹೆಸರೂ ನೆನಪಿಗೆ ಬರಲಿಲ್ಲ. ಅದ್ಯಾವುದೋ ಸೀರಿಯಲ್‌ಗೆ ದಿನಕ್ಕೆ ಪುಟದ ಲೆಕ್ಕದ ಮೇಲೆ ಬರಕೊಡಬೇಕಿತ್ತು. ಇನ್ನಾವುದೋ ಲೇಖಕನ ಅಭಿನಂದನಾ ಪುಸ್ತಕಕ್ಕೆ ಒಂದು ಲೇಖನ ಬರೀಬೇಕಿತ್ತು. ಪ್ರತೀ ಭಾನುವಾರ ಒಂದಲ್ಲಾ ಒಂದು ಪುಸ್ತಕ ಬಿಡುಗಡೇನೋ, ಇನ್ನೇನೋ ಸಮಾರಂಭ ಬೇರೆ. ಅದೂ ಅಲ್ಲದೇ ಕೆಲಸ ಮಾಡ್ತಾಯಿರೋ ಉದಯವಾಣಿಯ ಸಿನೆಮಾ ವಿಶೇಷ ಸಂಚಿಕೆಗೆ ಅದ್ಯಾರೋ ಒನ್ನಾಕು ಸ್ಟಾರ್‌ಗಳ ಸಂದರ್ಶನ ಮಾಡಬೇಕಿತ್ತು. ಇಷ್ಟರ ನಡುವೆ ಉಪ್ಪಿನಂಗಡಿಗೋ ಇನ್ನೆಲ್ಲಿಗೋ ಮಳೆಗಾಲದಲ್ಲಿ ಒಂದು ಸುತ್ತು ಹಾಕಿ ಬರೋ ಕಾರ್ಯಕ್ರಮ ಬೇರೆ

ಇತ್ತು. ಅತ್ಲಗೆ ಮುಂದೇನೂ ಎಂತೂ, ಪ್ರಶ್ನೆ ಕೇಳಿದ್ದು ಯಾಕೆ ಅಂತ ಸೂರಿಯಿಂದಾನೂ ಯಾವುದೇ ಫೋನ್ ಇರಲಿಲ್ಲ. ಹಾಗಾಗಿ ಮಾರೀಚ ಹಿನ್ನೆಲೆಗೆ ಬಿದ್ದ. ಒಂದೆರಡೋ ಮೂರೋ ತಿಂಗಳುಗಳಾಗಿರಬೇಕು. ಅದ್ಯಾವತ್ತೋ ಒಂದಿನ, ಅದ್ಯಾರೋ ಪುಸ್ತಕ ಪ್ರಕಾಶಕ ಫೋನ್ ಮಾಡಿದಾಗಲೇ ಅವನಿಗೆ ಕೊಟ್ಟಿದ್ದ ಭಾಷೆ ಜೋಗಿ ನೆನಪಿಗೆ ಬಂತು. ಇಂಥಾ ಫಲಾನಾ ಫಲಾನಾ ದಿನ ಒಂದು ಪುಸ್ತಕ ಬರಕೊಡ್ತೀನಿ, ಪ್ರಕಟಿಸಿ ಬಿಡಿ ಅಂತ. ಜೋಗಿ ವಾಡಿಕೆಯಲ್ಲಿ ಹೇಳಿದ್ದನ್ನೇ, ಜೋಗಿಯು ನೀಡಿದ ಭಾಷೆ ಅಂತ ನಂಬಿದ್ದ ಆ ಪ್ರಕಾಶಕ ನಾಕು ತಿಂಗಳ ಮೊದಲೇ ಅದ್ಯಾವುದೋ ಹಾಲನ್ನ ಬುಕ್ ಮಾಡಿ ಜೋಗಿ ಕೊಡಬಹುದಾದ ಒಂದು ಪುಸ್ತಕದ ಕರಡುಪ್ರತಿಗೆ ಕಾಯ್ತಾಯಿದ್ದ. ನಿಗದಿಯಾದ ದಿನಕ್ಕೆ ಇನ್ನೊಂದೇ ತಿಂಗಳಿದೆ ಅಂತಾದಾಗ ಪುಸ್ತಕದ ಮಾತಿರಲಿ, ಜೋಗಿಯಿಂದ ಯಾವಾಗ ಒಂದು ಫೋನೂ ಬರಲಿಲ್ಲವೋ, ಪ್ರಕಾಶಕನಿಗೆ ಎದೆ ಧಸ್ ಎಂದು ಫೋನ್ ಮಾಡಿದಾಗಲೇ, ಜೋಗಿಗೆ ತಾನು ಒಂದು ಪುಸ್ತಕ ಬರೀಬೇಕು ಅನ್ನೋ ಅಗತ್ಯ ಕಂಡಿದ್ದು. ಆಗಲೇ ಮಾರೀಚ ಕಾದಂಬರಿ ಹೆಸರು ಮತ್ತೆ ನೆನಪಿಗೆ ಬಂದಿದ್ದು. ನಿಮ್ಹಾನ್ಸ್‌ಗೆ ಹೋಗಿ ಒಂದಿಷ್ಟು ಮಾತನಾಡಿಸಿ ಬರಬೇಕು ಎನ್ನುವ ಅಗತ್ಯ ಕಂಡಿದ್ದು. ಯಥಾಪ್ರಕಾರ, ಮಧ್ಯರಾತ್ರಿಯಲ್ಲಿ ದೀಪ ಉರಿಸಿದ್ದಾಯಿತು. ಯಾವಾಗ ಕಾದಂಬರಿ ಒಂದು ಹಂತಕ್ಕೆ ಬಂತೋ ಅಲ್ಲೇ ಯಡವಟ್ಟಾಯಿತು. ತನ್ನ ಕಾದಂಬರಿಯ ನಾಯಕನಿಗೆ ಉದ್ವೇಗದಿಂದ ಆವಾಗಾವಾಗ ಹುಚ್ಚು ಕೆರಳತ್ತೆ ಅಂತೇನೋ ಬರೆದುಕೊಂಡಿದ್ದಾಗಿತ್ತು. ಆದರೆ ಇದು ಸರಿಯೇ? ಒಬ್ಬ ಸಾಮಾನ್ಯ ಮನುಷ್ಯನಿಗೆ ಹುಚ್ಚು ಯಾಕೆ ಹಿಡಿಯತ್ತೆ? ಹಿಡಿದರೂ ಯಾವಾಗ ಕೆರಳತ್ತೆ? ಇತ್ಯಾದಿಗಳಿಗೆ ಉತ್ತರ ಸಿಗದೇ ಕಾದಂಬರಿ ಮುಂದೆ ಹೋಗುವುದು ಅಸಾಧ್ಯ ಅನಿಸಿತು. ಮಾರನೇ ಬೆಳಿಗ್ಗೆ ಜೋಗಿ ಮಾಡಿದ ಮೊದಲ

ಕೆಲಸವೆಂದರೆ ಉದಯವಾಣಿಯಿಂದ ಅಂತ ಹೇಳಿ ನಿಮ್ಹಾನ್ಸ್‌ಗೆ ಫೋನ್ ಮಾಡಿದ್ದು. ಸರಿ, ಅದ್ಯಾರೋ ಅಸಿಸ್ಟೆಂಟ್ ಪ್ರೊಫೆಸರ್ ಡಾಕ್ಟರ್ ಜೋಶಿ ಅನ್ನೋರು ಮಧ್ಯಾಹ್ನ ಒಂದು ಗಂಟೆಗೆ ಕಾಯ್ತಾ ಇರ್ತಿನಿ ಬನ್ನಿ ಅಂತ ಹೇಳಿದ್ರು. ಹೊತ್ತಿಗೆ ಸರಿಯಾಗಿ ಬಂದ್ರೆ, ಹೋದ್ರೆ ಆತ ಜೋಗಿ ಯಾಕಾದಾನು? ತನ್ನ ವಾಡಿಕೆಯಂತೆ ಸುಮಾರು ಎರಡು ಗಂಟೆ ತಡವಾಗಿ ನಿಮ್ಹಾನ್ಸ್ ಮುಟ್ಟಿದ್ದಾಯ್ತು. ಅಷ್ಟು ಹೊತ್ತಿಗೆಲ್ಲಾ ಡಾಕ್ಟರ್ ಜೋಶಿ ಕಾದೂ ಕಾದೂ ಹುಣ್ಣಾಗಿ, ಹಣ್ಣಾಗಿ ಹೊರಡಲು ಯಾವ ಮಟ್ಟಿನ ತಯಾರಿ ನಡೆಸಿದ್ದರು ಅಂದರೆ, ಜೋಗಿ ಇನ್ನೊಂದೆರಡು ನಿಮಿಷ ತಡವಾಗಿ ಬಂದಿದ್ದರೆ ಜೋಶಿ ಮನೆ ಮುಟ್ಟಿರುತ್ತಿದ್ದರೋ ಏನೋ. ಕಾರ್ ಹತ್ತುವ ಒಂದೇ ಕ್ಷಣ ಮೊದಲು ಜೋಗಿ ಅವರ ಭುಜ ಹಿಡಿದು 'ನಮಸ್ತೆ' ಅಂತ ನಿಲ್ಲಿಸಿ, ತಡವಾಗಿ ಬಂದಿದ್ದಕ್ಕೆ ಕೆಲಸದ ಒತ್ತಡ, ಚೀಫ್ ಮಿನಿಸ್ಟರ್ ಸಿದ್ಧರಾಮಯ್ಯನವರ ಪ್ರೆಸ್ ಮೀಟ್, ಯೋಗರಾಜ ಭಟ್ಟರಿಗೆ ಫೋನ್ ಇತ್ಯಾದಿಗಳ ನೆವ ಹೇಳಿ, ಜೋಶಿ ಮುಖದಲ್ಲಿನ ಸಿಟ್ಟಿನ, ಅಸಮಾಧಾನದ ಗೆರೆಗಳು ಮಾಯವಾಗಿದ್ದೇ, ಜೇಬಿನಿಂದ ಒಂದು ಸಿಗರೇಟ್ ಪ್ಯಾಕ್ ಹಿರಿದು, 'ನಿಮ್ಮ ಆಸ್ಪತ್ರೇಲಿ ಸಿಗರೇಟು ಸೇದೋಕೆ ಸಾಧ್ಯವಿಲ್ಲ, ಇಲ್ಲೇ ಒಂದು ಸೇದಬಹುದಲ್ಲಾ' ಅಂತ ಜೋಶಿ ಮುಂದೆ ಹಿಡಿದು, ಅವರು 'ನಾನು ಸೇದಲ್ಲ' ಅಂತ ಹೇಳಿದ ಮೇಲೆ, ತಾನೇ ಒಂದು ಸಿಗರೇಟ್ ಹಚ್ಚಿಕೊಂಡು, ಅಲ್ಲೇ ಕಾರ್ ಪಾರ್ಕಿಂಗ್ ಜಾಗದಲ್ಲೇ, ಜೋಶಿಯವರ ಕಾರಿಗೆ ಒರಗಿಕೊಂಡೇ ತಾನು ಬಂದ ಕಾರಣವನ್ನು ವಿವರಿಸ ತೊಡಗಿದ. ತಾನು ಬರೆಯುತ್ತಿರುವ ಕಾದಂಬರಿಯ ಅಗತ್ಯವನ್ನೂ, ಆ ಕಾದಂಬರಿಯ ಮಹತ್ವವನ್ನೂ, ಹೆಚ್ಚುಕಮ್ಮಿ ಆಯ ತಪ್ಪಿದರೆ ಸಾಹಿತ್ಯ ಅಕಾಡೆಮಿಯ ಪ್ರಶಸ್ತಿ ಗ್ಯಾರಂಟಿ ಈ ಕಾದಂಬರಿಗೆ ಎಂದೂ, ಈ ರೀತಿಯ ಕಾದಂಬರಿ ಕನ್ನಡ ಸಾಹಿತ್ಯದಲ್ಲೇ ಮೊದಲ ಬಾರಿಗೆ ಪ್ರಕಟವಾಗುತ್ತಿದೆ ಎಂದೂ, ಈ ಕಾದಂಬರಿಯಲ್ಲಿ ಜೋಶಿಯವರ ಪಾತ್ರವೇನು ಎಂದು ವಿವರಿಸಿದ ನಂತರ, ಜೋಶಿಯವರಿಗೆ ತಾವೂ ಕನ್ನಡ ಸಾಹಿತ್ಯದ ಮೈಲಿಗಲ್ಲಾಗಬಲ್ಲ ಕಾದಂಬರಿಯಲ್ಲಿ ಒಂದು ಪಾತ್ರವಾಗಬಹುದಾದ ಸಾಧ್ಯತೆಯ ಕಲ್ಪನೆಯಿಂದಲೇ ಮೈ ಜುಮ್ಮೆಂದು, 'ನಡೀರಿ ಇಲ್ಲಿ ಯಾಕೆ ಮಾತು, ನನ್ನ ಚೇಂಬರಿಗೆ ಹೋಗಣ, ಅಲ್ಲೇ ವಿವರವಾಗಿ ಹೇಳ್ತೀನಿ' ಅಂತ ಜುಲುಮೆಯಿಂದ ಜೋಗಿಯ ಕೈಯನ್ನು ಆತ್ಮೀಯವಾಗಿ ಹಿಡಿದು, ಹೆಚ್ಚೂ ಕಮ್ಮಿ ಜೋಗಿಯನ್ನು ಎಳೆದುಕೊಂಡೇ ಹೋದರು ಎಂದರೆ ತಪ್ಪಿಲ್ಲ. ಜೋಗಿಯನ್ನು ಜೋಶಿಯವರು ಎಳೆದುಕೊಂಡು ಹೋಗುತ್ತಿದ್ದ ಪರಿ ನೋಡಿದರೆ ಈ ರಾತ್ರಿಯೇ ಜೋಗಿ ಕಾದಂಬರಿಯನ್ನು ಮುಗಿಸಬೇಕು ಎನ್ನುವ ತಾಕೀತು ಇದ್ದಂತಿತ್ತು.

ನಿಮ್ಹಾನ್ಸ್‌ಗೆ ಉದ್ದುದ್ದನೆಯ ಕಾರಿಡಾರ್‌ಗಳು. ಒಂದು ದಾಟಿದರೆ ಇನ್ನೊಂದು. ಗಿರಿಗಿರಿ ಸುತ್ತುವ ಡಾಕ್ಟರುಗಳು, ಪೇಷೆಂಟುಗಳು, ಅವರ ಸಂಬಂಧಿಕರಿಂದ ಕಾರಿಡಾರ್‌ಗಳು ಕಿಕ್ಕಿರಿದಿದ್ದವು. ಬೆಂಚುಗಳ ಮೇಲೆ ಗೋಡೆಗೊರಗಿ ಕೂತ ಮಂದಿ,

ಫೈಲುಗಳನ್ನು ಎದೆಗೆ ಅವಚಿನಿಂತು, ನಿಸ್ಸಹಾಯಕರಾಗಿ, ಕಣ್ಣುಗಳಲ್ಲಿ ನೀರು ತುಂಬಿಕೊಂಡು ನಿಂತಿರುವ ಹಲವರು, ಎಲ್ಲ ಭಾರವನ್ನೂ ದೇವರ ಮೇಲೆ ಹಾಕಿ ನಿಂತ ಹಲವರು, ಅಲ್ಲಿನ ವಿಷಾದವನ್ನು ಲೆಕ್ಕಕ್ಕೆ ತರದೇ ಗೋಡೆಯಿಂದ ಗೋಡೆಗೆ ಓಡುತ್ತಿದ್ದ ಮಕ್ಕಳು, ಅವರ ಕೇಕೆಗಳು, ಅಲ್ಲಲ್ಲೇ ಒಂದೆರಡು ಪೋಲೀಸ್ ಮಂದಿ, ಜೋಗಿಗೆ ಯಾವುದೋ ಬೇರೆಯದೇ ಲೋಕಕ್ಕೆ ಬಂದಂತಿತ್ತು. ಆವಾಗಲೇ ಕಣ್ಣಿಗೆ ಬಿದ್ದಿದ್ದು ಆ ವ್ಯಕ್ತಿ. ಸುಮಾರು 1800ನೇ ಇಸವಿಯ ಯಾವುದೋ ಮಹಾರಾಜನ ಸೈನ್ಯದ ಸೈನಿಕನಂತೆ ವೇಷ ಹಾಕಿ, ತಲೆಗೊಂದು ಪುಟ್ಟ ಹೆಲ್ಮೆಟ್ ರೀತಿಯ ಟೋಪಿ ಧರಿಸಿ (ಸೂಕ್ಷ್ಮವಾಗಿ ನೋಡಿದರೆ ಆ ಹೆಲ್ಮೆಟ್ ಹಿಂದೆ ಚೌಡೇಶ್ವರಿ ವಸ್ತ್ರಾಲಯ ಅಂತ ಅಂಟಿಸಿದ ಚೀಟಿ ಕಾಣಬಹುದಿತ್ತು), ಮೊಣಕಾಲಿನವರೆಗೂ ಒಂದು ಚರ್ಮದ ಪಟ್ಟಿಯನ್ನು ಕಟ್ಟಿಕೊಂಡು, ಕಾಲಿನಲ್ಲಿ ಹೊರಲಾರದ ಬೂಟನ್ನು ಮೆಟ್ಟಿ, ಕೈಲೊಂದು ಈಟಿಯನ್ನು ಹೋಲುವ ಕೋಲನ್ನು ಹಿಡಿದು, ಅಚ್ಚ ಹಳದೀ ಬಣ್ಣದ ಪ್ಯಾಂಟನ್ನು ಹೋಲುವ ಒಂದು ಬಟ್ಟೆಯನ್ನು ಸೊಂಟದ ಕೆಳಗೂ, ಕಂದು ಬಣ್ಣದ, ಕಂಪನಿ ನಾಟಕದಲ್ಲಿ ಹಾಕುವ ಕಸೆ ಅಂಗಿಯನ್ನೂ ತೊಟ್ಟು, ಯಾವುದೋ ದೊಡ್ಡ ರೂಮಿನ ಬಾಗಿಲಿನ ಪಕ್ಕವಿದ್ದ ಸ್ಟೂಲಿನ ಮೇಲೆ ಕೂತಿದ್ದ ಆತ. ಎಂದೂ ವಿಚಿತ್ರವಾದುದನ್ನೇ, ಅಸಾಮಾನ್ಯವಾದುದನ್ನೇ ಹುಡುಕುವ ಜೋಗಿಯ ಕಣ್ಣುಗಳಿಗೆ ಈ ವ್ಯಕ್ತಿ ಬೀಳುವುದು ಅಸಹಜವೇನಾಗಿರಲಿಲ್ಲ. ಜೋಶಿಯವರ ಕೈ ಬಿಡಿಸಿಕೊಂಡು ಒಂದರೆ ಗಳಿಗೆ ನಿಂತು, ಆ ಸೈನಿಕನನ್ನೇ ನೋಡಿದ. ಆ ಸೈನಿಕನ ತುಟಿಗಳು ಹಗುರಾಗಿ ಮಿಸುಕಾಡುತ್ತಿದ್ದವು, ಅಂದರೆ ಆತ ಏನೋ ಮಂತ್ರ ಹೇಳಿಕೊಂಡಂತಿತ್ತು.

ಜೋಶಿಯವರಿಗೆ ಕಾದಂಬರಿ ಬರೆಸುವ ಅವಸರವಿತ್ತಲ್ಲ, ಜೋಗಿಯ ಕೈ ಹಿಡಿದು 'ಬನ್ನಿ' ಎಂದು ಎಳೆದರು. ಜೋಗಿ ಆ ವ್ಯಕ್ತಿಯನ್ನು ನೋಡುತ್ತಲೇ, ಜೋಶಿಯವರೊಂದಿಗೆ ಹೆಜ್ಜೆ ಹಾಕುತ್ತಲೇ, 'ಯಾರದು ಆತ' ಎಂದು ಕೇಳಿದ. ಜೋಶಿ ಒಮ್ಮೆ ಹಿಂತಿರುಗಿ, ಅವನನ್ನು ನೋಡಿ, 'ಅಯ್ಯೋ ಆತ ಇಲ್ಲಿನ ಹಳಬ. ಪಾಪ, ಯಾವಾಗಲೂ ವಿಚಿತ್ರ ಗುಮಾನಿಯಲ್ಲೇ ಇರುತ್ತಾನೆ. ಇಂಗ್ಲೀಶಿನಲ್ಲಿ ಪ್ಯಾರಾನಾಯ್ಡ್ ಅಂತೀವಲ್ಲ ಹಾಗೆ. ಎಲ್ಲರ ಮೇಲೂ, ಎಲ್ಲವುಗಳ ಮೇಲೂ ಗುಮಾನಿ. ಏಕಾಂಗಿ. ಆವಾಗಾವಾಗ ಇಲ್ಲಿಗೆ ಬರ್ತಾನೆ. ಒಂದೆರಡು ದಿನ ಅವನ ಮನೆಯೋರು ಅವನನ್ನ ಇಲ್ಲಿ ಬಿಟ್ಟು ಹೋಗ್ತಾರೆ. ಇಲ್ಲಿದ್ದರೆ ಮಾತ್ರ ಸರಿಯಾಗಿರ್ತಾನೆ ಅಂತ ಮನೆಯೋರ ನಂಬಿಕೆ. ಹಾಗಾಗಿ ಮೂರು ತಿಂಗಳಿಗೆ ಒಮ್ಮೆ ಇಲ್ಲಿರ್ತಾನೆ. ಪಾಪದ ವ್ಯಕ್ತಿ. ಯಾರಿಗೂ ಏನೂ ಕೇಡು ಮಾಡಿದೋನೇ ಅಲ್ಲ. ಆದರೆ ಗುಮಾನಿ ಇದೆಯಲ್ಲಾ, ಅದು ಅವನನ್ನ ಹಾಳು ಮಾಡಿರೋದು.' ಮೊದಲನೇ ಮಹಡಿಯಲ್ಲಿದ್ದ ಜೋಶಿಯವರ ಚೇಂಬರಿಗೆ ಮೆಟ್ಟಿಲುಗಳನ್ನು ಹತ್ತುವಾಗಲೂ ಜೋಗಿಯ ತಲೆತುಂಬಾ ಆ ಸೈನಿಕನೇ ಗಿರಕಿ

ಹೊಡೆಯುತ್ತಿದ್ದ. ಅವನು ಕುಳಿತಿದ್ದ ಭಂಗಿಯಲ್ಲಿ ಅದೊಂದು ಠೀವಿಯಿತ್ತು. ಇಡೀ ಜಗತ್ತನ್ನು ನೋಡುತ್ತಿದ್ದ ಅವನ ಕಣ್ಣುಗಳಲ್ಲಿ ಒಂದು ಬಗೆಯ ತಾತ್ಸಾರವಿತ್ತು. ತನ್ನನ್ನೇ ದಿಟ್ಟಿಸಿ ನೋಡುವ ಜನರ ಕಣ್ಣುಗಳಲ್ಲಿನ ತಮಾಷೆ, ಗೇಲಿಯ ಬಗ್ಗೆ ಅಸಡ್ಡೆಯಿತ್ತು. ಅವನೊಂದಿಗೆ ಮಾತನಾಡಲೇ ಬೇಕು ಎಂದು ಜೋಗಿಯ ಒಳಗಿನ ಕತೆಗಾರ ಒತ್ತಾಯ ಮಾಡಲು ತೊಡಗಿದ. ಜೋಶಿ ತಮ್ಮ ಚೇಂಬರಿನ ಬಾಗಿಲು ದೂಡಿ ಒಳ ಅಡಿಯಿಡ ಬೇಕೆನ್ನುವಾಗ ಜೋಗಿ ತಡೆದು, 'ಅವನ ಜೊತೆ ಮಾತಾಡೋಕೆ ಸಾಧ್ಯವೇ' ಅಂತ ಕೇಳಿದ. ಜೋಶಿ ಬಾಗಿಲಲ್ಲೇ ನಿಂತು, 'ಯಾಕೆ ಅಂಥಾದ್ದೇನಿದೆ, ನಾನೇ ಹೇಳ್ತೀನಿ ಬನ್ನಿ ಅವನ ಬಗ್ಗೆ' ಎಂದರು. ಜೋಗಿಯ ಒಳಗಿನ ಕತೆಗಾರ ಊಹೂಂ ಎಂದದ್ದೇ, ಜೋಗಿ 'ಇಲ್ಲಾ ಅವನ ಜೊತೆ ಮಾತಾಡಬೇಕು. ಸಾಧ್ಯವಾ?' ಎಂದು ತನ್ನ ಪ್ರಶ್ನೆಗೆ ಒತ್ತು ಕೊಟ್ಟು ಕೇಳಿದ. ಜೋಶಿಗೆ ಯಾಕೋ ಈ ಪ್ರಾಪಂಚಿಕ ವ್ಯವಹಾರಗಳೇ ಕ್ಷುಲ್ಲಕ ಅನಿಸಿಬಿಟ್ಟವು. ತಮ್ಮ ಜೀವನದ ಅಧ್ಯಾಯಗಳಲ್ಲಿ ಇನ್ನೇನು ದಡ ಮುಟ್ಟುವಾಗೆಲ್ಲಾ ತಾವು ಮುಗ್ಗರಿಸಿಬಿದ್ದದ್ದು, ತಮಗೆ ದಕ್ಕಬೇಕಾದದ್ದು ದಕ್ಕದೇ ಹೋದದ್ದು, ನಾಲಗೆ ತುದಿ ಮುಟ್ಟಿ ನೆಲಕ್ಕೆ ಜಾರಿದ ರುಚಿಗಳು, ಕೇವಲ ಇಂತಹ ಸಾಲುಗಳೇ. ಇವತ್ತೂ ಕೂಡ ಕಾದಂಬರಿಯಲ್ಲಿನ ಪಾತ್ರವಾಗಬಹುದಾಗಿದ್ದ ತಮ್ಮ ಭಾಗ್ಯವನ್ನು ಬೆಂಚಿನ ಮೇಲೆ ಕೂತೇ ಕಸಿದು ಕೊಂಡ ಆ ವ್ಯಕ್ತಿಯ ಬಗ್ಗೆ ಮೇರೆ ಮೀರಿದ ಸಿಟ್ಟು ಬಂತು. ಆದರೆ ಉಪಯೋಗವೇನು? ಬಾಗಿಲನ್ನು ಮತ್ತೆ ಎಳೆದು ಕೊಂಡು, ನಡೆದು ಬಂದ ದಾರಿಯ ಕಡೆ ತಿರುಗಿದರು ಜೋಶಿ, ಅವರನ್ನು ಹಿಂಬಾಲಿಸುತ್ತಾ ಜೋಗಿ. ಜೋಗಿಗೆ ಅರ್ಥವಾಗಿ ಹೋಯಿತು, ಜೋಶಿಗೆ ಸಿಟ್ಟು ಬಂದಿದೆ ಅಂತ. ದುಡುದುಡು ಒಂದೆರಡು ಹೆಜ್ಜೆ ನಡೆದು ಅವರ ಜೊತೆ ಜೊತೆಗೆ ಹೆಜ್ಜೆ ಹಾಕುತ್ತಾ, 'ನಿಮ್ಮ ಜೊತೆ ಮಾತಾಡಲೇ ಬೇಕು. ಅದರ ಬಗ್ಗೆ ಅನುಮಾನವಿಲ್ಲ. ಸುಮಾರು ಒಂದೆರಡು ತಾಸಾದರೂ ನಿಮ್ಮ ಜೊತೆ ಕಾಲ ಕಳೀದೇ ನನ್ನ ಕಾದಂಬರಿ ಸಾಧ್ಯವೇ ಇಲ್ಲ. ಒಂದು ಕೆಲಸ ಮಾಡಿದರೆ ಹೇಗೆ ಸಾರ್. ಇವತ್ತು ಅವನ ಜೊತೆ ಮಾತಾಡ್ತೀನಿ. ಆಮೇಲೆ ನಾನೂ ನೀವೂ ಕೂಡಿ ಎಲ್ಲಾರ ಒಂದು ಬೀರ್ ಕುಡಿಯಣ. ವಿವರವಾಗಿ ಮಾತಾಡಬಹುದು ಏನಂತೀರಾ?' ಅಂದ. ಜೋಶಿಯವರಿಗೆ ಅವಕಾಶವಿನ್ನೂ ತಮ್ಮ ಕೈ ತಪ್ಪಿಲ್ಲ ಅನಿಸಿ ಮುಖ ಸ್ವಲ್ಪ ಹಗುರಾಯಿತು.

ಜೋಗಿ ಆ ವ್ಯಕ್ತಿಯೆದುರು ನಿಂತು, 'ನಮಸ್ಕಾರ' ಅಂದ. ತನ್ನೆದುರು ಹರಡಿಕೊಂಡಿದ್ದ ಶೂನ್ಯವನ್ನೇ ಇರಿದು ನೋಡುತ್ತಿದ್ದ ಆ ವ್ಯಕ್ತಿ ನಿಧಾನವಾಗಿ ಜೋಗಿಯನ್ನು ನೋಡಿ, ಘನಗಾಂಭೀರ್ಯದಿಂದ 'ನಮಸ್ಕಾರ' ಅಂದ. ನಿಚ್ಚಳವಾಗಿತ್ತು ಕಂಠ. ಅಂದವನೇ ಮತ್ತೆ ತನ್ನೆದುರಿನ ಶೂನ್ಯವನ್ನು ಕಣ್ಣುಗಳಿಂದ ಇರಿದ. 'ನಿಮ್ಮ ಹತ್ರ ಮಾತಾಡಬಹುದೇ' ಅಂತ ಜೋಗಿ ಕೇಳಿದ ಕೂಡಲೇ, ಆತ ಜೋಗಿಯನ್ನು

ಒಮ್ಮೆ ದುರುಗುಟ್ಟಿ ನೋಡಿದ. ಒಮ್ಮೆಲೇ ಎದ್ದು ದುರುದುರು ನಡೆದುಬಿಟ್ಟ. ಜೋಗಿ ಪೆಚ್ಚಾಗಿ ಅತ್ತ ನೋಡುತ್ತಲೇ ಇದ್ದ. 'ಹೋಗಲಿ ಬಿಡಿ, ಬನ್ನಿ' ಅಂತ ಜೋಶಿಯವರು ಜೋಗಿಯನ್ನು ಇತ್ತ ಕರೆದೊಯ್ದರು. ಸಾಯಂಕಾಲ ಬೀರ್ ಕುಡಿಯುತ್ತಾ, ಜೋಶಿ ಮನಸ್ಸಿನ ಉದ್ವೇಗದ ಹಲವಾರು ಕಾರಣಗಳನ್ನು ಹೇಳಿದರು. ಉದಾಹರಣೆಗಳನ್ನು ಕೊಟ್ಟರು. ಜೋಗಿ ಅವೆಲ್ಲವನ್ನೂ ಕೇಳುತ್ತಾ ಹೋದ, ಅಥವಾ ಕೇಳುತ್ತಾ ಹೋದವನಂತೆ ನಟಿಸಿದ. ಆತನ ತಲೆಯಲ್ಲಿ ಇನ್ನೂ ಆ ಹಳದಿ ಪ್ಯಾಂಟಿನ ವ್ಯಕ್ತಿ ನರ್ತನ ನಡೆಸಿದ್ದ. ನಿಜಕ್ಕೂ ಆತನೇ ನನ್ನ ಕತೆಯ ಹೀರೋ ಅಂತ ತೀರ್ಮಾನಿಸಿದ್ದ. ಜೋಶಿ ವಿವರಗಳ ನಡುವೆ ಪ್ರಶ್ನೆ ಕೇಳಿದಾಗ ಮರು ಪ್ರಶ್ನೆಗಳನ್ನು ಅವರತ್ತ ಎಸೆದು ಬಚಾವಾದ.

ತವಕ ತಡೆಯಲಾಗುವುದಿಲ್ಲ. ಜೋಗಿಗೆ ಮತ್ತೊಂದು ನಾಳೆಯವರೆಗೂ ಕಾಯಲು ಸಾಧ್ಯವಿಲ್ಲ. ಹಾಗಾಗಿ ಬೆಳಗಾಗುತ್ತಿದ್ದಂತೇ ಜೋಶಿಯವರಿಗೆ ಫೋನ್ ಮಾಡಿ ಆ ವ್ಯಕ್ತಿಯ ಚರಿತ್ರೆಯನ್ನು ತಿಳಿಯಲು ಸಾಧ್ಯವೇ ಅಂತ ಕೇಳಿದ. ಜೋಗಿ ಅಥವಾ ಆ ನರಾಧಮ ಇಬ್ಬರಲ್ಲಿ ಮೊದಲು ಯಾರನ್ನು ಗುಂಡಿಟ್ಟು ಕೊಲ್ಲುವುದು ಎನ್ನುವ ತೀರ್ಮಾನಕ್ಕೆ ಬಾರದೇ, ಕೇಳಿ ನೋಡುತ್ತೇನೆ ಅಂತ ಜೋಶಿ ಜಾರಿಕೊಂಡರು. ಇಡೀ ಪತ್ರಿಕೋದ್ಯಮದಲ್ಲಿ ಒಂದು ಮಾತಿದೆ, ಹಸ್ತ ನುಂಗಲು ಜೋಗಿಗೆ ಬೆರಳೂ ಬೇಕಿಲ್ಲ, ಉಗುರು ತುದಿ ಸಾಕು ಅಂತ. ಇನ್ನೊಂದೆರಡು ಕಡೆ ಫೋನ್ ಮಾಡಿ, ಅವರಿವರಿಂದ ಫೋನ್ ಮಾಡಿಸಿ ಕೊನೆಗೂ ನಿಮ್ಹಾನ್ಸ್‌ನಲ್ಲಿದ್ದ ಡಾಕ್ಟರ್ ಶ್ರೀವಾಸ್ತವ ಅನ್ನೋ ವ್ಯಕ್ತೀನ್ನ ಪತ್ತೆ ಮಾಡಿ ಫೋನ್ ಮಾಡಿಯೇ ಬಿಟ್ಟ. ಈ ಶ್ರೀವಾಸ್ತವ ಅದ್ಯಾವುದೋ ಡಿಪಾರ್ಟ್‌ಮೆಂಟಿನ ಮುಖ್ಯಸ್ಥರು. ಜೋಗಿ ಯಾವಾಗ ತಾನು ಪತ್ರಿಕೆಯಿಂದ ಮಾತನಾಡುತ್ತಿದ್ದೇನೆ ಅಂದನೋ, ಶ್ರೀವಾಸ್ತವ ಈತನ ಜೊತೆಗೆ ಮಾತನಾಡುವುದು ಬೇಕೋ ಬೇಡವೋ, ಮಾತನಾಡಿದರೆ ಅಪಾಯವೋ, ಮಾತನಾಡದೇ ಫೋನ್ ಕುಕ್ಕಿದರೆ ಅಪಾಯವೋ ಇತ್ಯಾದಿ ಸಂದಿಗ್ಧದಲ್ಲಿ ಬಿದ್ದರು. ನಂತರ ಈತ ಕೇಳುವುದಾದರೂ ಏನು ಮೊದಲು ಕೇಳೋಣ, ಆಮೇಲೆ ಉತ್ತರ ಹುಡುಕಿದರಾಯಿತು ಅಂತ ತೀರ್ಮಾನಕ್ಕೆ ಬಂದು, ಜೋಗಿಯ ಕರೆಗೆ ಬಾಯಿಕೊಟ್ಟರು. ಅರ್ಜಂಟ್ ನಿಮ್ಮನ್ನು ನೋಡಬೇಕಿತ್ತು ಅಂತ ಜೋಗಿ ಮಾತು ಶುರುಮಾಡಿ, ತಾನು ಬರೆಯುತ್ತಿರುವ ಕಾದಂಬರಿಯ ಬಗ್ಗೆ ಹೇಳಿ, ಅದು ಎಲ್ಲೋ ಒಂದು ಕಡೆ ತಡವರಿಸಿ ನಿಂತು ಬಿಟ್ಟಿದೆ, ಅದರ ಮುಂದುವರಿಕೆಗಾಗಿ ತಮ್ಮ ಸಹಾಯ ಬೇಕು, ತಮ್ಮ ಈ ಉಪಕಾರಕ್ಕೆ ತಮ್ಮ ಹೆಸರನ್ನು ಮೊದಲ ಪುಟಗಳಲ್ಲಿ ಹಾಕಲು ಏನೂ ಅಭ್ಯಂತರವಿಲ್ಲ ವಿವರಿಸಿದ ಕೂಡಲೇ ಶ್ರೀವಾಸ್ತವ ಒಪ್ಪಿಗೆಯಿತ್ತರು. ಜೋಶಿಯವರಿಗೆ ಹೇಳಬೇಡಿ ಎಂದು ಹೇಳುವುದನ್ನು ಜೋಗಿ ಮರೆಯಲಿಲ್ಲ.

ಜೋಗಿ ತನ್ನ ಆಸೆಯನ್ನು ಶ್ರೀವಾಸ್ತವ ಅವರ ಮುಂದಿಡುತ್ತಿದ್ದಂತೇ, ಶ್ರೀವಾಸ್ತವ ಅವರು ಕುಳಿತಲ್ಲಿಯೇ ಅದುರಿಬಿದ್ದರು. 'ಅವನ ಜೊತೆ ಮಾತಾಡಬೇಕಾ?' ಅಂತ ಜೋಗಿಗೇ ಒಂದು ಮರುಪ್ರಶ್ನೆಯನ್ನು ಒಗೆದು ಚಿಂತಾಕ್ರಾಂತರಾದರು. ಮೊದಲ ಪುಟದಲ್ಲಿ ತಮ್ಮ ಹೆಸರು ಕಾಣಿಸುವುದು ಅಷ್ಟು ಸುಲಭವಲ್ಲ ಅನಿಸಿತು. 'ಪ್ರಯತ್ನ ಮಾಡ್ತೀನಿ. ಆತ ಸ್ವಲ್ಪ ಅನ್‌ಪ್ರೆಡಿಕ್ಟೆಬಲ್. ಜನಾ ಅಂದ್ರೆ ಆಗಲ್ಲ. ಯಾರನ್ನೂ ನಂಬೋಲ್ಲ' ಅಂದರು. 'ಅವನ ಬಗ್ಗೆ ವಿವರ ಸಿಗತ್ತಾ? ಸಿಕ್ಕರೆ ಮೊದಲು ಅದನ್ನು ಓದ್ಕೊಂಡ್ರೆ ಅವನ ಜೊತೆ ಮಾತಾಡಕೆ ಅನುಕೂಲ ಆಗತ್ತೆ' ಅಂತ ಜೋಗಿ ಹೇಳಿದ.

ನಂತರದ ಒಂದೆರಡು ಗಂಟೆ ಡಿಪಾರ್ಟ್‌ಮೆಂಟಿನ ಅವರಿವರನ್ನು ಕರೆಸಿ ವಿಚಾರಿಸಿದ್ದಕ್ಕೆ ಗೊತ್ತಾಗಿದ್ದು ಇಷ್ಟು: ಅವನ ಹೆಸರು ಸುರೇಂದ್ರನಾಥ್ ಅಂತ. ಕತೆ-ಕಾದಂಬರಿ ಬರೀತಾನಂತೆ. ಎಷ್ಟು ಬರೆದಿದ್ದಾನೆ ಯಾರಿಗೂ ಗೊತ್ತಿಲ್ಲ. ಅವನ ಪ್ರಕಾರ ಅವನು ಬರೆಯೋಕೆ ಶುರುಮಾಡಿದ್ದೇ ಅವನಿಗೆ ನಲವತ್ತು ಆದ ನಂತರವಂತೆ. ಯಾರ ಹತ್ತಿರಾನೂ ಮಾತಾಡಲ್ಲ. ಮಾತಾಡಿದರೂ ಎಷ್ಟು ಬೇಕೋ ಅಷ್ಟು. ನಿಮ್ಹಾನ್ಸ್‌ನಲ್ಲಿರೋ ತನಕ, ಪ್ರತೀ ಸಾಯಂಕಾಲ ಕ್ಯಾಂಟೀನಿನ ಮೂಲೇಲಿ ಕೂತು ಅದೇನೋ ಗೀಚ್ತಾಯಿರ್ತಾನೆ. ಗೀಚಿದ ಆ ಹಾಳೆಗಳನ್ನು ಆಮೇಲೆ ಸೀಳಿ ಚಿಂದಿ ಚಿಂದಿ ಮಾಡಿಬಿಡ್ತಾನೆ. ಆಮೇಲೆ ಆ ತುಂಡುಗಳನ್ನು ತಗಂಡು ಕಾಂಪೋಂಡಿನ ಒಂದು ಮೂಲೇಲಿ ಗುಡ್ಡೆ ಹಾಕಿ ಸುಟ್ಟುಬಿಡ್ತಾನೆ. ದಿನಾ ಯಾವುದಾದರೂ ಬಾಗಿಲ ಮುಂದೆ ಆ ವಿಚಿತ್ರ ದಿರಿಸು ಧರಿಸಿ ಕೈಯ್ಯಲ್ಲಿ ಒಂದು ಕೋಲನ್ನು ನೆಟ್ಟಗೆ ಈಟಿಯಂತೆ ಹಿಡಿದು ಕೂಡುತ್ತಾನೆ. ಯಾವುದಾದರೂ ಬಾಗಿಲು ಅಲ್ಲ, ಆ ಬಾಗಿಲು ದೊಡ್ಡದಾಗಿರಬೇಕು, ಅಂದರೆ ಕನಿಷ್ಟ ಹತ್ತು ಅಡಿ ಎತ್ತರವಿರಬೇಕು. ಎಲ್ಲಿಂದಲೋ ಒಂದು ಸ್ಟೂಲನ್ನೋ ಕುರ್ಚಿಯನ್ನೋ ಹೊಂದಿಸಿಕೊಂಡು ಬೆಳಿಗ್ಗೆ ಅದರ ಮೇಲೆ ಕೂತ ಅಂದರೆ ಸಾಯಂಕಾಲ ಕ್ಯಾಂಟೀನಿಗೆ ಹೋಗುವ ತನಕ ಅಲ್ಲೇ ಕೂತಿರುತ್ತಾನೆ. ಅವನ ಕಡೆಯವರು ಯಾರಾದರೂ ಬಂದು ಊಟ, ತಿಂಡಿ ತಂದು ಕೊಟ್ಟರೆ ತಿಂದ, ಇಲ್ಲಾಂದ್ರೆ ಇಲ್ಲ. ಮೊದಲು ಹೀಗಿರಲಿಲ್ಲ, ಅಂದರೆ ಈಗೊಂದು ವರ್ಷ ಎರಡು ವರ್ಷಗಳ ಕೆಳಗೆ ಹೀಗಿರಲಿಲ್ಲ. ಅಂದರೆ ಈ ರೀತಿ ಓಬೀರಾಯನ ಕಾಲದ ಸೈನಿಕನ ಅಥವಾ ಯಾವುದೋ ನಾಟಕ ಕಂಪನಿಯ ಪಾತ್ರದ ದಿರಿಸು ತೊಡುತ್ತಿರಲಿಲ್ಲ. ಸಾಮಾನ್ಯವಾಗಿ ನಮ್ಮನಿಮ್ಮಂತೇ ಇದ್ದ. ಈ ಖಾಯಿಲೆ ಶುರುವಾಗಿದ್ದು ಒಂದೆರಡು ವರ್ಷಗಳಿಂದ ಈಚೆಗೆ.

ತನಗೆ ಬೇಕಾದ್ದು ಸಿಕ್ಕಿತು ಎನ್ನುವ ಆನಂದದಲ್ಲಿ, ಜೋಗಿ ಕೂಡಲೇ ನಿಮ್ಹಾನ್ಸ್ ಕಾಂಪೋಂಡಿನ ಹೊರಗೆ ಒಂದು ಮೂಲೆಗೆ ಹೋಗಿ ಸಿಗರೇಟು ಹಚ್ಚಿ, ಎಡ ಜೇಬಿನಿಂದ ತೆಗೆದ ಒಂದು ಫೋನ್‌ನಿಂದ ಒಂದೆರಡು ಕಾಲ್ ಮಾಡಿ, ಬಲ

ಜೇಬಿನಿಂದ ತೆಗೆದ ಮತ್ತೊಂದು ಫೋನ್‌ನಿಂದ ಒಂದೆರಡು ಮೆಸೇಜ್ ಮಾಡಿ, ಈ ಸುರೇಂದ್ರನಾಥ್ ಹತ್ತಿರ ಮಾತಾಡುವುದು ಅಂತಹ ಕಷ್ಟವೇನಲ್ಲ ಅನಿಸಿ, ದಾಪುಗಾಲಿಟ್ಟು ಮತ್ತೆ ನಿಮ್ಹಾನ್ಸ್ ಹೊಕ್ಕ. ಕತ್ತಲು ಕವಿಯುತ್ತಿತ್ತು. ಈ ಸುರೇಂದ್ರನಾಥ್ ಇಷ್ಟು ಹೊತ್ತಿನಲ್ಲಿ ಎಲ್ಲಿದ್ದಿರಬಹುದು ಎನ್ನುವ ಕುರುಹು ಸಿಕ್ಕಿತ್ತಲ್ಲಾ, ಅವರಿವರನ್ನು ಕೇಳಿ ಕ್ಯಾಂಟೀನಿನ ಕಡೆ ಹೊರಟ. ಇನ್ನೇನು ಈ ಮೂಲೆ ತಿರುಗಿದರೆ ಕ್ಯಾಂಟೀನು ಎನ್ನುವಲ್ಲಿ ಒಂದು ಅನುಮಾನ ಕಾಡಿತು. ಈ ಸುರೇಂದ್ರನಾಥ್ ಬಗ್ಗೆ ಗೆಳೆಯ ಸುರೇಂದ್ರನಾಥ್‌ಗೆ ಹೇಳಬೇಕು ಅನಿಸಿ, ಒಂದರೆ ಗಳಿಗೆ ನಿಂತು, ಗೆಳೆಯ ಸುರೇಂದ್ರನಾಥ್ ಉರುಫ್ ಸೂರಿಗೆ ಫೋನ್ ಮಾಡಿದ. ಫೋನ್ ಸ್ವಿಚ್ ಆಫ್ ಆಗಿತ್ತು. ಮತ್ತೆ ಫೋನ್ ಮಾಡಿದರಾಯಿತು ಅಂದು ಕ್ಯಾಂಟೀನಿನ ಕಡೆ ಹೆಜ್ಜೆಯಿಟ್ಟ, ಒಂದೆರಡು ಹೆಜ್ಜೆ ಹೋದವನಿಗೆ ಸೂರಿಯ ಜೊತೆಗೆ ಸರಿಯಾಗಿ ಮಾತನಾಡಿ ಎರಡು ವರ್ಷ ಆಗಿರಬೇಕಲ್ಲವಾ ಅನಿಸಿ ಯಾಕೋ ಸಂಕಟವಾಯಿತು.

ಕ್ಯಾಂಟೀನಿಗೆ ಹೊಕ್ಕ ಜೋಗಿಗೆ ಸುರೇಂದ್ರನಾಥ್ ಕಣ್ಣಿಗೆ ಬೀಳುವುದು ತಡವಾಗಲಿಲ್ಲ. ಕ್ಯಾಂಟೀನಿನ ಬಾಗಿಲಿನಿಂದ ದೂರದಲ್ಲಿನ ಒಂದು ಮೂಲೆಯಲ್ಲಿ, ನಿನ್ನೆ ಕಂಡದ್ದೇ ದಿರಿಸು (ಹಳದೀ ಪ್ಯಾಂಟು ಮತ್ತು ಕಂದು ಬಣ್ಣದ ಕಸೆ ಅಂಗಿ) ತೊಟ್ಟು, ನಿನ್ನೆ ತಲೆಯ ಮೇಲಿದ್ದ ಆ ಪುಟ್ಟ ಹೆಲ್ಮೆಟ್ಟನ್ನು ಟೇಬಲ್ಲಿನ ಮೇಲಿಟ್ಟು, ಎದುರಿದ್ದ ಬಿಳಿಯ ಹಾಳೆಯ ಮೇಲೆ, ತದೇಕಚಿತ್ತನಾಗಿ ಅದೇನನ್ನೋ ಬರೆಯುತ್ತಿದ್ದ ಆತ. ಯಾವುದಕ್ಕೂ ಇರಲಿ ಎಂದು ಜೋಗಿ ಕ್ಯಾಂಟೀನಿನ ಕೌಂಟರಿಗೆ ಹೋಗಿ ಒಂದು ಪ್ಲೇಟ್ ಈರುಳ್ಳಿ ಪಕೋಡ ಮತ್ತು ಕಾಫಿ ತುಂಬಿದ ಎರಡು ಲೋಟಗಳನ್ನು ಒಂದು ತಟ್ಟೆಯಲ್ಲಿಟ್ಟು ಸುರೇಂದ್ರನಾಥ್ ಕೂತಿದ್ದ ಟೇಬಲ್ಲಿಗೆ ನಡೆದ. ಟೇಬಲ್ಲಿನ ಮೇಲೆ ಕಾಫಿ–ಪಕೋಡದ ತಟ್ಟೆಯನ್ನು ಇಟ್ಟು ಸುರೇಂದ್ರನಾಥನಿಗೆ ಎದುರಾಗಿ ಕೂತ. ಸುರೇಂದ್ರನಾಥ್ ತನ್ನ ಬರವಣಿಗೆಯಿಂದ ತಲೆಯೆತ್ತಲಿಲ್ಲ. ಬರೆಯುತ್ತಲೇ ಇದ್ದ. ಪುಟ ಮುಗಿಯಿತೋ, ಜಾಗ ತೀರಿದ ಹಾಳೆಯನ್ನು ಉಳಿದ ಹಾಳೆಗಳ ಕೆಳಗೆ ಸೇರಿಸಿ ಹೊಸ ಹಾಳೆಯನ್ನು ತೆಗೆದು ಬರೆಯ ತೊಡಗಿದ. ಜೋಗಿ ತನ್ನ ಪಾಲಿನ ಕಾಫಿ ಲೋಟವನ್ನು ಕೈಗೆತ್ತಿಕೊಂಡು, ತಟ್ಟೆಯನ್ನು ಹಗುರಾಗಿ ಸುರೇಂದ್ರನಾಥನತ್ತ ತಳ್ಳಿದ. ಬಲಗೈಯ್ಯಲ್ಲಿ ಬರೆಯುತ್ತಲೇ ಎಡಗೈಯ್ಯಿಂದ ಯಾಂತ್ರಿಕವಾಗಿ ಸುರೇಂದ್ರನಾಥ್ ಒಂದು ಕಾಫಿ ಕಪ್ಪನ್ನು ತೆಗೆದು, ಒಂದು ಗುಟುಕು ಹೀರಿದ. ಜೋಗಿ ಮಾತನಾಡಲಿಲ್ಲ. ಬರೆಯುತ್ತಿದ್ದ ಸುರೇಂದ್ರನಾಥ್ ಬರವಣಿಗೆಯನ್ನು ನಿಲ್ಲಿಸಿ, ಕೈ ಬೆರಳುಗಳನ್ನು ಒಂದರೊಳಗೊಂದು ಸೇರಿಸಿ, ನೆಟಿಕೆ ಮುರಿಯುವ ಮೊದಲು ಎದುರು ಕೂತಿದ್ದ ಜೋಗಿಯನ್ನು ನೋಡಿದ. ನೆಟಿಕೆ ನಿಂತು ಹೋಯಿತು. ಜೋಗಿ ಕಾಫಿಯನ್ನು ಕುಡಿಯುತ್ತಲೇ ಇವನತ್ತ ನೋಡಿದ, ಮಾತನಾಡಲಿಲ್ಲ. ತನ್ನ ಎಚ್ಚರಿಕೆಯಲ್ಲಿ ಜೋಗಿ ತಾನಿದ್ದ. ಪಳಗಿದ ಬೇಟೆಗಾರ

ತನ್ನೆದುರು ನಿಂತ ಬೇಟೆಯ ಮುಂದಿನ ಚಲನೆಯನ್ನು ಹೊಂಚು ಹಾಕುವಂತೆ ಕಾದು ಕೂತ. ಸುರೇಂದ್ರನಾಥ್ ಕಾಫಿಯ ಮತ್ತೊಂದು ಗುಟುಕು ಹೀರುತ್ತಿದ್ದರೂ ಜೋಗಿಯ ಮೇಲಿನ ತನ್ನ ನೋಟವನ್ನು ಕದಲಿಸಲಿಲ್ಲ. ಕೊನೆಗೆ ಸೋತಿದ್ದು ಜೋಗಿಯೇ. ಜೋಗಿ ಮುಗುಳ್ನಕ್ಕ, ಸುರೇಂದ್ರನಾಥ್ ಹುಬ್ಬು ಗಂಟಿಕ್ಕಿದ. 'ಏನು ಬರೀತಾಯಿದೀರಾ ನೋಡಬಹುದಾ?' ಅಂತ ಜೋಗಿ ಕೇಳಿದ. ಸುರೇಂದ್ರನಾಥ್ ಹಾಳೆಗಳನ್ನು ತನ್ನೆಡೆಗೆ ಸೆಳೆದುಕೊಂಡು ಅವನ್ನು ಭದ್ರವಾಗಿಸಿಕೊಂಡ. ಜೋಗಿ ತನ್ನ ಪಟ್ಟು ಬಿಡಲಿಲ್ಲ, 'ನಾನೂ ಒಬ್ಬ ಲೇಖಕನಾಗಬೇಕೂ ಅಂತಿದೀನಿ. ಆದರೆ ಹೇಗೆ ಅಂತ ಗೊತ್ತಿಲ್ಲ. ನೀವು ಒಬ್ಬ ಲೇಖಕ ಅಂತ ಗೊತ್ತಾಯ್ತು. ಬರೆಯುವುದನ್ನು ಹೇಗೆ ಹೇಳಿಕೊಡ್ತೀರಾ?' ಅಂದ.

ಇದ್ದಕ್ಕಿದ್ದ ಹಾಗೇ ತನ್ನ ವೈಯಕ್ತಿಕ ವಲಯದಲ್ಲಿ ನುಗ್ಗಿ ಪ್ರಶ್ನೆ ಕೇಳಿದ ವ್ಯಕ್ತಿಯನ್ನು ಸುರೇಂದ್ರನಾಥ್ ದುರುಗುಟ್ಟಿ ನೋಡಿದ.

'ಯಾರು ನೀವು?'

'ನಾನೊಬ್ಬ ಪುಟ್ಟ ಲೇಖಕ. ದೊಡ್ಡ ಲೇಖಕ ಆಗಬೇಕೂ ಅಂತ ಆಸೆ. ಅದಕ್ಕೆ ಬಂದೆ..'

'ನಾನು ಇಲ್ಲಿದೀನಿ ಅಂತ ನಿಮಗೆ ಯಾರು ಹೇಳಿದ್ದು?'

'ಯಾರೂ ಹೇಳಲಿಲ್ಲ. ನಾನೇ ನಿಮ್ಮನ್ನು ಹುಡುಕ್ತಾಯಿದ್ದೆ..'

'ಯಾವ ಗುಂಪಿಗೆ ಸೇರಿದೋರು?'

'ನಾನು ಯಾವ ಗುಂಪಿಗೂ ಸೇರಿದೋನಲ್ಲ. ನಾನೊಬ್ಬ ಪತ್ರಕರ್ತ..'

'ನಿಮ್ಮನ್ನ ಯಾರು ಕಳಿಸಿದ್ದು ನನತ್ರ?'

'ಯಾರೂ ಇಲ್ಲ ಸಾರ್. ದಯವಿಟ್ಟು ನನ್ನನ್ನ ನಂಬಿ.'

'ನನ್ನಿಂದ ಏನಾಗಬೇಕು ನಿಮಗೆ?'

'ಕತೆ ಬರೆಯೋದು ಹೇಗೆ ಅಂತ ಪಾಠ ಹೇಳಿಕೊಡ್ತೀರಾ ಅಂತ ಕೇಳಕೆ ಬಂದೆ.'

'ನಾನು ಬರೆಯೋದನ್ನ ನಿಲ್ಲಿಸಿಬಿಟ್ಟಿದ್ದೀನಿ. ನಾನು ಬರೀತಾಯಿಲ್ಲ. ಬರಿಯಲ್ಲ.'

'ಕಾರಣ ಇರಬೇಕಲ್ಲ. ಇದ್ದಕ್ಕಿದ್ದ ಹಾಗೆ ನಿಲ್ಲಿಸಿಬಿಟ್ಟರೇ ನಮ್ಮಂಥೋರ ಗತಿಯೇನು? ಸಾಹಿತ್ಯದಲ್ಲಿ ಎಲ್ಲದಕ್ಕೂ ಒಂದು ದಾಖಲೆಯಿರಬೇಕಲ್ಲವೇ? ಯಾಕೆ ಒಬ್ಬ ಲೇಖಕ ಬರಿಯೋದನ್ನ ನಿಲ್ಲಿಸಿಬಿಟ್ಟರು, ಯಾಕೆ ಒಬ್ಬ ಲೇಖಕ ಬರಿಯೋದಕ್ಕೆ ಶುರುಮಾಡಿದ, ಯಾಕೆ ಒಬ್ಬ ಲೇಖಕನ ಪುಸ್ತಕ ಮಾತ್ರ ಮಾರಾಟ ಆಗತ್ತೆ, ಯಾಕೆ ಒಬ್ಬ ಲೇಖಕ ಎಷ್ಟು ಚೆನ್ನಾಗಿ ಬರೆದರೂ ಒಂದು ಪ್ರತಿಯೂ ಮಾರಾಟ ಆಗಲ್ಲ, ಇತ್ಯಾದಿ ಒಂದು ದಾಖಲೆಯಿರಬೇಕಲ್ಲವಾ?'

'ಇದೆಲ್ಲಾ ಉತ್ರ ತಗಂಡು ಏನು ಮಾಡ್ತೀರಾ ನೀವು?'

'ಹೇಳಿದ್ನಲ್ಲಾ ಕತೆ ಬರಿಯೋದು ಹೇಗೆ ಅಂತ ಹುಡುಕ್ತಾಯಿದೀನಿ. ನಿಮ್ಮಂಥೋರು ಯಾಕೆ ಬರೀತೀರಿ ಯಾಕೆ ನಿಲ್ಲಿಸಿದ್ರಿ ಅನ್ನೋದು ಒಂದು ದಾಖಲೆಯಾದರೆ ಮುಂದಿನ ಪೀಳಿಗೆ ಲೇಖಕರಿಗೆ ಒಂದು ಪಾಠವಾಗತ್ತೆ.'

ಸುಮಾರು ಹೊತ್ತು ಸುರೇಂದ್ರನಾಥ್ ಮಾತನಾಡಲಿಲ್ಲ. ಜೋಗಿಯ ಕಡೆ ನೋಡಲೂ ಇಲ್ಲ. ಟೇಬಲ್ ಮೇಲೆ, ಊರಿದ ಕೈ ಕೆಳಗಿದ್ದ ಹಾಳೆಗಳ ಮೂಲೆಗಳನ್ನು ಎತ್ತಿ ಏನೋ ಹುಡುಕುತ್ತಿದ್ದ.

'ಇದ್ದಕ್ಕಿದ್ದಂಗೇನೂ ನಿಲ್ಲಿಸಿಲ್ಲ, ಎಂದೂ ಬರೆದಿಲ್ಲ, ಇನ್ನು ಬರಿಯಾದಿಲ್ಲ. ಸಾಕಾಗಿದೆ ನಂಗೆ.'

'ಏನೂ ಬರೀದೇ ಬರಿಯಾದನ್ನ ನಿಲ್ಲಿಸಿದೀನಿ ಅಂತೀರಾ? ಕಾರಣ ಏನು ಹೇಳ್ತೀರಾ?'

ಸುರೇಂದ್ರನಾಥ್ ಮಾತನಾಡಲಿಲ್ಲ. ಸುಮ್ಮನೇ ಕೂತು ಪಕೋಡ ಪ್ಲೇಟನ್ನು ದಿಟ್ಟಿಸಿ ನೋಡಿದ. ಜೋಗಿ ಅದನ್ನು ಸುರೇಂದ್ರನಾಥ್ ಕಡೆಗೆ ತಳ್ಳಿದ. ಸುರೇಂದ್ರನಾಥ್ ಮಾತನಾಡದೇ ಒಂದೆರಡು ಎಸಳುಗಳನ್ನು ಬಾಯಿಗೆ ಹಾಕಿಕೊಂಡು, 'ಕಾಫಿ ಹೇಳ್ತೀರೇನು?' ಅಂದ. ಧಡಕ್ಕನೆ ಜೋಗಿ ಎದ್ದು ಕೌಂಟರಿನ ಕಡೆ ಓಡಿದ ಅನ್ನುವಂತೆ ನಡೆದ. ಕೈಯಲ್ಲಿ ಒಂದು ಲೋಟ ಕಾಫಿ ಹಿಡಿದು ಮತ್ತೆ ಟೇಬಲ್ಲಿನ ಕಡೆ ಬಂದಾಗ ಸುರೇಂದ್ರನಾಥ್ ಕೂತಿದ್ದ ಭಂಗಿಯನ್ನು ಬದಲಿಸಿರಲಿಲ್ಲ. ಜೋಗಿ ಇಟ್ಟ ಕಾಫಿ ಲೋಟವನ್ನು ಕೈಗೆತ್ತಿಕೊಂಡು ಹೀರುತ್ತಾ ಮಾತಿಗೆ ಮೊದಲಿಟ್ಟ.

▶ ▶ ▶

ಅವನು ಹೇಳಿದ ಕತೆಯಿದು. ಅಂದರೆ ಜೋಗಿ ಬರೆದ ಕತೆಯಿದು.

ಮೊದಲ ಪುಟದಲ್ಲೇ ಮುಗ್ಗರಿಸಿ...

ಈಗೊಂದು ಹದಿನೈದು ಹದಿನೆಂಟು ವರ್ಷಗಳ ಹಿಂದಿನ ಮಾತಿದು. ಆತನಿಗೆ (ಅಂದರೆ ಸುರೇಂದ್ರನಾಥನಿಗೆ) ಕತೆ ಗಿತೆ ಬರಿಯುವ ಹುಚ್ಚು ಇನ್ನೂ ಹತ್ತಿರಲಿಲ್ಲ. ಯಾವುದೋ ಒಂದು ಪತ್ರಿಕೇಲಿ ಅಡ್‌ವರ್ಟೈಸಿಂಗ್ ಎಕ್ಸಿಕ್ಯುಟೀವ್ ಆಗಿದ್ದ. ಜಾಹೀರಾತಿನ ಬಿಲ್ಲು, ವೋಚರ್ರು, ಇತ್ಯಾದಿ ಬರೆದಿದ್ದನ್ನು ಬಿಟ್ಟರೆ ಬರವಣಿಗೆಯ ಠ ಗೊತ್ತಿರಲಿಲ್ಲ ಆತನಿಗೆ. ಒಂದು ದಿನ ಮಾಡುವುದಕ್ಕೆ ಏನೂ ಕೆಲಸ ಇಲ್ಲದೇ, ಆಫೀಸಿನಲ್ಲಿ ಒಂದು ಟೇಬಲ್ ಹತ್ತಿರ ಕೂತಿದ್ದಾಗ (ಇವನಿಗೇ ಅಂತ ಒಂದು ಪ್ರತ್ಯೇಕ ಟೇಬಲ್ ಇರಲಿಲ್ಲ) ಆ ಟೇಬಲ್ ಮೇಲಿದ್ದ ಒಂದು ಹಾಳೆಯ ಮೇಲೆ "ಕತ್ತಲು ಕವಿದ ದಾರಿಯಲ್ಲಿ ನಡೆಯುವಾಗ ಆಕಾಶದಿಂದ ಬಿದ್ದ ಕನಸನ್ನು ಎಡವಿ ಮುಗ್ಗರಿಸಿಬಿದ್ದೆ"

ಅಂತ ಗೀಚಿದ. ಊಟದ ಸಮಯವಾಯಿತು, ಬರೆದಿಟ್ಟಿದ್ದ ಹಾಳೆಯನ್ನು ಹಾಗೇ ಅಲ್ಲೇ ಅಂಗತ್ತ ಬಿಟ್ಟು ಊಟಕ್ಕೆ ಹೋದ. ಒಂದರ್ಧ ತಾಸು ಬಿಟ್ಟು ವಾಪಸ್ಸು ಬಂದಾಗ, ಪುರವಣಿಯ ಅಸಿಸ್ಟೆಂಟ್ ಎಡಿಟರ್, ಇದು ನೀವು ಬರೆದಿದ್ದಾ ಅಂತ ಕೇಳಿದಳು. ಅತ ಹೂಂ ಅಂದ. ತುಂಬಾ ಚೆನ್ನಾಗಿ ಬರೀತೀರಿ. ಇನ್ನೂ ಏನಾದ್ರೂ ಬರೆದಿದ್ದೀರಾ ಅಂತ ಕೇಳಿದ್ದಕ್ಕೆ, ಇಲ್ಲ, ಬರೆಯುವ ಯೋಚನೆಯಲ್ಲಿದ್ದೇನೆ ಅಂದ. ಒಂದು ಕಾದಂಬರಿ ಬರೆಯುವ ಯೋಚನೆಯಲ್ಲಿದ್ದೇನೆ ಅಂತ ತಿದ್ದಿದ. ಹೇಳಿದ್ದೇನೋ ಆಯಿತು, ಆದರೆ ಬರೆಯುವುದು ಏನನ್ನು. ಯೋಚನೆ ಮಾಡೀ ಮಾಡೀ, ಯೋಚಿಸಿದ್ದನ್ನೆಲ್ಲಾ ಒಂದೆಡೆ ಬರೆದಿಟ್ಟ. ಒಂದು ಹದಿನೈದು ದಿನಗಳ ನಂತರ ಮಧ್ಯಾಹ್ನ ಮತ್ತೆ ಅಸಿಸ್ಟೆಂಟ್ ಎಡಿಟರ್, ಎಲ್ಲಿಗೆ ಬಂತು ನಿಮ್ಮ ಕಾದಂಬರಿ ಅಂತ ಕೇಳಿದಳು. ಒಂಥರಾ ಪ್ಲಾಟ್ ರೆಡಿ ಅಂದ. ಒಂದೆರಡು ಪೇಜು ಬರೆದಾಗಿದೆ ಅಂದ. ನನಗೂ ಹೇಳಿ ಮತ್ತೆ ಅಂತ ದುಂಬಾಲು ಬಿದ್ದಳು. ಆತ ಹೇಳಿದ.

'ನನ್ನ ನಾಯಕನ ಹೆಸರು ಕೇಶವಮೂರ್ತಿ. ಒಂದು ಪಾರ್ಟೀಲಿ ಇವನಿಗೆ ಪ್ರಾಣೇಶ್ ಅಂತ ಒಬ್ಬ ಭೇಟಿಯಾಗುತ್ತಾನೆ. ಈ ಪ್ರಾಣೇಶ್ ತುಂಬಾ ದೊಡ್ಡ ಹುದ್ದೆಯಲ್ಲಿರುವ ವ್ಯಕ್ತಿ. ಫಾರಿನ್ ರಿಟರ್ನ್‌ಡ್ ಬೇರೆ. ಪ್ರಾಣೇಶನನ್ನ ನೋಡಿದ ಕೂಡಲೇ ಕೇಶವಮೂರ್ತಿಗೆ ಈತ ಪ್ರಾಣೇಶ ಅಲ್ಲ ಬದಲಿಗೆ ತನ್ನ ಸ್ನೇಹಿತ ಸತೀಶ ಅನಿಸುತ್ತದೆ. ನೀವು ಸತೀಶ ಅಲ್ವಾ ಅಂತ ಕೇಳಿದ್ದಕ್ಕೆ ಪ್ರಾಣೇಶ ಸರಿಯಾಗಿ ಉತ್ತರಿಸುವುದಿಲ್ಲ. ಬದಲಾಗಿ ಕೇಶವಮೂರ್ತಿಯ ಮುಖ ತಪ್ಪಿಸುತ್ತಾನೆ. ಈ ಸತೀಶನೂ ಕೇಶವಮೂರ್ತಿಯೂ ಹೈಸ್ಕೂಲಿನಲ್ಲಿ ಒಟ್ಟಿಗೇ ಓದಿದವರು. ಹೈಸ್ಕೂಲು ಮುಗಿಯುವುದರಲ್ಲೇ ಸತೀಶ ಮನೆ ಬಿಟ್ಟು ಓಡಿ ಹೋಗುತ್ತಾನೆ. ಸತೀಶನ ಮನೆಯವರ ಬಗ್ಗೆ ದಾವಣಗೆರೆಯಲ್ಲಿ ಅಂತಹ ಒಳ್ಳೇ ಅಭಿಪ್ರಾಯವಿಲ್ಲ. ಅವನ ಅಕ್ಕ "ಒಂಥರದ" ಹೆಣ್ಣು ಅಂತ ಊರು ತುಂಬಾ ಸುದ್ದಿ. ಈ ಕೇಶವಮೂರ್ತಿ ಒಮ್ಮೆ ಸತೀಶನ ಮನೆಗೆ ಹೋಗಿ ಬಂದಿದ್ದಕ್ಕೆ ತನ್ನ ತಾಯಿಯಿಂದ ಏಟು ತಿಂದಿರುತ್ತಾನೆ. ಆ ಸತೀಶ ಅಥವಾ ಈಗಿನ ಪ್ರಾಣೇಶ ಕೇಶವಮೂರ್ತಿಗೆ ಒಂಥರಾ ಅಬ್ಸೆಷನ್ ಆಗಿಬಿಡುತ್ತಾನೆ. ಪ್ರಾಣೇಶನ ಹಿನ್ನೆಲೆ ತಿಳಿದಲ್ಲಿ ತನ್ನ ಕಳೆದು ಹೋದ ಗೆಳೆಯ ಸತೀಶ ಸಿಗಬಹುದು, ಅಥವಾ ಈ ಸತೀಶನನ್ನು ಹುಡುಕಿದರೆ ಈ ಪ್ರಾಣೇಶನ ಅಸಲಿ ತಿಳಿಯಬಹುದು ಅನ್ನುವ ತೀರ್ಮಾನಕ್ಕೆ ಬರುತ್ತಾನೆ. ತನ್ನ ಆಫೀಸಿಗೆ ರಜಾ ಹಾಕಿ ದಾವಣಗೆರೆಗೆ ಹೋಗಿ ಸತೀಶನನ್ನು ಹುಡುಕುವ ಸಾಹಸಕ್ಕೆ ತೊಡಗುತ್ತಾನೆ. ಸತೀಶನ ಅಕ್ಕ, ಸತೀಶನ ಚಿಕ್ಕಪ್ಪ ಇತ್ಯಾದಿ ಜನರೊಂದಿಗೆ ಮಾತನಾಡುತ್ತಾನೆ. ಕೊನೆಗೂ ಸತೀಶ ಸಿಕ್ಕಿದನಾ, ಪ್ರಾಣೇಶನೇ ಸತೀಶನಾ ನಂಗಿನ್ನೂ ಗೊತ್ತಿಲ್ಲ. ಅದರ ಬಗ್ಗೆ ಯೋಚನೆ ಮಾಡಿಲ್ಲ.'

ಕತೆ ಹೇಳಿ ಎರಡು ದಿನವೂ ಆಗಿರಲಿಲ್ಲ, ಅಸಿಸ್ಟೆಂಟ್ ಎಡಿಟರ್ ಯಥಾಪ್ರಕಾರ ಮಧ್ಯಾಹ್ನದ ಊಟದ ನಂತರ ಇವನ ಬಳಿ ಬಂದು ಒಂದು ಪುಸ್ತಕ ಕೊಡುತ್ತಾ, ನೀವು ಹೇಳಿದ್ದೆಲ್ಲಾ ಇಲ್ಲಿದೆ ನೋಡಿ, ಓದಿ ನೋಡಿ ಅಂದಳು. ಒಂದು ವಾರ ಆಯಿತು ಬಿಡುಗಡೆ ಆಗಿ ಅಂದಳು. ಕಾದಂಬರಿಯ ಮುಖಪುಟ ನೋಡಿದ. ವಿವೇಕ ಶಾನಭಾಗ ಬರೆದಿದ್ದು. ಇನ್ನೂ ಒಂದು, ಕಾದಂಬರಿಯ ಹೆಸರು. ರಾತ್ರಿ ಒಂದೇ ಗುಕ್ಕಿನಲ್ಲಿ ಕಾದಂಬರಿ ಮುಗಿಸಿದ. ಥೇಟ್ ತಾನು ಅಂದಕೊಂಡಂತಹಾ ಪಾತ್ರಗಳೇ, ಹೆಸರು ಮಾತ್ರ ಬೇರೆ. ತಾನು ಬರೆದಿದ್ದರೆ ಹೀಗೇ ಬರೆಯುತ್ತಿದ್ದೆನೋ ಇಲ್ಲವೋ ತಿಳಿಯದೆ, ಇಲ್ಲೀವರೆಗೂ ಬರೆದಿದ್ದ ತನ್ನ ಕಾದಂಬರಿಯ ಮೊದಲ ಪುಟಗಳನ್ನು ಹರಿದೊಗೆದು ಮಲಗಿಬಿಟ್ಟ.

ಅಲ್ಲಿಂದ ಆತ ಒಂದೈದಾರು ವರ್ಷ ಬರೆಯುವ ಸಾಹಸಕ್ಕೇ ಹೋಗಲಿಲ್ಲ. ಬರೆಯುವ ಯೋಚನೆಯನ್ನೇ ಬಿಟ್ಟು ಬಿಟ್ಟ ಅಂತ ಹೇಳಿದರೂ ತಪ್ಪಾಗಲಾರದು. ಒಂದೈದಾರು ಕಂಪನಿಗಳನ್ನು ಬದಲಿಮಾಡಿದ. ಮೂರಂಕಿಯ ಸಂಬಳ ನಾಕಂಕಿಗೆ ದಾಟಿತು. ಕಾದಂಬರಿ ಬರೆಯಲು ಹೋಗಲಿ ಯೋಚನೆ ಮಾಡಲೂ ಸಮಯ ಸಿಗದಂತಾಯಿತು. ಅಂತಹ ಅದ್ಯಾವತ್ತೋ ಒಂದಿನ ಅದೇನು ಹುಕಿ ಬಂತೋ, ಕಾದಂಬರಿ ಬರೆಯಲು ಶುರುಮಾಡಿದ. ಈ ಸತಿ ತನ್ನ ಕಾದಂಬರಿಯ ಕ್ಷೇತ್ರವನ್ನು, ಬೆಂಗಳೂರಿನ ಸಹವಾಸವೇ ಬೇಡವೆಂದು, ಸಂಪೂರ್ಣವಾಗಿ ದಾವಣಗೆರೆಗೆ ಬದಲಾಯಿಸಿಕೊಂಡ. ತನ್ನದೇ ಬಂಧು ಬಳಗವನ್ನು ಕಾದಂಬರಿಯ ಪಾತ್ರಗಳನ್ನಾಗಿ ಮಾಡಿಕೊಂಡ. ಕಾದಂಬರಿಯನ್ನು ಈಗಲೇ ಬರೆದು ಮುಗಿಸಬೇಕೆಂಬ ಧಾವಂತದಲ್ಲಿ ಅಂದೇ ರಾತ್ರಿ ಒಂದೆರಡು ಪುಟಗಳನ್ನು ಬರೆದುಕೊಂಡ. ಕಾದಂಬರಿಯ ಕತೆ ಇಷ್ಟು, ಒಂದು ಕಾಂಪೋಂಡಿನ ಆಚೀಚೆ ತೀರಾ ಅನ್ಯೋನ್ಯವಾಗಿರುವ ಎರಡು ಕುಟುಂಬಗಳು. ಹಾಗೆ ನೋಡಿದಲ್ಲಿ ಎರಡೂ ಮನೆಗಳ ದೇವರು, ಮೂಲ ಪ್ರದೇಶ ಒಂದೇ ಎನ್ನಬೇಕು. ಈ ಕಾಂಪೋಂಡಿನ ಈಚೆ ಒಂದು ಪೇರಲೇ ಮರ. ಈ ಪೇರಲೇ ಮರ ಕಾಂಪೋಂಡಿನ ಆಚೆ ಕೊಂಚ ಹೆಚ್ಚಾಗೇ ವಾಲಿಕೊಂಡಿದೆ, ಹಾಗಾಗಿ ಪೇರಲೇಕಾಯಿ ಮತ್ತು ಹಣ್ಣುಗಳು ಹೆಚ್ಚಾಗಿ ಬೀಳುವುದು ಆಚೆಯ ಕಡೆಗೇ. ಬಿದ್ದ ಹಣ್ಣು ಯಾರಿಗೆ ಎಂದು ಒಮ್ಮೆ ಹುಡುಗು ಹುಡುಗು ಬುದ್ಧಿಯ ಈ ಮನೆಯ ಹುಡುಗಿ ಮತ್ತು ಆ ಮನೆಯ ಹುಡುಗನ (ಇಬ್ಬರೂ ಮ್ಯಾಟ್ರಿಕ್ ಪರೀಕ್ಷೆ ಕಟ್ಟಿದ್ದಾರೆ) ನಡುವೆ ಜಗಳ ಶುರುವಾಗಿ ಕೊನೆಗೆ ಆ ಮನೆಯವರು ಒತ್ತುವರಿ ಮಾಡಿಕೊಂಡಿದ್ದಾರೆ ಎನ್ನುವವರೆಗೂ ಕದನ ನಡೆದು ಎರಡೂ ಮನೆಗಳ ಸಂಪರ್ಕ ಕಡಿದು ಹೋಗುತ್ತದೆ. ಅಲ್ಲಿಂದ ಕಾದಂಬರಿ ಎರಡೂ ಮನೆಗಳ ಇನ್ನುಳಿದ ಪಾತ್ರಗಳ ಕತೆಯನ್ನು ಹುಡುಕಿಕೊಂಡು ಹೊರಡುತ್ತದೆ. ಆ ಮನೆಯ ಹುಡುಗ ಓದಲಿಕ್ಕೆ

ಧಾರವಾಡಕ್ಕೆ ಹೋಗುತ್ತಾನೆ. ಅವನ ಮದುವೆಯ ಸಲುವಾಗಿ ಬೇಡಬೇಡದ ರಾದ್ಧಾಂತ ನಡೆಯುತ್ತದೆ. ಸಂಬಂಧ ಕಲ್ಪಿಸಬೇಕಾಗಿದ್ದ ಮದುವೆ ಸಂಬಂಧಗಳನ್ನು ಮುರಿದು ಹಾಕುತ್ತಾ ಹೋಗುತ್ತದೆ. ಅಕ್ಕ-ತಂಗಿಯರೇ ಒಬ್ಬರು ಇನ್ನೊಬ್ಬರಿಗೆ ಶಾಪ ಹಾಕುವಂತಾಗುತ್ತದೆ. ಹುಡುಗ ತನ್ನ ಗೆಳೆಯನ ಜೊತೆಗೆ ಇದ್ದ್ಯಾವ ಸಹವಾಸ ಬೇಡವೆಂದು ಒಂದು ನಾಟಕ ಕಂಪೆನಿಯೊಂದಿಗೆ ಓಡಿ ಹೋಗುತ್ತಾನೆ. ಹೀಗೇ ಇನ್ನೂ ಏನೇನೋ ಆಗತ್ತೆ ತನ್ನ ಕಾದಂಬರೀಲಿ ಅಂದುಕೊಂಡ.

ಆತನ ಹಣೇಬರಹವೇ ಹಾಗಿತ್ತೋ ಏನೋ. ತಾನು ಅಂದುಕೊಂಡ ಕೆಲವು ಪುಟಗಳನ್ನು ತನ್ನ ಗೆಳೆಯರೆದುರು ಓದಿ, ಕತೆಯನ್ನು ವಿವರಿಸಿದ ಎರಡನೇ ದಿನವೇ ಆ ಗೆಳೆಯರಲ್ಲೊಬ್ಬ ಆತನಿಗೆ ಒಂದು ಪುಸ್ತಕ ಕೊಟ್ಟು, ಇದನ್ನು ಓದಿ ನೋಡು ಅಂದ. ವಿವೇಕ ಶಾನಭಾಗ ಬರೆದ ಕಾದಂಬರಿ (ಎರಡನೆಯದು ಇದ್ದಿರಬೇಕು), ಒಂದು ಬದಿ ಕಡಲು. ಸಾಯಂಕಾಲದೊಳಗೆ ಆ ಕಾದಂಬರಿಯನ್ನು ಓದಿಬಿಟ್ಟ. ಓದಿ ತಾನು ಬರೆದಿಟ್ಟ ಹಾಳೆಗಳನ್ನು ಗುರುತೂ ಸಿಗದಂತೆ ಸುಟ್ಟುಬಿಟ್ಟ.

▶ ▶ ▶

ನೋಯುತ್ತಿದ್ದ ಬೆರಳುಗಳಿಗೆ ವಿರಾಮ ಕೊಡಲು ಪೆನ್ನನ್ನು ಟೇಬಲ್ ಮೇಲಿಟ್ಟು, ಎರಡೂ ಕೈ ಬೆರಳುಗಳನ್ನು ಒಂದರೊಳಗೊಂದು ಸೇರಿಸಿ, ಕಟಕಟ ನೆಟಿಗೆ ಮುರಿದು, ಕುತ್ತಿಗೆಯನ್ನು ಒಮ್ಮೆ ಎಡಕ್ಕೆ ಮತ್ತೊಮ್ಮೆ ಬಲಕ್ಕೆ ಒಗೆದು ಅಲ್ಲಿಂದಲೂ ಒಂದಿಷ್ಟು ಶಬ್ದಗಳನ್ನು ತೆಗೆದು, ಮೇಜಿನ ಮೇಲಿದ್ದ ತನ್ನ ಹಾಳೆಯ ಕಡೆ ನೋಡಿದಾಗ, ಪಕ್ಕದ ಟೇಬಲ್‌ನಲ್ಲಿ ಕೂತು ತನ್ನತ್ತಲೇ ದುರುಗುಟ್ಟುತ್ತಿದ್ದ ಸುರೇಂದ್ರನಾಥ್ ಕಣ್ಣಿಗೆ ಬಿದ್ದ. ಜೋಗಿ ಉಪಚಾರಕ್ಕೆ ಕಾಫೀ ಬೇಕಾ ಅಂತ ಕೇಳಿದ. ಸುರೇಂದ್ರನಾಥ್ ಕೊಟ್ಟ ಉತ್ತರವೇ ಬೇರೆಯಾಗಿತ್ತು.

'ಏನು ಬರೀತಾಯಿದೀರಾ?'

'ನೀವು ಹೇಳಿದ ಕತೆ. ಒಂದೆರಡು ಪುಟ ಆಗಿದೆ ಅಷ್ಟೇ. ಕೂಡಲೇ ಬರ್ಕೊಳ್ಳಿಲ್ಲಾ ಅಂದ್ರೆ ಮರೆತು ಹೋಗಬಹುದು ಅದಕ್ಕೆ.'

ಮುಂದೆ ಮಾತನಾಡದೇ ಜೋಗಿ ಮತ್ತೆ ಬರೆಯಲು ತೊಡಗಿದ. ಕಣ್ಣಿನ ಒಂದು ಮೂಲೆಯಲ್ಲಿ ಸುರೇಂದ್ರನಾಥ್ ತನ್ನನ್ನೇ ದಿಟ್ಟಿಸುತ್ತಿದ್ದಂತೆ ಅನಿಸಿತು. ತಲೆಯೆತ್ತಿ ನೋಡಿದ. ಸುರೇಂದ್ರನಾಥ್ ಮಾತನಾಡಿದ.

'ಇದಕ್ಕೇನು ಅಂತೀರೋ ನಂಗೊತ್ತಿಲ್ಲ. ಆದ್ರೆ ಒಂದಂತೂ ನಂಗೆ ಖಂಡಿತಾ ಗೊತ್ತು. ಕೆಲವು ಸತಿ ಹಿಂಗಾಗತ್ತೆ. ನಿಜವಾಗ್ಲೂ ನಂಗೆ ಆಶ್ಚರ್ಯ. ಈ ಕತೆ ಅನ್ನದು

ಒಂದು ದನಿಯಾಗಿ ನಮ್ಮನ್ನು ಮುಟ್ಟಿಬಿಡತ್ತೆ. ನಮ್ಮೊಳಗೆ ಇಳಿದು ನಮ್ಮದೇ ದನಿಯಾಗಿ ನಮ್ಮಲ್ಲೇ ಗುಂಯ್‌ಗುಡತ್ತೆ. ಆದರೆ ಈ ದನಿ ನಮ್ಮದಲ್ಲ. ಖಂಡಿತಾ ನಮ್ಮದಲ್ಲ. ಅಥವಾ ಅದು ನಮ್ಮದು ಮಾತ್ರ ಅಲ್ಲ. ಅದು ಬೇರೆಲ್ಲಿಂದಲೋ ಬಂದದ್ದು. ನಮ್ಮೊಳಗೆ ಮನೆ ಮಾಡಿಕೊಳ್ಳತ್ತೆ. ನಮ್ಮದಾಗಿಬಿಡತ್ತೆ. ಅದು ಯಾಕೆ ಹೀಗೆ ಅಂತ ಉತ್ತರ ಇಲ್ಲ. ಅದಕ್ಕೇ ನಾನು ಅಂದುಕೊಂಡ ಕತೆ ಒಂದು ದನಿಯಾಗಿ ವಿವೇಕ ಶಾನಭಾಗ ಅವರಿಗೆ ತಟ್ತಾಯಿರಬೇಕು. ಯಾವಾಗ್ಲೂ ವಿವೇಕ ಶಾನಭಾಗ ಅವರು ನನಗಿಂತಾ ಒಂದು ಮೈಲಿ ಮುಂದಿದಾರೆ. ನಿಜವಾಗ್ಲೂ.'

ಜೋಗಿಗೆ ಇನ್ನು ತಡಿಯಕೆ ಆಗಲಿಲ್ಲ. 'ನೋಡಿ ಇದೆಲ್ಲಾ ಬರೀಬಾರದೂ ಅಂದ್ಕಂಡಿರೋದಕ್ಕೆ ಒಂದು ನೆವ ಅಷ್ಟೆ. ನಿಮಗೆ ಬರಿಯಕೆ ಆಗಲ್ಲ. ಬರಿಯಕೆ ಬರಲ್ಲ. ಅದಕ್ಕೆ ಈ ನೆವ ಹುಡುಕ್ಕೊಂಡು ಅದೇ ಸರಿ ಅಂತ ನಂಬಿದೀರಾ. ನಿಮಗಿರದು ಒಂದು ಮೂಟೆ ಅನುಮಾನ ಅಷ್ಟೇ. ಅಸಲಿಗೆ ನೀವು ಕತೆ ಕಾದಂಬರಿ ಏನೂ ಅಂದುಕೊಂಡೇ ಇಲ್ಲ.'

ಸುರೇಂದ್ರನಾಥ್‌ಗೆ ಸಿಟ್ಟು ಬಂತೋ ಏನೋ, ಬರೆದ ಹಾಳೆಗಳನ್ನು ಮುದುಡಿ, ಗಂಟು ಮಾಡಿ ಕಂಕುಳಲ್ಲಿ ಸಿಕ್ಕಿಸಿಕೊಂಡು ಸುಮ್ಮನೇ ಆಕಾಶ ನೋಡುತ್ತಾ ಕೂತುಬಿಟ್ಟ. ಜೋಗಿಯೂ ಮಾತನಾಡಲು ಇಷ್ಟವಿಲ್ಲದವನಂತೆ ನಟಿಸಿದ. ಆದರೂ ಜೋಗಿಯ ಮನಸ್ಸಿನಲ್ಲಿ ಒಂದು ಅಳುಕಿತ್ತು, ಇವನು ಎಲ್ಲಿಯಾದರೂ ಎದ್ದು ಹೋದರೆ ಅಂತ. ಹಾಗಾಗಲಿಲ್ಲ. ಇದ್ದಕ್ಕಿದ್ದ ಹಾಗೇ ಸುರೇಂದ್ರನಾಥ್ ಮೇಜಿನ ಮೇಲೆ ಬಾಗಿ, ಪಿಸುಗುಟ್ಟುವಂತೆ ಹೇಳಿದ. 'ನಿಮ್ಮಂಥೋರಿಗೆ ನಾನು ಕತೆ ಹೇಳಲ್ಲ. ಏನೂ ಹೇಳಲ್ಲ. ನೀವೆಲ್ಲಾ ಹೋಗಿ ವಿವೇಕ ಶಾನಭಾಗರಿಗೆ ಹೇಳಿಬಿಡ್ತೀರಾ. ಅದಕ್ಕೇ ನಾನು ಯಾರ ಹತ್ರಾನೂ ಮಾತಾಡಲ್ಲ. ನಿಮಗೆ ಪುರಾವೆ ಬೇಕಲ್ಲಾ? ಇಲ್ಲಿದೆ ನೋಡಿ.' ತನ್ನ ಬಟ್ಟೆಯ ಕಡೆ ಬೆರಳು ಮಾಡಿ ತೋರಿಸಿಕೊಂಡ. 'ಎರಡು ವರ್ಷದಿಂದ ಈ ಬಟ್ಟೆ ಹಾಕ್ಕಂಡು ತಿರುಗ್ತಾಯಿದೀನಿ. ನಂಗೊತ್ತು, ವಿವೇಕ ಶಾನಭಾಗರ ಮುಂದಿನ ಕಾದಂಬರೀಲಿ ಟಿಪ್ಪೂಸುಲ್ತಾನ ಇರ್ತಾನೆ. ಅವನ ಖಾಸಾ ಸೈನಿಕ ಇರ್ತಾನೆ. ಇದು ನಾನು ಬರೀಬೇಕೂ ಅಂದ್ಕಂಡಿರಾ ಕಾದಂಬರಿ. ದಿಸಕ್ಕೆ ಮೂರು ಮೂರು ಪುಟ ಬರ್ದ್ರೂ ಬರ್ದ್ರೂ ಹರಿದು ಹಾಕ್ತಾಯಿದೀನಿ. ನಾನೇನು ಬರೀತಾಯಿದೀನಿ ಅನ್ನದನ್ನ ನಿಮಗೆ ಹೇಳಲ್ಲ. ಆದರೆ ವಿವೇಕ ಶಾನಭಾಗರಿಗೆ ಗೊತ್ತಾಗತ್ತೆ. ಅಷ್ಟು ಸಾಕು. ಆ ಕಾದಂಬರಿಯ ಕೆಲವು ಸಾಲುಗಳನ್ನ ಮತ್ತೆ ಮತ್ತೆ ಬರೀತಾಯಿದೀನಿ. ಪ್ರತೀ ಸತಿ ಒನ್ನಾಕು ಸಾಲೋ, ಒನ್ನಾಕು ಪಾತ್ರಗಳನ್ನೋ ಯೋಚನೆ ಮಾಡ್ತಿದ್ದಂಗೇ ವಿವೇಕ ಶಾನಭಾಗರ ಪುಸ್ತಕ ಪ್ರಿಂಟಾಗಿರದು. ಈ ಸತಿ ಮಾತ್ರ ವಿವೇಕ ಶಾನಭಾಗರಿಗೆ ಯಾಕೋ ನನ್ನ ಮೇಲೆ ಕರುಣೆಯಿನ್ನೂ ಬಂದಿಲ್ಲ. ಇನ್ನೂ ಟಿಪ್ಪೂಸುಲ್ತಾನನ

ಬಗ್ಗೆ ಏನನ್ನೂ ಬರಿಯೋಕೆ ಹೋಗಿಲ್ಲ. ಪರವಾಗಿಲ್ಲ, ಒಂದಲ್ಲಾ ಒಂದಿಸ ಬರೆದೇ ಬರೀತಾರೆ. ಎರಡು ವರ್ಷದಿಂದ ನಾನು ಎಂಥಾ ಬಟ್ಟೆ ಹಾಕ್ಕಂಡಿದೀನಿ ಅನ್ನಾದನ್ನ ಎಲ್ಲಾ ನೋಡಿದಾರೆ. ವಿವೇಕ ಶಾನಭಾಗರನ್ನ ಅವರು ಟಿಪ್ಪೂಸುಲ್ತಾನನ ಮೇಲೆ ಕಾದಂಬರಿ ಬರೀತಿದ್ದಂಗೇ ರೆಡ್‌ಹ್ಯಾಂಡ್ ಹಿಡೀತೀನಿ.'

ಮುದುಡಿದ ಹಾಳೆಗಳನ್ನು ಕಂಕುಳಲ್ಲಿ ಸಿಕ್ಕಿಸಿಕೊಂಡೇ ಸುರೇಂದ್ರನಾಥ್ ಎದ್ದ. ಜೋಗಿ ಅವನನ್ನೇ ನೋಡುತ್ತಾ ಕೂತಿದ್ದ. ಏನು ಮಾತನಾಡಿ ಅವನನ್ನು ಮತ್ತೆ ಕರೆದು ಕೂಡಿಸಿಕೊಳ್ಳಬಹುದು ಅನ್ನುವ ಯೋಚನೆಯಲ್ಲಿದ್ದ. ಸುರೇಂದ್ರನಾಥ್ ಎದ್ದ ರಭಸ ನೋಡಿದರೆ ಆತ ನಿಲ್ಲುವಂತಿರಲಿಲ್ಲ. ಸುರೇಂದ್ರನಾಥ್ ಒಂದು ಎಂಟು ಹೆಜ್ಜೆ ನಡೆದು ಹೋಗಿದ್ದ ಅಷ್ಟೇ, ಜೋಗಿ ಊಹಿಸಿಯೂ ಇರಲಿಲ್ಲ, ಅಷ್ಟು ವೇಗವಾಗಿ ಹಿಂತಿರುಗಿ ಬಂದ ಸುರೇಂದ್ರನಾಥ್, ಜೋಗಿಯ ಮುಖದ ಬಳಿ ಬಗ್ಗಿ, 'ಕಾದಂಬರಿ ಬರಿಯಕೆ ನಂಗೆ ವಿವೇಕ ಶಾನಭಾಗ ಬಿಡದಿಲ್ಲ. ಪರವಾಗಿಲ್ಲ. ಅವರ ಕಾದಂಬರಿಯಲ್ಲಿ ಒಂದು ಪಾತ್ರವಾಗ್ತೀನಿ ಬಿಡಿ. ಆದ್ರೆ ನಂಗೊತ್ತು ನೀವು ಅದನ್ನೇ ಅವರಿಗೆ ಹೇಳಿಬಿಡ್ತೀರಿ. ಹೇಳಿ ಪರವಾಗಿಲ್ಲ.'

ತನ್ನ ತಲೆಯ ನೇರಕ್ಕೆ ಬಗ್ಗಿ ನಿಂತಿದ್ದ ಸುರೇಂದ್ರನಾಥ್ ಹೆಗಲು ಹಿಡಿದು ಜೋಗಿ ಹೇಳಿದ, 'ಒಂದು ಮಾತು ಹೇಳ್ತೀನಿ. ನೀವು ಟಿಪ್ಪೂಸುಲ್ತಾನನ ಸೈನಿಕನ ವೇಷ ಹಾಕ್ಕಂಡು ಯಾವುದೋ ಕಾಲಕ್ಕೆ ಸೇರಿಹೋಗಿದೀರಾ. ಇವತ್ತು ಏನು ನಡೀತಾಯಿದೆ ಅನ್ನೋ ಕಲ್ಪನೆಯೇ ನಿಮಗಿಲ್ಲ. ವಿವೇಕ್ ಅವರು ಕಾದಂಬರಿ ಬರೆದಾಗಿದೆ. ಈಗಿನ ಕಾಲದ ಕಾದಂಬರಿ. ಊರುಭಂಗ ಅಂತ. ಅದರಲ್ಲಿ ಯಾವುದೇ ಟಿಪ್ಪೂಸುಲ್ತಾನ ಇಲ್ಲ, ಯಾವ ಸೈನಿಕನೂ ಇಲ್ಲ. ನೀವು ಈ ವೇಷ ಕಳಚಿ ಈ ಲೋಕಕ್ಕೆ ಬನ್ನಿ. ಎಲ್ಲಾ ಅರ್ಥ ಆಗತ್ತೆ.'

ಒಮ್ಮೆಲೇ ಸುರೇಂದ್ರನಾಥ್‌ಗೆ ಉಸಿರು ನಿಂತ ಹಾಗಾಯಿತು. ಆಸರೆಗೆ ಮೇಜಿನ ತುದಿ ಹಿಡಿದು ನಿಂತ. 'ನಿಜವೇ ನೀವು ಹೇಳ್ತಾಯಿರದು?' ಅಂತ ಕೇಳಿದ. ದನಿಯಲ್ಲಿ ಮೊದಲಿನ ಗಡಸು ಇರಲಿಲ್ಲ. ವೇದನೆಯಿತ್ತು. ಕಣ್ಣಲ್ಲಿ ನೀರೂರಿತ್ತು.

'ನಾಳೆ ನೀವು ಇಲ್ಲೇ ಸಿಗ್ತೀನಿ ಅನ್ನೋದಾದ್ರೆ ಅದರ ಒಂದು ಕಾಪಿ ನಿಮಗೆ ಕೊಡ್ತೀನಿ. ಓದಿ ನೋಡಿ.'

ಸುರೇಂದ್ರನಾಥ್ ಏನೂ ಮಾತನಾಡಲಿಲ್ಲ. ಇದ್ದಕ್ಕಿದ್ದ ಹಾಗೇ ಅಲ್ಲಿಂದ ಓಡಿಹೋಗಿಬಿಟ್ಟ. ಜೋಗಿ ಬಹಳ ಹೊತ್ತು ಅಲ್ಲೇ ಕೂತಿದ್ದ. ಯಾಕೋ ಅವನಿಗೂ ಪಿಚ್ಚೆನಿಸತೊಡಗಿತ್ತು. ಇವನ ಜೊತೆ ಮಾತನಾಡಿ ಇವನ ಲೋಕವನ್ನೇ ನಾಶಮಾಡಿದೆ ಅನಿಸಿ ಯಾಕೋ ಗಂಟಲು ಕಟ್ಟಿಕೊಂಡಿತು. ಇವನ ಜೊತೆ ಮಾತನಾಡದೇ ಇದ್ದಲ್ಲಿ ಇವನು ತನ್ನ ಲೋಕದಲ್ಲೇ ಇರುತ್ತಿದ್ದ ಅಲ್ಲವೇ, ಅದರಿಂದ ಯಾರಿಗೇನು

ನಷ್ಟವಾಗುತ್ತಿತ್ತು. ಸುಮಾರು ಹೊತ್ತಾದ ನಂತರ, ಕ್ಯಾಂಟೀನಿನ ಮಾಲಿಕ ಸಾರ್ ಬಾಗಿಲು ಹಾಕಬೇಕು ಅಂದಾಗ ಜೋಗಿ ಎದ್ದ.

ಕಾರಿನ ಕಡೆ ನಡೆಯತೊಡಗಿದ. ಒಂದಿಷ್ಟು ಹೆಜ್ಜೆ ಹಾಕಿದ್ದ. ದೂರದಲ್ಲಿ ಕಾಂಪೋಂಡಿನ ಪಕ್ಕ ಯಾರೋ ಬೆಂಕಿ ಹಾಕಿ ಕೂತಿದ್ದು ಕಣ್ಣಿಗೆ ಬಿತ್ತು. ನಿಂತು ನೋಡಿದ. ಗುರುತು ಹತ್ತಿತು. ಸುರೇಂದ್ರನಾಥ್ ತನ್ನ ಕತೆಯ ಹಾಳೆಗಳನ್ನು ಒಂದೊಂದಾಗಿ ಬೆಂಕಿಗೆ ಹಾಕುತ್ತಿದ್ದ. ಬಿಕ್ಕಿ ಬಿಕ್ಕಿ ಅಳುತ್ತಿದ್ದ. ಮತ್ತೆ ಮತ್ತೆ ಆ ವೇಷದ ಅಂಗಿಯ ತೋಳಿನಿಂದ ಕಣ್ಣು ಕಪಾಳಗಳನ್ನು ಒರೆಸಿಕೊಳ್ಳುತ್ತಿದ್ದ. ಹಚ್ಚಬೇಕೆಂದು ಕೊಂಡು ತುಟಿಯ ತುದಿಯಲ್ಲಿ ಸಿಗಿಸಿದ್ದ ಸಿಗರೇಟನ್ನು ಬಿಸಾಕಿ, ಜೋಗಿ ಕಾರಿನ ಕಡೆ ವೇಗವಾಗಿ ನಡೆದ. ನಿಮ್ಹಾನ್ಸ್ ಕಾಂಪೋಂಡಿನಿಂದ ಕಾರಿನಲ್ಲಿ ಹೊರಗೆ ಬಂದಾಗ ಜೋಗಿಗೆ ಅನುಮಾನ ಕಾಡಿತು, ತನ್ನ ಕತೆ ತನಗೆ ಸಿಕ್ಕಿತಾ ಅಂತ. ವಿವೇಕ್‌ಗೆ ಇದನ್ನು ಹೇಳಬೇಕು, ನಾಳೇನೇ ಫೋನ್ ಮಾಡಬೇಕು ಅನಿಸಿ ಕಾರನ್ನು ಡೈರಿ ಸರ್ಕಲ್ ಕಡೆಗೆ ತಿರುಗಿಸಿದ.

ಅಡಿ ಟಿಪ್ಪಣಿ

ನಾನು ಸುರೇಂದ್ರನಾಥ್. ಎಲ್ಲಾ ನನ್ನನ್ನು ಕರಿಯೋದು ಸೂರಿ ಎಂದೇ. ವಿವೇಕ ಶಾನಭಾಗ ಮತ್ತು ಜೋಗಿ ಇಬ್ಬರೂ ಗೆಳೆಯರು. ಅವರನ್ನು ಅನಾಮತ್ತು ನನ್ನ ಕತೆಗೆ ಎಳೆದುಕೊಂಡು ಬಂದಿದ್ದನ್ನು ಅವರು ಅಪಾರ್ಥಿಸಲಾರರು ಎನ್ನುವ ನಂಬಿಕೆಯ ಮೇಲೆ ಈ ಕತೆಯನ್ನು ಬರೆದಿದ್ದೇನೆ. ಅವರಿಗೂ ಕತೆಯ ಕಾಪಿಯನ್ನು ಮೇಲ್ ಮಾಡಿದ್ದೇನೆ. ಅವರ ಉತ್ತರ ಕಾಯುತ್ತಿದ್ದೇನೆ. ಉದಯವಾಣಿಯ ದೀಪಾವಳಿ ಸಂಚಿಕೆಗೆ ಒಂದು ಕತೆ ಬೇಕು ಅಂತ ಪೃಥ್ವೀರಾಜ್ ಕವತ್ತಾರ್ ಕೇಳಿದ ಕೂಡಲೇ ಇವರಿಬ್ಬರೂ ಯಾವುದೇ ತಕರಾರು ಎತ್ತಲಾರರು ಎನ್ನುವ ನಂಬಿಕೆಯ ಮೇಲೇ ಈ ಕತೆಯನ್ನು ಉದಯವಾಣಿಗೆ ಕಳಿಸಿದ್ದೇನೆ. ಇನ್ನೂ ಅವರಿಬ್ಬರಿಂದ ಯಾವುದೇ ಪ್ರತಿಕ್ರಿಯೆ ಬಂದಿಲ್ಲ. ಕತೆ ಪ್ರಕಟವಾಗುತ್ತದೋ ಇಲ್ಲೋ ಗೊತ್ತಿಲ್ಲ. ಕಾಯುತ್ತಿದ್ದೇನೆ. ಕೊನೆಗೂ ನನಗೆ ಅರ್ಥವಾಗದೇ ಹೋದದ್ದು ಇದು: ಇದು ಜೋಗಿಯ ಕಥೆಯೋ, ವಿವೇಕ್ ಶಾನಭಾಗ್ ಕಥೆಯೋ ಅಥವಾ ನನ್ನ ಕಥೆಯೋ...

'ಮೊದಲ ಪುಟದಲ್ಲೇ ಮುಗ್ಗರಿಸಿ...' ಕತೆಗಾರ ಸುರೇಂದ್ರನಾಥ್ 'ಸೂರಿ'ಯವರ ಒಂದು ವಿನೂತನ ಕಥನ. ಕುಮಾರವ್ಯಾಸನಾದರೆ ತನ್ನ 'ವಿನೂತನ ಕಥನ ಕಾರಣ' ಗದುಗಿನ ವೀರನಾರಾಯಣನೆಂದು ಹೇಳಿಕೊಂಡಿದ್ದಾನೆ. ಸುರೇಂದ್ರನಾಥ್‌ಗೆ ತಮ್ಮ ಕಥೆಗೆ ಕಾರಣ ಯಾರು ಎಂಬ ಬಗ್ಗೆ ಗೊಂದಲವಿದೆ. ಸುರೇಂದ್ರನಾಥ್ ಎಂಬ ಲೌಕಿಕ ಹೆಸರಿರುವ (ಆಧಾರ್ ಕಾರ್ಡ್ ಇರುವ) ತಾನೆ, ಪತ್ರಕರ್ತ ಜೋಗಿಯೆ, ಕಾದಂಬರಿಕಾರ ವಿವೇಕ್ ಶಾನಭಾಗ್‌ರೆ? ಇಲ್ಲಿ ಒಟ್ಟು ಎಷ್ಟು ಸುರೇಂದ್ರನಾಥರು ಇದ್ದಾರೆ? ಇದರ ಕಥಾನಾಯಕ ಟಿಪ್ಪೂ ಕಾಲದ ಸೈನಿಕನ ವೇಷ ಹಾಕಿಕೊಂಡು ನಿಮ್ಹಾನ್ಸ್‌ನಲ್ಲಿ ಓಡಾಡುವ ಅಸ್ಮಿತೆಯ ಗೊಂದಲದಲ್ಲಿರುವ ವ್ಯಕ್ತಿಯೇ ತಾನು ಬರೆಯಬೇಕಾದ ಕಾದಂಬರಿಯನ್ನು ವಿವೇಕ್ ಶಾನಭಾಗ್ (?) ಆಗಲೇ ಮುಂಗಂಡು ಬರೆದುಬಿಟ್ಟಿದ್ದಾರೆ ಎನ್ನುವುದೇ ಅವನ ಬುದ್ಧಿಭ್ರಮಣೆಗೆ ಕಾರಣವೇ? ಎಲ್ಲಾ ಹೊಸ ಕಾದಂಬರಿಗಳೂ ಈಗಾಗಲೇ ಬರೆಯಲ್ಪಟ್ಟ ಕಾದಂಬರಿಗಳೇ ಆಗಿದ್ದರೆ ಇನ್ನು ಬರೆಯುವುದರಲ್ಲಾದರೂ ಏನರ್ಥ? ಪ್ರತಿಯೊಬ್ಬ ಲೇಖಕನೂ ಕೇವಲ ಲಿಪಿಕಾರನೇ? ಹೊಸದು, ತನ್ನದು ಎನ್ನುವುದು ಎಂದಾದರೂ ಸಾಧ್ಯವೇ? ಈ ನಿಟ್ಟಿನಲ್ಲಿ ಟಿಪ್ಪೂ ಸೈನಿಕ ವೇಷಧಾರಿ ಸಾರ್ವಕಾಲಿಕ ಸೈನಿಕನ ಪ್ರತೀಕ ಎನಿಸುತ್ತಾನೆ.

ಕನ್ನಡದಲ್ಲಿ ಅಸಂಗತ ಕತೆಗಳೆಷ್ಟೋ ಬಂದಿವೆ; ಆದರೆ ಈ ಕತೆ ಅವಕ್ಕಿಂತಲೂ ಮುಂದೆ (ಅಥವಾ ಹಿಂದೆ!) ಹೋದ ಒಂದು ಉತ್ಕಥನ (ಮೆಟಾಫಿಕ್ಷನ್). ಇದನ್ನು ಹೋಲಿಸಬಹುದಾದರೆ ಅರ್ಜೆಂಟೈನ್ ಕತೆಗಾರ ಜಾರ್ಜ್ ಲೂಯಿ ಬೋರ್ಹೆಸ್‌ನ 'Pierre Menard, Author of the Quixote'ಗೆ ಹೋಲಿಸಬಹುದು. ಎಲ್ಲರಿಗೂ ಗೊತ್ತಿರುವಂತೆ 'Don Quixote' ನ ವಾಸ್ತವದ ಲೇಖಕ ಸರ್ವಾಂಟಿಸ್; ಆದರೆ ಬೋರ್ಹೆಸ್‌ನ ಕತೆಯ ಪಿಯರ್ ಮೆನಾರ್ಡ್ ಈ ಕೃತಿಯನ್ನು ತಾನು ಸ್ವತಂತ್ರವಾಗಿ ರಚಿಸಿದ್ದಾಗಿ ಹೇಳಿಕೊಳ್ಳುತ್ತಾನೆ. ಹಾಗೂ ಸರ್ವಾಂಟಿಸ್‌ನ ಕಾದಂಬರಿಯನ್ನು ಇದು ಅಕ್ಷರಶಃ ಹೋಲುತ್ತದೆ. ಇನ್‌ಫಿನಿಟಿಯನ್ನು ತಿಳಿದವರಿಗೆ ಇದು ತಿಳಿಯುತ್ತದೆ. ಆದರೆ ಮನುಷ್ಯ ಇನ್‌ಫಿನಿಟಿಯನ್ನು ತಿಳಿದಿದ್ದಾನೆಯೇ?

• ಕೆ ವಿ ತಿರುಮಲೇಶ್

ನಾ ಗೋಡೆಯೊಳಗೋ, ನನ್ನೊಳು ಗೋಡೆಯೋ

ತನಗೆ ಒಂದು ಸ್ಪೆಷಲ್ ಪವರ್ರಿದೆ ಅನ್ನದು ಶೇಷಗಿರಿಗೆ ತನ್ನ ನಲವತ್ತೆರಡನೇ ವಯಸ್ಸಿನಲ್ಲಿ ಗೊತ್ತಾಯ್ತು. ಸ್ಪೆಷಲ್ ಪವರ್ರೂ ಅಂದ್ರೆ ಶೇಷಗಿರಿ ಯಾವುದೇ ಗೋಡೆಯನ್ನು ಸಲೀಸಾಗಿ ಹಾದು ಬಿಡಬಲ್ಲ.

ಶೇಷಗಿರಿ ಅಂದ್ರೆ ಅದೇ, ದಾವಣಗೆರೆ ಮುನಿಸೀಪಾಲಿಟಿ ರೆವಿನ್ಯೂ ಆಫೀಸಿನ ಸೀನಿಯರ್ ಕ್ಲರ್ಕ್. ನಲವತ್ತು ವರ್ಷ. ಸುಮಾರು ಐದೂವರೆ ಅಡಿ ನೀಳಕಾಯ. ಸುಂದರವಾದ ಫೇಸ್‌ಕಟ್ಟು. ಮೂಗಿನ ಕೆಳಗೆ ಕಂಡೂ ಕಾಣದಂತಹ ಒಂದು ಕಡ್ಡಿ ಮೀಸೆ. ಅಗಲವಾದ ಗುಂಡನೆಯ ಕಣ್ಣುಗಳು. ಒಂದು ಆ್ಯಂಗಲ್ಲಿನಿಂದ ನೋಡಿದರೆ ಹಿಂದಿ ಸಿನೆಮಾ ಹೀರೋ ಗುರುದತ್ತನ ಹಾಗೇ ಅಂತ ಗೆಳೆಯರು ಮಾತಾಡಿಕೊಂಡಿದ್ದೂ ಇದೆ. ಗರಿಗರಿಯಾದ ಅಂಗಿ, ಅದಕ್ಕೆ ಮ್ಯಾಚಿಂಗ್ ಬಣ್ಣದ ಪ್ಯಾಂಟು. ಪ್ಯಾಂಟಿನ ಹಿಂದಿನ ಜೇಬಿನಲ್ಲಿ ಒಂದು ಸಣ್ಣ ಬಾಚಣಿಕೆ. ಎಡಪಕ್ಕದ ಜೇಬಿನಲ್ಲಿ ಒಂದು ಬಿಳೀ ಕರ್ಚೀಫು. ದಫ್ತರಿನಲ್ಲಿ ರೆಜಿಸ್ಟರುಗಳ ಮುಂದೆ ಕೂತಾಗ ಆ ಕರ್ಚೀಫು ಎಡಪಕ್ಕದ ಜೇಬು ಬಿಟ್ಟು ಕುತ್ತಿಗೇನ್ನ ಸುತ್ತಿ ಅಂಗಿಯ ಕಾಲರನ್ನು ಕಾಪಾಡಬೇಕು. ಕಾಲಲ್ಲಿ ಮಿರಿ ಮಿರಿ ಪಂಪ್ ಶೂ. ತಿಳಿತಿಳಿಯಾದ ತನ್ನ ತಲೆಕೂದಲನ್ನು ಅವನು ಗಳಿಗೆಗೊಮ್ಮೆ ಹಣೆಯ ಮೇಲೆ ಓರೆ ಮಾಡಿಕೊಳ್ಳುವುದನ್ನು ನೋಡುವುದೇ ಒಂದು ಛಂದ. ಮಹಮದ್ ರಫಿ ಮತ್ತು ಘಂಟಸಾಲ ಹಾಡುಗಳನ್ನು ಸ್ವಚ್ಛಂದವಾಗಿ ಅವರಂತೆಯೇ ಹಾಡಬಲ್ಲ. ಸದಾ ಸರ್ವದಾ ಗಂಧದೆಣ್ಣೆಯ

ಒಂದು ಸಣ್ಣ ಝಲಕಿನಲ್ಲಿ ಮುಳುಗಿರುತ್ತಿದ್ದ. ಯಾವಾಗಲೂ ಒಂದೈದಾರು ಮಂದಿ ಅವನನ್ನ ಸುತ್ತಗಟ್ಟಿಕೊಂಡಿರಬೇಕು, ಅವನು ಹೊಸದಾಗಿ ಬಿಡುಗಡೆಯಾದ ಸಿನೆಮಾದ ಹಾಡನ್ನೋ, ಸಿನೆಮಾದ ಕಥೆಯನ್ನೋ ಅವರಿಗೆ ಹೇಳುತ್ತಿರಬೇಕು. ಹನ್ನೊಂದು ಗಂಟೆಗೆ ಸರಿಯಾಗಿ ಶೇಷಗಿರಿ ಒಂದು ಸತಿ ಗಟ್ಟಿಯಾಗಿ ಕ್ಯಾಕರಿಸಿದ ಅಂದ್ರೆ ಇಡೀ ಸ್ಟಾಫ್ ಮಾಡ ಕೆಲಸ ಬಿಟ್ಟು ಅವನ ಟೇಬಲ್ಲಿನ ಸುತ್ತ ನಿಲ್ಲಬೇಕು, ಶೇಷಗಿರಿ ಒಂದು ಕತೇನ್ನೋ, ನಿನ್ನೆ ಆಕಾಶವಾಣಿನಗೆ ಕೇಳಿದ ಒಂದು ಹಾಡನ್ನೋ ಅನ್ನಬೇಕು. ನಿಂತವರು ನಿಂತಲ್ಲೇ ಹಾಡು ಕೇಳುತ್ತಾ ಬೆರಗಾಗಬೇಕು, ಅಥವಾ ಕತೆ ಕೇಳುತ್ತಾ ಕಣ್ಣೀರಿಡಬೇಕು. ಆಮೇಲೆ ಶೇಷಗಿರಿ ಟೇಬಲ್ಲಿನ ಡ್ರಾಯರ್‌ನಾಗಿಂದ ಒಂದು ಸಿಗರೇಟು ತೆಗೆದು ಬಾಯಗಿಟ್ಟುಕೊಂಡು ಹೊರಗೆ ಹೋಗಬೇಕು. ಇದು ದಿನನಿತ್ಯದ ಸುಮಾರು ನಲವತ್ತು ನಿಮಿಷಗಳ ಅಭ್ಯಾಸ. ದಾವಣಗೆರೆಗೆ ಈ ಅಭ್ಯಾಸ ಎಷ್ಟರಮಟ್ಟಿಗೆ ಪರಿಚಯ ಅಂದರೆ ಹನ್ನೊಂದರಿಂದ ಹನ್ನೆರಡವರೆ ತನ ಯಾರೂ ಇತ್ಲಗೆ ತಲೆಹಾಕದಿಲ್ಲ. ಮಾನ ಹೋಗುವಂಥಾ ಕೆಲಸಯಿದ್ದರೂ ಹನ್ನೆರಡವರೆ ತನಾ ಕಾಯುತ್ತಾರೆ. ಒಟ್ನಗೆ ಶೇಷಗಿರಿ ಇದ್ದತ್ರ ನಗು, ಹಾಡು, ಹಸೆಗಳಿಗೆ ಬರಗಾಲವಿಲ್ಲ. ಮದುವೆಯಾದ ಒಂದೆಂಟು ವರ್ಷಗಳ ನಂತರ ಹೆಂಡತಿ ಟೀಬೀ ಹೊಡೆತಕ್ಕೆ ಬಲಿಯಾಗಿ ವಿಧುರ ಪಟ್ಟ ಒದಗಿ, ಮತ್ತೆ ಮದುವೆಯ ವಿಷಯವನ್ನು ಶೇಷಗಿರಿ ತಲೆಗೆ ಅಂಟಿಸಿಕೊಂಡಿಲ್ಲ.

ತನಗೆ ಸ್ಪೆಷಲ್ ಪವರ‍್ರಿದೆ ಅಂತ ಶೇಷಗಿರಿಗೆ ಗೊತ್ತಾಗಿದ್ದು ಒಂದು ರಾತ್ರಿ. ಊಟವಾದ ಮೇಲೆ ವಾಡಿಕೆಯಂತೆ ಅಂಗಳದಗೆ "ಮುಝೇ ಜೀನೇದೋ" ಸಿನೆಮಾದ ಮಹಮದ್ ರಫಿ ಹಾಡನ್ನು ಪಲಕುತ್ತಾ, ಪನಾಮಾ ಒಂದನ್ನು ಸೇದುತ್ತಾ, ಬಾಯಲ್ಲಿದ್ದ ಲವಂಗದ ತುಂಡನ್ನು ಹಲ್ಲುಗಳ ಮಧ್ಯೆ ನುರಿಯುತ್ತಾ, ಠಳಾಯಿಸುತ್ತಿದ್ದ. ಒಮ್ಮೆಲೇ ಧಿಗ್ಗಂತ ಕರೆಂಟು ಹೋಯಿತೋ ಇಡೀ ದಾವಣಗೆರೆ ಕತ್ಲಗೆ ಹೊರಳಿಬಿತ್ತು. ಮೊಂಬತ್ತಿ ಹಚ್ಚಲು ಕತ್ಲಗೆ ತಡಕಾಡುತ್ತಾ ನಾಕು ಹೆಜ್ಜೆಯಿಟ್ಟ. ಹೋದಂಗೇ ಧಿಗ್ಗಂತ ಕರೆಂಟು ವಾಪಸ್ಸು ಬಂತು. ಶೇಷಗಿರಿ ಬೆಚ್ಚಿಬಿದ್ದ. ತಾನು ಮನೆಯಾಗಿದೀನಿ. ಹಾಕಿದ ಬಾಗಿಲು ಹಾಕಿದಂಗೇ ಇದೆ. ಹಂಗೇ ಗೋಡೆಯ ಕಡೆ ಎರಡು ಹೆಜ್ಜೆ ಹಾಕಿದರೆ ಮನೆ ಹೊರಗೆ ಬಂದು ಬಿಟ್ಟಿದ್ದ. ಒಂದೆರಡು ಸತಿ ಗೋಡೇನ್ನ ಹಾದು ಮನೆಯ ಒಳಗೂ ಹೊರಗೂ ಅಡ್ಡಾಡಿದ. ಈ ಸ್ಪೆಷಲ್ ಪವರ‍್ರು ತನಗೆ ದಕ್ಕಿದ್ದರಿಂದ ಆನಂದ ಆಗಾ ಬದಲಿಗೆ ತನಗೇನೋ ಆಗಿದೆ, ಯಾವುದೋ ಬರಬಾರದ ರೋಗ ಬಂದಿದೆ ಅಂತ ಗಾಬರಿಯಾಯಿತು.

ಮಾರನೇ ದಿನ ಶೇಷಗಿರಿ ಮಾಡಿದ ಮೊದಲ ಕೆಲಸ ತನ್ನ ಪರಿಚಯದ ಡಾಕ್ಟರ್ ಚೆಲ್ಲಾಲು ಸುಬ್ರಮಣ್ಯಶಾಸ್ತ್ರಿಗಳ ಆಸ್ಪತ್ರೆಯ (ಈ ಆಸ್ಪತ್ರೆ ಒಂದಿಷ್ಟು

ಅಲೋಪತಿ, ಒಂದಿಷ್ಟು ಹೋಮಿಯೋಪತಿ ಮತ್ತೆ ಒಂದಿಷ್ಟು ಆಯುರ್ವೇದ ಆಸ್ಪತ್ರೆಗಳ ಕಲಸುಮೇಲೋಗರದಂತಿದೆ) ಹೊಸಿಲು ಮೆಟ್ಟಿದ್ದು. ಮೊದಲಿಗೆ ಈ ಶೇಷಗಿರಿ ಸಮಸ್ಯೆ ಅಥವಾ ರೋಗದ ಪರಿಚಯವನ್ನು ಮಾಡಿಕೊಂಡ ಡಾಕ್ಟರ್‌ಗೂ ಈ ಸಮಸ್ಯೆ ಅಥವಾ ರೋಗ ಶರೀರದ ಯಾವ ಅಂಗಕ್ಕೆ ಸಂಬಂಧಿಸಿದ್ದು ಎಂದು ಅರ್ಥವಾಗಲಿಲ್ಲ. ಒಂದು ಬಿಳೀ ಬೆಡ್‌ಶೀಟ್ ಹರಡಿದ್ದ ಮಂಚದ ಮೇಲೆ ಅಂಗಾತ ಮಲಗಿ ಡಾಕ್ಟರ್ ಕೇಳಿದ ಪ್ರಶ್ನೆಗಳಿಗೆ ಉತ್ತರ ಕೊಟ್ಟ. ಒಂದೆರಡು ಸಾವಿರ ಪ್ರಶ್ನೆಗಳನ್ನು ಕೇಳಿದ ಮೇಲೆ, ಒಂದೆರಡು ಸತಿ ಶೇಷಗಿರೀನ್ನ ಗೋಡೆ ಹಾಯಿಸಿ ನೋಡಿದ ಮೇಲೆ, ಶೇಷಗಿರಿ ಅಂತಿರದು ನಿಜ ಅನ್ನಾ ನಂಬಿಕೆ ಡಾಕ್ಟರಿಗೆ ಬಂತು. ಮುಂದಿನ ಮುಕ್ಕಾಲು ಗಂಟೆ ಅದ್ಯಾವುದ್ಯಾವುದೋ ಪುಸ್ತಕ ತಿರುವಿ ಹಾಕಿ, ಕೊನೆಗೂ ಶೇಷಗಿರಿಯ ರೋಗದ ಕಾರಣವನ್ನು ಪತ್ತೆ ಮಾಡಿದರು. ಶೇಷಗಿರಿಯ ಥೈರಾಯಿಡ್ ಮೆಂಬ್ರೇನಿನ ಮಧ್ಯದ ಭಾಗ ಗಟ್ಟಿಯಾಗುತ್ತಿರುವುದರಿಂದ, ಹಾಗೂ ಥೈರಾಯಿಡ್ ಗ್ರಂಥಿ ಖಾಲಿಯಾಗಿರುವುದರಿಂದ ಅವನಿಗೆ ಈ ಸಮಸ್ಯೆ ಅಥವಾ ಈ ರೋಗ ಬಂದಿರದು ಅಂತ ಹೇಳಿದರು. ಬಹುಶಃ ಇಡೀ ಜಗತ್ನಗೆ ಒಬ್ಬರಿಗೋ ಇಬ್ಬರಿಗೋ ಈ ರೋಗ ಬರೋದು ಅಥವಾ ಇರೋದು ಎಂಬ ಅಡಿಟಿಪ್ಪಣೀನ್ನೂ ಸೇರಿಸಿದರು.

ಶೇಷಗಿರಿ ಹಗುರವಾಗಿ ನಡುಗುತ್ತಿದ್ದ. ಯಾರಿಗೂ ಬರಬಾರದ ಈ ರೋಗಾನ್ನ ಭಗವಂತ ತನಗೆ ಯಾಕೆ ದಯಪಾಲಿಸಿದ್ನೋ ಅಂತ ಅರ್ಥವಾಗದೇ ತೊಳಲಾಡಿದ. ಅವನ ಚಿಂತಾಕ್ರಾಂತ ಮುಖವನ್ನು ನೋಡಿ ಡಾಕ್ಟರು ಅವನ ಹೆಗಲ ಮೇಲೆ ಕೈಯಿಟ್ಟು ಹೇಳಿದರು, 'ಚಿಂತೆ ಮಾಡಬೇಡ, ನಾಳೆ ಬಾ, ಒಂದು ಔಷಧಿ ರೆಡಿ ಮಾಡಿ ಕೊಡ್ತೀನಿ, ಈಗಲೇ ಕೊಡಬೋದಿತ್ತು, ಆದರೆ ಅದನ್ನು ಮಾಡಕೆ ಒಂದಿನ ಬೇಕು, ಮೆಂತೆ ಹಿಟ್ಟಿಗೆ ಸುವರ್ಣನಾರೀತಿಲಕ ಅಂತ ಒಂದು ಜಾತಿ ಮೂಲಿಕೆ ಇರ್ತತೆ, ಅದನ್ನು ಬೆಟ್ಟದನಲ್ಲೀಕಾಯಿ ಜತಿಗೆ ಮಿಕ್ಸ್ ಮಾಡಿ ಅರಶಿನದೆಲೆನಗೆ ಸುತ್ತಿ ಒಂದರ್ಧ ಗಂಟೆ ಬೇಯಿಸಿ ಉಗುರು ಬೆಚ್ಚಗಾದಾಗ ಗುಳಿಗೆ ಮಾಡಿ ಇಟ್ಕಬೇಕು, ಒನ್ನಾಕು ಗಂಟೆ ಅದನ್ನು ನೆರಳಾಗೇ ವಣಗಿಸಿ ತಯಾರು ಮಾಡ್ಕೆಂಬೇಕು, ಚೌಕೀಪೇಟೆಗೆ ಹೋಗಿ ಇವತ್ತು ತಗಂಬಂದು ರಾತ್ರಿ ಮಾಡಿ ನಿಂಗೆ ನಾಳೆ ಸಾಯಂಕಾಲ ಕೊಡ್ತೀನಿ, ಇದೇನು ಘನವಾದ ರೋಗ ಅಲ್ಲ ತಗಿ, ಆಫೀಸ್ನಗೆ ಕುಂತೇ ಕೆಲಸ ಮಾಡ್ತೀಯೋ ಏನೋ, ಸೊಲ್ಪ ಬೆವರು ಕಿತ್ಗಂಬೇಕು ಹಂಗೆ ಕೆಲಸ ಮಾಡು, ಸರಿ ಹೋಗ್ತತೆ, ನಾಳೆ ಬಾ, ಗುಳಿಗೆ ತಗಂಡು ಹೋಗು, ನೆಕ್ಸ್ಟ್' ಅಂದು ಮುಂದಿನ ಗಿರಾಕಿಯ ದಾರಿ ನೋಡ್ತಾ ಕೂತರು. ಶೇಷಗಿರಿ ತಲೆಯಾಡಿಸಿ ಎದ್ದು ನಿಂತ.

ಮಾರನೇ ದಿಸ ಶೇಷಗಿರಿ ಆಫೀಸಿನಗೆ ಮಾಡಿದ್ದೇನಪಾ ಅಂದ್ರೆ ಬೆವರು ಸುರಿಸಕ್ಕೆ ಪ್ರಯತ್ನ ಪಟ್ಟಿದ್ದು. ಹೇಳೀಕೇಳಿ ಸರ್ಕಾರೀ ಕಛೇರಿ. ಇಂಕೂ, ಫೈಲೂ, ಟೇಬಲ್ಲೂ,

ಕುರ್ಚೀ, ರಸೀದಿ, ಫೈಲ್ ನಂಬರ್ರೂ ಅನ್ನದನ್ನ ಬಿಟ್ಟು ಬೇರೆ ಏನಿರತ್ತೆ. ದಿನಾ ಒಂದ್ಯೆದು ಫೈಲ್ ನೋಡ್ತಾಯಿದ್ದ ಶೇಷಗಿರಿ ಇವತ್ತು ನಲವತ್ತು ಫೈಲ್ ತಿರುವಿ ಹಾಕಿದ. ಜವಾನ ಶಿವನಂಜಯ್ಯನಿಗೆ ಹೇಳದೇ ತಾನೇ ಎದ್ದು ಆಫೀಸ್ ತುಂಬಾ ಓಡಾಡಿ ತನಗೆ ಬೇಕಾದ ಫೈಲನ್ನೋ, ರಸೀದಿಯನ್ನೋ ಹುಡುಕಿ ತಂದು ಕೊಂಡ. ಟೇಬಲ್ಲಿಗೇ ತರಸ್ಕತಾಯಿದ್ದ ಕಾಫೀ ತಿಂಡೀಗೆ ಬೇಡ ಅಂತೇಳಿ ತಾನೇ ರಸ್ತೆ ಆ ಬದಿಗಿದ್ದ ಹೋಟೆಲಿಗೆ ಹೋಗಿ ತಿಂದು ಬಂದ. ಎಷ್ಟು ಮಾಡಿದರೂ ಸಂಜೆಯ ಹೊತ್ತಿಗೆ ಒಂದರ್ಧ ಇಂಕ್‌ಫಿಲ್ಲರಿನಷ್ಟೂ ಬೆವರು ಸುರಿದಿರಲಿಲ್ಲ. ಒಂದಲ್ಲ ನಾಕು ಕತೆ, ಆರು ಹಾಡು ಹೇಳಿದ್ರೂ ಹನಿ ಬೆವರು ಸುರೀಲಿಲ್ಲ. ಸಾಯಂಕಾಲದ ಹೊತ್ತಿಗೆ ಈ ಬೆವರು ಹರಿಸುವ ಕೆಲಸ ತನ್ನ ಜಾಯಮಾನಕ್ಕಲ್ಲ ಅನಿಸಿಬಿಟ್ಟಿತು. ಹಂಗೂ ಹಿಂಗೂ ಸಾಯಂಕಾಲದ ತನಕ ಕಾದು, ನೆಟ್ಟಗೆ ಡಾಕ್ಟರ್ ಬಳಿ ಹೋದ. ಸುಬ್ರಮಣ್ಯಶಾಸ್ತ್ರಿಗಳು ಒಂದು ಪುಡಿಕೆಯಲ್ಲಿ ಎರಡು ಬಿಳಿ ಮಾತ್ರೆಗಳನ್ನು ಸುತ್ತಿಕೊಟ್ಟು 'ಇವತ್ತೊಂದು ತಗ, ಇನ್ನೊಂದ್ಯೆದಾರು ತಿಂಗಳು ಬಿಟ್ಟು ಇನ್ನೊಂದು ತಗ, ವರ್ಷ ಒಂದೂವರೆ ವರ್ಷದಗೆ ಈ ಡೋಸ್ ಪೂರಾ ಮಾಡು' ಅಂದರು. ಶೇಷಗಿರಿ ಪುಡಿಕೆಯಿಂದ ಮಾತ್ರೆಗಳನ್ನು ಹೊರ ತೆಗೆದು ನೋಡಿದ. ಎರಡು ಸಾಮಾನ್ಯ ಬಿಳೀಮಾತ್ರೆಗಳು. ಮತ್ತೆ ಸುಬ್ರಮಣ್ಯಶಾಸ್ತ್ರಿಗಳ ಮುಖ ನೋಡಿದ. 'ಅಯ್ಯೋ ನಿನ್ನ ರೋಗಕ್ಕೆ ಈ ಎರಡು ಮಾತ್ರೆ ಸಾಕು. ಭಾಳಾ ಹುಡುಕಿದೆ, ನಿಂದೇನು ಅಂಥಾ ಘನಂದಾರೀ ರೋಗ ಅಲ್ಲ ತಗಿ, ಆದರೆ ತಗಳದು ಮರೀಬೇಡ, ಐವತ್ತು' ಅಂದರು. ಶೇಷಗಿರಿ ಜೇಬಿನಿಂದ ಐವತ್ತು ತೆಗೆದು ಅವರ ಕೈಗಿಟ್ಟು ಹೊರಟ.

ಶೇಷಗಿರಿ ಅವತ್ತು ರಾತ್ರಿ ಒಂದು ಮಾತ್ರೆ ತಗಂಡು ಇನ್ನೊಂದನ್ನು ಡ್ರಾಯರಲ್ಲಿ ಹಾಕಿಟ್ಟ. ಅದನ್ನು ಮರೆತುಬಿಟ್ಟ. ಆ ಮಾತ್ರೆ ಹಂಗೆ ಡ್ರಾಯರ್‌ನ ತಳಕ್ಕೆ, ಉಳಿದ ಮಾತ್ರೆ, ಗುಳಿಗೆಗಳ ಜತೆ ಜಾರಿ ಹೋಯಿತು. ಒಂದು ಮಾತ್ರೆ ತಗಂಡ ಒನ್ನಾಕು ತಿಂಗಳಾದ ಮೇಲೂ ಗೋಡೆ ಹಾಯುವ ಅವನ ರೋಗ ವಾಸಿಯಾಗಲಿಲ್ಲ. ಅದನ್ನು ಎಂದಾದರೂ ಅಷ್ಟ ಉಪಯೋಗಿಸೋ ಯೋಚನೆಯೂ ಅವನಿಗೆ ಬರಲಿಲ್ಲ. ಪ್ರತಿ ದಿನ ರಾತ್ರಿ ಬಾಗಿಲ ತೆಗೆದೇ ಮನೆ ಒಳಗೆ ಹೆಜ್ಜೆಯಿಡತಿದ್ದನೇ ಹೊರತು ಗೋಡೆ ಹಾದು ಒಳಗೆ ಬರ್ತಾಯಿರಲಿಲ್ಲ. ಗೋಡೇನ್ನ ಹಾದು ಹೋಗಬಹುದು ತಾನು ಅನ್ನಾ ಕಲ್ಪನೆಯೂ ಅವನಿಗೆ ಬರುತ್ತಿರಲಿಲ್ಲ. ತಾನು ಗೋಡೆ ಹಾಯಬಹುದು ಅನ್ನೋ ವಿಷಯವೇ ಮರೀತಾ ಹೋಯ್ತು. ಬಾಗಿಲು ತೆಗೆದು ಮನೆಯೊಳಗೆ ಹೋಗಾ ಅವನ ದಿನಚರಿ ಅವನು ಸಾಯಾ ತನಾ ನಡೆದಿರುತ್ತಿತ್ತೋ ಏನೋ...

ಹೇಳದೇ ಕೇಳದೇ ಶೇಷಗಿರಿ ಮೇಲಧಿಕಾರಿಯಾಗಿದ್ದ ಶಂಕರಪ್ಪನವರನ್ನ ಅದ್ಯಾವುದೋ ಊರಿಗೆ ಎತ್ತಿ ಹಾಕಿ, ಎಸ್ ಎಮ್ ಭೋಸಲೆ (ಶಾಂತಾರಾಮ್

ಮಂಗೇಶ್‌ರಾವ್ ಭೋಸಲೆ) ಅನ್ನೋ ಒಬ್ಬ ಖಡಕ್ ವ್ಯಕ್ತೀನ್ನ ಆ ಜಾಗದಲ್ಲಿ ತಂದು ಕೂಡಿಸಿದ್ದೇ ಶೇಷಗಿರಿಯ ಮುಂದಿನ ಅವಾಂತರಗಳಿಗೆ ಕಾರಣವಾಗಿದ್ದು. ಈ ಭೋಸಲೆ ಸಾಹೇಬರು ತೀರಾ ಕಟ್ಟು ನಿಟ್ಟಾದ ಮನುಷ್ಯ. ಮೊದಲನೇ ನೋಟದಲ್ಲೇ ಪ್ರೇಮಾಂಕುರವೋ, ಸ್ನೇಹಾಂಕುರವೋ, ಭಕ್ತಿಯಾಂಕುರವೋ, ಗೌರವಾಂಕುರವೋ ಉದಯಿಸುವುದಿರಲಿ, ಆತನೊಂದಿಗೆ ಮಾತನಾಡಬೇಕು ಅಂತಾನೂ ಅನಿಸುವಂತಿರಲಿಲ್ಲ. ನೆಟ್ಟಗೆ ಚೂಪಾಗಿ ನಿಂತ ಮೂಗು, ಅದಕ್ಕೆ ಇಂಬು ಕೊಡುವಂತೆ ಎರಡೂ ಬದಿ ತಣ್ಣಗೆ ಕೊರೆಯುತ್ತಿರುವ ಎರಡು ಕಣ್ಣುಗಳು. ಮೂಗಿನ ಕೆಳಗೆ ಶಿಸ್ತಾಗಿ ತೀಡಿದ ಮೀಸೆ. ಗರಿಗರಿಯಾದ ಉಲ್ಲನ್ ಪ್ಯಾಂಟು, ಅದಕ್ಕೆ ಹೊಂದುವ ಬಣ್ಣದ ಷರ್ಟು, ಮೇಲೊಂದು ಕೋಟು. ಭೋಸಲೆ ಸಾಹೇಬರು ಬರ್ತಿದಾರೆ ಅನ್ನದು ಅವರ ಬೂಟಿನ ಟಕಾಟಕಾ ಸದ್ದೇ ಸಾರಿ ಹೇಳ್ತಾಯಿತ್ತು. ಎಲ್ಲದರಲ್ಲೂ ಶಿಸ್ತಿರಬೇಕೂ ಅಂತ ಬಡಕೊಂತಿದ್ದರು. ಛಾರ್ಜ್ ತಗಂಡ ಮಾರನೇ ದಿನವೇ ಒಂದು ಮೆಮೋ ಹೊರಡಿಸಿದರು ಭೋಸಲೆ ಸಾಹೇಬರು.

ನನ್ನ ಕಛೇರಿಯ ಸಹೋದ್ಯೋಗಿಗಳು ಗಮನಿಸಬೇಕು.

1. ಎಲ್ಲರೂ ತಮ್ಮ ತಮ್ಮ ಮೇಜು, ಕುರ್ಚಿ, ತಮ್ಮ ತಮ್ಮ ಕಪಾಟು, ತಾವು ಕುಳಿತ ಜಾಗವನ್ನು ಸ್ವಚ್ಛವಾಗಿಟ್ಟುಕೊಳ್ಳಬೇಕು.
2. ಹತ್ತೂಕಾಲಿಗೆಲ್ಲಾ ತಮ್ಮ ಕುರ್ಚಿಯಲ್ಲಿ ಕೂತಿರಬೇಕು.
3. ಅಗತ್ಯದ ಕೆಲಸವಿಲ್ಲದೇ ಆಫೀಸಿನ ಆವರಣದಲ್ಲಾಗಲೀ, ಆಫೀಸಿನಲ್ಲಾಗಲೀ ವಿನಾಕಾರಣ ಅಡ್ಡಾಡಬಾರದು.
4. ಆಫೀಸಿನ ಯಾವುದೇ ಮೇಜಿನ ಮೇಲೆ ಊಟ, ತಿಂಡಿ, ಕಾಫಿ ಸೇವಿಸುವಂತಿಲ್ಲ.
5. ಊಟದ ವಿರಾಮ ಕೇವಲ ಮೂವತ್ತು ನಿಮಿಷಗಳು ಮಾತ್ರ.
6. ಯಾವುದೇ ಕಾರಣಕ್ಕೆ ಆಫೀಸಿನ ಕಡತಗಳನ್ನು ಮನೆಗೆ ತೆಗೆದುಕೊಂಡು ಹೋಗುವಂತಿಲ್ಲ.
7. ಆಫೀಸಿನಲ್ಲಿ ಅನಗತ್ಯ ಗುಂಪು ಕಟ್ಟಿ ಹರಟೆ ಹೊಡೆಯುವಂತಿಲ್ಲ.

ವಿ. ಸೂ. ಆಫೀಸಿನ ಈ ನಿಯಮಗಳನ್ನು ಬದಲಾಯಿಸುವ ಅಥವಾ ಸೇರಿಸುವ ಅಧಿಕಾರ ಈ ಕೆಳಗೆ ಸಹಿಮಾಡಿದವರಿಗೆ ಮಾತ್ರ ಇರುತ್ತದೆ. ಸಹಿ. ಎಸ್ ಎಮ್ ಭೋಸಲೆ.

ಈ ಮೆಮೋವನ್ನು ಓದಿ ಇದು ಅರ್ಥವಾಗಿದೆ ಎಂಬುದರ ಗುರುತಾಗಿ ತಾವೆಲ್ಲಾ ಇದಕ್ಕೆ ಸಹಿಮಾಡಬೇಕು.

ಶೇಷಗಿರಿ ಈ ಮೆಮೋಗೆ ಸಾಡೇಸಾತಿ ಅಂತ ಹೆಸರಿಟ್ಟು ಸಹಿ ಮಾಡಿದ. ಎಸ್ ಎಮ್ ಭೋಸಲೇ ಅಂದ್ರೇನು ಗೊತ್ತಾ, ಸೂಳೇಮಗ ಭೋಸಲೇ ಅಂತ. ಅದಕ್ಕೇ ಸಾಡೇಸಾತಿ ರೂಲ್ಸ್ ಇಟ್ಗಂಡು ನಮ್ಮ ಬೆನ್ನತ್ತಿದನೆ ಅಂತ ಎಲ್ಲಾ ಅವನ ಟೇಬಲತ್ರ ಸೇರಿದಾಗ ಹೇಳಿದ. ಅದು ಕಿವಿಯಿಂದ ಕಿವಿಗೆ ಎಷ್ಟೇ ಪಿಸುಮಾತಿನಲ್ಲಿ ಹರಡಿದರೂ ಭೋಸಲೇ ಸಾಹೇಬರ ಕಿವಿಗೆ ಬೀಳುವುದು ತಡವಾಗಲಿಲ್ಲ. ಕಿವಿಗೆ ಬಿತ್ತೋ ಭೋಸಲೇ ಸಾಹೇಬರು ಕೆಂಡಾಮಂಡಲವಾದರು. ಇವತ್ತೇ ಶೇಷಗಿರಿಯನ್ನು ಕೆಲಸದಿಂದ ಸಸ್ಪೆಂಡ್ ಮಾಡುತ್ತೇನೆ, ನೀರಿಲ್ಲದ ಊರಿಗೆ ಟ್ರಾನ್ಸ್‌ಫರ್ ಮಾಡುತ್ತೇನೆ, ಡಿಮೋಟ್ ಮಾಡುತ್ತೇನೆ, ನಾಕು ಪ್ರಮೋಷನ್ ಹಿಡಿಯುತ್ತೇನೆ, ಪೆನ್‌ಷನ್ ಹಿಡಿಯುತ್ತೇನೆ ಅಂತ ಹೇಳಿದರು. ಆದರೆ ಸರಿಯಾದ ಸಾಕ್ಷಿಯಿಲ್ಲದೇ ಹೋದುದರಿಂದ ತಾವು ಹೇಳಿದ ಏನನ್ನೂ ಮಾಡುವ ಹಾಗಿರಲಿಲ್ಲ. ಆದರೆ ಶೇಷಗಿರಿಯನ್ನು ಕಾಡಬಹುದಿತ್ತು, ಕಾಡಿದರು.

ಶೇಷಗಿರಿ ರೆಡಿ ಮಾಡಿದ ಫೈಲುಗಳಲ್ಲಿ ಒಂದೆಂಟು ತಪ್ಪುಗಳನ್ನಾದರೂ ಕಂಡುಹಿಡಿಯತೊಡಗಿದರು. ಶೇಷಗಿರಿಯ ಟೇಬಲ್ ಹತ್ತಿರ ಅನಗತ್ಯ ಸುಳಿದಾಡಿದವರಿಗೆ ಶೋಕಾಸ್ ನೋಟೀಸ್ ಕೊಟ್ರು. ಶೇಷಗಿರಿ ಹಾಡುತ್ತ, ಕತೆ ಹೇಳುತ್ತಾ ಕಾಲ ಕಳೆದರೆ ನೆಗ್ಲಿಜೆನ್ಸ್ ಆಫ್ ಡ್ಯೂಟಿ ಅಂತ ನೋಟೀಸ್ ಜಾರಿ ಮಾಡಿದರು. ಭೋಸಲೆ ಸಾಹೇಬರು ಕಾಟ ಕೊಟ್ಟಂಗೆಲ್ಲಾ ಶೇಷಗಿರಿ ಸೆಟೆದು ನಿಲ್ಲುತ್ತಾ ಹೋದ. ಒದ್ದಷ್ಟೂ ಮೊಂಡ ಬುದ್ಧಿ ಜಿದ್ದಿಗೆ ಬಿತ್ತು. ಬರ್‍ತಾ ಬರ್‍ತಾ ದಿಸಕ್ಕೊನ್ಸತಿನಾರಾ ಒಂದು ಪಾಣೀಪತ್ತೋ, ಒಂದು ಮೈಸೂರು ಯುದ್ಧವೋ, ಒಂದು ರಕ್ಕಸತಂಗಡಿ ಯುದ್ಧವೋ ನಡೆಯತೊಡಗಿತು. ಅಂದರೆ ಎದುರಾ ಎದುರಲ್ಲ, ಮುಸುಕಿನೊಳಗಣ ಗುದ್ದುಗಳು. ಭೋಸಲೆ ಸಾಹೇಬರು ಮಾಡಿ ಅಂದದ್ದನ್ನು ಶೇಷಗಿರಿ ಧಿಕ್ಕರಿಸುವುದು, ಮಾಡಬೇಡಿ ಅಂದದ್ದನ್ನ ಮುದ್ದಾಮಾಗಿ ಮಾಡದು. ಶೇಷಗಿರಿಯನ್ನು ಮಟ್ಟ ಹಾಕುವ ಷಡ್ಯಂತ್ರಗಳನ್ನು ರೂಪಿಸುವ ಕಾಯಕ ಭೋಸಲೇ ಸಾಹೇಬರದ್ದಾದರೆ, ಭೋಸಲೆ ಸಾಹೇಬನಿಗೆ ಮಣ್ಣು ಮುಕ್ಕಿಸುವುದು ಹೇಗೆ ಎನ್ನುವ ಹುನ್ನಾರದಲ್ಲಿ ಶೇಷಗಿರಿಯಿದ್ದ. ಮಹಾಯುದ್ಧವಾಗಿದ್ದು ಅವತ್ತು.

ಭೋಸಲೇ ಸಾಹೇಬರು ಯಾವುದೋ ಇನ್ಸ್‌ಪೆಕ್ಷನ್‌ಗೆ ಚಳ್ಳಕೆರೆ, ಮೊಳಕಾಲ್ಮೂರು ಅಂತ ಹೋಗಿದ್ದರು. ಅವರು ಅತ್ತ ಹೋಗಿದ್ದೇ ತಡ, ಇತ್ತ ಆಫೀಸಿನಲ್ಲಿ ನೀರಲ್ಲಿ ನೆನೆಯಿಟ್ಟಿದ್ದ ದನಿಗಳಿಗೆ ಜೀವ ಬಂತು. ಎಂದಿನ ಹಾಡು ಹಸೆ ಕತೆ ಕವನ ಇತ್ಯಾದಿಗಳು ಸೂತಕ ಬಿಟ್ಟ ಮನೆಯಲ್ಲಿನ ಸತ್ಯನಾರಾಯಣವ್ರತದಂತೆ ಆರಂಭವಾದವು. ಗಪ್ಪೆಂದು ಕೂತಿದ್ದ ಆಫೀಸು ಗಳಗಳ ಸದ್ದಿನೊಂದಿಗೆ ತುಂಬಿಹೋಯಿತು. ಈ ಆಫೀಸಿನಲ್ಲೂ ಮನುಷ್ಯರು ಇದ್ದಾರೆ ಅನಿಸತೊಡಗಿತು. ಗ್ರಹಚಾರ ಯಾವ ದಿಕ್ಕಿನಿಂದ ಒದ್ದುಕೊಂಡು

ಬರತ್ತೋ ಯಾರಿಗೆ ಗೊತ್ತು. ಭೋಸಲೇ ಸಾಹೇಬರು ಬಂದರು. ಆದರೆ ಬರೋರು ಹೊತ್ತಿಗೆ ಸರಿಯಾಗಿ ಬಾರದೇ ಒಂದು ದಿನ ಮೊದಲೇ ಬಂದು ಬಿಟ್ಟರು. ಊರಿಗೆ ಬಂದವರೇ ನೆಟ್ಟಗೆ ಆಫೀಸಿಗೆ ಬಂದು ಬಿಟ್ಟರು. ಬಂದು ನೋಡಿದರೆ ಏನಿದೆ ತಮ್ಮ ಆಫೀಸಿನಲ್ಲಿ? ಏನಾಗಿದೆ ತಮ್ಮ ಆಫೀಸಿಗೆ? ಅಸಲಿಗೆ ಇದು ತಮ್ಮ ಆಫೀಸೇನಾ ಅನ್ನುವ ಗುಮಾನಿ ಬಂತು. ಎಲ್ಲಾ ಒಂದು ಟೇಬಲ್ ಸುತ್ತ ಕೂತಿದ್ದಾರೆ ಅಥವಾ ನಿಂತಿದ್ದಾರೆ. ಒಂದಿಷ್ಟು ಜನ ನೆಲದ ಮೇಲೇ ಕೂತಿದ್ದರೆ ಇನ್ನೊಂದ್ಯೆದಾರು ಜನ ಕುರ್ಚಿಗಳನ್ನು ಎಳಕೊಂಡು ಕೂತಿದ್ದಾರೆ. ಎಲ್ಲರ ನಡುವೆ ಒಂದು ಟೇಬಲ್ ಮೇಲೆ ಕೂತು ಕೈಲೊಂದು ಸಿಗರೇಟ್ ಹಿಡಿದು ಶೇಷಗಿರಿ ಹಾಡುತ್ತಿದ್ದಾನೆ. ಅದೆಷ್ಟು ಹಾಡುಗಳನ್ನು ಹಾಡಿದ್ದನೋ ಇಲ್ಲೀವರೆಗೂ, ಪ್ರಸ್ತುತ ಮಧುಬನ್ ಮೇ ರಾಧಿಕಾ ಅಂತ ಹಾಡುತ್ತಿದ್ದಾನೆ. ಭೋಸಲೇ ಸಾಹೇಬರ ಮೈ ಉರಿದು ಹೋಯಿತು. ಆಫೀಸಿನ ಬಾಗಿಲಲ್ಲಿ ನಿಂತು ಒಮ್ಮೆ ಅಬ್ಬರಿಸಿದರು. ಥಟ್ಟಂತ ಹಾಡು ಹಸೆ ನಿಂತು ಹೋಯಿತು. ಉಸಿರು ಬಿಗಿಹಿಡಿದ ಮಂದಿ ಹೆಜ್ಜೆ ಎತ್ತಿಹಾಕಿದರೆ ಎಲ್ಲಿ ಸದ್ದಾಗತ್ತೋ ಅಂತ ಹೆಜ್ಜೆಗಳನ್ನು ನೆಲದ ಮೇಲೆ ಸವರುತ್ತಾ, ಕೆಲವರು ಅಂಬೆಗಾಲಿಡುತ್ತಾ, ಕೆಲವರು ನೆಲದ ಮೇಲೆ ತೆವಳುತ್ತಾ, ಕೆಲವರು ಕುಕ್ಕರುಗಾಲಲ್ಲಿ ಕುಂಟುತ್ತಾ, ಒಟ್ನಗೆ ಯಾವೊಂದೂ ಸದ್ದು ಮಾಡದೇ ತಂತಮ್ಮ ಟೇಬಲ್ಲುಗಳಿಗೆ ಹೋದರು. ಶೇಷಗಿರಿ ಮಾತ್ರ ಯಾವುದರಿಂದಲೂ ವಿಚಲಿತನಾಗದೇ ಕೈಲಿದ್ದ ಸಿಗರೇಟನ್ನು ಬಿಸಾಕದೇ ಟೇಬಲ್ಲಿನ ತುದಿಗೆ ತನ್ನ ಕುಂಡೆಯನ್ನು ಅಂಟಿಸಿ ನಿಂತಿದ್ದ ಅಥವಾ ಕೂತಿದ್ದ. ಭೋಸಲೇ ಸಾಹೇಬರು ಆಫೀಸಿನ ನಡುಬರಕೆ ಬಂದು ನಿಂತು ಮುಂದಿನ ಐದು ನಿಮಿಷ ಶಿಸ್ತು, ಪರಿಪಾಲನೆ, ನಡವಳಿಕೆ ಇತ್ಯಾದಿಗಳ ಬಗ್ಗೆ ಭಾಷಣ ಮಾಡಿ, ಎಲ್ಲರದ್ದೂ ಒಂದೊಂದು ದಿನದ ಸಂಬಳ ಹಿಡಿಯುತ್ತೇನೆ ಅಂತ ಜಬರಿಸಿ ತಮ್ಮ ಆಫೀಸಿಗೆ ಹೋದರು. ಶೇಷಗಿರಿಯನ್ನೂ ಸೇರಿದಂತೆ ಆಫೀಸಿನ ಎಲ್ಲರಿಗೂ ಆಶ್ಚರ್ಯವಾಗಿದ್ದು ಯಾಕೆ ಅಂದ್ರೆ ಶೇಷಗಿರಿಯ ಜೊತೆಗೆ ಭೋಸಲೇ ಸಾಹೇಬರು ಒಂದು ಮಾತೂ ಆಡಲಿಲ್ಲ. ಶೇಷಗಿರಿಗೆ ಒಂದು ಮಾತೂ ಹೇಳಲಿಲ್ಲ. ಶೇಷಗಿರಿಯನ್ನು ನೋಡಲೂ ಇಲ್ಲ. ಆದರೆ ಇದೇ ಆಫೀಸಿನಲ್ಲಿ ಇಪ್ಪತ್ಮೂರು ವರ್ಷಗಳ ಮಧ್ಯಾಹ್ನಗಳನ್ನು ಕಂಡಿದ್ದ ಶೇಷಗಿರಿಗೆ ಇದು ಇಲ್ಲಿಗೇ ನಿಲ್ಲುತ್ತದೆ ಅನಿಸಲಿಲ್ಲ. ಇದು ಇಲ್ಲಿಗೇ ನಿಲ್ಲಲಿಲ್ಲ.

ಸಾಯಂಕಾಲ ಶೇಷಗಿರಿ ಮನೆಗೆ ಹೊರಡುವ ಸಮಯಕ್ಕೆ ಸರಿಯಾಗಿ ಭೋಸಲೆ ಸಾಹೇಬರಿಂದ ಬುಲಾವ್ ಬಂತು. ಮುಚ್ಚಿದ ಬಾಗಿಲಿನ ಹಿಂದೆ ಏನಾಯಿತೂ ಅಂತ ಅಲ್ಲೇ ಹೊರಗೆ ಬಾಗಿಲ ಪಕ್ಕ ಕೂತಿದ್ದ ಜವಾನನಿಗೂ ಗೊತ್ತಿಲ್ಲ. ಸುಮಾರು ಅರ್ಧ ಗಂಟೆಯ ಮೇಲೆ ಹೊರಬಂದ ಶೇಷಗಿರಿಯ ಮುಖದಾಗೂ ಅಂಥ ಬದಲಾವಣೆಯೇನೂ ಕಾಣಲಿಲ್ಲ. ಎಂದಿನಂತೆ ತನ್ನ ಬೀಗದಕೈಗಳ ಸರಪಳಿಯನ್ನು

ಸುದರ್ಶನ ಚಕ್ರದಂಗೆ ತಿರುಗುಸ್ತಾ ಹೋದ. ಮಾರನೇ ದಿಸ ಶೇಷಗಿರಿ ಆಫೀಸಿಗೆ ಬರಲಿಲ್ಲ. ಒಂದು ದಿನ ಸಸ್ಪೆಂಡ್ ಆಗಿದಾನೆ ಅಂತ ಸುದ್ದಿ ಹರಡಿತು.

ಎರಡನೇ ದಿನ ಮಾಮೂಲಿನಂತೆ ಆಫೀಸಿಗೆ ಬಂದ ಶೇಷಗಿರಿಗೆ ಪಕ್ಕೆಗೆ ಝಾಡಿಸಿದಂತಾಯ್ತು. ಅವನ ಟೇಬಲ್ಲನ್ನು ವರ್ಗಾಯಿಸಲಾಗಿತ್ತು. ಭೋಸಲೇ ಸಾಹೇಬರ ಚೇಂಬರಿನ ದಕ್ಷಿಣ ಭಾಗದ ಗೋಡೆಗೆ ಹೊರಗಡೆಯಿಂದ ಅಂಟಿಕೊಂಡಂಗೆ ಇದ್ದ ಒಂದು ಸಣ್ಣ ಸ್ಟೋರ್ ರೂಮಿನಗೆ ಅವನ ಟೇಬಲ್ಲೂ ಕುರ್ಚಿ ಇಡಿಸಿದ್ರು. ಸ್ಟೋರ್ ರೂಮಿನ ಬಾಗಿಲನ್ನು ತೆಗೆದು ಒಳಗೆ ಕಾಲಿಡುತ್ತಿದ್ದಂಗೇ ಕತ್ತಲು ಕಣ್ಣಿಗಂಟಿತು. ಕತ್ತಲು ಕಣ್ಣಿಗೆ ಹೊಂದಿಕೊಂಡ ಮೇಲೆ ಶೇಷಗಿರಿ ಇಡೀ ರೂಮನ್ನು ನೋಡಿದ. ರೂಮು ತುಂಬಾ ಅರೆಗತ್ತಲು ಮಣಮಣ ಜಪ ಮಾಡುತ್ತಿತ್ತು. ಬಾಗಿಲು ಮುರಕೊಂಡು ಬಿದ್ದಿದ್ದ, ಗಾಜಿನ ಹಾಳೆಗಳನ್ನು ಕಳಕೊಂಡು ಒಂದಕ್ಕೊಂದು ಬೆನ್ನು ಮಾಡಿ ನಿಂತಿದ್ದ ಒಂದೆರಡು ಹಳೇ ಕಪಾಟುಗಳು, ಒಂದೈದಾರು ಕಾಲು ಮುರಕೊಂಡು ಮೂಲೆಗುಂಪಾಗಿದ್ದ ಕುರ್ಚಿಗಳು, ಒಂದರ ಬೆನ್ನ ಮೇಲೆ ಮತ್ತೊಂದು ಸವಾರಿ ಮಾಡುತ್ತಾ ಬಿದ್ದಿದ್ದ ಒಂದೆರಡು ಟೇಬಲ್ಲುಗಳ ನಡುವೆ ಒಂದು ಗೋಡೆಗೆ ಅಂಟಿಸಿದಂತೆ ಅವನ ಕುರ್ಚಿ–ಟೇಬಲ್ಲನ್ನು ಇಡಿಸಿದ್ರು. ಧೂಳಿನ ವಾಸನೆ ಮೂಗು ತುಂಬಿತು. ಅಲ್ಲೆಲ್ಲೋ ಇದ್ದ ಕಿಟಕಿ ಈ ರೂಮಿಗೆ ಬೆಳಕನ್ನು ತುಂಬಲು ಸಾಲದೇ ಕೈ ಚೆಲ್ಲಿ ಕೂತಿತ್ತು. ಮಂಕಾದ ದೀಪ ಹಾಕಿದರೆ ಬೆಳಕು, ಇಲ್ಲಾ ಕತ್ತಲೋ ಕತ್ತಲು. ಗಾಳೀನ್ನಂತೂ ನಾಕಾಣೆ ಕೊಟ್ಟ ತಗಂಬೇಕು ಹಂಗಿತ್ತು. ಫೈಲುಗಳ ಅಕ್ಷರ ಕಾಣಾದಿರಲಿ, ಅಸಲಿಗೆ ಫೈಲುಗಳೇ ಕಾಣುತ್ತಿರಲಿಲ್ಲ. ಶೇಷಗಿರಿಗೆ ಹೆಬ್ಬೆರಳ ತುದಿಯಿಂದ ಸಿಟ್ಟು ಏರಿತು. ಆದರೆ ಭೋಸಲೇ ಅನ್ನಾ ಭೋಸುಡಿಮಗ ತನ್ನ ಮೇಲಧಿಕಾರಿ. ಏನು ಬೇಕಾದರೂ ಮಾಡಬಲ್ಲ. ಆದರೆ ಅವನು ಮಾಡ್ತನೆ ಅಂದ್ರೆ ತಾನು ಅವನು ಮಾಡಿದ್ದನ್ನ ಮುಚ್ಕಂಡು ಒಪ್ಗಳಕ್ ಆಕ್ತತಾ? ರೂಮಿನ ನಡೂ ಮಧ್ಯೆ ಬಂದು ನಿಂತು, ಅಯಾಚಿತವಾಗಿ ಒಂದು ಸಿಗರೇಟು ಹಚ್ಚಿ ಯೋಚನೆಗೆ ಬಿದ್ದ. ಸಿಗರೇಟು ಮುಗಿಯುವ ಹೊತ್ತಿನಲ್ಲಿ ತನ್ನ ಕುರ್ಚಿಯ ಮೇಲೆ ಕೂತಿದ್ದ. ಒಂದು ಕಾಪೀ ತಾ ಅಂತ ಜವಾನಂಗೆ ಹೇಳಬೇಕೂ ಅಂತ ಬೆಲ್ ಕುಟ್ಟಕೆ ಹೋದ. ಟೇಬಲ್ಲಿನ ಮೇಲೆ ಒಂದು ಬೆಲ್ ಇರಲಿಲ್ಲ. ಅಂದರೆ ತಾನು ಎದ್ದು ಹೋಗಿ ಕರೆಯದೇ ಯಾರ್‍ಯಾಕೆ, ಜವಾನ ಕೂಡಾ ಇತ್ಲಗೆ ಬರಂಗಿಲ್ಲ. ಅವಮಾನ ಶಿಖರದ ತುತ್ತ ತುದಿಯಲ್ಲಿ ಕುದಿಯುತ್ತಾ ಶೇಷಗಿರಿ ಕೂತಿದ್ದ. ಇದ್ದಕ್ಕಿದ್ದ ಹಾಗೇ ತನ್ನ ಬೆನ್ನ ಹಿಂದಿನ ಗೋಡೆಯ ಆಚೆಗೆ ಭೋಸಲೇ ಭೋಸುಡಿಮಗನ ಚೇಂಬರ್ ಅನ್ನದು ಗಮನಕ್ಕೆ ಬಂತು. ಥಟ್ಟನೆ ಎಂದೋ ಮರೆತು ಹೋಗಿದ್ದ ತನ್ನ ಸ್ಪೆಷಲ್ ಪವರ್ ನೆನಪಿಗೆ ಬಂದು, ಕುರ್ಚಿಯಿಂದ ಎದ್ದ.

ಗೋಡೆಯ ಮೂಲಕ ತನ್ನ ಕುತ್ತಿಗೆಯನ್ನು ಮಾತ್ರ ತೂರಿಸಿ ಭೋಸಲೇ ಭೋಸುಡಿಮಗನ ಚೇಂಬರಿನಲ್ಲಿ ಇಣುಕಿದ. ಭೋಸಲೇ ಸಾಹೇಬರು ಕತ್ತು ಬಗ್ಗಿಸಿ ಅದೇನೋ ಬರೆಯುತ್ತಾ ಕೂತಿದ್ದರು. ಶೇಷಗಿರಿ ಒಮ್ಮೆ ಹಗುರಾಗಿ ಕೆಮ್ಮಿದ. ಬರೆಯುತ್ತಾ ಕೂತಿದ್ದ ಭೋಸಲೇ ಕತ್ತೆತ್ತಿ ನೋಡಿದರು. ಎದುರಿಗೆ, ತಮ್ಮ ನೇರ ಎದುರಿಗೆ, ಗೋಡೆಯ ಮೇಲೆ ಕೋಣ, ಹುಲಿ, ಹಂದಿಯ ಕುತ್ತಿಗೆಗಳನ್ನು ಪಾರಿತೋಷಕಗಳಂತೆ ಗೋಡೆಗೆ ಅಂಟಿಸಿದ ಹಂಗೆ ಶೇಷಗಿರಿ ತಲೆ ಅಂಟಿಕೊಂಡಿದೆ. ಜೀವಂತವಿದೆ. ಗೆರೆಮೀಸೆಯ ಕೆಳಗಿನ ತುಟಿಗಳು ಮುಗುಳು ನಗುತ್ತಿವೆ. ಇದ್ದಕ್ಕಿದ್ದಂಗೇ ಶೇಷಗಿರಿ ಮುಖ ಮತ್ತೊನ್ಸತಿ ಕೆಮ್ಮಿ ಮಾತನಾಡಿತು, 'ಲೋ ಭೋಸುಡಿ ಮಗನೇ, ಏನು ಮುಕಳ್ಯಾಗ ಹಲ್ಲುಟ್ಟಾವಾ...' ಮೊದಲು ಒಂದರೆಕ್ಷಣ ಏನಾಗುತ್ತಿದೆ ಅಂತಾನೇ ಅರ್ಥವಾಗಲಿಲ್ಲ ಭೋಸಲೆ ಸಾಹೇಬರಿಗೆ. ಅರ್ಥವಾದ ಗಳಿಗೆ ಎಂಥಾ ಸಿಟ್ಟು ಅಮರಿಕೊಂಡಿತು ಅಂದರೆ ಅವರ ನೆತ್ತಿಯ ಒಂದಿಷ್ಟು ಕೂದಲು ಚರಪರ ಸುಟ್ಟಿದ್ದರೂ ಅನುಮಾನವಿಲ್ಲ. ತಮ್ಮ ಕೈ ಕೆಳಗೆ ಕೆಲಸ ಮಾಡುವ, ತಾವು ತಮ್ಮ ಕಾಲಿನಿಂದ ತಳ್ಳಿದ ಆಜ್ಞೆಗಳನ್ನು ತಲೇ ಮೇಲೆ ಹೊತ್ತು ಪಾಲಿಸಬೇಕಾಗಿರಾ ಒಂದು ಹುಳು ಸಮಾನವಾದ ಒಬ್ಬ ಗುಮಾಸ್ತನಿಗೆ ಈ ಟಿಮಿರೇ? ತಾನು ಯಾರೂಂತ ಅವನಿಗೆ ತೋರಿಸೇ ಬಿಡಬೇಕು ಅಂತ ಕುರ್ಚಿಗಂಟಿದ್ದ ತಮ್ಮ ಕುಂಡೆಯನ್ನು ಕಿತ್ತಿ ತಮ್ಮ ಚೇಂಬರಿನಿಂದ ಹೊರಗೋಡಿ, ಪಡಸಾಲೆಯ ಉದ್ದಕ್ಕೂ ಒಂದು ಹದಿನೈದು ಅಡಿ ಓಡಿ, ಭಾವೀ ಸ್ಟೋರ್‌ರೂಮನ್ನು ಹಾಗೂ ಪ್ರಸ್ತುತದ ಶೇಷಗಿರಿಯ ಬಂದೀಖಾನೇನ್ನ ಹೊಕ್ಕಾಗ ಮಣಮಣ ಅನ್ನುತ್ತಿದ್ದ ಬೆಳಕಲ್ಲಿ ಭೋಸಲೇ ಸಾಹೇಬರಿಗೆ ಕಂಡಿದ್ದು ಟೇಬಲ್ಲಿನ ಮೇಲೆ ಸಿಗರೇಟು ಹಿಡಿದ ಎಡಗೈಯ್ಯ ಅಂಗೈಯ್ಯಲ್ಲಿ ಗದ್ದ ನೆಟ್ಟು ಏಕಾಗ್ರಚಿತ್ತನಾಗಿ ಯಾವುದೋ ಫೈಲಿನಲ್ಲಿ ಮುಳುಗಿದ್ದ ಶೇಷಗಿರಿ. ಶೇಷಗಿರಿ ಕೂತಿದ್ದ ಭಂಗಿ ಹೇಗಿತ್ತು ಅಂದರೆ ಈಗ ಒಂದೆರಡು ನಿಮಿಷಗಳ ಕೆಳಗಿರಲಿ, ಸುಮಾರು ಒಂದೂವರೆ ಶತಮಾನದಿಂದ ಆ ಭಂಗಿಯಿಂದ ಅಲ್ಲಾಡಿದ ಹಂಗೆ ಕಾಣುತ್ತಿರಲಿಲ್ಲ. ಸಿಡಿದೇಳಲು ಭೋಸಲೇ ಸಾಹೇಬರಿಗೆ ಯಾವುದೇ ಸಾಕ್ಷಿಯಿರಲಿಲ್ಲವಲ್ಲ, ತಮ್ಮ ಚೇಂಬರಿಗೆ ಹೋಗಿ ಕೂತರು. ಎರಡೇ ನಿಮಿಷ ಮತ್ತೆ ಕೆಮ್ಮಿದ್ದು ಕೇಳಿತು. ಭೋಸಲೇ ಸಾಹೇಬರು ತಲೆಯೆತ್ತಿ ನೋಡಿದರೆ ಅದೇ ಶೇಷಗಿರಿ ತಲೆ, ಗೋಡೆಗಂಟಿಕೊಂಡು ತನ್ನನ್ನೇ ನೋಡುತ್ತಿದೆ. ಮತ್ತೆ 'ಲೋ ಭೋಸುಡಿಮಗನೇ, ಏನು ಗಾಂಚಾಲೀನಾ' ಅಂತ ಕೇಳಿತು. ಮತ್ತೆ ಅದು ನಿಜವೇ ಅಂತ ಪರೀಕ್ಷೆ ಮಾಡಕೆ ಭೋಸಲೇ ಸಾಹೇಬರು ಓಡಿದರು. ಶೇಷಗಿರಿ ತನ್ನ ಎಂದಿನ ಭಂಗಿಯಲ್ಲಿ ಕೂತು ಅದೇ ಫೈಲಿನಲ್ಲಿ ತಲೆ ಹುಗಿದು ಮಗ್ನನಾಗಿದ್ದ. ಮೂರನೇ ಸತಿ ಭೋಸಲೇ ಸಾಹೇಬರು ಬಂದಾಗ ಮಾತ್ರ ಶೇಷಗಿರಿ ಅಂದೇಬಿಟ್ಟ, 'ನೀವು ಹಿಂಗೆ ಮತ್ತೆ ಮತ್ತೆ ಬಂದು ನಂಗೆ ಡಿಸ್ಟರ್ಬ್

ಮಾಡ್ತಿದ್ರೆ ಈ ಫೈಲನ್ನ ಇನ್ನು ಹತ್ತು ವರ್ಷಾದ್ರೂ ಮುಗ್ಸಕಾಗಲ್ಲ ನನ್ ಕೈನಗೆ. ಹಂಗೆ ಕಾಟ ಕೊಟ್ಟಿದ್ದು ಸಾಲದೂಂತ ಹಿಂಗೂ ಕಾಡ್ತೀರೇನು?' ಅಂದವನೇ ಫೈಲನ್ನು ಮುಚ್ಚಿ ಅದನ್ನು ಎತ್ತಿ ಟೇಬಲ್ ಮೇಲೆ ಕುಕ್ಕಿದ. ಮೊಣಕಾಲಗಂಟಿಗೆ ಒದ್ದಂಗಾಯಿತು ಭೋಸಲೇ ಸಾಹೇಬರಿಗೆ. ಸದ್ದಿಲ್ಲದೇ ಓಡಿದರು. ಅವತ್ತು ಇಡೀ ದಿಸ ಆ ಸುಡುಗಾಡು ಶೇಷಗಿರಿ ತಲೆ ಸುಮಾರು ಇಪ್ಪತ್ತಾರು ಸತಿ ಭೋಸಲೇ ಸಾಹೇಬರ ಗೋಡೆಯ ಮೇಲೆ ಕಾಣಿಸಿರಬೇಕು. ಅವತ್ತಿಂದ ಗೋಡೆನಾಗೆ ಕಂಡ ಮುಖ ಮುಂದಿನ ಏಳು ದಿವಸಗಳಲ್ಲಿ ಪ್ರತಿ ದಿಸ ಗಂಟೆಗೆ ಒಂದ್ಸೈದಾರು ಸತಿನಾದರೂ ಕಾಣಿಸಿಕೊಳ್ಳ ಹತ್ತಿತು. ದಿನ ಕಳೆದಂಗೆಲ್ಲಾ ಶೇಷಗಿರಿಗೆ ಈ ಆಟದ ರುಚಿ ಹತ್ತಿತು. ಗೋಡೆಯಲ್ಲಿ ತಲೆ ತೂರಿಸಿ ಭೋಸಲೆ ಸಾಹೇಬರನ್ನು ದಿಕ್ಕೆಡಿಸುವ ಕಲೆ ಸಿದ್ಧಿಸತೊಡಗಿತು. ಬೈಯುವುದನ್ನು ಬಿಟ್ಟು ಹೊಸ ಹೊಸ ಆಟ ಶುರು ಮಾಡಿದ. ಒನ್ಸತಿ ಕೇವಲ ಗಹಗಹಿಸಿ ನಕ್ಕರೆ, ಇನ್ನೊನ್ಸತಿ ನರಿ ಊಳಿಡುವಂತೆ ಗೋಳಿಟ್ಟ. ಮತ್ತೊನ್ಸತಿ ಮಾತಿಲ್ಲದೇ ದುರುಗುಟ್ಟಿ ನೋಡಿದ. ಕೊನೆ ಕೊನೆಗೆ ತನ್ನ ಪುಟ್ಟ ನಾಟಕ ಮುಗೀತಿದ್ದಂಗೇ ಒಂದು ಅಡಿ ಟಿಪ್ಪಣಿ ಸೇರಿಸತೊಡಗಿದ, "ಒಂಟಿ ಚೇಳು ಬರ್ತಾಯಿದೆ (ಅಟ್ಟಹಾಸ) ಹುಷಾರ್. ಯಾರಿಗೂ ಉಳಿಗಾಲವಿಲ್ಲ. ಹುಷಾರ್." ದಿನದಿನಕ್ಕೆ ಭೋಸಲೇ ಸಾಹೇಬರು ಬಿಳಿಚಿಕೊಳ್ಳತೊಡಗಿದರು. ದಿನಕ್ಕೊಂದು ಕೇಜಿ ವಜನು ಕಳಕೊಂಡರು. ಗಲ್ಲದ ಹೊಳಪು ಇಳಿಯಿತು. ಕೆನ್ನೆಗಳು ಹಿಂಡಿದ ಕಿತ್ತಲೇ ಹಣ್ಣಿನಂತೆ ಒಳಸೇರಿಕೊಂಡವು. ಹಿಡಿಗಟ್ಟಲೆ ತಲೆಕೂದಲು ಉದುರಿತು. ಅಚ್ಚ ಕಪ್ಪು ಮೀಸೆ ಬಿಳಿಯ ಗೆರೆಯಾಯಿತು. ಕುರ್ಚಿಯಲ್ಲಿ ಕೂತರೆ ಕುರ್ಚಿ ಯಾವುದು ಇವರ ದೇಹವ್ಯಾವುದು ತಿಳೀದೇ ಹೋಯಿತು. ಒಬ್ಬರೇ ಕೂತು ಮಾತನಾಡಿಕೊಳ್ಳತೊಡಗಿದರು. ಯಾವುದೇ ಗೋಡೆ ಸಿಕ್ಕರೂ ಅದನ್ನೇ ದುರುಗುಟ್ಟಿ ನೋಡತೊಡಗಿದರು. ದಿನವಿಡೀ ಯಾರಿಗೋ ಶಾಪ ಹಾಕಿದರು. ತಮ್ಮ ಆಫೀಸಿನ ಗೋಡೆಗಳನ್ನು ಪೊರಕೆಯಿಂದ ಉಜ್ಜೇ ಉಜ್ಜಿದರು. ಮುಂದೆ ಹತ್ತೇ ದಿನಗಳಲ್ಲಿ ಬೆಂಗಳೂರು ಹುಚ್ಚಾಸ್ಪತ್ರೆ ಸೇರಿಕೊಂಡರು ಎಂಬಲ್ಲಿಗೆ ಭೋಸಲೇ ಸಾಹೇಬರ ಕತೆ ಮುಗಿದು ಶೇಷಗಿರಿ ಗೆದ್ದಂಗಾಯಿತು.

ಹೀಗೆ ಬಂಧಮುಕ್ತನಾದ ಶೇಷಗಿರಿ ಮೊದಲಿನ ತಮ್ಮ ದಿನಚರಿಗೆ ಹಿಂತಿರುಗಬಹುದಾಗಿತ್ತು, ಅಂದರೆ ಮಹಮ್ಮದ್ ರಫಿ, ಘಂಟಸಾಲ, ಕತೆ, ಹಾಡು, ಹಸೆ ಇತ್ಯಾದಿಗಳ ಬಾಬತ್ತಿಗೆ. ಯಾಕೋ ಮನಸ್ಸು ಚಡಪಡಿಸತೊಡಗಿತ್ತು. ಯಾವುದೋ ಒತ್ತಡ ಒಳಗಿನಿಂದ ಉಕ್ಕೇರ ತೊಡಗಿತ್ತು. ಗೋಡೆ ಹಾಯುವ ರುಚಿ ದೇಹಕ್ಕೆ ಹತ್ತಿತ್ತು. ಯಾವ ಗೋಡೆ ನೋಡಿದರೂ ಹಾಯಬೇಕೆನ್ನುವ ಆಸೆ ಹೃದಯಾಂತರಾಳದಿಂದ ಹೊಮ್ಮತೊಡಗಿತು. ಗೋಡೆ ಹಾಯುವ ತನ್ನ ಈ ಆಸೆಯನ್ನು ಅವನು ದಿನನಿತ್ಯ ಪೂರೈಸಿಕೊಳ್ಳಬಹುದಿತ್ತು. ಉದಾಹರಣೆಗೆ ಬಾಗಿಲಿಂದ ತನ್ನ ಮನೆಯ ಪ್ರವೇಶ

ಮಾಡುವ ಬದಲಾಗಿ ತಣ್ಣಗೆ ಗೋಡೆಯನ್ನು ಹಾದು ಹೋಗಬಹುದಿತ್ತು. ತನ್ನ ಮನೆಯಲ್ಲೇ ಒಂದು ರೂಮಿನಿಂದ ಇನ್ನೊಂದು ರೂಮಿಗೆ ಹೋಗುವಾಗ ಬಾಗಿಲನ್ನು ಬಿಟ್ಟು ಗೋಡೆಯನ್ನು ಹಾದು ಹೋಗಬಹುದಿತ್ತು. ಇನ್ನು ತಾನೇನರ ಮನೆ ಕಟ್ಟಿದ್ರೆ ಅದಕ್ಕೆ ಬಾಗಿಲೇ ಬೇಡ, ಕೋಳೀಮೊಟ್ಟೆ ಹಂಗೆ ಮನೆ ಕಟ್ಟಿದ್ರೆ ಸಾಕು ಅನ್ನದನ್ನು ಪ್ರೂವ್ ಮಾಡಬಹುದಿತ್ತು. ಆದರೆ ಇಂಥ ಕ್ಷುಲ್ಲಕ ಕೆಲಸಗಳಿಗೆ ತನ್ನ ಅಪ್ರತಿಮ ಪ್ರತಿಭೆಯನ್ನು ಹಾಳುಮಾಡಿಕೊಳ್ಳಲು ಮನಸ್ಸಿರಲಿಲ್ಲ ಅವನಿಗೆ. ಅದೂ ಅಲ್ಲದೇ ಬರೇ ಗೋಡೆ ಹಾಯೋದರಿಂದ ಏನು ಸಾಧಿಸಿದ ಹಾಗಾಯ್ತು? ತನ್ನ ಪ್ರತಿಭೆ ನಾಕು ಜನರಿಗೆ ಗೊತ್ತಾಗಬೇಕು, ಒನ್ನಾಕು ಜನ ತನ್ನ ಬಗ್ಗೆ ಮಾತಾಡಬೇಕು. ಅಸಲಿಗೆ ಶೇಷಗಿರಿ ಯಾರೂಂತ ಊರಿಗೆ ಗೊತ್ತಾಗಬೇಕು. ಈಗ ಆಫೀಸಿನಲ್ಲಿ ತಾನು ಗೆದ್ದಿದ್ದು ಇಡೀ ಆಫೀಸಿನ ಹೊಸ ಪುಣ್ಯ ಕತೆಯಾಗಿಲ್ಲವೇನು? ಈ ತಹತಹ ದಿಂದಿನಕ್ಕೂ ಹೆಚ್ಚಾಗುತ್ತಾ ಹೋಯಿತು. ಪ್ರತಿ ಗೋಡೆಯ ಅತ್ಲಾಗೆ ಒಂದು ಆತ್ಮ ನಿಂತು ತನ್ನನ್ನೇ ಬಾ ಅಂತ ಕರೀತಿದೆ ಅನಿಸತೊಡಗಿತು. ಆದರೆ ಏನು ಮಾಡಬೇಕೆಂಬ, ಯಾವ ಗೋಡೆ ಹಾಯಬೇಕೆನ್ನುವ ಕಲ್ಪನೆ ಇರಲಿಲ್ಲ. ಏನಾದರೂ ಹೊಳೆದೀತು ಎಂದು ಪುಸ್ತಕಗಳನ್ನು ಓದಿದ, ದಿನನಿತ್ಯ ಪೇಪರ್ ಓದಿದ. ಏನೇ ಮಾಡಿದರೂ ಒಂದು ಕೊನೆ ಕಾಣವಲ್ಲದು. ಗೋಡೆ ಹಾಯುವ ತನ್ನ ಅಸಾಧಾರಣ ಪ್ರತಿಭೆಗೆ ಒಂದು ತಕ್ಕ ವೇದಿಕೆಯಾಗಲೀ, ಉದ್ಯೋಗವಾಗಲೀ ಸಿಗುತ್ತಿಲ್ಲ ಅನಿಸಿ ಹತಾಶನಾಗತೊಡಗಿದ. ಒಂದು ದಿನ ವಿಶ್ವೇಶ್ವರಯ್ಯ ಪಾರ್ಕಿನಲ್ಲಿ ಕೂತಿದ್ದಾಗ ಪಕ್ಕದಲ್ಲೇ ಕಚರಾಪಚರಾ ಸದ್ದು ಮಾಡುತ್ತಾ ಹೋದ ಪೋಲಿಸರನ್ನು ನೋಡಿದೇಟಿಗೇ ತಾನು ಏನು ಮಾಡಬೇಕಂತ ಹೊಳೆದೇ ಬಿಟ್ಟಿತು.

ಶೇಷಗಿರಿ ಮಾಡಿದ ಮೊದಲ ದರೋಡೆಯೆಂದರೆ ಮಂಡೀಪೇಟೆನಾಗಿದ್ದ ಒಂದು ಬ್ಯಾಂಕ್ ನುಗ್ಗಿದ್ದು. ಗೋಡೆಯಿಂದ ಗೋಡೆ ಹಾದ. ದೊಡ್ಡ ತಿಜೋರಿಯನ್ನೂ ಬಿಡಲಿಲ್ಲ, ಹೊಕ್ಕ. ಜೇಬು ತುಂಬಿ ತುಳುಕೋ ಅಷ್ಟು ನೂರರ ನೋಟುಗಳನ್ನು ತುಂಬಿಕೊಂಡ. ಹೋಗುವಾಗ ಮನೆಯಿಂದ ಬರೆದು ತಂದಿದ್ದ 'ಒಂಟಿ ಚೇಳು' ಅನ್ನಾ ಚೀಟೀನ್ನ ಅಲ್ಲೇ ಎಲ್ಲರಿಗೂ ಕಾಣಂಗಿಟ್ಟು ಹೊರಟ. ಮಾರನೇ ದಿನ ಯಾವುದೇ ಪೇಪರ್ ನೋಡಿದರೂ ಈ ಒಂಟಿ ಚೇಳಿನ ಸಾಹಸದ ಕತೆ. ಒಂದೇ ವಾರದಲ್ಲಿ ಇಡೀ ದಾವಣಗೆರೆ, ದಾವಣಗೆರೆಯೇನು ಬಂತು, ಮೈಸೂರು ರಾಜ್ಯದಾಗೇ ಒಂಟಿ ಚೇಳಿನ ಹೆಸರು ಜನಪ್ರಿಯವಾಯಿತು. ಶೇಷಗಿರಿ ಕೇವಲ ಬ್ಯಾಂಕುಗಳಿಗೆ ಮಾತ್ರ ತನ್ನ ಗುರಿಯನ್ನು ಸೀಮಿತಗೊಳಿಸಲಿಲ್ಲ. ದಾವಣಗೆರೆಯ ಉದ್ದಗಲಕ್ಕೂ ತನ್ನ ಪ್ರತಿಭೆಯ ಝಲಕನ್ನು ಹರಿಯಬಿಟ್ಟ. ಇವತ್ತು ಒಂದು ಬ್ಯಾಂಕ್ ಆದರೆ ನಾಳೆ ಒಂದು ಆಭರಣಗಳ ಅಂಗಡಿ. ಮಾರನೇ ದಿನ ಒಬ್ಬ ಮಾರವಾಡಿಯ ಲೇವಾದೇವಿಯ

ಅಂಗಡಿಯಾದರೆ ಇನ್ನೊಂದು ದಿನ ದೊಡ್ಡ ಜವಳಿ ಅಂಗಡಿ. ಸೋಮವಾರ ಶೆಟ್ಟರ ಸಗಟು ವ್ಯಾಪಾರದ ಅಂಗಡಿಯಾದರೆ ಮಂಗಳವಾರ ಸಣ್ಣಕ್ಕಿ ಮಂಡಿ. ಹೂಡಿದ ಬಾಣವನ್ನು ಮತ್ತೆ ಹೂಡದ ಥೇಟ್ ಕರ್ಣನಂಗೆ ಒಮ್ಮೆ ಹಾದ ಅಂಗಡಿಯ ಗೋಡೆಯನ್ನು ಶೇಷಗಿರಿ ಮತ್ತೆ ಹಾಯಲಿಲ್ಲ. ಕೇವಲ ಒಂದೂವರೆ ತಿಂಗಳಲ್ಲಿ ಆಡು ಮುಟ್ಟದ ಸೊಪ್ಪಿಲ್ಲ ಶೇಷಗಿರಿ ಹಾಯದ ಅಂಗಡೀ ಗೋಡೆಯಿಲ್ಲ ಅನ್ನಂಗಾಯಿತು. ದಾವಣಗೆರೆಯಲ್ಲಿ ದುಡ್ಡಿದ್ದ ಎಲ್ಲರ ಆಲಾಪವೂ ಒಂದೇ, ಇವತ್ತು ನನ್ನ ಅಂಗಡೀನಗೆ ಇಷ್ಟು ಹೋತು, ನನ್ನ ಮಂಡೀನಗೆ ಇಷ್ಟು ಹೋತು. ಎಲ್ಲಿ ಯಾರನ್ನೇ ಕೇಳಿದರೂ ಒಂಟಿ ಚೇಳಿನ ಕತೆಯೇ. ಜನತಾವಾಣಿ, ನಗರವಾಣಿಗಳು ತಮ್ಮ ನಾಕೂ ಪುಟಗಳನ್ನು ಈ ಒಂಟಿ ಚೇಳಿನ ಕತೆಗೆ ಮೀಸಲಾಗಿಟ್ಟವು. ಚೇಳಿನ ಕತೆಗಳು ಜಾಸ್ತಿಯಾದಂಗೇ ನಾಕರಿಂದ ಎಂಟು ಪುಟಕ್ಕೇರಿಸಿದವು. ನಾಕು ಜನ ಒಂದೆಡೆ ಸೇರಿದಲ್ಲಿ ಒಂಟಿ ಚೇಳಿನ ಕತೆ ಹೇಳಿಕೊಂಡರು. ಹೊಸ ಕತೆ ಗೊತ್ತಿದ್ದವರು ಗೊತ್ತಿಲ್ಲದವರಿಗೆ ಹೇಳಿದರು. ಮಕ್ಕಳಿಗೆ ರಾತ್ರಿ ಅಜ್ಜ-ಅಜ್ಜಿಯಂದಿರು ಒಂಟಿ ಚೇಳಿನ ಕತೆ ಹೇಳಿ ಮಲಗಿಸಿದರು. ದಾವಣಗೆರೆಯ ಸುತ್ತಮುತ್ತಲಿನ ಜಾನಪದ ಗಾಯಕರು ಒಂಟಿ ಚೇಳಿನ ಲಾವಣಿ ಕಟ್ಟಿ ಹಾಡಿದರು. ಈ ಒಂಟಿ ಚೇಳು ಗಂಡಸೋ ಹೆಂಗಸೋ ತಿಳಿಯದೇ, ಹುಡುಗಿಯರು ಹೆಣ್ಣುಮಕ್ಕಳು ಎಂದಿಗೆ ಈ ಒಂಟಿ ಚೇಳನ್ನು ಕಂಡೇವೋ, ಎಂದು ಅದನ್ನು ತಬ್ಬಿಕೊಂಡೇವೋ ಎಂದು ಚೇಳು ಕಡಿದವರಂತೆ ಮುಲುಗುಟ್ಟಿದರೆ, ಹುಡುಗರು ಗಂಡಸರು ಎಂದಿಗೆ ಈ ಒಂಟಿ ಚೇಳು ತನ್ನ ಹಾಸಿಗೆಗೆ ಬರುತ್ತದೋ ಎಂದು ಆಲಾಪವಿಟ್ಟರು. ಏಕಾದಶಿ ಮತ್ತು ಪಂಚಮಿಗಳಂದು ಸ್ವರ್ಣಗೌರೀ ವ್ರತದಂತೆ ವೃಶ್ಚಿಕ ವ್ರತವನ್ನು ಆರಂಭಿಸಿ ವೃಶ್ಚಿಕ ಪುರಾಣವನ್ನು ಓದಲಾರಂಭಿಸಿದರು. ಗಂಡನನ್ನು ಬಿಟ್ಟ ಹೆಂಡತಿಯರಂತೂ ದಿಂಬನ್ನೇ ತಬ್ಬಿಕೊಂಡು ಒಂಟಿ ಚೇಳನ್ನು ಅಪ್ಪಿ ಮಲಗಿದ ಕನಸು ಕಂಡರು. ಒಟ್ನಗೆ ದಾವಣಗೆರೆನಗೆ ಯಾರನ್ನೇ ನೋಡಿದರೂ, ಯಾರಿಗೇ ಮಾತನಾಡಿಸಿದರೂ ಒಂಟಿ ಚೇಳಿನ ಕಡಿತದ ಮತ್ತಿನಲ್ಲಿದ್ದವರಂಗೆ ಕಂಡುಬಂದರು. ಈ ಒಂಟಿ ಚೇಳಿನ ಕಾಟದಿಂದಾಗಿ ಹಿರಿಯ ಪೋಲೀಸ್ ಅಧಿಕಾರಿಗಳು ತಮ್ಮ ಕೆಲಸ ಕಳೆದುಕೊಂಡರು. ಮುನಿಸಿಪಾಲಿಟಿ ಮೆಂಬರುಗಳಿಗೆ, ದಾವಣಗೆರೆಯ ಎಮ್ಮೆಲ್ಲೆಗಳಿಗೆ, ಎಂಪಿಗೆ ಮುಖತೋರಿಸದಂಗಾಯಿತು. ಎಲ್ಲರೂ ತಲೆತಪ್ಪಿಸಿಕೊಂಡು ತಿರುಗಿದರು. ಶೇಷಗಿರಿ ಮಾತ್ರ ಊರ ಸುದ್ದಿಗಳನ್ನು ಕೇಳುತ್ತಾ, ಆನಂದಿಸುತ್ತಾ, ನಾಚಿಕೆಯಿಂದ ಕೆಂಪಗಾಗುತ್ತಾ ದಿನ ತಳ್ಳುತ್ತಿದ್ದ.

ಇತ್ತ ಆಫೀಸ್ನಗೆ ಹಾಡು ಹಸೆ ನಿಂತುಬಿಟ್ಟಿತ್ತು. ಯಾರಿಗೂ ಮಹಮ್ಮದ್ ರಫಿ ಹಾಡು ಕೇಳಕ್ಕಾಗಲೀ, ಹಕೀಕತ್ ಸಿನೆಮಾದ ಕತೆ ಕೇಳಕ್ಕಾಗಲೀ ಪುರುಸೊತ್ತಿರಲಿಲ್ಲ. ಎಲ್ಲರಿಗೂ ಬೇಕಾಗಿದ್ದದ್ದು ಈ ಒಂಟಿ ಚೇಳು ನಿನ್ನೆ ಮಾಡಿದ್ದೇನು. ಈಗ ಹನ್ನೊಂದರಿಂದ

ಹನ್ನೆರಡರ ತನ ಒಂಟಿ ಚೇಳಿನ ಪುರಾಣ ನಡೆಯುತ್ತಿತ್ತು. ಶೇಷಗಿರಿನೂ ತನ್ನ ಕುರ್ಚಿನಗೆ ಕೂತು (ಅವನ ಟೇಬಲ್ಲು ಮತ್ತೆ ತನ್ನ ಸ್ವಸ್ಥಾನಕ್ಕೆ ಮರಳಿದೆ) ನಾಚುತ್ತಾ, ಪುಳಕಗೊಳ್ಳುತ್ತಾ, ಆಗಾಗ್ಗೆ ಕೆಂಪಾಗುತ್ತಾ, ಹಿಗ್ಗುತ್ತಾ ಹಿಂದಿನ ರಾತ್ರಿ ತನ್ನ ಪರಾಕ್ರಮದ ಪುರಾಣವನ್ನು ಇತರರು ಭಕ್ತಿಯಿಂದ ಹೇಳುತ್ತಿದ್ದುದನ್ನು ಕೇಳುತ್ತಿದ್ದ. ಒಂದು ದಿನ ಇಂಥಾದ್ದೇ ಒಂಟಿ ಚೇಳಿನ ಪುರಾಣ ಪುಣ್ಯ ಕತೆ ನಡೆಯುತ್ತಿರುವಾಗ ತಡೆಯಲಾಗಲಿಲ್ಲ. ತಲೆತಗ್ಗಿಸಿ, ತೀರಾ ನಾಜೂಕಾಗಿ ಹೇಳಿಬಿಟ್ಟ, 'ನಿಜ ಹೇಳಬೇಕೂಂದ್ರೆ ನಾನೇ ಆ ಒಂಟಿ ಚೇಳು.' ಮಧ್ಯಾಹ್ನ ಊಟದೊತ್ನಗೆ ಟೇಬಲ್ಲು ಸುತ್ತ ನೆರೆದ ಸಹೋದ್ಯೋಗಿಗಳು ಒಂದರೆಕ್ಷಣ ಬಾಯಿ ಬಿಟ್ಟು, ಮಾತು ನಿಲ್ಲಿಸಿ ಅವನನ್ನೇ ದುರುಗುಟ್ಟಿ ನೋಡಿದರು. ಅವರಲ್ಲಿ ಒಬ್ಬ ಹಗೂರಕ್ಕೆ ನಕ್ಕ. ಉಳಿದವರೂ ಜೊತೆಗೂಡಿ ಶುರುವಾದ ನಗು ಕೊನೆಗೆ ಅಟ್ಟಹಾಸಕ್ಕೇರಿತು. ಶೇಷಗಿರಿಯ ಮಾತನ್ನು ಕುಂಡೆಗೆ ಒರೆಸಿಕೊಂಡು ಎಲ್ಲ ಜಾಗ ಖಾಲಿ ಮಾಡಿದರು. ಸಾಯಂಕಾಲದ ಹೊತ್ತಿಗೆ ಶೇಷಗಿರಿ ಎಲ್ಲರ ಬಾಯಲ್ಲಿ, ಅವರ ಕುಚೋದ್ಯದಲ್ಲಿ ಹೊರಳಾಡಿದ್ದ. ನಿನ್ನೇ ತನ ಇಡೀ ಆಫೀಸಿನ ಜನನಾಯಕ ಆಗಿದ್ದ ಶೇಷಗಿರಿ ಇವತ್ತು ನಗೆಪಾಟಲಾಗಿದ್ದ. ಮಾರನೇ ದಿನದಿಂದ ಅವನನ್ನು ಆಫೀಸಿನ ಮಂದಿ ದೂರಯಿಟ್ಟರು. ಬೆನ್ನ ಹಿಂದೆ ನಗಕೆ ಶುರುಮಾಡಿದ್ರು. ಯಾರೇ ಯಾಕೇ ನಕ್ರೂ ಅವರು ತನ್ನ ಮೇಲೇ ನಗ್ತಾಯಿದಾರೆ ಅನ್ನಂಗಾಯಿತು ಶೇಷಗಿರಿಗೆ. ಯಾಕೋ ಬದುಕೇ ತನ್ನ ಕೈ ಬಿಟ್ಟಂತಿತ್ತು. ತನ್ನ ಕಾಲಡಿಯಿಂದಲೇ ಬದುಕಿನ ಹೊಳಪು ನುಸುಳಿ ಹೋದಂತಾಗಿತ್ತು. ಶೇಷಗಿರಿ ಎಂಥ ವ್ಯವಹಾರಜ್ಞಾನಶೂನ್ಯ ಅಂದ್ರೆ ಆ ಕ್ಷಣವೇ ಆಫೀಸಿನ ಯಾವುದಾದರೂ ಗೋಡೆಯನ್ನು ಹಾದು ತನ್ನ ಅಪ್ರತಿಮ ಪ್ರತಿಭೆಯ ಪ್ರದರ್ಶನ ಮಾಡಬೇಕಂತಾನೂ ಅವನಿಗೆ ಹೊಳೀಲಿಲ್ಲ. ಆಫೀಸ್ನಗೆ ಇರಬೇಕಂತಾನೂ ಅವನಿಗೆ ಅನಿಸಲಿಲ್ಲ. ಸಾಮಾನ್ಯವಾಗಿ ಆಫೀಸಿನ ಬಾಗಿಲು ಹಾಕುವ ತನ ಇರುತ್ತಿದ್ದ ಶೇಷಗಿರಿ ಇಂದು ಇನ್ನೂ ಮಧ್ಯಾನ್ನದ ಬಿಸಿಲು ಇದ್ದಂಗೇ ಹೊರಟು ಬಿಟ್ಟ.

ಗೊತ್ತುಗುರಿಯಿಲ್ಲದೇ ದಾವಣಗೆರೆಯ ರಸ್ತೆಗಳನ್ನು ಸುತ್ತಿದ. ಒಂದೆಂಟತ್ತು ಸಿಗರೇಟುಗಳನ್ನು ಜಾಸ್ತಿ ಸುಟ್ಟ. ಏನು ಮಾಡಿದರೂ ಮನಸ್ಸು ಜಗಿಯಲೊಲ್ಲದು, ಹಾರಲೊಲ್ಲದು. ಒಂದು ಕೊರಡಿನಂತೆ ತನ್ನ ದೇಹದಲ್ಲೆಲ್ಲೋ ಬಿದ್ದಿದೆ ಅದು. ಮಾರನೆಯ ದಿನಾನೂ ಅದರ ಮಾರನೆಯ ದಿನಾನೂ ಮುಂದೆ ಒಂದ್ಯೆದಾರು ದಿನಾನೂ ಆಫೀಸಿಗೆ ಹೋಗಲಿಲ್ಲ. ಮನೆಯಲ್ಲೇ ಬಿದ್ದುಕೊಂಡಿದ್ದ. ಕತ್ತಲಾಯಿತೋ, ದಾವಣಗೆರೆಯ ರಸ್ತೆಗಳನ್ನು ಸುತ್ತಿದ. ಒಂಟಿ ಚೇಳಿನ ಸಹವಾಸವನ್ನೂ ಬಿಟ್ಟ. ದಾವಣಗೆರೆಯ ಜನ ಕಂಗಾಲಾದರು. ಕಕ್ಕಾಬಿಕ್ಕಿಯಾದರು. ಎಂಟು ಜನ ಗುಂಪು ಸೇರಿದಾಗ ಮಾತಾಡಕ್ಕೆ ವಿಷಯ ಸಿಗದೇ ಮೌನದಲ್ಲಿ ಒಬ್ಬರ ಮುಕ ಒಬ್ಬರು ನೋಡುತ್ತಾ ಕಾಲ ಕಳೆದರು. ಹದಿನಾರು ಪುಟಗಳವರೆಗೂ ಬೆಳೆದಿದ್ದ ನಗರವಾಣಿ,

ಜನತಾವಾಣಿಗಳು ಒಂಟಿ ಚೇಳಿನ ಸುದ್ದಿಗಳಿಲ್ಲದೇ ಮತ್ತೆ ಎರಡು ಪುಟಗಳಾದವು. ಇದ್ದ ಜನನಾಯಕ ಹೇಳದೇ ಕೇಳದೇ ನಾಪತ್ತೆಯಾದ ಮೇಲೆ ದಾವಣಗೆರೆಯ ಹುಡುಗಿಯರ ಹೆಣ್ಣುಮಕ್ಕಳ ಹಗಲುಗನಸುಗಳಿಗೆ ಯಾರೂ ಸಿಗದೇ ಭೀತರಾದರು. ಕನಸುಗಳನ್ನು ಕಳಕೊಂಡು ರಾತ್ರಿ ಮಲಗಲು ಹೆದರಿದರು. ಶೇಷಗಿರಿಯ ಜೊತೆಗೇ ದಾವಣಗೆರೆಯೂ ಖಿನ್ನವಾಯಿತು. ಬದುಕು ಹೊಳಪು ಕಳಕೊಂಡಿತು. ಶೇಷಗಿರಿಯ ಪಾಲಿಗೆ ಇದು ಹೀಗೆಯೇ ಮುಂದುವರೆಯುತ್ತಿತ್ತೇನೋ...

ಅವತ್ತು ರಾತ್ರಿ ಸುಮಾರು ಒಂಬತ್ತರ ಹೊತ್ತಿಗೆ ಶೇಷಗಿರಿ ಯಥಾಪ್ರಕಾರ ದಾವಣಗೆರೆಯ ಬೀದಿಗಳನ್ನು ಸುತ್ತುತ್ತಿದ್ದ. ಪಿಜೇ ಬಡಾವಣೆಯ ಯಾವುದೋ ರಸ್ತೆನಗೆ ಕಾಲೆಳೀತಾ ಸಾಗಿದ್ದವನಿಗೆ ಯಾರೋ ಯಾರಿಗೋ ಹೇಳುತ್ತಿದ್ದುದು ಕಿವಿಗೆ ಬಿತ್ತು. 'ಬರದು ಇನ್ನೊಂದು ವಾರ ಆಗ್ತತೆ. ಮನೇ ಕಡೆ ಹುಷಾರು.' ದನಿ ಬಂದತ್ತ ನೋಡಿದ. ಒಬ್ಬ ಸದ್ಗ್ರುಹಸ್ಥ ತನ್ನ ಮನೆಯಾಕೆಗೆ ಹೇಳುತ್ತಿದ್ದಾನೆ. ಗೃಹಸ್ಥನ ಹಿಂದೆ ಒಂದಿಬ್ಬರು ಹುಡುಗರು ಕೈಲಿ ಅದೇನೋ ಉದ್ದನೆಯ ಗಂಟುಗಳನ್ನು ಹಿಡಿದು ನಿಂತಿದ್ದಾರೆ. ಇನ್ನೊಂದಿಬ್ಬರ ಕೈಲಿ ಒಂದೆರಡು ಟ್ರಂಕುಗಳಿದ್ದಾವೆ. ಯಾವುದೋ ಊರಿಗೆ ಹೊರಟಿದ್ದಾರೆ ಅನ್ನೋದಂತೂ ಗ್ಯಾರಂಟಿ. ಐವರ ದಂಡು ಹತ್ತಿರದಲ್ಲಿ ನಿಂತಿದ್ದ ಒಂದೆರಡು ಟಾಂಗಾಗಳನ್ನು ಏರಿ ಹೊರಟಿತು. ಶೇಷಗಿರಿ ಬಾಗಿಲ ಕಡೆ ದೃಷ್ಟಿ ಹೊರಳಿಸಿದ. ಅವನ ಜೀವನ ಬದಲಾಯಿತು...

ಉತ್ತಮರಾವ್ ಅಂತ. ಹೆಸರಿನಂತೇ ಉತ್ತಮ ಗಾಯಕ. ದಾವಣಗೆರೆಯ ಆಸುಪಾಸಿನಲ್ಲಿ ಸುಮಾರು ಹೆಸರು ಮಾಡಿದ ಏಕೈಕ ಗಾಯಕ. ಸುತ್ತಮುತ್ತಲಿನ ಗಾಯಕರಿಗಿನ್ನ ಸೊಲ್ಪ ಡಿಮ್ಯಾಂಡು ಜಾಸ್ತಿಯಿತ್ತು. ಎಲ್ಲಾ ಸಂಗೀತಗಾರರಂಗೆ ಕಚೇರಿಗಳಿಗೆ ಹೊರಟರೆ ವಾರಗಟ್ಟಲೆ ದಾವಣಗೆರೆ ಕಡೆಗೆ ತಲೆಹಾಕುತ್ತಿರಲಿಲ್ಲ. ಶೇಷಗಿರಿ ಅವರನ್ನು ಬೀದಿಯಲ್ಲಿ ನೋಡಿದ ದಿನ ಕೂಡಾ ಹುಬ್ಬಳ್ಳಿ, ಧಾರವಾಡ, ಬೆಳಗಾಮು, ಸಾಂಗ್ಲಿ ಅಂತ ಹೊರಟಿದ್ದರು. ಶೇಷಗಿರಿಗೆ ಮಿಂಚು ಹೊಡೆದಿದ್ದು ಅವರನ್ನು ನೋಡಿಯಲ್ಲ, ಅವರ ದನಿ ಕೇಳಿಯಲ್ಲ. ಬಾಗಿಲಲ್ಲಿ ನಿಂತಿದ್ದ ಉತ್ತಮರಾವ್ ಅವರ ಹೆಂಡತಿಯನ್ನು ನೋಡಿ. ಸುಮಾರು ಇಪ್ಪತ್ತೆಂಟೋ ಇಪ್ಪತ್ತೊಂಬತ್ತೋ ಇರಬೇಕು ಆಕೆಗೆ. ಗಂಡ ಹೊರಟು ನಿಂತಾಗ ಆಕೆಯ ಮುಖದಾಗೆ ದುಃಖವಾಗಲೀ, ಕಾಳಜಿಯಾಗಲೀ ಕಾಣುತ್ತಿರಲಿಲ್ಲ. ಬದಲಿಗೆ ಯಾವ ಭಾವನೆಯೂ ಇಲ್ಲದ ಖಾಲಿ ಮುಖ ಹೊತ್ತು ಬಾಗಿಲಿಗೆ ಒರಗಿ ನಿಂತಿದ್ದಳು. ಗಂಡ ಹೋಗುವಾಗ ಬಾಗಿಲಲ್ಲಿ ನಿಂತಿರಬೇಕು ಎಂಬ ಕಟ್ಟಳೆಯನ್ನು ಅನುಸರಿಸುತ್ತಿದ್ದಂತೆ ಕಂಡಿತೇ ಹೊರತು ಪ್ರೀತಿ, ಮಮಕಾರ ಇತ್ಯಾದಿ ಸುಡುಗಾಡು ಭಾವನೆಗಳಿಲ್ಲ. ಆಕೆಯನ್ನು ನೋಡಿದೇಟಿಗೇ ಪ್ರೇಮದಲ್ಲಿ ಬಿದ್ದ. ಗಂಡ ಹೊರಟ ಕೂಡಲೇ ಆಕೆ

ಬಾಗಿಲು ಹಾಕಿ ಒಳಗೆ ಹೋದಳು. ಶೇಷಗಿರಿ ಆಕೆಯ ಬೆನ್ನು ಹತ್ತಿದ.

ಮೊದಲು ಕಾಂಪೋಂಡನ್ನು ಹಾದ. ನಂತರ ಮನೆಯ ಪ್ರತಿಯೊಂದು ಗೋಡೆಯಲ್ಲೂ ತಲೆ ತೂರಿಸಿ ಆಕೆ ಎಲ್ಲಿದ್ದಾಳೆ, ಏನು ಮಾಡುತ್ತಿದ್ದಾಳೆ ಅಂತ ನೋಡಿದ. ಕೊನೆಗೂ ಆಕೆ ಒಂದು ರೂಮ್ನಗೆ ಮಂಚದ ಮೇಲೆ ಮಲಗಿದ್ದಳು. ಶೇಷಗಿರಿ ಒಂದು ಕತ್ತಲ ಮೂಲೆಯನ್ನು ಹುಡುಕಿ ತಲೆ ಮಾತ್ರ ತೂರಿಸಿ ಆಕೆಯನ್ನು ನೋಡುತ್ತಾ ನಿಂತ. ಆಕೆ ತಾರಸಿಯನ್ನೇ ದುರುಗುಟ್ಟಿ ನೋಡುತ್ತಿದ್ದಳು. ಒಂದು ರೀತಿಯಲ್ಲಿ ನೋಡಿದರೆ ಆಕೆ ಸುಂದರಿಯೇ. ಒಂದೇ ಸಮಸ್ಯೆ ಅಂದರೆ ಆಕೆಯ ಸೌಂದರ್ಯವನ್ನು ವಿವರಿಸೋಕೆ ಸಾಧ್ಯವಿಲ್ಲ. ಒಮ್ಮೆಲೇ ಎದ್ದು ಕಾಲ ಬಳಿಯಿದ್ದ ಕಂಬಳಿಯನ್ನು ಹೊದ್ದು ಮಲಗಿಬಿಟ್ಟಳು. ಶೇಷಗಿರಿ ಅಲ್ಲಿಂದ ಹೊರಬಿದ್ದ. ಅತ್ತಿತ್ತಲಿನವರು ನೋಡದಂತೆ ಕಾಂಪೋಂಡಿನಿಂದ ನುಸುಳಿ ಬೀದಿಗೆ ಬಿದ್ದು ತನ್ನ ಮನೆ ಸೇರಿದ. ರಾತ್ರಿಯಿಡೀ ನಿದ್ದೆಯಿರದೆ ಹೊರಳಾಡಿದ. ಯಾವುದೇ ದಿಕ್ಕಿಗೆ ಹೊರಳಿದರೂ ಆಕೆ ಕಣ್ಣೆದುರಿಗೆ ನಿಂತಿರುತ್ತಿದ್ದಳು. ಒಂಟಿ ಚೇಳಿಗೆ ಪ್ರೇಮದ ರಾವು ಬಡಿದಿತ್ತು.

ಮಾರನೇ ದಿನ ಕತ್ತಲಾಗುತ್ತಿದ್ದಂಗೇ ಮತ್ತೆ ಆಕೆಯ ಮನೆಯ ಮುಂದೆ ಠಳಾಯಿಸಿದ. ಬಾಗಿಲು ಹಾಕಿತ್ತು. ಆದರೆ ಒಳಗಿಂದ ದೀಪ ಹಾಕಿತ್ತಲ್ಲ, ಸಮಾಧಾನ ಪಟ್ಟುಕೊಂಡ. ಇನ್ನೊಂದಿಷ್ಟು ಕತ್ತಲಾಗಾದನ್ನೇ ಕಾಯುತ್ತಿದ್ದ. ಬೀದಿ ನಿರ್ಜನವಾಗಾದನ್ನೇ ಕಾಯುತ್ತಿದ್ದ. ನಂತರ ಕಾಂಪೋಂಡನ್ನು ಹಾದು ನಿನ್ನೆ ಇಕ್ಕಿದ್ದ ಗೋಡೆಯಲ್ಲಿ ತಲೆಯಿಕ್ಕಿದ. ಆಕೆ ಮಲಗಲು ತಯಾರಿ ನಡೆಸುತ್ತಿದ್ದಳು. ಆಕೆ ಮಲಗಿದಳು. ಶೇಷಗಿರಿ ಕೋಣೆಯನ್ನು ಹೊಕ್ಕ. ಏರಿಳಿಯುತ್ತಿದ್ದ ಆಕೆಯ ಎದೆಯನ್ನು ನೋಡಿದ. ಮುಟ್ಟಲೇ ಅನಿಸಿತು. ಮುತ್ತಿಕ್ಕಲೇ ಅನಿಸಿತು. ದುಡುಕಬಾರದು, ದುಡುಕಿದರೆ ಏನೂ ಸಿಗಲ್ಲ ಅನ್ನದು ನೂರಾರು ಸಿನೆಮಾ ನೋಡಿದ್ದ ಶೇಷಗಿರಿಗೆ ಗೊತ್ತಿತ್ತು. ಹಾಗಾಗಿ ಮೊದಲೇ ತಂದಿದ್ದ ಒಂದು ಚೀಟಿಯನ್ನು ಜೇಬಿನಿಂದ ತೆಗೆದ. ಎದುರಿದ್ದ ಗೋಡೆಗೆ ಅಂಟಿಸಿದ. ತಾನು ಬರೆದಿದ್ದನ್ನು ಓದಿಕೊಂಡ. "ನಿನ್ನನ್ನು ಭಾಳಾ ಭಾಳಾ ಪ್ರೀತಿ ಮಾಡ್ತಿದೀನಿ. ದಿನಾ ರಾತ್ರಿ ನಿನ್ನ ನೋಡಬೇಕೂ ಅನ್ನುಸ್ತಿದೆ. ನಾಳೇ ರಾತ್ರೀನೂ ಬರ್ತೀನಿ. ಒಳಗೆ ಬರಬೇಕಂದ್ರೆ ಮನೇನಗಿರ ಎಲ್ಲಾ ದೀಪ ಆರಿಸಿ ಈ ಬೆಡ್‌ರೂಮು ದೀಪ ಹಚ್ಚಿರು. ನಿನ್ನ ಪ್ರೀತಿಯ ಒಂಟಿ ಚೇಳು." ಸದ್ದಿಲ್ಲದೇ ಗೋಡೆಯನ್ನು ಹಾದು ಹೊರಬಿದ್ದ. ನಾಳೆ ರಾತ್ರಿಯವರೆಗೂ ತಹತಹದಲ್ಲೇ ಕಾಲ ಕಳೆದ. ರಾತ್ರಿ ಮತ್ತೆ ಆಕೆಯ ಮನೆಯ ಮುಂದೆ ನಿಂತಿದ್ದ. ಮನೆಯ ಎಲ್ಲಾ ದೀಪ ಆರಿಸಿತ್ತು. ಮುಗುಳು ನಗುತ್ತಾ ಆಕೆಯ ಕೋಣೆಯ ಗೋಡೆಯಲ್ಲಿ ತಲೆಯಿಕ್ಕಿದ. ರೂಮಿನ ದೀಪ ಹಚ್ಚಿತ್ತು. ಆಕೆ ಮಂಚದ ಮೇಲೆ ಮಲಗಿದ್ದಳು. ತಾರಸಿಯನ್ನೇ

ನೋಡುತ್ತಿದ್ದಳು. ತನ್ನನ್ನೇ ಕಾಯುತ್ತಿದ್ದಂಗೆ ಅನಿಸಿತು ಇವನಿಗೆ. ಮೆಲ್ಲಗೆ ಅವಳ ಕಾಲ ಬಳಿ ಕೂತ. ಅವಳು ಇವನನ್ನೇ ನೋಡುತ್ತಿದ್ದಳು. ಕಾಲ ಬಳಿ ಕೂತವನೇ ಆಕೆಯ ಪಾದಗಳನ್ನು ಮೆಲ್ಲಗೆ ಒತ್ತಿದ. ಆಕೆಗೆ ಹಿತವಾಯಿತೋ ಏನೋ ಕಣ್ಣು ಮುಚ್ಚಿ ಹಗರಾಗಿ ನಡುಗಿದಳು. ಮೆಲ್ಲಗೆ ಕೈಯ್ಯನ್ನು ಪಾದಗಳಿಂದ ಕೊಂಚ ಮೇಲೆ ಮೀನಖಂಡಕ್ಕೆ ಚಾಚಿದ. ಮೆಲ್ಲಗೆ ಒತ್ತಿದ. ಕೈಯ್ಯನ್ನು ಇನ್ನೂ ಮೇಲೆ ಜಾರಿಸಲು ಹೋದ. ಆಕೆ ಎದ್ದು ಮೇಲೆ ಮೇಲೆ ಜಾರುತ್ತಿದ್ದ ಅವನ ಕೈಯ್ಯನ್ನು ಗಟ್ಟಿಯಾಗಿ ಹಿಡಿದು ಕಿಪ್ಪೊಟ್ಟೆಗೆ ಅದುಮಿಕೊಂಡು, ಅವನನ್ನು ಗಟ್ಟಿಯಾಗಿ ಅಪ್ಪಿಕೊಂಡಳು. ರಾತ್ರಿಯಿಡೀ ಪ್ರೇಮಿಗಳು ಸುಖಿಸಿದರು. ಇನ್ನೂ ಕತ್ತಲಿದ್ದಂಗೇ ಶೇಷಗಿರಿ ಗೋಡೆ ಹಾದು ಅಲ್ಲಿಂದ ಹೊರಬಿದ್ದ.

ಆಫೀಸಿಗೆ ಹೋಗಲು ಮನಸ್ಸಾಗಲಿಲ್ಲ. ರಾತ್ರಿಯಿಡೀ ನಿದ್ದೆ ಕೆಟ್ಟಿದ್ದನಲ್ಲಾ, ತಲೆ ಚಿಟ್ಟೆನ್ನುತಿತ್ತು. ಉತ್ತಮರಾವ್ ವಾಪಸ್ಸು ಬರಕೆ ಇನ್ನೂ ಮೂರು ದಿನಗಳಿವೆ. ಆಕೆ ಜತೆಗೆ ಕಳೆಯುವ ಆ ಮೂರು ರಾತ್ರಿಗಳನ್ನು ನೆನೆಸಿಕೊಂಡೇ ಶೇಷಗಿರಿಗೆ ಮೈ ಜುಮ್ಮೆನ್ನುತ್ತಿತ್ತು. ಕಣ್ಣು ಮುಚ್ಚಿದಾಗೆಲ್ಲಾ ಆಕೆಯ ಎಡ ಮೊಲೆಯ ಕೆಳಗಿದ್ದ ಕಪ್ಪು ಮಚ್ಚೆ ಕಾಡುತ್ತಿತ್ತು. ಮುತ್ತಿಟ್ಟಾಗ ಹಗುರಾಗಿ ಕಂಪಿಸುವ ಆಕೆಯ ಕಿಪ್ಪೊಟ್ಟೆ ತೆರೆದ ಕಣ್ಣು ಮುಂದೆಯೇ ಕಾಡುತ್ತಿತ್ತು. ಸುಡುಗಾಡು ರಾತ್ರಿಯಾಗಲು ಇನ್ನೆಷ್ಟು ಹೊತ್ತಾಗಬೇಕು? ಈ ಕೆಟ್ಟ ತಲೆನೋವು ಯಾಕೆ ಕಾಡುತ್ತಿದೆಯೋ? ಈ ತಲೆನೋವು ಹೀಗೆಯೇ ಇದ್ದರೆ ರಾತ್ರಿಯ ಪ್ರೇಮಕ್ಕೆ ಸಂಚಕಾರವಾದೀತು ಮತ್ತೆ. ಧಡಕ್ಕನೆದ್ದು ಡ್ರಾಯರ್ ತೆಗೆದು ಅಲ್ಲಿ ಬುಡದಲ್ಲಿ ಹೊರಳಾಡಿಕೊಂಡಿದ್ದ ಮಾತ್ರೆಗಳಲ್ಲಿದ್ದ ಎರಡು ಕೋಡೋಫೀರಿನ್ ಮಾತ್ರೆಗಳನ್ನ ಬಾಯಿಗೆ ಹಾಕಿಕೊಂಡು ನೀರು ಕುಡಿದು ನುಂಗಿದ. ಮತ್ತೆ ಮಲಗಿದ. ಸಾಯಂಕಾಲ ಎದ್ದಾಗ ತಲೆನೋವು ಮಾಯವಾಗಿ ಮನಸ್ಸು ಹಗುರಾಗಿತ್ತು. ಒಂದು ದೀರ್ಘ ಪ್ರೇಮ ಪಯಣಕ್ಕೆ ಸಿದ್ಧವಾಗಿತ್ತು. ಸ್ನಾನ ಮಾಡಿ, ಗರಿಗರಿ ಬಟ್ಟೆ ತೊಟ್ಟು, ತನಗಿಂತಾ ಒಂದು ಹೆಜ್ಜೆ ಮೊದಲೇ ಘಮ ಬರುವಂತೆ ಕೊಂಚ ಹೆಚ್ಚಾಗೇ ಗಂಧದೆಣ್ಣೆಯನ್ನು ಪೂಸಿಕೊಂಡು ಸಜ್ಜಾಗಿ, ಎಂದಿನ ಕತ್ತಲಿಗೂ ಕಾಯದೇ ಶೇಷಗಿರಿ ಹೊರಟ. ದಾರಿಯಲ್ಲಿ ಮಲ್ಲಿಗೆ ಹೂವು ಕಟ್ಟಿಸಿಕೊಂಡ. ಸಿಂಧಿ ಸ್ವೀಟ್ ಮೀಟ್ ಸ್ಟಾಲಿನಗೆ ಒಂದು ಕೇಜಿ ಬಾದಾಮಿ ಹಲ್ವ ಕಟ್ಟಿಸಿಕೊಂಡ.

ಆವಳೂ ಕಾದಿದ್ದಳು. ಬಾಗಿಲನ್ನು ಹಾಕಿ (ತನ್ನ ಪ್ರಿಯಕರನಿಗೆ ಬಾಗಿಲೇನು ಬೇಡವಲ್ಲಾ?) ತನ್ನ ಮಂಚದ ಮೇಲೆ ಕೂತಿದ್ದಳು. ಗೋಡೆಯನ್ನು ಹಾದು ಆತ ಬಂದದ್ದೇ ಓಡಿ ಹೋಗಿ ಗಟ್ಟಿಯಾಗಿ ತಬ್ಬಿದಳು. ಪುಳಕಗೊಂಡ ಎರಡು ಜೀವಗಳು, ತಮ್ಮಿಬ್ಬರ ನಡುವೆ ಗಾಳಿಯೂ ಸುಳಿಯದಂತೆ ಅಪ್ಪಿ ರಾತ್ರಿಯನ್ನು ಸಂತೃಪ್ತಿಯಲ್ಲಿ ಕಳೆದವು. ಮನಸಾರೆ ಮಾತಾಡಿಕೊಂಡವು. ಮುಸುಮುಸು ಬೆಳಗಾಗುವುದರಲ್ಲಿತ್ತು.

ಆಕೆಯನ್ನು ತಬ್ಬಿ ಆಕೆಯ ಹಣೆಗೊಂದು ಮುತ್ತಿಟ್ಟು ಶೇಷಗಿರಿ ಮತ್ತೆ ರಾತ್ರಿ ಬರುವ ವಾಗ್ದಾನ ಮಾಡಿ ಗೋಡೆಯನ್ನು ಹಾದು ಹೊರಟ. ಗೋಡೆಯನ್ನು ಹಾಯುವಾಗ ಕುಂಡೆಗೆ ಮತ್ತು ಭುಜಗಳಿಗೆ ಏನೋ ಉಜ್ಜಿದ ಅನುಭವವಾಯಿತು.

ಅಷ್ಟು ತಲೆಕೆಡಿಸಿಕೊಳ್ಳಲಿಲ್ಲ. ಕಾಂಪೋಂಡನ್ನು ಹಾಯುವಾಗ ಮಾತ್ರ ಯಾಕೋ ಮೊದಲಿನಂಗೆ ಸಲೀಸಾಗಿ ಹಾಯಕೆ ಆಗಲಿಲ್ಲ. ಕೆಸರಿನ ಬಗ್ಗಡದಲ್ಲಿ ಕಾಲಿಟ್ಟಂಗಾಯಿತು. ಮೊಣಕಾಲಿನವರೆಗಿನ ಉಸುಕಿನಲ್ಲಿ ಹೆಜ್ಜೆಯಿಟ್ಟಂಗಾಯಿತು. ಉಸುಕು ಕ್ರಮೇಣ ಹರಳಾಗುತ್ತಾ ಹೋದಂಗಾಯಿತು. ಕೆಸರಿನ ಬಗ್ಗಡ ಗಟ್ಟಿಯಾಗುತ್ತಾ ಹೋದಂಗಾಯಿತು. ಹೆಪ್ಪುಗಟ್ಟುತ್ತಾ ಹೋದಂಗಾಯಿತು. ಶೇಷಗಿರಿ ಒದ್ದಾಡಿದಷ್ಟೂ ಗಟ್ಟಿಯಾಗುತ್ತಿದ್ದ ಕೆಸರು ಅವನ ಕಾಲುಗಳನ್ನು ಗಟ್ಟಿಯಾಗಿ ಅಪ್ಪಿಕೊಂಡಿತು. ಕ್ರಮೇಣ ಮೊಣಕಾಲವರೆಗೂ ಕೆಸರು ಹೆಪ್ಪುಗಟ್ಟಿತು, ಸೊಂಟದ ಸುತ್ತ ಹೆಪ್ಪುಗಟ್ಟಿತು, ಎದೆಯ ಮೇಲೆ ಹೆಪ್ಪುಗಟ್ಟಿತು, ಕುತ್ತಿಗೆಯ ಸುತ್ತ ಹೆಪ್ಪುಗಟ್ಟಿತು. ಅಲ್ಲಿಗೆ ಶೇಷಗಿರಿಯ ಇಡೀ ದೇಹ ಕಾಂಪೋಂಡಿನಗೆ ಸಿಗಾಕ್ಕಂಡಿತ್ತು. ಏನಾದರೂ ಮಾಡಿ ಇಲ್ಲಿಂದ ಕಾಲು ತೆಗೆಯಲೇ ಬೇಕಂತ ನೋಡಿದರೆ ಕಾಲು ಅಲ್ಲಾಡಿಸಲಾಗುತ್ತಿಲ್ಲ. ಮೈಗಂಟಿದ ಕೆಸರನ್ನು ಕೊಡವಿಕೊಳ್ಳೋಣ ಅಂದರೆ ಕೈಗಳನ್ನೂ ಅಲ್ಲಾಡಿಸಲಾಗುತ್ತಿಲ್ಲ. ಉಸಿರೊಂದನ್ನು ಬಿಟ್ಟು ಬೇರೆಲ್ಲವೂ ಸತ್ತಿವೆ. ಒಮ್ಮಿಗಿಲೇ ತಾನು ಬೆಳಿಗ್ಗೆ ನುಂಗಿದ ಮಾತ್ರೆಗಳ ನೆನಪಾಯಿತು. ನುಂಗಿದ ಎರಡೂ ಮಾತ್ರೆಗಳು ಕೋಡೋಫೀರಿನ್ ಅಂತ ಮಾಡಿದ್ದ. ಅದರಲ್ಲಿ ಒಂದು ಆ ಸುಬ್ರಮಣ್ಯಶಾಸ್ತ್ರಿ ಕೊಟ್ಟ ಮಾತ್ರೆ ಅನ್ನುವುದು ಆತನ ಗಮನಕ್ಕೇ ಬಂದಿರಲಿಲ್ಲ. ಒಟ್ನಗೆ ಶೇಷಗಿರಿ ಕಾಂಪೋಂಡಿನಲ್ಲಿ ಸಿಗಿಬಿದ್ದಿದ್ದ. ಹುಗಿದು ಬಿದ್ದಿದ್ದ. ಮಿಸುಕಾಡದಂತೆ.

ಇನ್ನೂ ಅಲ್ಲೇ ಇದ್ದಾನೆ. ರಾತ್ರಿ ಆ ಬೀದಿಯಲ್ಲಿ ಓಡಾಡುವ ಯಾರಿಗೇ ಆದರೂ ಒಂದು ಪಿಸುಗುಟ್ಟುವ ದನಿ ಕೇಳಿಬರುತ್ತದೆ. ಯಾವುದೋ ಸಮಾಧಿಯಿಂದ ಕೇಳಿದಂಗೆ ಕೇಳತ್ತೆ. ಯಾರಿಗೂ ಗೊತ್ತಿಲ್ಲ ಅದು ಒಂಟಿ ಚೇಳಿನ ನಿಟ್ಟುಸಿರು ಅಂತ. ಕೊನೆಗೂ ಆ ಒಂದು ಹೆಣ್ಣನ್ನು ಬಿಟ್ರೆ ಬೇರೆ ಯಾರಿಗೂ ಗೊತ್ತಾಗಲೇ ಇಲ್ಲ, ಒಂಟಿ ಚೇಳು ಯಾರು ಅಂತ. ಅವಳು ಮಾತ್ರ ಒಂಟಿ ಚೇಳು ಇವತ್ತು ಬರತ್ತೆ ನಾಳೆ ಬರತ್ತೆ ಅಂತ ಕಾಯ್ತಾನೇ ಇದಾಳೆ. ಪಾಪ!

ಬೆಂಗಳೂರಿಗೆ ಬಂದ ದಿನಗಳಲ್ಲಿ ನಾನು ಅಕೌಂಟೆಂಟ್ ಆಗಿದ್ದೆ. ಅಲ್ಲಿ ಸುಖವಾಗಿದ್ದೆ. ನನ್ನ ಅನೇಕ ಗೆಳೆಯರು ಪತ್ರಕರ್ತರಾಗಿದ್ದರು. ಅವರೆಲ್ಲಾ ಬಿಡುಬೀಸಾಗಿ ಜೀವಿಸುತ್ತಾ, ಸಾಕಷ್ಟು ಪುರುಸೊತ್ತಾಗಿ ಓಡಾಡುತ್ತಾ, ಮಜಾ ಮಾಡುತ್ತಾ ನನ್ನನ್ನು ಗೇಲಿ ಮಾಡುತ್ತಾ ಓಡಾಡುತ್ತಿದ್ದಾರೆ ಅನ್ನುವ ಗುಮಾನಿ ಕ್ರಮೇಣ ನನ್ನನ್ನು ಕಾಡಲು ಶುರುಮಾಡಿತು. ಅದಕ್ಕೆ ಸರಿಯಾಗಿ ಅವರು ನನ್ನನ್ನು ಕೊಂಚ ಕೀಳಾಗಿಯೇ ಕಾಣುತ್ತಿದ್ದಾರೆ ಅನ್ನಿಸುತ್ತಿತ್ತು. ನಾನೂ ಅವರಂತೆ ಆಗಬೇಕೆಂದು ಹಟ ತೊಟ್ಟು ಗೋಡೆ ಹಾದು ಪತ್ರಕರ್ತನಾಗಲು ಹೊರಟೆ.

ನಾನು ನಿಜಕ್ಕೂ ಗೋಡೆ ಹಾದೆನಾ? ಗೋಡೆಯೊಳಗೇ ಸಿಕ್ಕಿಬಿದ್ದಿದ್ದೇನಾ? ಒಳಗಿದ್ದೇನಾ ಅಥವಾ ಹೊರಗಾ? ನನಗೆ ನಿಜಕ್ಕೂ ಗೊತ್ತಾಗದ ಸ್ಥಿತಿಯಲ್ಲಂತೂ ಇದ್ದೇನೆ. ಆಮೇಲೆ ನೋಡಿದರೆ ನನ್ನ ಗೆಳೆಯರೂ ಕೂಡ ಅವರವರ ಸುತ್ತ ಇದ್ದ, ಇರದ, ಯಾರೋ ಕಟ್ಟಿದ, ಯಾರೂ ಕಟ್ಟದ ಗೋಡೆ ಹಾಯುತ್ತಿದ್ದವರೇ ಆಗಿದ್ದರು. ಅದರಲ್ಲಿ ಸಿಕ್ಕಿಬಿದ್ದು ಅನೇಕರು ಒದ್ದಾಡುತ್ತಿದ್ದುದನ್ನೂ ನಾನು ಕಣ್ಣಾರೆ ಕಂಡಿದ್ದೇನೆ. ಹೇಗೆ ನಾವು ನಮ್ಮದಲ್ಲದ ಆಟದಲ್ಲಿ ಸಿಲುಕಿಕೊಳ್ಳುತ್ತಾ ಹೋಗುತ್ತೇವೆ ಎನ್ನುವುದನ್ನು ಎಷ್ಟು ಸೊಗಸಾಗಿ ಹೇಳಿದ್ದೀರಿ, ಸೂರಿ. ನಿಮ್ಮ ಕತೆಯ ಶಕ್ತಿಯೇನು ಅಂತ ನಾನು ಅನೇಕ ಸಲ ಯೋಚಿಸಿದ್ದೇನೆ. ಉತ್ತರ ಹೊಳೆದಿಲ್ಲ. ಒಮ್ಮೊಮ್ಮೆ ಒಂದೊಂದು ಹೊಳೆಯುತ್ತದೆ. ವ್ಯಂಗ್ಯ, ಮಾಂತ್ರಿಕ ವಾಸ್ತವ, ನಾವು ಹೇಳಲು ಅಂಜುವುದನ್ನು ಇದು ಅದಲ್ಲ ಎಂಬಂತೆ ಹೇಳಿಯೇ ಬಿಡುವ ಕೌಶಲ? ಇವೆಲ್ಲವೂ ಬೆರೆತ ನಿಮ್ಮ ಶೈಲಿ. ಶೇಷಗಿರಿಯ ಅಬ್ಬರದ ನಗು, ರಸವತ್ತಾದ ಕತೆ ಆತ ಒಂಟಿ ಚೇಳಾಗಿ ಬದಲಾದ ನಂತರ ಕ್ಷೀಣ ಆರ್ತನಾದವಾಗಿಬಿಡುವ ದಿಗ್ಭ್ರಮೆ ಇನ್ನೂ ಕಣ್ಮುಂದಿದೆ. ದೇಶದ್ರೋಹವೇ ದೇಶಭಕ್ತಿಯಾಗಬಲ್ಲ, ದೇಶಭಕ್ತಿಯೇ ನಾವು ದೇಶಕ್ಕೆ ಬಗೆಯುವ ದ್ರೋಹವಾಗಬಲ್ಲ ಕಾಲದಲ್ಲಿ ಇಂತಹ ಕತೆಗಳು ರಾಜಕಾರಣದತ್ತಲೂ ತೋರುಬೆರಳು ಚಾಚುವ ಪರಿ ಅನನ್ಯವಾಗಿದೆ.

• ಜೋಗಿ

ಶೂನ್ಯ ಸಂಪಾದನೆ

ಸದ್ಯ, ಅವಸರದಲ್ಲಿದ್ದೀನಿ. ಫುಟ್‌ಪಾತ್‌ನಲ್ಲಿ ನಿಂತು ಟ್ಯಾಕ್ಸಿಗೆ ಕಾಯುತ್ತಾ ಇದ್ದೀನಿ. ಈಗಾಗಲೇ ಲೇಟಾಗಿದೆ. ಹನ್ನೊಂದಕ್ಕೆಲ್ಲಾ ಕೋರ್ಟ್‌ನಲ್ಲಿರಬೇಕು. ಇನ್ನೂ ಆಫೀಸಿಗೆ ಹೋಗಬೇಕು. ಬೇಕಿದ್ದ ಕಡತಗಳನ್ನ ತೊಗೊಂಡು ಕೋರ್ಟಿಗೆ ಹೋಗಬೇಕು. ರಾತ್ರಿ ಕುಡಿಯೋವಾಗ ಬೆಳಿಗ್ಗೆ ಬೇಗ ಏಳಬೇಕೂ ಅಂತ ಸಾವಿರ ಸತಿ ಜಪ ಮಾಡಿದ್ರೂ ಹಣೇಬರಹ ಅಷ್ಟೇ, ಎದ್ದಾಗ ಎಂಟು. ಕೈಲಿದ್ದ ಬ್ರೀಫ್‌ಕೇಸ್ ಭಾರವಾಗುತ್ತಿತ್ತು. ಅದನ್ನು ಒಂದು ಕೈನಿಂದ ಇನ್ನೊಂದು ಕೈಗೆ ಬದಲಾಯಿಸುತ್ತಾ ಟ್ಯಾಕ್ಸಿ ಬರಬಹುದಾಗಿದ್ದ ದಿಕ್ಕಿನತ್ತ ನೋಡುತ್ತಿದ್ದೆ. ಒಂದು ಸತಿ ಈ ಕಡೆ ತಿರುಗಿದೆ. ಆವಾಗಲೇ ಅವನು ನನ್ನ ಕಣ್ಣಿಗೆ ಬಿದ್ದಿದ್ದು. ಫುಟ್‌ಪಾತಿನಲ್ಲಿ, ನನ್ನ ಪಕ್ಕ, ನನ್ನಿಂದ ಆರಡಿ ದೂರ ನಿಂತಿದ್ದ. ಅವನೂ ಯಾರಿಗೋ, ಯಾವುದಕ್ಕೋ ಕಾಯುತ್ತಿದ್ದ ಹಾಗಿತ್ತು. ಅವಸರವನ್ನು ಕಾಲಬೆರಳುಗಳಿಗೆ ಕಟ್ಟಿಕೊಂಡವನ ಹಾಗೆ ಚಡಪಡಿಸುತ್ತಾ ಎಡಕೂ ಬಲಕೂ ನೋಡುತ್ತಿದ್ದ. ಹಾಗೊಮ್ಮೆ ಇತ್ತ ತಿರುಗಿದಾಗ ಅವನ ಕಣ್ಣಿಗೆ ಬಿದ್ದಿದ್ದು ನಾನು. ಒಂದು ಸತಿ ನನ್ನನ್ನ ನೋಡಿ ಮತ್ತೆ ಅತ್ತ ತಿರುಗಿದ. ನಾನು ಅವನನ್ನೇ ನೋಡುತ್ತಿದ್ದೆ. ಅಚ್ಚುಕಟ್ಟಾದ ಬಟ್ಟೆ ಹಾಕಿದ್ದ. ಬೂದು ಬಣ್ಣದ ವುಲ್ಲನ್ ಪ್ಯಾಂಟ್, ಅಚ್ಚ ಬಿಳಿ ಷರ್ಟು, ಅದಕ್ಕೊಪ್ಪುವ ಹಾಗೆ ಬಿಳಿ ಹೂಗಳಿರುವ ಒಂದು ಬೂದು ಬಣ್ಣದ ಟೈ,

ಕಾಲಲ್ಲಿ ಮಿರುಗುತ್ತಿದ್ದ ಕಂದು ಬೂಟುಗಳು. ಆದರೆ ನನ್ನ ಕಣ್ಣು ಕುಕ್ಕಿದ್ದು ಅವನ ಕೋಟು. ಅದು ಅವನಿಗೆ ಎಷ್ಟು ಚೆನ್ನಾಗಿ ಹೊಂದಿಕೊಂಡಿತ್ತೂ ಅಂದರೆ ಅದನ್ನು ಹಾಕಿಕೊಂಡೇ ಅವನು ಹುಟ್ಟಿದ್ದಿರಬೇಕು, ಅವನು ಬೆಳೆದ ಹಾಗೇ ಅದೂ ಅವನ ಜೊತೆ ಬೆಳೆಯುತ್ತಾ ಬಂದಿರಬೇಕು ಅನ್ನುವ ಹಾಗಿತ್ತು. ಅದು ಅವನಿಗೆ ಒಂದು ಗಾಂಭೀರ್ಯ ತಂದು ಕೊಟ್ಟಿತ್ತೋ, ಅವನಿಂದ ಆ ಕೋಟಿಗೆ ಒಂದು ಗಾಂಭೀರ್ಯ ಬಂದಿತ್ತೋ ಹೇಳಲಿಕ್ಕಾಗುತ್ತಿರಲಿಲ್ಲ. ಅಂಥಾ ಕೋಟು ನನ್ನಲ್ಲಿಲ್ಲವಲ್ಲಾ ಅಂತ ಅಸೂಯೆ ಆಗುವಷ್ಟರ ಮಟ್ಟಿಗೆ ಕೋಟು ಲಕ್ಷಣವಾಗಿತ್ತು. ಈ ಸತಿ ಅವನು ಇತ್ತ ತಿರುಗಿದಾಗ ನಕ್ಕೆ. ಅವನೂ ನಕ್ಕ. ಅವನ ಕೋಟನ್ನೇ ದುರುಗುಟ್ಟಿ ನೋಡುತ್ತಿದ್ದೆ. ಅದು ಅವನಿಗೂ ಅರಿವಾಗಿ, ಇಂಥಾದ್ದು ನನಗೆ ಈ ಮೊದಲೂ ಅನುಭವವಾಗಿದೆ ಎಂಬಂತೆ ಕೋಟನ್ನು ಒಮ್ಮೆ ಸವರಿಕೊಂಡು ನನ್ನನ್ನೇ ನೋಡಿದ. ಒಂದೆರಡು ಹೆಜ್ಜೆ ಅವನತ್ತ ಹಾಕಿ, ತುಂಬಾ ಚೆನ್ನಾಗಿದೆ ಕೋಟು, ದಿ ಬೆಸ್ಟ್ ಐ ಹ್ಯಾವ್ ಸೀನ್ ಇನ್ ಮೈ ಲೈಫ್ ಅಂದೆ. ಒಂಥರಾ ಮುಜುಗರದಿಂದ, ಅದಕ್ಕೂ ಮಿಗಿಲಾದ ಅಭಿಮಾನದಿಂದ, ಕೋಟನ್ನು ತಟ್ಟಿಕೊಳ್ಳುತ್ತಾ ಥ್ಯಾಂಕ್ಸ್ ಎಂದ. ಯಾರು ಟೈಲರ್ ಅಂದೆ. ಶಿವಾಜಿನಗರದಲ್ಲಿದಾನೆ, ಸ್ಟೆಲ್ಲಾ ಮೇರೀಸ್ ಚರ್ಚ್ ಹಿಂದಿನ ರಸ್ತೆಯಲ್ಲಿ, ವಿನ್ಸೆಂಟ್ ಚರ್ಚಿಲ್ ಅಂತ ಹೇಳಿದ. ಹೆಸರು ಕೇಳಿ ನಗು ಬಂತು. ನಗುವನ್ನು ಬದಿಗೊತ್ತಿ, ತುಂಬಾ ಕಾಸ್ಟ್ಲಿ ಇರಬೇಕು ಅಂದೆ. ಗೊತ್ತಿಲ್ಲ, ಒಂದು ವರ್ಷ ಆಗ್ತಾ ಬಂತು, ಇನ್ನೂ ದುಡ್ಡು ಕೊಟ್ಟಿಲ್ಲ, ವಿಚಿತ್ರ ಅಂದ್ರೆ ದುಡ್ಡು ಕೊಡೋಕೆ ಇನ್ನೂ ಬಿಲ್ ಬಂದಿಲ್ಲ ಅಂದ. ಮುಂದೆ ಏನೂ ಮಾತು ಹೊಳೆಯದೇ ಸುಮ್ಮನಾದೆ. ಟ್ಯಾಕ್ಸಿ ಬರಬಹುದಾದ ದಿಕ್ಕಿನ ಕಡೆಗೆ ಕಣ್ಣು ಹಾಯಿಸಿದೆ. ಮತ್ತೆ ಇತ್ತ ನೋಡಿದಾಗ ಯಾರಿಗೋ ಕೈ ಬೀಸುತ್ತಾ ಅವನು ರಸ್ತೆ ದಾಟುತ್ತಿದ್ದ. ಜನಜಂಗುಳಿಯಲ್ಲಿ ಕರಗುವ ತನಕವೂ ಅವನ ಕೋಟಿನ ಬೆನ್ನನ್ನೇ ನೋಡುತ್ತಿದ್ದೆ. ನನಗೂ ಅಂಥಾ ಒಂದು ಕೋಟು ಬೇಕೂ ಅನಿಸಿತು. ಅಷ್ಟರಲ್ಲಿ ನನ್ನ ಟ್ಯಾಕ್ಸಿ ಬಂತು. ನನ್ನ ಕೋರ್ಟು ಕಚೇರಿ ದಾಂದಲೆಗಳ ನಡುವೆ ಸ್ಟೆಲ್ಲಾ ಮೇರೀಸ್ ಚರ್ಚು, ವಿನ್ಸೆಂಟ್ ಚರ್ಚಿಲ್ಲೂ ಮರೆತೇ ಹೋದರು.

ಮುಂದ್ಯಾವತ್ತೋ ಒಂದು ದಿನ ಧುತ್ತೆಂದು ಚರ್ಚೂ, ಚರ್ಚಿಲ್ಲನೂ ನೆನಪಾದರು. ಸ್ಟೆಲ್ಲಾ ಮೇರೀಸ್ ಚರ್ಚ್ ಹಿಂದಿನ ರಸ್ತೆಯಲ್ಲಿದ್ದ ವಿನ್ಸೆಂಟ್ ಚರ್ಚಿಲ್ಲನ ಮನೆ ಅಥವಾ ಅಂಗಡಿ ಹುಡುಕುವುದು ಕಷ್ಟವಾಗಲಿಲ್ಲ. ಅದನ್ನು ಮನೆಯೊಳಗಿನ ಅಂಗಡಿ ಅನ್ನಬಹುದು ಅಥವಾ ಅಂಗಡಿಯೊಳಗಿನ ಮನೆ ಅನ್ನಬಹುದು. ಒಂದು ದೊಡ್ಡ ಜವಳೀ ಅಂಗಡಿಯ ಪಕ್ಕ, ರಸ್ತೆಯಿಂದ ಒಂದು ಮಾರು ಹೆದರಿ ಹಿಂದೆ ಸರಿದಂತಿತ್ತು. ಮನೆ ಅಥವಾ ಅಂಗಡಿಯ ಬಾಗಿಲು ಹಾಕಿತ್ತು. ಬಾಗಿಲಿನ

ಮೇಲಾಗಲೀ, ಬಾಗಿಲ ಪಕ್ಕದ ಕಂದು ಬಣ್ಣಕ್ಕೆ ತಿರುಗಿದ್ದ ಗೋಡೆಯ ಮೇಲಾಗಲೀ ಯಾವುದೇ ಬೋರ್ಡು ಇರಲಿಲ್ಲ. ರಸ್ತೆಯ ತುದಿಯಲ್ಲಿ ಯಾರನ್ನೋ ಕೇಳಿದ್ದಕ್ಕೆ ಈ ಮನೆ ಅಥವಾ ಅಂಗಡಿಯತ್ತ ಬೆರಳು ಮಾಡಿದ್ದರು. ಚರ್ಚಿಲ್ ಇದ್ದಾನೋ ಇಲ್ಲಾ ಪಾರ್ಲಿಮೆಂಟಿಗೆ ಹೋಗಿದ್ದಾನೋ ಎಂದುಕೊಂಡು, ನನ್ನ ಸುಡುಗಾಡು ಜೋಕಿಗೆ ನಾನೇ ನಗುತ್ತಾ ಬಾಗಿಲು ತಟ್ಟಿದೆ. ಬಾಗಿಲು ತೆಗೆದಂತೆಯೇ ಕಣ್ಣಿಗೆ ಬಿದ್ದಿದ್ದು ಬಾಗಿಲಿನ ಒಳಬದಿಯಿಂದ ನೇತು ಹಾಕಿದ್ದ ಗುಲಾಬಿ ಬಣ್ಣದ ನೈಲಾನ್ ಪರದೆ. ಅದನ್ನು ಸರಿಸಿ ಒಬ್ಬ ಮುದುಕ ಮುಖ ಚಾಚಿದ. ನೋಡಿ ಬೆಚ್ಚಿ ಬಿದ್ದೆ. ಮುದುಕನ ಮುಖದ ಮೇಲೆ ಕೂದಲಿನ ಒಂದಂಶವೂ ಇರಲಿಲ್ಲ. ಕಣ್ಣಹುಬ್ಬಿನ ಗೆರೆಯೂ ಇರಲಿಲ್ಲ. ಮಾಸಲು ಬಣ್ಣದ ಗೋಡೆಗೆ ಅಂಟಿಸಿಟ್ಟಂತೆ ಎರಡು ಪಿಳಿಪಿಳಿ ಕಣ್ಣುಗಳು. ಗುಂಡಗಿನ ಮುಖ ನುಣ್ಣಗಿತ್ತು. ಮುಖದ ಮೇಲೆ ಅಲ್ಲಲ್ಲೇ ಬೆಳಿಗ್ಗೆ ಅದ್ಯಾವಗಲೋ ಬಳಿದುಕೊಂಡಿದ್ದ ಪೌಡರ್‌ನ ಪಳೆಯುಳಿಕೆಗಳು. ಈ ಜಗತ್ತಿನೊಂದಿಗೆ ವ್ಯವಹಾರವೇ ಇಷ್ಟವಿಲ್ಲವೆನ್ನುವಂತಿದ್ದ ಮುಖದ ಭಾವ. ನನ್ನನ್ನೇ ದುರುಗುಟ್ಟಿ ನೋಡುತ್ತಿದ್ದ. ವಿನ್ಸೆಂಟ್ ಚರ್ಚಿಲ್ ಎಂದು ತೊದಲಿದೆ. ತಾನೇ ವಿನ್ಸೆಂಟ್ ಚರ್ಚಿಲ್ ಎಂದು ಮನೆಯೊಳಗೆ ಅಥವಾ ಅಂಗಡಿಯೊಳಗೆ ಬರಮಾಡಿಕೊಂಡ. ನೇರವಾಗಿ ವ್ಯವಹಾರಕ್ಕೆ ಇಳಿದೆ. ಒಂದು ಕೋಟ್ ಹೊಲೆಸಬೇಕಿತ್ತು ಅಂದೆ. ಅವನೂ ನೆಟ್ಟಗೆ ವ್ಯಾಪಾರಕ್ಕೆ ಇಳಿದ. ನೀವು ತಂದ ಬಟ್ಟೆಯಲ್ಲಿ ನಾನು ಹೊಲಿಯಲ್ಲ, ನನತ್ರ ಈಗ ಒಂದೇ ಬಟ್ಟೆ ಇದೆ, ನಿಮಗೆ ಅದು ಇಷ್ಟ ಆದ್ರೆ ಹೊಲಿದು ಕೊಡ್ತೀನಿ. ಮಾತನಾಡುತ್ತಲೇ ಗೋಡೆಗೆ ಅಂಟಿ ನಿಂತಿದ್ದ ಒಂದು ಕಪಾಟಿನ ಬಾಗಿಲು ತೆಗೆದು ಒಂದು ಬಟ್ಟೆಯನ್ನು ಕೈಲಿ ಹಿಡಿದು ನನ್ನ ಕಡೆ ಬಂದು, ಬಟ್ಟೆಯನ್ನು ಚಾಚಿದ. ಕೈಗೆತ್ತಿ ನೋಡಿದೆ. ನುಣ್ಣಗಿತ್ತು. ತಂಪಗಿತ್ತು. ಹಿಮಗಡ್ಡೆಯಂತೆ ತಣ್ಣಗಿತ್ತು. ಸವರಿದ್ದಕ್ಕೆ ಪುಟ್ಟ ಮಗುವಿನ ಒಳ ಪಾದವನ್ನು ಸವರಿದಂತಿತ್ತು. ಅಚ್ಚ ಕಪ್ಪು ಬಣ್ಣ. ಅಲ್ಲಲ್ಲೇ ಸೂಕ್ಷ್ಮವಾದ ಬಂಗಾರದ ಬಣ್ಣದ ಗೆರೆಗಳು, ಹೆಚ್ಚಿಲ್ಲ, ವಿರಳವಾಗಿವೆ. ಇಡೀ ಕಪ್ಪು ಬಣ್ಣಕ್ಕೆ ಒಂದು ಮೆರಗು ಕೊಟ್ಟಿದೆ. ಬಟ್ಟೆಯ ಮೇಲೆ ಕೈಯಾಡಿಸುತ್ತಲೇ, ಚೆನ್ನಾಗಿದೆ, ಹೊಲಿದು ಬಿಡಿ ಅಂದೆ. ಮುಂದಿನ ಹದಿನೈದು ನಿಮಿಷ ನನ್ನ ದೇಹದ ಅಳತೆ ತೆಗೆದುಕೊಂಡ. ಒಂದು ತಿಂಗಳು ಬಿಟ್ಟು ಬನ್ನಿ, ರೆಡಿಯಿರತ್ತೆ ಎಂದವನೇ, ನೀವಿನ್ನು ಹೋಗಬಹುದು ಎನ್ನುವಂತೆ ಬಾಗಿಲ ಪಕ್ಕ ಹೋಗಿ ನಿಂತ. ನಾನೂ ಬಾಗಿಲತ್ತ ನಡೆಯುತ್ತಾ ಎಷ್ಟಾಗತ್ತೆ ಅಂದೆ. ಮೊದಲು ಹಾಕಿಕೊಂಡು ನೋಡಿ, ಆಮೇಲೆ ದುಡ್ಡಿನ ವಿಷಯ ಅಂದವನೇ ನಾನು ಮನೆ ಅಥವಾ ಅಂಗಡಿಯ ಹೊರಗೆ ಹೆಜ್ಜೆಯಿಡುತ್ತಿದ್ದಂತೇ ಬಾಗಿಲು ಹಾಕಿಕೊಂಡ. ಆಶ್ಚರ್ಯವೆಂದರೆ ನನ್ನ ಜೊತೆ ಇದ್ದಷ್ಟು ಹೊತ್ತೂ ಅಥವಾ ನನ್ನ ಜೊತೆಗಿನ ವ್ಯವಹಾರದ ಉದ್ದಕ್ಕೂ ಆತ ನಗಲಿಲ್ಲ, ಒಂದಕ್ಷರ ಅನಗತ್ಯ ಮಾತನಾಡಲಿಲ್ಲ.

ಕರಾರುವಾಕ್ಕಾಗಿ ಒಂದು ತಿಂಗಳ ನಂತರ ವಿನ್ಸೆಂಟ್ ಚರ್ಚಿಲ್ಲನ ಮನೆ ಅಥವಾ ಅಂಗಡಿಯ ಬಾಗಿಲು ತಟ್ಟಿದೆ. ಆತ ನನಗಾಗಿಯೇ ಕಾಯುತ್ತಿದ್ದ ಹಾಗೆ ನಾನು ಬಾಗಿಲು ತಟ್ಟಿದ ಮರುಕ್ಷಣ ಬಾಗಿಲು ತೆಗೆದ. ಅದೇ ನಗುವಿಲ್ಲದ, ಕೂದಲಿಲ್ಲದ, ನೆರೆಗಟ್ಟಿದ ಮುದಿ ಮುಖ. ಕೈಲಿ ಒಂದು ಪೇಪರ್ ಸುರುಳಿಯಲ್ಲಿ ಕೋಟು ಮಲಗಿತ್ತು. ನನ್ನನ್ನು ಒಳಗೂ ಕರೆಯದೇ ಕೋಟನ್ನು ಕೈಗಿತ್ತ. ಕೋಟನ್ನು ತೆಗೆದುಕೊಳ್ಳುತ್ತಾ, ಎಷ್ಟಾಯಿತು ಅಂದೆ. ಒಂದೆರಡು ತಿಂಗಳು ಹಾಕಿಕೊಂಡು ನೋಡಿ, ಸರಿ ಹೋದರೆ ಬನ್ನಿ, ನಾನೇನೂ ಓಡಿ ಹೋಗಲ್ಲ, ಇದೇ ನನ್ನ ಮನೆ ಅಂದವನೇ ಬಾಗಿಲು ಹಾಕಿಕೊಂಡ. ತಬ್ಬಿಬ್ಬಾಗಿ ಮುಚ್ಚಿದ ಬಾಗಿಲನ್ನೇ ನೋಡುತ್ತಾ ಒಂದೆರಡು ನಿಮಿಷ ನಿಂತೇಯಿದ್ದೆ.

ಕುತೂಹಲ. ವಿನ್ಸೆಂಟ್ ಚರ್ಚಿಲ್ಲನ ಮನೆ ಅಥವಾ ಅಂಗಡಿಯಿಂದ ಒಂದೈದಾರು ಹೆಜ್ಜೆ ಸರಿದು, ರಸ್ತೆಯ ಒಂದು ಪಕ್ಕ ನಿಂತು ಕೋಟನ್ನು ಹಾಕಿಕೊಂಡೆ. ನನ್ನ ಮೈ ಮೇಲೆ ಹರಡಿದ್ದ ಆ ಕೋಟಿನ ನುಣುಪನ್ನು ಅನುಭವಿಸುತ್ತಾ ಮೈಮರೆತು ಕಣ್ಣು ಮುಚ್ಚಿ ನಿಂತು ಬಿಟ್ಟೆ. ಆ ಕ್ಷಣದಲ್ಲಿ ನನ್ನ ಮುಖದಲ್ಲಿ ಒಂದು ನಗು ಹರಡಿಕೊಂಡಿದ್ದರೂ ಆಶ್ಚರ್ಯವಿರಲಿಲ್ಲ. ಒಂದೆರಡು ನಿಮಿಷಗಳ ನಂತರ ಕಣ್ಣು ಬಿಟ್ಟು, ಕೋಟನ್ನು ನೋಡಿಕೊಳ್ಳುತ್ತಾ ಸವರಿಕೊಂಡೆ. ಯಾವುದೇ ದಿಕ್ಕಿನಿಂದ ನೋಡಿದರೂ, ಯಾವ ಪಕ್ಕಕ್ಕೆ ತಿರುಗಿದರೂ ಒಂದು ನೂಲು ಹೆಚ್ಚು ಕಮ್ಮಿಯಿರಲಿಲ್ಲ. ಆನಂದದಿಂದ ಹೆಜ್ಜೆಗೆರಡು ಹೆಜ್ಜೆ ಹಾಕುತ್ತಾ ಮೇನ್ ರೋಡ್ ತಲುಪಿದೆ. ಟ್ಯಾಕ್ಸಿ ಬುಕ್ ಮಾಡಿ ಕಾಯುತ್ತಾ ನಿಂತೆ. ಕೋಟಿನಿಂದಾಗಿಯೋ ಏನೋ ಒಂದಿಷ್ಟು ಧಿಮಾಕು ಮೈಗೆ ಹತ್ತಿದಂತಿತ್ತು. ಇಡೀ ಜಗತ್ತೇ ನನ್ನನ್ನು ನೋಡುತ್ತಿದೆಯೇನೋ ಅನಿಸಿತು. ಶ್ರೀಮದ್ಗಾಂಭೀರ್ಯದಿಂದ ಕೋಟಿನ ಜೇಬಿನೊಳಗೆ ಎರಡೂ ಕೈಗಳನ್ನು ಇಳಿಸಿ ಬೀಗುತ್ತಾ ನಿಂತೆ. ಬಲ ಜೇಬಿನಲ್ಲಿಳಿದಿದ್ದ ಬಲಗೈಗೆ ಏನೋ ಕಾಗದದ ತುಂಡು ತಗುಲಿದಂತಾಯ್ತು. ಅಳತೆ ಬರೆದಿಟ್ಟುಕೊಂಡ ಚೀಟಿ ಇರಬೇಕು, ಅಥವಾ ವಿನ್ಸೆಂಟ್ ಚರ್ಚಿಲ್ಲನ ಬಿಲ್ ಇರಬೇಕು, ನೇರ ಕೊಡುವುದಕ್ಕೆ ಬಿಗುಮಾನವೋ ಸಂಕೋಚವೋ ಅಡ್ಡ ಬಂದಿರಬೇಕು ಆ ಮುದುಕನಿಗೆ ಎಂದುಕೊಳ್ಳುತ್ತಾ ಆ ಕಾಗದದ ತುಂಡನ್ನು ತೆಗೆದೆ. ಕೈಲಿ ಎರಡು ಸಾವಿರ ರೂಪಾಯಿಗಳ ಹೊಸಾ ನೋಟು. ಗರಿಗರಿಯಾಗಿತ್ತು. ಇದು ಆ ವಿನ್ಸೆಂಟ್ ಚರ್ಚಿಲ್ಲನದೇ ಇರಬೇಕು, ಮರೆತು ಇಟ್ಟಿರಬೇಕು ಎಂದುಕೊಳ್ಳುತ್ತಾ ಅವನ ಅಂಗಡಿ ಅಥವಾ ಮನೆಯ ಕಡೆ ತಿರುಗಿದೆ. ಎರಡು ಸಾವಿರ ರೂಪಾಯಿಯ ನೋಟನ್ನು ಎಡ ಮುಷ್ಟಿಗೆ ವರ್ಗಾಯಿಸಿ, ವಿನ್ಸೆಂಟ್ ಚರ್ಚಿಲ್ಲನ ಮನೆಯ ಅಥವಾ ಅಂಗಡಿಯ ಕಡೆ ಎಂಟು ಹೆಜ್ಜೆ ಹಾಕಿದವನು, ಕೋಟಿನ ಬಲ ಜೇಬಿನಲ್ಲಿ ಕೈ ಇಳಿಸಿ ನಡೆದೆ. ಹೆಜ್ಜೆಗಳು ಮುಗ್ಗರಿಸಿದವು. ಎದೆ

ಧಿಗ್ಗೆಂದಿತು. ಕೋಟಿನ ಜೇಬಿನಲ್ಲಿದ್ದ ಕೈಗೆ ಒಂದು ಕಾಗದದ ಚೂರು ತಗುಲುತಿತ್ತು. ತೆಗೆದು ನೋಡಿದೆ. ಮತ್ತೊಂದು. ಗುಲಾಬಿ ಬಣ್ಣದ ಎರಡು ಸಾವಿರ ರೂಪಾಯಿಯ ನೋಟು. ಎಡಗೈಲಿದ್ದ ನೋಟಿನ ಮುದ್ದೆ ಹಾಗೇ ಎಡಗೈಯಲ್ಲೇ ಇತ್ತು. ಈಗ ಸಿಕ್ಕಿದ ಎರಡು ಸಾವಿರವನ್ನೂ ಎಡಗೈಗೆ ವರ್ಗಾಯಿಸಿ ಮತ್ತೊಮ್ಮೆ ಬಲ ಜೇಬಿಗೆ ಕೈ ಇಳಿಬಿಟ್ಟೆ. ಮತ್ತೆ ಮುಗ್ಗರಿಸಿದೆ. ಇನ್ನೊಂದು ಕಾಗದದ ತುಂಡು, ಇನ್ನೊಂದು ಎರಡು ಸಾವಿರ ರೂಪಾಯಿಯ ನೋಟು. ವಿನ್ಸೆಂಟ್ ಚರ್ಚಿಲ್ಲನ ಮನೆಗೆ ಹೋಗಲಿಲ್ಲ.

ಮನೆಗೆ ಬಂದವನೇ ಮೊದಲು ಮಾಡಿದ ಕೆಲಸವೆಂದರೆ ಮನೆಯ ಮುಂಬಾಗಿಲು ಜಡಿದು, ರೂಮು ಹೊಕ್ಕೆ. ಯಾವುದೋ ಯಜ್ಞ ಮಾಡಲು ತಯಾರಾದವನಂತೆ ರೂಮಿನ ಮಧ್ಯದಲ್ಲಿ ಒಂದು ಕುರ್ಚಿಯನ್ನು ಹಾಕಿಕೊಂಡು ಕುಳಿತೆ. ಬಲ ಜೇಬಿನಲ್ಲಿ ಕೈ ಹಾಕಿ ಎರಡು ಸಾವಿರ ರೂಪಾಯಿಗಳ ಒಂದು ಹೊಸ ನೋಟು ತೆಗೆದೆ. ತೆಗೆದೆ. ತೆಗೆಯುತ್ತಲೇ ಹೋದೆ. ಒಂದು ಯಂತ್ರದಂತೆ. ಒಂದು ತಪಸ್ಸಿನಂತೆ. ಒಂದು ಜಪದಂತೆ. ಕಾಲದ ಒಂದೇ ಅಳತೆಯಲ್ಲಿ, ಕರಾರುವಾಕ್ಕಾಗಿ ಸೆಕೆಂಡುಗಳ ಲೆಕ್ಕದಲ್ಲಿ, ಒಂದೇ ಲಯದಲ್ಲಿ ಎರಡು ಸಾವಿರ ರೂಪಾಯಿಗಳ ಗುಲಾಬಿ ಬಣ್ಣದ ನೋಟುಗಳನ್ನು ತೆಗೆಯುತ್ತಾ ಹೋದೆ, ತೆಗೆದಂತೆಲ್ಲಾ ನೆಲದ ಮೇಲೆ ಚೆಲ್ಲುತ್ತಾ ಹೋದೆ. ಒಮ್ಮೆ ಬಲಗೈ ಸುಸ್ತಾದಾಗ ಎಡದ ಜೇಬಿಗೆ ಕೈ ಹಾಕಿದೆ. ಅಲ್ಲೇನೂ ಕೈಗೆ ಹತ್ತಲಿಲ್ಲ. ಅಂದರೆ ಇದು ಬಲ ಜೇಬಿನ ಚಮತ್ಕಾರ ಮಾತ್ರ. ಒಂದೆರಡು ನಿಮಿಷ ಬಲ ಕೈಗೆ ವಿಶ್ರಾಂತಿ ಕೊಟ್ಟು, ಮತ್ತೆ ಯಜ್ಞ ಶುರುಮಾಡಿದೆ. ನೆಲದ ಮೇಲೆ ನೋಟುಗಳನ್ನು ಚೆಲ್ಲುತ್ತಾ ಹೋದೆ. ಬರಬರುತ್ತಾ ನೆಲದ ಮೇಲೆ ಚೆಲ್ಲಿದ ನೋಟುಗಳಿಂದ ನೆಲವೇ ಕಾಣದಂತಾಯಿತು. ರಾತ್ರಿ ಎಷ್ಟು ಹೊತ್ತಿನವರೆಗೆ ಯಜ್ಞ ಮಾಡುತ್ತಿದ್ದೆನೋ, ಬೆಳಿಗ್ಗೆ ಎಚ್ಚರವಾದಾಗ ಗುಲಾಬಿ ಬಣ್ಣದ ನೋಟುಗಳ ರಾಶಿಯ ಮೇಲೆ ಮಲಗಿದ್ದೆ. ಅಯಾಚಿತವಾಗಿ ಬಲಗೈ ಜೇಬಿಗೆ ಕೈ ಹಾಕಿದೆ. ಇನ್ನೊಂದು ನೋಟು. ಆಫೀಸಿಗೆ ಬರುವುದಿಲ್ಲವೆಂದು ತಿಳಿಸಿ, ಗುಡ್ಡೆ ಹಾಕಿದ ನೋಟುಗಳನ್ನು ಎಣಿಸುತ್ತಾ ಹೋದೆ. ಸುಮಾರು ಹತ್ತು ಗಂಟೆಯ ಹೊತ್ತಿಗೆ ಸುರಿದುಕೊಂಡಿದ್ದ ನೋಟುಗಳನ್ನೆಲ್ಲಾ ಒಂದು ನಾಲ್ಕೈದು ಸೂಟ್‌ಕೇಸುಗಳಲ್ಲಿ ತುಂಬಿಕೊಂಡಿದ್ದೆ. ಸರಿಯಾಗಿ ಹದಿನೆಂಟು ಲಕ್ಷ ಎಂಬತ್ತು ಸಾವಿರ ರೂಪಾಯಿಗಳು. ಬಾಯಲ್ಲಿದ್ದ ಎಂಜಲು ಆರಿಹೋಗಿದ್ದು ಕಾಫಿಯ ಜೊತೆ ಅಂದಿನ ನ್ಯೂಸ್‌ಪೇಪರ್‌ನ್ನು ನೋಡಿದಾಗ. ಎರಡನೇ ಪುಟದಲ್ಲಿ ಒಂದು ದೊಡ್ಡ ಸುದ್ದಿಯಿತ್ತು. ಅದ್ಯಾವುದೋ ಬ್ಯಾಂಕಿನಿಂದ ದುಡ್ಡನ್ನು ದರೋಡೆ ಮಾಡಲಾಗಿದೆ, ದರೋಡೆಯ ವಿಧಾನ ಇನ್ನೂ ತಿಳಿದಿಲ್ಲ, ಒಟ್ಟಿನಲ್ಲಿ ಬ್ಯಾಂಕ್ ಸೇಫ್‌ನಲ್ಲಿದ್ದ ಹಣ ಇಲ್ಲ, ತನಿಖೆ ನಡೆದಿದೆ, ಬ್ಯಾಂಕಿನ ವ್ಯವಹಾರದ ಜವಾಬ್ದಾರಿ ಹೊತ್ತಿದ್ದ ರೀಜನಲ್ ಮ್ಯಾನೇಜರ್ ಮರ್ಯಾದೆಗೆ ಹೆದರಿ ರಾತ್ರೋ ರಾತ್ರಿ ಆತ್ಮಹತ್ಯೆ ಮಾಡಿಕೊಂಡಿದ್ದಾನೆ. ನಾನು

ಬೆಚ್ಚಿ ಬಿದ್ದಿದ್ದು ಯಾಕೆ ಅಂದರೆ, ದರೋಡೆ ಆದ ದುಡ್ಡು ಸರಿಯಾಗಿ ಹದಿನೆಂಟು ಲಕ್ಷ ಎಂಬತ್ತು ಸಾವಿರ ರೂಪಾಯಿಗಳು. ನಿನ್ನೆ ನಾನು ಬಲಗೈಯನ್ನು ಜೇಬಿಗಿಳಿಸಿ ಸಂಪಾದಿಸಿದಷ್ಟೇ ದುಡ್ಡು. ಪೇಪರ್ರನ್ನು ಮಡಿಚಿ ತಾರಸಿ ನೋಡುತ್ತಾ ಕುಳಿತು ಬಿಟ್ಟೆ. ಅಂದರೆ ನನ್ನ ಬಳಿ ಈಗಷ್ಟೇ ಸೂಟ್‌ಕೇಸುಗಳಲ್ಲಿ ತುಂಬಿಟ್ಟ ಹಣ ಯಾವುದೋ ಬ್ಯಾಂಕ್‌ನಲ್ಲಿದ್ದದ್ದು. ಮತ್ತೊಮ್ಮೆ ಸುದ್ದಿಯನ್ನು ಓದಿದೆ. ಹದಿನೆಂಟು ಲಕ್ಷದ ಎಂಬತ್ತು ಸಾವಿರ ರೂಪಾಯಿಗಳು. ಅವತ್ತು ಇಡೀ ದಿವಸ ಗೊತ್ತು ಗುರಿಯಿಲ್ಲದೇ ಬೀದಿ ಬೀದಿ ಅಲೆದೆ. ಏನು ತಿಂದೆನೋ ಏನು ಕುಡಿದೆನೋ ಗೊತ್ತಿಲ್ಲ. ಇಡೀ ದಿನ ತಾರಸಿಯಿಂದ ತೂಗಿ ಬಿದ್ದಿರಬಹುದಾದ ಮ್ಯಾನೇಜರ್‌ನ ದೇಹ, ನನ್ನದೇ ಕಲ್ಪನೆಯಲ್ಲಿ, ಮನಸ್ಸಿನ ಮುಂದೆ ಹಾದಾಗೆಲ್ಲಾ ಭಂಗಿ ಬದಲಿಸುತ್ತಾ ಕಾಡುತ್ತಿತ್ತು.

ಇರಲಿ. ಸಾಯಂಕಾಲ ಮನೆಗೆ ಹಿಂತಿರುಗಿ ಬಂದಾಗ ನನ್ನ ಜೊತೆ ಒಂದು ಐದಾರು ಸೂಟ್‌ಕೇಸುಗಳಿದ್ದವು. ರಾತ್ರಿ ಮತ್ತೆ ಯಜ್ಞಕ್ಕೆ ತೊಡಗಿದೆ. ಈ ಸತಿ ತಯಾರಾಗಿದ್ದೆನಲ್ಲಾ, ಒಂದು ಸೂಟ್‌ಕೇಸ್ ತುಂಬುವಷ್ಟಾಯಿತೋ ಅದನ್ನು ಲೆಕ್ಕ ಮಾಡಿ, ಬರೆದಿಟ್ಟುಕೊಂಡು, ಮತ್ತೊಂದು ಸೂಟ್‌ಕೇಸನ್ನು ರೆಡಿಮಾಡಿಕೊಂಡು ಕೋಟಿನ ಬಲ ಜೇಬಿಗೆ ಕೈ ಇಳಿಬಿಡುತ್ತಿದ್ದೆ. ಸುಮಾರು ತಾಸು ಎರಡು ತಾಸು ದಾಟಿದ್ದಿರಬಹುದು. ಎರಡು ಸೂಟ್‌ಕೇಸುಗಳು ತುಂಬಿದ್ದವು. ಸುಸ್ತಾಗಿತ್ತು. ಲೆಕ್ಕ ನೋಡಿದೆ. ಆರೂವರೆ ಲಕ್ಷ ಹದಿನಾರು ಸಾವಿರ. ಇವತ್ತಿಗೆ ಸಾಕು ಎನಿಸಿ, ಸೂಟ್‌ಕೇಸುಗಳನ್ನೆಲ್ಲಾ ಜೋಪಾನವಾಗಿ ಇಟ್ಟು, ಮಲಗಿದೆ. ಯಾಕೋ ಕೋಟನ್ನು ಬಿಚ್ಚಿಡಬೇಕೂ ಅನಿಸಲಿಲ್ಲ. ಕೋಟ್ ಹಾಕಿಕೊಂಡೇ ಮಲಗಿದೆ.

ಬೆಳಗೆದ್ದ ಕೂಡಲೇ ಮಾಡಿದ ಮೊದಲ ಕೆಲಸವೆಂದರೆ ಪೇಪರ್ ನೋಡಿದ್ದು. ಮೂರನೇ ಪುಟದಲ್ಲಿತ್ತು. ಅರವತ್ತು ದಾಟಿದ ಕಾನ್ಪುರದ ಒಬ್ಬ ವ್ಯಕ್ತಿ, ನಿನ್ನೆ ಪ್ರಾವಿಡೆಂಟ್ ಫಂಡ್‌ನಿಂದ ಆರು ಲಕ್ಷ ಹದಿನಾರು ಸಾವಿರ ಡ್ರಾ ಮಾಡಿಕೊಂಡು ಬಂದಿದ್ದನಂತೆ, ಮುಂದಿನ ವಾರದ ಮಗಳ ಮದುವೆಗಂತೆ, ಅದೀಗ ಕಾಣುತ್ತಿಲ್ಲವಂತೆ, ಇಟ್ಟ ದುಡ್ಡು ಇಟ್ಟಲ್ಲಿಂದ ಮಾಯವಾಗೋದು ಹೇಗೆ, ಹೆಂಡತಿ ಅಥವಾ ಮಗನ ಮೇಲೆ ಅನುಮಾನ, ಅನುಮಾನ ಜಗಳಕ್ಕೆ ತಿರುಗಿ, ಜಗಳ ಗಂಡ–ಹೆಂಡತಿ–ಮಗ ಕೈ ಕೈ ಮಾಡುವಷ್ಟು ಮುಂದುವರೆದು, ಕೊನೆಗೆ ಗಂಡನ ಏಟಿಗೆ ಹೆಂಡತಿ ಸತ್ತು ಹೋಗಿದ್ದಾಳಂತೆ, ರಾತ್ರಿಯಿಂದ ಪೋಲೀಸ್ ಲಾಕಪ್ಪಿನಲ್ಲಿದ್ದಾನಂತೆ. ಯಾಕೋ ಮನಸ್ಸು ಹುಳ್ಳೆನಿಸಿತು, ಆ ಕ್ಷಣ ಅಷ್ಟೇ.

ಇವತ್ತು ಸಾಯಂಕಾಲವೇ, ರಾತ್ರಿಯಲ್ಲ, ಯಜ್ಞಕ್ಕೆ ಕುಳಿತುಬಿಟ್ಟೆ. ನಿನ್ನೆ, ಮೊನ್ನೆ ಕಾಡಿದ್ದ ಕಳವಳ, ಗೊಂದಲ ಇವತ್ತು ಇರಲಿಲ್ಲ. ಸಾವಕಾಶದಿಂದ, ಯಾವುದೇ ಅವಸರವಿಲ್ಲದೇ ಗುಲಾಬಿ ಬಣ್ಣದ ಎರಡು ಸಾವಿರ ರೂಪಾಯಿಗಳ ನೋಟುಗಳನ್ನು

ಬಲ ಜೇಬಿನಿಂದ ತೆಗೆಯುತ್ತಾ ಬಂದೆ. ಎಣಿಸುತ್ತಾ, ಎಣಿಸುತ್ತಾ. ಒಂದೊಂದಾಗಿ. ತೆಗೆದಂತೇ ತೆಗೆದಂತೇ ಸೂಟ್‌ಕೇಸಿಗೆ ತುಂಬುತ್ತಾ ಬಂದೆ. ಸುಮಾರು ಮೂರು ಸೂಟ್‌ಕೇಸ್‌ಗಳು ತುಂಬಿರಬೇಕು, ಒಟ್ಟು ಹದಿನಾಲ್ಕು ಲಕ್ಷ. ಸುಸ್ತಾದಂತಾಗಿ ನಿಲ್ಲಿಸಿಬಿಟ್ಟೆ. ಅದೆಂತಹ ನಿದ್ದೆ...

ಬೆಳಿಗ್ಗೆ ಯಥಾಪ್ರಕಾರ ಕಣ್ಣುಗಳು ಹುಡುಕಿದ್ದು ಚಿರಪರಿಚಿತವಾದ ಸುದ್ದಿಯನ್ನು, ಅದು ನಾಲ್ಕನೇ ಪುಟದಲ್ಲಿತ್ತು. ಸೂರತ್‌ನ ಒಂದು ದೊಡ್ಡ ಮಾಲ್‌ಗೆ ನಿನ್ನೆ ರಾತ್ರಿ ಬೆಂಕಿ ಬಿದ್ದಿದೆ, ಮಾಲ್‌ನಲ್ಲಿದ್ದ ಒಂದು ದೊಡ್ಡ ಬಟ್ಟೆ ಅಂಗಡಿಯಲ್ಲಿದ್ದ ದೊಡ್ಡ ಕಬ್ಬಿಣದ ತಿಜೋರಿಯೂ ಬಿಡದ ಹಾಗೆ ಎಲ್ಲವೂ ಹತ್ತಿ ಉರಿದಿದೆ, ಉರಿಯನ್ನು ಆರಿಸಲು ಯತ್ನಿಸಿದ ನಾಲ್ವರು ಅಗ್ನಿಶಾಮಕ ದಳದವರು ಬೆಂಕಿಯಲ್ಲಿ ಉರಿದು ಬೂದಿಯಾಗಿದ್ದಾರೆ, ಅಂಗಡಿಯ ಅಳಿದುಳಿದ ನೌಕರರ ಅಂದಾಜಿನಂತೆ ಇವತ್ತು ಬ್ಯಾಂಕ್‌ನಲ್ಲಿ ಹಾಕಬೇಕಿದ್ದ, ನಿನ್ನೆ ಸಂಜೆಯ ವಹಿವಾಟಿನ ನಗದು ಹದಿನಾಲ್ಕು ಲಕ್ಷರೂಪಾಯಿಗಳನ್ನು ಇಟ್ಟಿದ್ದ ಪೆಟ್ಟಿಗೆ ಕೂಡಾ ಉರಿದು ಬೂದಿಯಾಗಿದೆ, ಬೆಂಕಿ ಹೇಗೆ ಬಿತ್ತೆಂದು ತನಿಖೆ ನಡೆದಿದೆ. ಪೇಪರ್‌ನ್ನು ಮುದುಡಿ ಬಿಸಾಕಿ ಮನೆ ಬಿಟ್ಟೆ.

ಮುಂದಿನ ಐದಾರು ತಿಂಗಳುಗಳು ನನ್ನ ಜೀವನದ ಅತ್ಯಪೂರ್ವ ಕಾಲ. ನಾನು ಈಗಿದ್ದ ಮನೆಯನ್ನು ಬಿಡದೇ, ಏಕಾಏಕಿ ಬಿಟ್ಟರೆ ಲೋಕಕ್ಕೆ ಅನುಮಾನ ಬರುತ್ತದಲ್ಲಾ, ಊರ ಹೊರಗಿನ ಬೆಟ್ಟದ ಮೇಲಿದ್ದ ಒಂದು ಐಷಾರಾಮಿ ಬಂಗಲೆಯನ್ನು ಖರೀದಿಸಿದೆ. ಒಂದೆರಡು ಕಾರುಗಳು, ಗೆಳೆಯರು, ಪ್ರಪಂಚ ಪರ್ಯಟನ... ಅರೋಗ್ಯದ ನೆವ ಹೇಳಿ ನನ್ನ ಕೇಸುಗಳನ್ನು ಇನ್ನೊಂದಿಬ್ಬರಿಗೆ ದಾಟಿಸಿಬಿಟ್ಟೆ. ಕೋರ್ಟಿನ ಕಡೆ ತಲೆ ಹಾಕುವುದನ್ನೂ ಬಿಟ್ಟೆ. ಪ್ರತಿ ದಿನವಲ್ಲದೇ ಹೋದರೂ ವಾರಕ್ಕೆ ಮೂರು ನಾಕು ಸತಿ ಕೋಟಿನ ಬಲ ಜೇಬಿನಿಂದ ಹಣ ಬಾಚುತ್ತಿದ್ದೆ. ಈ ಯಜ್ಞಕ್ಕೆಂದೇ ಒಂದು ನೆಲಮಾಳಿಗೆಯನ್ನು ಕಟ್ಟಿಸಿಕೊಂಡೆ. ಎಷ್ಟೋ ರಾತ್ರಿಗಳನ್ನು ಅಲ್ಲೇ, ಮೈ ಮೇಲೆ ಕೋಟು ಇದ್ದಂತೆಯೇ ಕಳೆದಿದ್ದೇನೆ.

ಎಲ್ಲೋ ಒಮ್ಮೊಮ್ಮೆ ಮನಸ್ಸು ಮುದುಡಿಬಿಡುತ್ತದೆ. ಚುಚ್ಚಿದಂತಾಗುತ್ತದೆ. ನನ್ನ ಕೋಟಿನ ಬಲ ಜೇಬು ನೀಡುತ್ತಿರುವ ಹಣಕ್ಕೆ ರಕ್ತ ಹತ್ತಿದೆ, ಸಾವಿನ ಸೋಂಕಿದೆ, ಕೊಲೆಯ ವಾಸನೆಯಿದೆ, ಅಮಾಯಕರ ಕಣ್ಣೀರಿನ ಕಲೆಗಳು ಹತ್ತಿವೆ. ನಾನು ಪ್ರತಿ ಸತಿ ಜೇಬಿನಿಂದ ಹಣ ಬಾಚಿದಾಗೆಲ್ಲಾ ಜಗತ್ತಿನ ಯಾವುದೋ ಒಂದು ಮೂಲೆಯಲ್ಲಿ ಒಂದು ಅಪರಾಧ, ಅಥವಾ ದುರಂತವೆನ್ನಿ, ನಡೆಯುತ್ತದೆ ಎಂದು ನನಗೆ ಗೊತ್ತು. ಹಾಗೆ ಮನಸ್ಸು ಹುಳ್ಳೆನಿಸಿದ ಮರುಕ್ಷಣ ಕೋಟಿನ ಬಲ ಜೇಬಿನಲ್ಲಿ ಕೈ ಜಾರಿಸುತ್ತೇನೆ. ಗರಿ ಗರಿ ಕಾಗದದ ತುಂಡು ಕೈಗೆ ಹತ್ತಿತೋ, ಮನಸ್ಸು ಬೆಚ್ಚಗಾಗುತ್ತದೆ. ದುಡ್ಡಿನ ಅಂತಃಸತ್ವವೇ ಅಂಥದ್ದು. ಇರಲಿ.

ರಾತ್ರಿಯಾಗಿದೆ. ಕೋಟು ಧರಿಸಿ ಸನ್ನದ್ಧನಾಗಿದ್ದೇನೆ. ಯಾಕೋ ಕೋಟಿನ ಬಲ ಜೇಬಿಗೆ ಕೈ ಇಳಿಸಲು ಮನಸ್ಸೇ ಬರುತ್ತಿಲ್ಲ. ಒಂದು ರೀತಿಯ ಉದಾಸೀನತೆ. ಆದರೂ ಜೇಬಿಗೆ ಕೈ ಇಳಿಸಿದೆ. ಒಂದು ನೋಟು. ಎರಡು. ಮೂರು. ನಾಕು. ಐದು... ಮತ್ತೆ ಮುಂದೆ ಮನಸ್ಸು ಬರಲಿಲ್ಲ. ಕೋಟನ್ನು ಬಿಚ್ಚಿ ಕಪಾಟಿನಲ್ಲಿಟ್ಟು, ನೆಲಮಾಳಿಗೆಗೆ ಬೀಗ ಜಡಿದು ಮಲಗಿ ಬಿಟ್ಟೆ. ಬೆಳಗಿನ ಜಾವದಲ್ಲಿ ನನ್ನ ಫೋನಿನಲ್ಲಿ ಒಂದು ಮೆಸೇಜ್ ಬಿತ್ತು. ಹರಿಹರದಲ್ಲಿದ್ದ ಅಕ್ಕ ಆತ್ಮಹತ್ಯೆ ಮಾಡಿಕೊಂಡಿದ್ದಾಳಂತೆ, ಗ್ಯಾಸ್ ಹತ್ತಿಸಿ ತಾನೂ ಆ ಬೆಂಕಿಯಲ್ಲಿ ಉರಿದುಹೋಗಿದ್ದಾಳಂತೆ, ಯಾವುದೋ ಸಾಲ ವಾಪಸ್ಸು ಕೊಡಲಿಕ್ಕೆಂದು ಜೋಡಿಸಿಟ್ಟ ಹತ್ತು ಸಾವಿರ ರೂಪಾಯಿಗಳು ಏಕಾಏಕಿ ಕಾಣದೇ ಕಂಗಾಲಾಗಿ ಆತ್ಮಹತ್ಯೆ ಮಾಡಿಕೊಂಡಿದ್ದಾಳಂತೆ...ಸಾಕೆನಿಸಿಬಿಟ್ಟಿತು. ಇನ್ನು ಅಧಃಪತನದ ತುದಿ ಮುಟ್ಟಬಾರದು. ವಿನ್ಸೆಂಟ್ ಚರ್ಚಿಲ್ಲನಿಗೆ ಈ ಕೋಟನ್ನು ವಾಪಸ್ಸು ಮಾಡುವುದೊಂದೇ ಉಳಿದ ದಾರಿ.

ಸ್ಟೆಲ್ಲಾ ಮೇರೀಸ್ ಚರ್ಚಿನ ಹಿಂದಿನ ರಸ್ತೆಯಲ್ಲಿ ಎರಡು ಬಾರಿ ಅಡ್ಡಾಡಿದರೂ ವಿನ್ಸೆಂಟ್ ಚರ್ಚಿಲ್ಲನ ಮನೆ ಅಥವಾ ಅಂಗಡಿ ಕಾಣಲೇ ಇಲ್ಲ. ಒಂದಿಬ್ಬರನ್ನು ವಿಚಾರಿಸಿದೆ, ಯಾರಿಗೂ ವಿನ್ಸೆಂಟ್ ಚರ್ಚಿಲ್ಲನ ಪರಿಚಯ ಹೋಗಲಿ, ಅವನ ಹೆಸರೇ ಗೊತ್ತಿಲ್ಲ. ಪಕ್ಕದಲ್ಲಿದ್ದ ಜವಳಿ ಅಂಗಡಿಯಲ್ಲಿ ವಿಚಾರಿಸಿದೆ, ಗೊತ್ತಿಲ್ಲ, ಅಂತಹ ವ್ಯಕ್ತಿ ಯಾರೂ ಅಲ್ಲಿರಲೇ ಇಲ್ಲ ಎಂದು ಬಿಟ್ಟರು. ನಾಲ್ಕೈದು ಸತಿ ಆ ರೋಡಿನಲ್ಲಿ ಅತ್ತಿಂದಿತ್ತ ಓಡಾಡಿದೆ, ಮನೆ ಕಾಣಬಹುದೇನೋ, ಅದು ಎಲ್ಲಾದರೂ ಅವಿತಿರಬಹುದೇನೋ... ಕಾಣಲಿಲ್ಲ. ಇದೆಲ್ಲಾ ವಿಧಿಯ ಪಿತೂರಿಯಿರಬಹುದೇ, ಈ ವಿನ್ಸೆಂಟ್ ಚರ್ಚಿಲ್, ಅವನ ಕೋಟು, ವಿನ್ಸೆಂಟ್ ಚರ್ಚಿಲ್ಲನ ಪರಿಚಯವಿತ್ತ ಆ ಅಪರಿಚಿತ, ಇವೆಲ್ಲಾ. ಒಂದು ರಾಕ್ಷಸೀ ವ್ಯವಹಾರದಲ್ಲಿ ಸಿಕ್ಕುಬಿದ್ದಿದ್ದೇನೆ, ಇದರಿಂದ ಬಿಡುಗಡೆಯೇ ಇಲ್ಲ ಅನಿಸಿದ ಕ್ಷಣ ಬೆಚ್ಚಿಬಿದ್ದೆ. ಯಾಕೋ ಈ ಕೋಟು ಬೇಡವಾಯಿತು. ಈ ಜಗತ್ತೇ ಬೇಡವಾಯಿತು.

ರಾತ್ರೋ ರಾತ್ರಿ ಊರ ಹೊರಗಿದ್ದ ಒಂದು ತೋಪಿನಲ್ಲಿ, ಕೋಟನ್ನು ನೆಲದ ಮೇಲಿಟ್ಟು, ಕೋಟಿಗೆ ಬೆಂಕಿಯಿಟ್ಟೆ. ಸುಮಾರು ಅರ್ಧ ಗಂಟೆಯಲ್ಲಿ ಕೋಟು ಉರಿದು ಬೂದಿಯಾಯಿತು. ಬೂದಿ ಇನ್ನೇನು ಗಾಳಿಗೆ ಹಾರಿ ಕೋಟಿನ ಗುರುತೇ ಇಲ್ಲದಂತಾಗಬೇಕು, ಬಲ ಹೆಗಲ ಮೇಲೆ ಯಾರೋ ತಡವಾಯ್ತಲ್ಲೋ ಎಂದು ಪಿಸುಗುಟ್ಟಿದ ಹಾಗಾಯಿತು. ಯಾರದು ಎಂದು ಸುತ್ತ ನೋಡಿದೆ. ಕತ್ತಲಲ್ಲಿ ಯಾರೂ ಕಾಣಲಿಲ್ಲ. ಗಾಳಿಯಲ್ಲಿ ಜೋಲಾಡುತ್ತಿದ್ದ ಮರಗಳನ್ನು ಬಿಟ್ಟರೆ ಯಾರೂ ಇರಲಿಲ್ಲ ಅಲ್ಲಿ. ಇನ್ನೂ ಒಂದರ್ಧ ಗಂಟೆ ಅಲ್ಲೇ ಕೂತಿದ್ದು ಹೊರಟೆ. ಕಾರು ನಿಲ್ಲಿಸಿದ್ದ ಜಾಗದಲ್ಲಿ ಕಾರೇ ಇರಲಿಲ್ಲ. ಹಾಗೂ ಹೀಗೂ ಮನೆಗೆ ಬಂದರೆ ನನ್ನ

ಬಂಗಲೆ ಇರಲೇ ಇಲ್ಲ. ನೆಲಮಾಳಿಗೆಯೂ ಇರಲಿಲ್ಲ. ನನ್ನ ಮೈಮೇಲಿದ್ದ ಬಟ್ಟೆ ನೋಡಿಕೊಂಡೆ, ಚಿಂದಿಯಾಗಿತ್ತು. ಏನಿತ್ತೋ ಎಲ್ಲಾ ಇಲ್ಲವಾಗಿತ್ತು. ಹೇಗೆ ಬಂದಿತ್ತೋ ಹಾಗೇ ಹೋಗಿತ್ತು. ವಿಚಿತ್ರ ಅಂದರೆ ದುಡ್ಡು ತುಂಬಿಟ್ಟಿದ್ದ ಎಲ್ಲಾ ಸೂಟ್‌ಕೇಸುಗಳೂ ಬಟಾಬಯಲಿನಲ್ಲಿ ಅನಾಥ ಬಿದ್ದಿದ್ದವು. ಹಾಳಾಗಿದ್ದವು. ಒಂದೊಂದಾಗಿ ತೆಗೆದು ನೋಡಿದೆ. ಖಾಲಿ. ಧೂಳು ತುಂಬಿತ್ತು. ಆಶ್ಚರ್ಯವೆಂದರೆ ನಾನು ಏಕಾಏಕಿ ಶ್ರೀಮಂತನಾಗಿದ್ದೂ, ಹಾಗೇ ಒಂದೇ ಕ್ಷಣದಲ್ಲಿ ಭಿಕಾರಿಯಾಗಿದ್ದೂ ಯಾರಿಗೂ ಗಮನಕ್ಕೆ ಬಂದಂತಿಲ್ಲ. ಊರು ತನ್ನ ಪಾಡಿಗೆ ತಾನಿದೆ. ನನ್ನ ಪಾಡಿಗೆ ನಾನು ಮೊದಲಿನಂತೆ ಕೋರ್ಟು ಕಚೇರಿ ಎಂದು ಓಡಾಡುತ್ತಿದ್ದೇನೆ.

ಆದರೂ ಎಲ್ಲೋ ಒಂದು ಆಸೆ, ಎಂದೋ ಒಂದು ದಿನ ನನ್ನ ಮನೆಯ ಬಾಗಿಲು ತಟ್ಟಿದ ಶಬ್ದ ಕೇಳುತ್ತದೆ, ನಾನು ಬಾಗಿಲು ತೆಗೆದು ನೋಡುತ್ತೇನೆ, ವಿನ್ಸೆಂಟ್ ಚರ್ಚಿಲ್ ಇನ್ನೊಂದು ಕೋಟು ಕೈಲಿ ಹಿಡಿದು ನಿಂತಿದ್ದಾನೆ...ಸೂಳೇಮಗ.

'ಮುಂದೇನು?' ಎಂಬ ಕಥನ ಕುತೂಹಲವನ್ನು ಕೊನೆಯವರೆಗೂ ಕಾಪಾಡಿಕೊಂಡು ಹೋಗುವ ಸೂರಿ ಅವರ ಕಥೆ 'ಶೂನ್ಯ ಸಂಪಾದನೆ'ಯನ್ನು ಅನೇಕ ನೆಲೆಗಳಲ್ಲಿ ಅರ್ಥೈಸಬಹುದು. ಮೊದಲಿಗೆ, ಇದೊಂದು ರೋಚಕ ಫ್ಯಾಂಟಸಿ–ಮಕ್ಕಳು ತುಂಬಾ ಮೆಚ್ಚುವ 'ಅಲೀಬಾಬಾ' ಕತೆಯಂತೆ. ಸಾಂಕೇತಿಕ ನೆಲೆಯಲ್ಲಿ, ಇದು 'ನೈತಿಕ ದೃಷ್ಟಾಂತದ ಕಥೆ' (exemplum): ನಿರೂಪಕನ ಕೋಟು ಒಂದು ಅಧಿಕಾರಸ್ಥಾನ, ಅಥವಾ ವ್ಯಾಪಾರ, ಅಥವಾ ವಂಶಪಾರಂಪರ್ಯವಾಗಿ ಬಂದಿರುವ ಸಂಪತ್ತು, ಇತ್ಯಾದಿಗಳ ಸಂಕೇತ; ನಾವು ಗಳಿಸದ ಹಣಕ್ಕೆ ಒಂದಲ್ಲಾ ಒಂದು ರೀತಿಯಲ್ಲಿ 'ರಕ್ತ ಹತ್ತಿರುತ್ತದೆ' ಎಂಬುದನ್ನು ಈ ಕಥೆ ಧ್ವನಿಸುತ್ತದೆ. ಹಾಗೆಯೇ, ಶೈವ ಧರ್ಮದ ಪರಿಕಲ್ಪನೆಯಾಗಿರುವ 'ಶೂನ್ಯ ಸಂಪಾದನೆ' ಎಂಬ ಶೀರ್ಷಿಕೆ ಈ ಕಥೆಗೆ ಒಂದು ಆಧ್ಯಾತ್ಮಿಕ ಆಯಾಮವನ್ನೂ ಧ್ವನಿಸುತ್ತದೆ. ಬಟ್ಟೆಯ ಆಯ್ಕೆಯೇ ಇಲ್ಲದ, ಹಾಗೂ ಚರ್ಮಕ್ಕಂಟಿದಂತಿರುವ 'ಕೋಟು' ಕುಲ–ಲಿಂಗ–ಜಾತಿ–ಧರ್ಮಗಳ ಆಯ್ಕೆಯೇ ಸಾಧ್ಯವಿಲ್ಲದ ಹುಟ್ಟನ್ನು, ಮತ್ತು ಕೋಟಿನ ಹಣಕ್ಕೆ ಅಂಟಿಕೊಂಡಿರುವ ರಕ್ತ ಹುಟ್ಟಿನಿಂದಲೇ ಪಾಪಪೂರಿತವಾದ ಬದುಕನ್ನು ಧ್ವನಿಸುತ್ತದೆ. ಬದುಕು ಮುಗಿದಾಗಲೇ ಈ ಪಾಪಲೇಶಕ್ಕೆ ಕೊನೆ. ಅಗಾಧ ಧ್ವನಿಶಕ್ತಿಯಿಂದ ಕೂಡಿದ ಈ ಕಥೆಯನ್ನು ರಚಿಸಿರುವ ಸೂರಿ ಅವರಿಗೆ ಅಭಿನಂದನೆಗಳು.

● ಸಿಎನ್ನಾರ್

ಇದು ಯಾರು ಮಾಡಿದ ಕೊಲೆಯೋ?

ಅವತ್ತು ಡಾ ಫಣೀಂದ್ರ ತಮ್ಮೆದುರಿನ ಟೇಬಲ್ ಮೇಲೆ ಬಿದ್ದಿದ್ದ ಮೈಲಾರಿ ದೇಹವನ್ನು ಪರೀಕ್ಷೆ ಮಾಡಿ, ಮೈಲಾರಿಯ ಸಾವು ತಲೆಗೆ ಬಿದ್ದ ಗುಂಡೇಟಿನಿಂದ ಆದದ್ದು ಅಂತ ಷರಾ ಬರೆದು, ಮತ್ತೆ ಮೈಲಾರಿ ದೇಹವನ್ನು ಬಿಳೀ ಬಟ್ಟೆಯಲ್ಲಿ ಮುಚ್ಚಿ ಮನೆಗೆ ನಡೆದರು.

ತಲೆ ಕೆಟ್ಟಿತ್ತೋ ಏನೋ ಮೈಲಾರಿಗೆ. 'ಸುರಭಿ' ಅನ್ನೋ ಯಾವುದೋ ಅಪಾರ್ಟ್‌ಮೆಂಟ್ ಬಿಲ್ಡಿಂಗಿನ ಹತ್ತನೇ ಮಹಡಿಯಿಂದ ಆತ್ಮಹತ್ಯೆ ಮಾಡಿಕೊಳ್ಳೋಕೆ ಅಂತ ಹಾರಿದ್ದ. ಹಾಗಂತ ಒಂದು ಚೀಟಿ ಕೂಡಾ ಬರೆದಿಟ್ಟಿದ್ದ. 'ತನಗೆ ಜೀವನದಲ್ಲಿ ಜುಗುಪ್ಸೆಯಾಗಿದೆ. ತನಗೆ ಬದುಕುವ ಆಸೆಯೇ ಬತ್ತಿ ಹೋಗಿದೆ' ಅಂತೆಲ್ಲ ವಿವರವಾಗಿ ಬರೆದಿದ್ದ. ಹತ್ತನೇ ಮಹಡಿಯಿಂದ ಹಾರಿದವನ ದೇಹ ಒಂಬತ್ತನೇ ಮಹಡಿಯಲ್ಲಿದ್ದ ಯಾವುದೋ ಫ್ಲ್ಯಾಟ್‌ನ ಕಿಟಕಿಯನ್ನು ಹಾದು ಹೋಗೋ ಹೊತ್ತಿಗೆ ಸರಿಯಾಗಿ ಆ ಫ್ಲ್ಯಾಟ್‌ನಿಂದ ಯಾರೋ ಹಾರಿಸಿದ ಗುಂಡು ಮೈಲಾರಿಯ ತಲೆಯ ಚಿಪ್ಪನ್ನು ಸೀಳಿದ ಮರುಕ್ಷಣದಲ್ಲೇ ತೀರಿಕೊಂಡಿದ್ದ.

ಆ ಬಿಲ್ಡಿಂಗಿನ ಹದಿಮೂರು ಹದಿನಾಲ್ಕನೇ ಅಂತಸ್ತುಗಳಲ್ಲಿ ಇನ್ನೂ ಸಣ್ಣ ಪುಟ್ಟ ಕೆಲಸಗಳು ನಡೀತಾನೇ ಇದ್ವು. ಒಂದಿಬ್ರು ಕೂಲಿಗಳು ಅಲ್ಲೆಲ್ಲಿಂದಾನೋ ಜಾರಿ ಬಿದ್ದು ಸತ್ತು ಹೋಗಿದ್ರು. ಇನ್ನೊಂದಿಷ್ಟು ಜನ ಬಿದ್ದು ಸಾಯದೇ ಇರಲೀ ಅಂತ ನಾಕನೇ ಮಹಡಿ ಎತ್ತರದಲ್ಲಿ ಇಡೀ ಬಿಲ್ಡಿಂಗ್ ಸುತ್ತ ಹಿಂದಿನ ರಾತ್ರೋ ರಾತ್ರಿ ಒಂದು ದೊಡ್ಡ ನೆಟ್ ಹಾಕಿದ್ರು, ಮೇಲಿಂದ ಬಿದ್ರೂ ನೆಲ ಮುಟ್ಟಿ ಸಾಯದೇ ಇರಲಿ ಅಂತ. ಅದು ಒಂಬತ್ತನೇ ಮಹಡಿಯಲ್ಲಿದ್ದ ಯಾವುದೋ ಫ್ಲಾಟ್‌ನಲ್ಲಿ ಕೂತು ಗುಂಡು ಹಾರಿಸಿದ ಆ ವ್ಯಕ್ತಿಗೂ, ಆತ್ಮಹತ್ಯೆ ಪ್ರಯತ್ನದಲ್ಲಿ ಹತ್ತನೇ ಮಹಡಿಯಿಂದ ಹಾರಿಕೊಂಡಿದ್ದ ಮೈಲಾರಿಗೂ

ಗೊತ್ತೇ ಇರಲಿಲ್ಲ. ಅದಕ್ಕೇ ಮೈಲಾರಿ ಸಾಯಬೇಕೂ ಅಂತ ಹಾರಿದ್ರೂ ಸಾಯೋದಕ್ಕೆ ಸಾಧ್ಯಾನೇ ಇರಲಿಲ್ಲ. ಹಾರಿದ್ರೂ ಈ ನೆಟ್‌ನಲ್ಲಿ ಸಿಗಾಕ್ಕೊಂಡು ಬದುಕಿ ಉಳೀತಿದ್ದ. ಆದ್ರೆ ತಲೆಗೆ ತಗುಲಿತ್ತಲ್ಲ ಆ ಗುಂಡು? ಅದರಿಂದ ಸತ್ತು ಅವನ ದೇಹ ಆ ನೆಟ್‌ನಲ್ಲಿ ಸಿಗಾಕ್ಕೊಂಡಿತ್ತು.

ಕೇಸ್ ಇನ್ವೆಸ್ಟಿಗೇಷನ್ ಮಾಡ್ತಾ ಇದ್ದ ಎಸ್ಪಿ ಶಾಂಪ್ರಕಾಶ್ ಅವರು ತಮ್ಮ ರಿಪೋರ್ಟಿನಲ್ಲಿ ಬರೆದಿದ್ದು ಹೀಗೆ. (ಇವರ ಕಾನೂನಿನ ಪ್ರಜ್ಞೆಯನ್ನ ಸಾಮಾನ್ಯವಾಗಿ ಎಲ್ಲಾ ನ್ಯಾಯಮೂರ್ತಿಗಳೂ, ನ್ಯಾಯವಾದಿಗಳೂ, ಸರ್ಕಾರದ ಎಲ್ಲಾ ಡಿಪಾರ್ಟ್‌ಮೆಂಟುಗಳೂ, ಎಲ್ಲಾ ಅಧಿಕಾರಿಗಳೂ ಒಪ್ಕೋತಾರೆ.) 'ಸಾಮಾನ್ಯವಾಗಿ ಹ್ಯಾವ ವ್ಯಕ್ತಿ ಹಾತ್ಮಅತ್ಯೆ ಮಾಡ್ಕಬೇಕೂ ಅಂತ ಡಿಸೈಡು ಮಾಡಿ ಹಾತ್ಮಅತ್ಯೆ ಮಾಡ್ಕಂತಾನೋ, ಅದು ಹ್ಯಾವ ರೀತಿನಾಗಾದ್ರೂ ಮಾಡ್ಕಳ್ಳಿ, ಅದು ಅವನ ಹಿಷ್ಟ, ಅವನು ಸತ್ತ ಅಂದ್‌ಮ್ಯಾಕೇ ಅದು ಹಾತ್ಮಅತ್ಯೆ ಅಂತಾನೇ ಆಗತ್ತೆ.' (ಎಸ್ಪಿ ಶಾಂಪ್ರಕಾಶ್ ಅವರ ಒಂದೇ ಸಮಸ್ಯೆ ಅಂದರೆ ಅವರು ತಾವು ನುಡಿದಂತೆಯೇ ಆಡುತ್ತಾರೆ, ನುಡಿದಂತೆಯೇ ಬರೆಯುತ್ತಾರೆ.) ಮೈಲಾರಿ ಹಾತ್ಮಅತ್ಯೆಗೇ, ಸಾರಿ ಆತ್ಮಹತ್ಯೆಗೇ ಅಂತ ಹತ್ತನೇ ಮಹಡಿಯಿಂದ ಹಾರಿದೋನು, ಸಾಯೋದಕ್ಕೆ ಸಾಧ್ಯಾನೇ ಇರಲಿಲ್ಲ. ಯಾಕಂದ್ರೆ ನೆಟ್ ಇತ್ತು. ಆದ್ರೆ ಅವನು ಸತ್ತ. ಯಾಕಂದ್ರೆ ಅದ್ಯಾರೋ ಒಂಬತ್ತನೇ ಮಹಡಿಯ ಫ್ಲ್ಯಾಟ್‌ನಿಂದ ಗುಂಡು ಹಾರಿಸಿದ್ರು. ಬದುಕಿ ಉಳಿಯೋ ವ್ಯಕ್ತಿಯನ್ನು ಗುಂಡು ಹಾರಿಸಿ ಸಾಯಿಸೋದೂ ಅಂದ್ರೆ ಅದು ಕೊಲೆ. ಹಾಗಾಗಿ ಪೋಲೀಸರು ಒಂದು ಮರ್ಡರ್ ಕೇಸು ಬುಕ್ ಮಾಡ್ಕೊಂಡ್ರು.

ಗುಂಡು ಸಿಡಿದ ಒಂಬತ್ತನೇ ಮಹಡಿಯಲ್ಲಿದ್ದ ಆ ಫ್ಲ್ಯಾಟ್‌ನಲ್ಲಿ ಸುಮಾರು ಅರುವತ್ತು ವರ್ಷದ ಗಂಡ ಮತ್ತು ಅವನ ಸುಮಾರು ನಲವತ್ತೊಂಬತ್ತು ವರ್ಷದ ಹೆಂಡತಿ ಇದ್ರು. ಯಾವತ್ತೂ ಆಡೋ ಹಾಗೆ ಇವತ್ತೂ ಜಗಳ ಆಡ್ತಾಯಿದ್ರು.

ಕಂಯ್ಯಾ ಕಂಯ್ಯಾ ಅಂತ ಒಬ್ಬರ ಮೇಲೊಬ್ರು ಕೂಗಾಡ್ತಾನೇ ಇದ್ರು. ನೀನು ಅಂದ್ರೆ ನಿಮ್ಮಪ್ಪ ಅಂದ ಅವನು. ನಮ್ಮಪ್ಪನ್ನ ಯಾಕೆ ತಗಂಡು ಬರ್ತೀರಾ ನಮ್ ಜಗಳದಲ್ಲಿ ಅಂತ ಬೊಬ್ಬೆ ಹಾಕಿದ್ಲು ಅವಳು. ನೀನು ಶೂರ್ಪನಕೀ ಅಂದ ಅವನು. ನೀನ್ಯಾವ ತೋಲಾಂಡರಾಯ ಅಂದ್ಲು ಅವಳು. ಕೊನೆಗೆ ಒಂದು ಹೊತ್ನಲ್ಲಿ ಅರುವತ್ತು ವರ್ಷದ ಗಂಡಂಗೆ ತಡೀಲಿಕ್ಕಾಗಲಿಲ್ಲ. ಡ್ರಾಯರ್‌ನಲ್ಲಿದ್ದ ಪಿಸ್ತೂಲು ಹೊರಗೆ ತೆಗೆದ. ಕೈಲಿ ಹಿಡಕೊಂಡು ಹೆಂಡತಿ ಮುಂದೆ ಅದನ್ನು ಝಳಪಿಸುತ್ತಾ ಕಿರಿಚಾಡಿದ. 'ಕೊಂದೇ ಬಿಡ್ತೀನಿ' ಅಂದ. 'ಧೈರ್ಯ ಇದ್ರೆ ಕೊಲ್ಲೂ ನೋಡ್ತೀನಿ' ಅಂದ್ಲು. ಇವನಿಗೆ ಧೈರ್ಯ ಬರಲಿಲ್ಲ. 'ಗಂಡ್ಸಾಗಿದ್ರೆ ತಾನೇ ನಿಂಗೆ ಧೈರ್ಯ ಬರದು' ಅಂತ ಕೊಂಕಿದ್ಲು. ಇವನು ಗಂಡಸಾದ. ಗುಂಡು ಹಾರಿಸಿದ. ಅವಳು ಇವನಿಂದ ಎಂಟು ಅಡಿ ದೂರ, ಚಾಚಿದ ಕೈ ಹಿಡಿದ ಪಿಸ್ತೂಲಿಂದ ಆರು ಅಡಿ ದೂರ, ಕಿಟಕಿಯಿಂದ, ಬಲಕ್ಕೆ, ಗೋಡೆಗೆ ಒರಗಿ, ನಾಲ್ಕಡಿ ದೂರ ನಿಂತಿದ್ಲು. ಇವನ ಗುರಿ ಎಷ್ಟು ಚೆನ್ನಾಗಿತ್ತು ಅಂದ್ರೆ ನಾಲ್ಕಡಿ ದೂರದ ಕಿಟಕಿಯಲ್ಲಿ ಗುಂಡು ಹಾದು ಹೋಗಿ, ಅದೇ ಹೊತ್ತಿಗೆ ಸರಿಯಾಗಿ ಆತ್ಮಹತ್ಯೆಗೆ ಅಂತ ಮೇಲಿಂದ ಹತ್ತನೇ ಮಹಡಿಯಿಂದ ಹಾರ್ಕೊಂಡು ಬೀಳ್ತಾಯಿದ್ದ ಮೈಲಾರಿ ತಲೇನ್ನ ಚೂರು ಮಾಡ್ತು. ಮೈಲಾರಿ ಸತ್ತ. ಸುಬ್ರಾಮೂನ್ನ ಕೊಲ್ಲಕೆ ಹೋಗಿ ಶಿವ್ರಾಮೂನ್ನ ಕೊಂದ್ರೆ, ಶಿವ್ರಾಮೂನ್ನ ಮರ್ಡರ್ ಮಾಡಿದ ಅಂತಾನೇ ಆಗತ್ತೆ ಹೊರತು ಆ್ಯಕ್ಸಿಡೆಂಟ್ ಅಂತ ಹೇಳಕ್ಕಾಗಲ್ಲ. ಕೊಲೆ ಅಂದ್ರೆ ಕೊಲೇನೇ.

ಸರಿ. ಪೋಲೀಸ್ನೋರು ಸುರಭಿ ಅಪಾರ್ಟ್‌ಮೆಂಟ್‌ನ ಒಂಬತ್ತನೇ ಮಹಡಿಯಲ್ಲಿದ್ದ ಆ ಗಂಡ-ಹೆಂಡತೀನ್ನ ಎದುರಿಗೆ ಕೂರಿಸ್ಕೊಂಡು ವಿಚಾರಣೆ ಶುರುಮಾಡಿದ್ರು. ಎಷ್ಟು ಕೇಳಿದ್ರೂ ಇಬ್ರದ್ದೂ ಒಂದೇ ರಾಗ. 'ಪಿಸ್ತೂಲಲ್ಲಿ ಗುಂಡು ಇತ್ತು ಅಂತ ತಮಗೆ ಗೊತ್ತೇ ಇರಲಿಲ್ಲ, ಅದ್ಯಾವತ್ತೂ ಖಾಲಿಯಿರತ್ತೆ.' ಗಂಡ ಮತ್ತಗೆ ಬಾಯಿಬಿಟ್ಟ. 'ಹಿಂಗೆ ಪಿಸ್ತೂಲು ತಗಂಡು ಹೆಂಡತೀನ್ನ ಹೆದರ್ಸೋದು ಇದೇನು ಹೊಸದಲ್ಲ. ದಿನಾ ನಡೀತದೆ ಇದು. ಒನ್ನೊನ್ಸತಿ ಇವಳ ಗಂಟ್ಲು ವಿಪರೀತಕ್ಕೆ ಹೋಗತ್ತೆ. ನಂಗೋ ಮೈಗ್ರೇನ್ ಕಾಟ. ಜೊತೆಗೆ ಇವಳ ಗಂಟ್ಲೂ ಸೇರಿದ್ರೆ ನರಕ ಅನ್ನೋದು ಅಂಗೈಯಲ್ಲೇ ಇದ್ದಂಗೆ. ಆವತ್ತು ನಾನು ಪಿಸ್ತೂಲು ತೆಗೆದು ಕಿರಿಚಾಡಿದ ಮೇಲೇನೇ ಗಲಾಟೆ ನಿಲ್ಲೋದು. ಮತ್ತೆ ಪಿಸ್ತೂಲನ್ನ ಡ್ರಾಯರ್‌ನಲ್ಲಿ ಹಾಕಿಟ್ಟುಬಿಡ್ತೀನಿ. ಮತ್ತೆ ಅದನ್ನು ಹೊರಗೆ ತೆಗೆಯೋದು ವಾರ ಹದಿನೈದು ದಿನ ಬಿಟ್ಟು ಇವಳು ಗಂಟಲು ದೊಡ್ಡು ಮಾಡಿದಾಗಲೇ. ಇವಳನ್ನು ಕೊಲ್ಲೋದು ನನ್ನ ಉದ್ದೇಶಾನೇ ಆಗಿರಲಿಲ್ಲ. ಕೊಲ್ಲಬೇಕೂ ಅಂತಾನೇ ಇದ್ರೆ ಒಂದು ಹತ್ತು ವರ್ಷದ ಕೆಳಗೇ ಕೊಲ್ಲಬೋದಿತ್ತು. ಇವಳನ್ನ ಕೊಲ್ಲಕೆ ಗುಂಡು ಯಾಕೆ ಬೇಕು, ಹಂಗೇ ಮಲಗಿದ್ದಂಗೇ ದಿಂಬು ಇಟ್ಟು ಒತ್ತಿದ್ರಾಯ್ತು.' ಅಲ್ಲಿಗೆ ಮೈಲಾರಿ ಸಾವು ಆಕಸ್ಮಿಕ

ಅಂತಾಯ್ತು, ಅಂದ್ರೆ ಪಿಸ್ತೂಲನ್ನು ಯಾರೋ ಅಕಸ್ಮಾತ್ತಾಗಿ ಲೋಡ್ ಮಾಡಿದ್ರೂ ಅಂತಾದ್ರೆ. ಇನ್ನೊಂದೆರಡು ದಿನ ಪತ್ತೇದಾರಿಕೆಯನ್ನು ಮುಂದುವರೆಸಿದ ಮೇಲೆ ಪೋಲೀಸರಿಗೆ ಇನ್ನೊಂದು ವಿಷಯ ಗೊತ್ತಾಯ್ತು. ಒಂದು ಸಾಕ್ಷಿ ಪ್ರಕಾರ (ಆತ ಇರೋದೂ ಈ ಫ್ಲ್ಯಾಟ್‌ನ ಹಾಲಿನ ಕಿಟಕಿಯ ನೇರ ಎದುರಿಗೆ, ಆ ಎದುರಿಗಿರೋ ಬ್ಲಾಕ್‌ನಲ್ಲಿ) ಈ ದಂಪತಿಗಳ ಮಗಾನೇ ಆ ಪಿಸ್ತೂಲಲ್ಲಿ ಗುಂಡು ತುಂಬಿದ್ದಂತೆ. ಅದನ್ನ ತಾನೇ ಕಣ್ಣಾರೆ ನೋಡಿದ್ನಂತೆ. ಮೈಲಾರಿ ಸತ್ತ ಹತ್ತು ಹದಿನೈದು ದಿನಗಳ ಕೆಳಗೆ ನೋಡಿದ್ದಂತೆ. ಗುಂಡು ತುಂಬ್ತಾಯಿರೋ ಹೊತ್ನಲ್ಲಿ, ಅಕಸ್ಮಾತ್ತಾಗಿ ಆ ಮಗ ಅನ್ನೋನು ಕಿಟಕಿಯಲ್ಲಿ ನೋಡಿದಾಗ ಅವನು ಪಿಸ್ತೂಲಲ್ಲಿ ಗುಂಡು ತುಂಬ್ತಾಯಿದ್ದ ತನ್ನನ್ನ ನೋಡಿ, ಕೋತಿ ಕೋತಿ ಹಂಗೆ ನಕ್ಕು, ಬಾಯಿ ಮೇಲೆ ಬೆರಳಿಟ್ಟು ಹೇಳಬೇಡ ಅಂತ ಸನ್ನೆ ಮಾಡಿದ್ನಂತೆ.

ಈ ಹೆಂಗಸು ಮಗನಿಗೆ ತಿಂಗಳಾ ತಿಂಗಳಾ ಕೊಡ್ತಾಯಿದ್ದ ದುಡ್ಡು ಕೊಡದು ನಿಲ್ಲಿಸಿದ್ಲಂತೆ. ಮಗ ಯಾವ ಕೆಲಸಕ್ಕೂ ಬಾರದೋನು. ಅಪ್ಪನ ಪಾಕೆಟ್ ದುಡ್ಡಿನ ಮೇಲೇ ಜೀವನ ಮಾಡ್ಕೊಂಡಿದ್ದ. ಯಾವಾಗ ತನ್ನ ತಾಯಿ ದುಡ್ಡು ಕೊಡೋದು ನಿಲ್ಲಿಸಿದ್ಲೋ ಮಗಂಗೆ ತಲೆ ಕೆಟ್ಟುಬಿಡ್ತು. ಈ ಮಗಂಗೆ ತನ್ನ ತಂದೆ–ತಾಯಿ ಜಗಳ ಗೊತ್ತಿತ್ತು. ವಾರಕ್ಕೊಂದು ಸಲಾನೋ, ಹದಿನೈದು ದಿನಕ್ಕೊಂದು ಸಲಾನೋ ತನ್ನ ತಂದೆ ಪಿಸ್ತೂಲು ತಗೊಂಡು ತನ್ನ ತಾಯಿಗೆ ಹೆದರ್ಸೋದೂ ಗೊತ್ತಿತ್ತು. ಅದಕ್ಕೇ ಸದ್ದಿಲ್ಲದೇ ಆ ಪಿಸ್ತೂಲಿಗೆ ಗುಂಡು ತುಂಬಿಟ್ಟ. ಹಾಗಾಗಿ ಪಿಸ್ತೂಲಿಗೆ ಗುಂಡು ತುಂಬಿಟ್ಟ ವ್ಯಕ್ತೀನೇ ಕೊಲೆಗಾರ. ಅವನು ನೇರವಾಗಿ ಕೊಲ್ಲದೇ ಇರಬಹುದು. ಆದ್ರೆ ಅವನಿಗೆ ಚೆನ್ನಾಗಿ ಗೊತ್ತಿತ್ತಲ್ಲ ಪಿಸ್ತೂಲಲ್ಲಿ ಗುಂಡಿದೆ ಅಂತ. ಈಗ ಮೈಲಾರಿ ಸಾವಿಗೆ ಈ ಗಂಡ–ಹೆಂಡತಿಯ ಮಗ ಕಾರಣ, ಹಾಗಾಗಿ ಅವನೇ ಕೊಲೆಗಾರ ಅಂತಾಯ್ತು.

(ಇನ್ನು ಮುಂದಿನ ಕತೆ ಓದಿ ಓದುಗರಾದ ನಿಮ್ಮ ತಲೆಕೆಟ್ರೆ ಅದಕ್ಕೆ ಲೇಖಕನಾದ ನಾನು ಹೊಣೆಯಲ್ಲ.)

ಇನ್ನೂ ಮುಂದೆ ಪತ್ತೇದಾರಿಕೆ ಮಾಡಿದ ಮೇಲೆ ಗೊತ್ತಾಗಿದ್ದು ಮೈಲಾರೀನೇ ಆ ದಂಪತಿಗಳ ಮಗ ಅಂತ. ಹೆಂಗಾರ ಮಾಡಿ ತನ್ನ ತಾಯಿ ಕೊಲೆ ಮಾಡಲೇ ಬೇಕೂ ಅಂತ ಸುಮಾರು ದಿನಗಳಿಂದ, ದಿನ ಏನು ಬಂತು, ತಿಂಗಳುಗಳಿಂದ ಪ್ರಯತ್ನ ಮಾಡ್ತಾನೇ ಇದ್ದ. ಆದ್ರೆ ಸಾಧ್ಯಾನೇ ಆಗ್ತಾ ಇರಲಿಲ್ಲ. ಸರಿ, ಕೊನೇ ಪ್ರಯತ್ನ ಅಂತ ಪಿಸ್ತೂಲಲ್ಲಿ ಗುಂಡು ತುಂಬಿ ವಾರ, ಹತ್ತು ದಿನ ಕಾದ. ತಂದೆ–ತಾಯಿ ಇಬ್ರೂ ಆ ವಾರ ಪೂರಾ ಜಗಳ ಆಡ್ಲೇ ಇಲ್ಲ. ತಂದೆ ಪಿಸ್ತೂಲು ತೆಗೆದು ಹೆದರಿಸಲೇಯಿಲ್ಲ. ಮೈಲಾರಿಗೆ ತಲೆ ಕೆಟ್ಟುಬಿಡ್ತು. ಆತ್ಮಹತ್ಯೆ ಮಾಡ್ಕೋಬೇಕೂ ಅಂತ ಹತ್ತನೇ ಮಹಡಿಯಿಂದ ಹಾರಿದ. ಆದ್ರೆ ಒಂಬತ್ತನೇ ಮಹಡಿಯ ಯಾವುದೋ ಮನೆಯ

ಕಿಟಕಿಯನ್ನು ಹಾದು ಬೀಳಬೇಕಾದರೆ, ತಾನೇ ಗುಂಡು ತುಂಬಿಟ್ಟ ಪಿಸ್ತೂಲನ್ನು ತನ್ನ ತಂದೆ ತನ್ನ ತಾಯಿಗೆ ಗುರಿಯಿಟ್ಟು ಹಾರಿಸಿದಾಗ, ಆ ಗುಂಡು ಬಡಿದು ಸತ್ತ. ಹೀಗೆ ಮೈಲಾರಿ, ಅಂದ್ರೆ ಆ ದಂಪತಿಗಳ ಮಗ, ತನ್ನ ಕೊಲೆ ತಾನೇ ಮಾಡಿದ್ದ.

ಡಾ ಫಣೀಂದ್ರ ಇದನ್ನ "ಆತ್ಮಹತ್ಯೆ" ಅಂತ ಬರೆದು ಪುಸ್ತಕ ಮುಚ್ಚಿ ಮನೆಗೆ ಹೋದರು.

ಒಂದು ತಲೆಗೆಡುಕ(ತೆ)

ಸೂರಿ ಇಷ್ಟವಾಗೋದು ಆಡು ಮಾತಿನ ಶೈಲಿಯಿಂದಾಗಿ. 'ಕನ್ನಡ'ವನ್ನು 'ಅದರ' ಸೊಗಡೊಡನೆ ಹಿಡಿಯೋ ಬಗೆಯಿಂದಾಗಿ. ಈ ಬಗೆಯನ್ನು 'ಸೂರಿಗನ್ನಡ' ಅನ್ನಬಹುದು! ಇದರಲ್ಲಿ 'ವಿಟ್ಟೂ' (wit) ಇದೆ. 'ವಿಟ್ಟೀನೆಸ್ಸೂ' (wittiness) ಇದೆ. ಇವೆರಡೂ ಅವರ ಕತೆಗಳಲ್ಲಿ ಒಂದನ್ನೊಂದು ಮೀರಿ ಬೆಳೆದು, ಗಾಂಭೀರ್ಯ ತಗ್ಗಿತೋ ಅನಿಸೋವಾಗಲೇ – ಪೇಚು, ಚಡಪಡಿಕೆ, ಹಪಹಪಿ...ಗಳೆಲ್ಲಾ ಹುಟ್ಟಿ ಇವೇ ಕತೆಯ ಗತ್ತೂ ಗಮ್ಮತ್ತೂ ಅಂತನಿಸೋದೇ 'ಸೂರಿಗನ್ನಡ'ದ ಮಹಾತ್ಮೆ! ವಿಟ್ಟು–ವಿಟ್ಟೀನೆಸ್ಸಿನ ಪೈಪೋಟಿಯನ್ನು ಅನೂನವಾಗಿ ಕಟ್ಟುವ ಈ ಕತೆ, ಸುಮ್ಮಗೊಂದು 'ಪತ್ತೇದಾರೀ' ಪರಿಯ 'ಕಿತಾಪತಿ' ಅಂತನಿಸಿದರೂ, ಇದೊಂದು ಚಮತ್ಕಾರದ ಕತೆ. ಅಷ್ಟೇ ಚಮತ್ಕಾರೀ ಕಥನ!

'ಚಮತ್ಕಾರ'ಕ್ಕೆ miracle, marvel, spectacle... ಎಂದೆಲ್ಲಾ ಅರ್ಥ. ತಮಾಷೆ, ಕೌತುಕ, ಕುತೂಹಲಗಳೂ ಉಂಟು. ಕಣ್ಕಟ್ಟಂತಹ ಜಾದೂ ಉಂಟು. ಸರಳವಾಗಿ ಮೋಡಿ ಅನ್ನಬಹುದು! ವಿಕ್ರಮ ಮತ್ತು ಬೇತಾಳದ ಕತೆಗಳಲ್ಲಿ ಕೆಲವೊಮ್ಮೆ ಈ 'ಮೋಡಿ' ಉಂಟಾಗುತ್ತದೆ. ಉದಾಹರಣೆಗೆ: ಒಬ್ಬ ಅಪ್ಪ ಮತ್ತು ಮಗ–ಒಂದು ಅನೂಹ್ಯ ಸಂದರ್ಭದಲ್ಲಿ, ಅನುಕ್ರಮವಾಗಿ–ಒಬ್ಬ ಮಗಳು ಮತ್ತು ಅಮ್ಮನನ್ನು ಮೋಹಿಸಿ ವರಿಸಿಬಿಟ್ಟರು ಅಂದುಕೊಳ್ಳಿ. ಈಗ ವಾವೆ–ವಾರಗೆ ಮತ್ತು ಸಂಬಂಧಗಳ ರೀತ್ಯಾ ಯಾರು ಯಾರು? ಒಬ್ಬರಿಗಿನ್ನೊಬ್ಬರು ಏನಾಗಬೇಕು? ತಲೆಕೆಡೋದು ಗ್ಯಾರಂಟಿ ತಾನೇ? ಈ ಪರಿಯ ತಲೆಗೆಡುಕ ಕೆಲಸವನ್ನೇ 'ಇದು ಯಾರು ಮಾಡಿದ ಕೊಲೆಯೋ?' ಮಾಡುತ್ತೆ!

• ನಾಗರಾಜ ವಸ್ತಾರೆ

ನೀನು, ಮಧ್ಯಮ ಪುರುಷ

ಒಂದಾವರ್ತ

ನೀನು ರಾತ್ರಿ ಯಾವುದೋ ಒಂದು ಹೊತ್ತಲ್ಲಿ ಧಡಕ್ಕಂತ ಎದ್ದು ಕೂಡುತ್ತೀಯ. ಬೆಚ್ಚಿ ಬಿದ್ದಿರಬೇಕು. ಕೆಟ್ಟ ಕನಸು ಬಿದ್ದಿರಬೇಕು ನಿನಗೆ. ಬೆವರಿನಿಂದ ನಿನ್ನ ಮೈ ತೊಯ್ದು ಹೋಗಿದೆ. ಮುಖ ಒರೆಸಿಕೊಳ್ಳಬೇಕು. ಅಲ್ಲೇ ಮಂಚದ ಮೇಲೆ ನಿನ್ನ ಸೊಂಟದ ಕೆಳಗೆ ಟವೆಲ್ ಬಿದ್ದಿದೆ. ಸ್ವಲ್ಪ ಸೊಂಟ ಎತ್ತಿ ಟವಲ್ ಎಳೆದುಕೊಳ್ಳುತ್ತೀಯ. ಮುಖ ಒರೆಸಿಕೊಳ್ಳುತ್ತೀಯ. ಟೈಮ್ ನೋಡಬೇಕು ನಿನಗೆ. ಏನು ಹುಡುಕುತ್ತಿದ್ದೀಯಾ ನೀನು? ಟೈಮ್ ನೋಡಲು ಸೆಲ್‌ಫೋನಾ? ಈ ಕತ್ತಲಲ್ಲಿ ಕಾಣಿಸುತ್ತಿಲ್ಲ ಅದು. ದೀಪ ಹಾಕುತ್ತೀಯ ನೀನು. ಕಿಟಕಿಯಲ್ಲಿ ದೀಪ ಕಂಡು ಅದು ಬರದೇ ಹೋದಾತೂ ಅಂತ ಅನುಮಾನ ನಿನಗೆ. ಕಿಟಕಿಗಿದ್ದ ಪರದೆಯನ್ನು ಕಿಟಕಿಗೆ ಅಡ್ಡ ಎಳೆಯುತ್ತೀಯ. ಸೆಲ್‌ಫೋನ್ ಆ ಹೊದಿಕೆಯ ಮಡಿಕೆಗಳಲ್ಲಿ ಎಲ್ಲೋ ಸೇರಿಕೊಂಡಿರಬೇಕು. ಎದ್ದು ಹೊದಿಕೆಯನ್ನು ಕೊಡವುತ್ತೀಯಾ. ಟಪ್ಪ್..ಟಪ್ಪ್...ಅಕೋ ಸೆಲ್‌ಫೋನ್ ಬೀಳುತ್ತದೆ. ಟೈಮ್ ನೋಡುತ್ತೀಯ. ನೀನು ಇಟ್ಟುಕೊಂಡ ಅಲಾರಾಮ್‌ಗೆ ಇನ್ನೂ ಹತ್ತು ನಿಮಿಷಗಳಿವೆ. ಇನ್ನೂ ಕಾಯಬೇಕು. ಬಾತ್‌ರೂಮಿಗೆ ಹೋಗಿ ಉಚ್ಚೆ

ಹೊಯ್ದು ಬಂದಲ್ಲಿ ಒಂದಷ್ಟು ಹೊತ್ತು ಕಳೆದ ಹಾಗಾಗುತ್ತದೆ ಅಂದು ಕೊಳ್ಳುತ್ತೀಯ. ಆಮೇಲೆ ಇದ್ದೇ ಇದೆಯಲ್ಲಾ ಕಾಯುವುದು. ಒಂದೂ ಲೈಟ್ ಹಾಕದೇ ನೀನು ಎದ್ದು ಬಚ್ಚಲು ಮನೆಗೆ ಹೋಗುತ್ತೀಯ. ಲೈಟ್ ಹಾಕಿದಲ್ಲಿ ಎಲ್ಲಿ ಅದಕ್ಕೆ ಗೊತ್ತಾಗಿ ಬಿಡುತ್ತದೋ, ಅದೆಲ್ಲಿ ಬರುವುದಿಲ್ಲವೋ ಅಂತ ನಿನಗೆ ಹೆದರಿಕೆ, ಗುಮಾನಿ. ಆದರೆ ನಿನ್ನ ಮನೆಯ ನೆಲದ ಒಂದೊಂದು ಇಂಚಿನ ಅರಿವೂ ನಿನ್ನ ಪಾದಗಳಿಗಿದೆ. ಅದಕ್ಕೇ ಎಲ್ಲೂ ಎಡವದೇ ನೀನು ಬಚ್ಚಲು ಮನೆಗೆ ಹೋಗಿ ಬರುತ್ತೀಯ. ಬಂದು ಮುಖ ಒರೆಸಿಕೊಳ್ಳುತ್ತೀಯ.

ಮಂಚದ ಮೇಲೆ ಕೂತು ಟೈಮ್ ನೋಡುತ್ತೀಯ. ಇನ್ನೂ ಟೈಮಿದೆ. ಇನ್ನೂ ಒಂದೈದಾರು ನಿಮಿಷಗಳಿವೆ. ಆದರೆ ಉದ್ವೇಗ ಯಾರಪ್ಪನ ಮನೆಯದು? ತಡಿಯಲಿಕ್ಕಾಗುವುದಿಲ್ಲ ನಿನಗೆ. ಮಂಚದ ಮೇಲೆ ಕುಳಿತೇ ಕಿಟಕಿಯ ಪರದೆಯನ್ನು ಸ್ವಲ್ಪ ಸರಿಸಿ ಕೂಡುತ್ತೀಯ. ಕಿಟಕಿಯಿಂದ ಇಣುಕಿ ನೋಡುತ್ತೀಯ. ರಾತ್ರಿಯಲ್ಲಿ, ಒಂದೆರಡು ಬೀದಿ ದೀಪಗಳ ಬೆಳಕಲ್ಲಿ ರಸ್ತೆ ನೀರವವಾಗಿ ತಣ್ಣಗೆ ಮಲಗಿದೆ. ಎಡಕ್ಕೆ ಒಂದು ಸಾಲು ಮನೆಗಳು. ಬಲಕ್ಕೆ ನಿನ್ನ ಮನೆಯೇ ಕೊನೆಯ ಮನೆಯಾದ್ದರಿಂದ ನಿನ್ನ ಮನೆಯಾದ ಮೇಲೆ ಒಂದು ದೊಡ್ಡ ಬಯಲು. ಬಯಲ ಅಂಚಿನಲ್ಲಿ ಕಾರ್ಪೋರೇಶನ್ನಿನ ಯಾವುದೋ ಇಲಾಖೆ ನೆಟ್ಟ ಒಂದೆರಡು ಪುಟ್ಟ ಮರಗಳು. ಬಯಲಾದ್ದರಿಂದ ಅಲ್ಲಿ ಬೀದಿ ದೀಪಗಳ ಕಾಟವಿಲ್ಲ. ಮರಗಳು ಮಂಕಾಗಿ, ಕರ್ರಗೆ ನಿಂತಿವೆ. ಕಿಟಕಿಯ ಸರಳಿಗೆ ಮೂಗು ಒತ್ತಿ ನೋಡುತ್ತೀಯಾ. ಬಲಗಡೆಗೆ, ಬಯಲಿನ ಕಡೆಗೆ. ಅದಿನ್ನೂ ಬಂದಿಲ್ಲ. ಇನ್ನೇನು ಬರಬೇಕು. ನೀನು ಅಲ್ಲೀವರೆಗೂ ಕಾಯಬೇಕು.

ಕತ್ತಲಲ್ಲಿ ಕಪ್ಪು ಚಲಿಸಿದಂತಾಯಿತೇ? ಸರಳಿನ ಗುರುತು ಮೂಗಿನ ಮೇಲೆ ಬೀಳುವಂತೆ ಮೂಗನ್ನು ಕಿಟಕಿಯ ಸರಳಿಗೆ ಒತ್ತಿ ನೋಡುತ್ತೀಯಾ. ಕಪ್ಪು ಚಲಿಸಿದತ್ತ ಕಣ್ಣುಗಳನ್ನು ಇಕ್ಕಿರಿಸಿ ನೋಡುತ್ತೀಯ. ಮತ್ತೆ ಕಪ್ಪು ಚಲಿಸಿದಂತಾಯಿತು. ಒಮ್ಮೆ ನೀನು ಮೈಯ್ಯನ್ನು ಎತ್ತಿ ಹಾಕಿ ಅತ್ತಲೇ ನೋಡುತ್ತೀಯ. ಆ ಕತ್ತಲಲ್ಲಿ ಇದ್ದಕ್ಕಿದ್ದ ಹಾಗೇ ಎರಡು ಕೆಂಪು ಗೋಲಿಗಳು ಹೊಳೆಯುತ್ತಿವೆ. ಅದು ಮೊದಲೇ ಆ ಕತ್ತಲಲ್ಲಿ ಕೂತಿತ್ತೋ ಏನೋ, ನಿನ್ನ ಕಣ್ಣಿಗೆ ಬಿದ್ದಿರಲಿಕ್ಕಿಲ್ಲ. ಹೊತ್ತಿಗೆ ಮುಂಚೆಯೇ ಬಂದು ಬಿಟ್ಟಿದೆ. ಅಥವಾ ದಿನವೂ ಹೊತ್ತಿಗೆ ಮುಂಚೆಯೇ ಬರುತ್ತಿತ್ತೋ ಏನೋ, ನಿನ್ನ ಕಣ್ಣಿಗೆ ಬಿದ್ದಿರಲಿಕ್ಕಿಲ್ಲ. ಅದು ತನ್ನ ಕಾಲುಗಳನ್ನು ಚಾಚಿ ಮರದ ಕೆಳಗೆ ಕೂಡುತ್ತದೆ. ತನ್ನ ಚಾಚಿದ ಮುಂಗಾಲುಗಳ ಮೇಲೆ ತನ್ನ ತಲೆಯನ್ನು ಒರಗಿಸಿ ಮಲಗುತ್ತದೆ. ಬೆಳಕು ಸ್ವಲ್ಪ ಹೆಚ್ಚಿರಬೇಕು ಅಥವಾ ಕತ್ತಲಿಗೆ ನಿನ್ನ ಕಣ್ಣುಗಳು ಹೊಂದಿಕೊಂಡಿರಬೇಕು. ಈಗ ಅದರ ತಲೆ, ಅದರ ಮುಂಗಾಲು, ಕತ್ತಲಲ್ಲಿ ಹೊಳೆಯುತ್ತಿರುವ ಅದರ ಕೆಂಪನೆಯ ಕಣ್ಣುಗಳು ನಿನಗೆ ಕಾಣುತ್ತಿವೆ.

ಒಮ್ಮೆಲೇ ನಿನ್ನ ಸೆಲ್‌ಫೋನ್ ಕಿರಿಚತೊಡಗುತ್ತದೆ. ನೀನೇ ಇಟ್ಟುಕೊಂಡಿದ್ದ ಅಲಾರಾಮ್ ಅದು. ಗಡಿಬಿಡಿಯಿಂದ ಸೆಲ್‌ಫೋನಿನ ಯಾವುದೋ ಗುಂಡಿಯನ್ನು ಒತ್ತಿ ಅದರ ದನಿಯನ್ನು ಹಿಚುಕಿ ಬಿಡುತ್ತೀಯಾ. ಕಿಟಕಿಯಲ್ಲಿ ಮತ್ತೆ ಇಣುಕಿ ನೋಡುತ್ತೀಯಾ. ನಿನ್ನ ಅಲಾರಾಮಿನ ಸದ್ದಿಗೆ ಅದೆಲ್ಲಾದರೂ ಹೋಗಿಬಿಟ್ಟಿದ್ದರೆ? ನಿನ್ನ ಅನುಮಾನ ಎಲ್ಲಾ ಸುಳ್ಳು. ಅದು ಅಲ್ಲೇ ಇದೆ. ಆದರೆ ನೀನು ಅಂದುಕೊಂಡಿದ್ದು ನಿಜ, ಅದಕ್ಕೆ ನಿನ್ನ ಅಲಾರಾಮಿನ ಸದ್ದು ಕೇಳಿದ್ದಿರಬೇಕು, ತನ್ನ ತಲೆಯನ್ನು ಎತ್ತಿ ಅತ್ತಿತ್ತ ನೋಡುತ್ತಿದೆ. ಮೆಲ್ಲಗೆ ಎದ್ದು ನಿಲ್ಲುತ್ತದೆ. ಒಂದೊಂದೇ ಹೆಜ್ಜೆಯನ್ನಿಟ್ಟು ಮರದ ಬುಡದಿಂದ ಇತ್ತಲೇ ಬರುತ್ತಿದೆ. ಅಕೋ, ನಿನ್ನ ಕಿಟಕಿಯ ಎದುರೇ ನಿಲ್ಲುತ್ತದೆ. ನೀನು ನೋಡುತ್ತಲೇ ಇದ್ದೀಯ. ಅದಕ್ಕೂ ಗೊತ್ತಿದೆಯೇನೋ. ನಿನ್ನ ಉದ್ವೇಗ ಹೆಚ್ಚಾಗುತ್ತಿದೆ. ನಿನ್ನ ಎದೆ ಬಡಿತ ಏರುಪೇರಾಗುತ್ತಿದೆ. ಅದು ಗಾಳಿಯಲ್ಲಿ ತನ್ನ ತಲೆಯನ್ನು ಅತ್ತಿಂದಿತ್ತ ಇತ್ತಿಂದತ್ತ ಬೀಸುತ್ತಿದೆ. ಅದರ ಮೂಗಿನ ಹೊಳ್ಳೆಗಳು ಅರಳಿವೆ. ಅಂದರೆ ಯಾವುದೋ ವಾಸನೆ ಅದಕ್ಕೆ ಸಿಕ್ಕಿರಬೇಕು. ಹಿಂದಿನ ಕಾಲುಗಳ ಮೇಲೆ, ನಿನ್ನ ಕಿಟಕಿಯ ಎದುರೇ ಕೂಡುತ್ತದೆ. ನಿನ್ನ ಕಡೆಯೇ ನೋಡುತ್ತಿದೆ. ಇದ್ದಕ್ಕಿದ್ದಂತೇ ತನ್ನ ತಲೆಯನ್ನು ಆಕಾಶಕ್ಕೆತ್ತಿ ಶುರು ಮಾಡಿಯೇ ಬಿಡುತ್ತದೆ. ಎಂತಹ ರೋದನ ಅದು. ಏಕತಾನದಲ್ಲಿ, ಅಲೆಅಲೆಯಾಗಿ, ಒಂದೇ ಬಿಡುವಿನಂತರದಲ್ಲಿ, ಅಯ್ಯೋ ಎನ್ನುತ್ತಿದೆ. ಆಕಾಶಕ್ಕೇನೋ ಹೇಳಿಕೊಳ್ಳುವಂತೆ. ಎರಡು ಆಲಾಪಗಳ ಬಿಡುವಿನಲ್ಲಿ ನಿನ್ನ ಕಿಟಕಿಯತ್ತ ಮುಖ ಮಾಡುತ್ತದೆ. ನೀನು ಕಿಟಕಿಯಲ್ಲಿ ಕೂತಿರುವುದು ಅದಕ್ಕೆ ಗೊತ್ತಿರಬೇಕು. ಒಂದೈದು ಸೆಕೆಂಡುಗಳ ಬಿಡುವಿನ ನಂತರ ಮತ್ತೆ ಆಲಾಪ, ಮುಂದಿನ ಎರಡು ನಿಮಿಷ. ಸಾವಿರ ಮುಳ್ಳುಗಳು ನಿನ್ನ ಎದೆಯನ್ನು ಹೊಕ್ಕಂತಾಗುತ್ತಿದೆ. ಸಾವಿರ ಗಂಟೆಗಳು ನಿನ್ನ ತಲೆಯಲ್ಲಿ ಮೊಳಗಲು ಆರಂಭಿಸುತ್ತವೆ. ಕಿವಿಗಳನ್ನು ಕೈಯಿಂದ ಮುಚ್ಚಿಕೊಳ್ಳುತ್ತೀಯ. ಬೆರಳ ಸಂದುಗಳಿಂದ ಆಕ್ರಂದನ ತೂರಿ ಬರುತ್ತಿದೆ. ಹೊದಿಕೆಯನ್ನು ಕಿವಿಗೆ ಸುತ್ತಿಕೊಳ್ಳುತ್ತೀಯ. ಹೊದಿಕೆಯ ಪದರಗಳನ್ನೂ ತೂರಿ ಬರುತ್ತಿದೆ. ತಲೆದಿಂಬಿನಿಂದ ಕಿವಿಯನ್ನು ಮುಚ್ಚಿಕೊಳ್ಳುತ್ತೀಯ. ಇನ್ನೂ ಕೇಳುತ್ತಿದೆ. ಬಹುಶಃ ಆ ಆಲಾಪವನ್ನು ತಡೆಯಬಲ್ಲಂಥದ್ದು, ತಡೆಯಬಲ್ಲಂಥವರು ಯಾರೂ ಇಲ್ಲವೇನೋ. ಆಲಾಪ ಅಥವಾ ಆಕ್ರಂದನ ಅಥವಾ ಊಳಾಟ ತೂರಿ ತೂರಿ ಬರುತ್ತಿದೆ. ಉಳಿದ ಮನೆಗಳಿಗೆ ಈ ಆಕ್ರಂದನ ಕೇಳುತ್ತಿದೆಯೋ ಇಲ್ಲವೋ, ಕೇಳುತ್ತಿದ್ದರೂ ಅವರು ಅದನ್ನು ಕುಂಡೆಗೆ ಒರೆಸಿಕೊಂಡು ಮಲಗಿದ್ದಾರೋ ಯಾರಿಗೆ ಗೊತ್ತು? ಆದರೆ ನಿನ್ನ ಕಿಟಕಿಯ ಎದುರು ನಡೆಯುತ್ತಿರುವ ರಾಗಾಲಾಪನೆಯಲ್ಲಿ ನಿನ್ನ ಜೀವ ಮಾತ್ರ ಬೇಯುತ್ತಿದೆ. ಅದ್ಯಾವ ಸಂಕಟದಲ್ಲಿ ಊಳಿಡುತ್ತಿದೆಯೋ ಅದಕ್ಕಷ್ಟೇ ಗೊತ್ತು, ಮನುಷ್ಯರಿಗೆ ಅದು ತಿಳಿಯುವುದಾದರೂ ಹೇಗೆ?

ಇನ್ನು ಒಂದರ್ಧ ತಾಸು ಈ ಆಕ್ರಂದನ. ಅಲ್ಲಿಗೆ ನಿನ್ನ ಇವತ್ತಿನ ನಿದ್ದೆ ಮುಗಿದಂತೆ. ನಾಳೆ ಏನಾಗುತ್ತದೆ ಎಂದು ಗೊತ್ತಿದೆ ನಿನಗೆ. ಆಫೀಸಿನಲ್ಲಿ ಕೂತ ಕೂತಲ್ಲೇ ತೂಕಡಿಕೆ, ಕೆಲಸ ಬಾಕಿ, ಅದ್ಯಾವನೋ ನಿನ್ನ ಬಾಸ್ ಎಲ್ಲರೆದುರೂ ನಿನ್ನ ಜನ್ಮ ಜಾಲಾಡುವುದು...ಇದು ಇವತ್ತು ನಿನ್ನೆಯದಲ್ಲ. ಸುಮಾರು ಒಂದೂವರೆ ತಿಂಗಳುಗಳಿಂದ ನಡೆದು ಬಂದಿರುವಂಥಾದ್ದು. ಮೊದಮೊದಲಲ್ಲಿ ಇವತ್ತಷ್ಟೇ ತಾನೇ ಅಂತ ತಡೆದುಕೊಂಡಿದ್ದಾಯ್ತು. ಆಮೇಲೆ ಇನ್ನೊಂದಷ್ಟು ದಿನ ಅಂತ ತಡೆದುಕೊಂಡಿದ್ದಾಯ್ತು. ಯಾವಾಗ ರಾತ್ರಿಯ ಈ ಊಳಾಟ ಅಥವಾ ಆಕ್ರಂದನ ತಿಂಗಳೊಪ್ಪತ್ತಿನಲ್ಲೂ ನಿಲ್ಲುವ ಸೂಚನೆಗಳು ಕಾಣಲಿಲ್ಲವೋ, ಯಾವಾಗ ಪ್ರತಿದಿನ ನಿದ್ದೆಗೆಡುವುದು ನಿನ್ನ ಹಣೆಬರಹದಲ್ಲಿ ಬರೆದಿದೆ ಎಂದಾಯ್ತೋ ಅವತ್ತಿನಿಂದ ನಿನ್ನ ರಾತ್ರಿಯ ದಿನಚರಿಯೇ ಬದಲಾಗಿದೆ.

ಮತ್ತೊಮ್ಮೆ ಅಲಾರಾಮ್ ಕೂಗಿಕೊಂಡಾಗ ನಿನಗೆ ಥಕ್ಕನೆ ಎಚ್ಚರವಾಗುತ್ತದೆ. ಒಂದರೆಕ್ಷಣ ನೀನು ಎಲ್ಲಿದ್ದೀಯಾ ಎಂದೇ ನಿನಗೆ ತಿಳಿಯುವುದಿಲ್ಲ. ಕವಿದ ಮಂಪರು ನಿನ್ನ ಕಣ್ಣುಗಳಿಂದ ತೊಲಗಿದ ನಂತರ ನಿನ್ನ ರೂಮಿನ ತಾರಸಿ, ತಾರಸಿಯಿಂದ ತೂಗುಬಿದ್ದ, ಸಣ್ಣಗೆ ಸುತ್ತುತ್ತಿರುವ ಬಿಳೀ ಫ್ಯಾನು, ಹಾಗೇ ಎಡಕ್ಕೆ ತಿರುಗಿದರೆ ಗೋಡೆಯ ಮೇಲಿನ ಕೇವಲ ಅಂಕಿಗಳಿರುವ ಕ್ಯಾಲೆಂಡರ್ ಕಣ್ಣಿಗೆ ಬಿದ್ದು ಇದು ನಿನ್ನದೇ ರೂಮು ಎಂದು ನಿನಗೆ ತಿಳಿಯುತ್ತದೆ. ರಾತ್ರಿ ಅದ್ಯಾವುದೋ ಹೊತ್ತಿನಲ್ಲಿ ನಿನಗೆ ನಿದ್ದೆ ಬಂದಿದೆ. ಅರೆ ನಿದ್ದೆ ಅದು. ತಲೆ ಚಿಟಿಚಿಟಿ ಅನ್ನುತ್ತಿದೆ. ಎರಡು ಹೋಳಾದಂತೆ. ನೂರು ಹೋಳಾದಂತೆ. ಸಾವಿರ ಹೋಳಾದಂತೆ. ಎರಡೂ ಕೈಗಳಿಂದ ತಲೆಯನ್ನು ಒತ್ತಿ ಹಿಡಿದು ನೀನು ಕಿಟಕಿಯ ಹೊರಗೆ ನೋಡುತ್ತೀಯ. ಬಟಾಬಯಲು ಬೆಳಗಿನ ಚುಮುಚುಮು ಸೂರ್ಯನ ಬೆಳಕಿನಲ್ಲಿ ಕಾಣುತ್ತದೆ. ರಾತ್ರಿ ಕಠ್ರನೆಯ ಮೊತ್ತಗಳಾಗಿದ್ದ ಆ ಒಂದೆರಡು ಮರಗಳೂ ಹಚ್ಚ ಹಸಿರಾಗಿ ಕಾಣುತ್ತಿವೆ. ಎಡಕಿನ ಮನೆಗಳೂ ಕಾಣುತ್ತಿವೆ. ನಿನ್ನೆ ರಾತ್ರಿ ಏನೂ ಆಗದಂತೆ ಇಡೀ ಜಗತ್ತು ತನ್ನ ಪಾಡಿಗೆ ತಾನಿದೆ. ಪ್ರತಿ ರಾತ್ರಿಯ ಒಂದರ್ಧ ತಾಸಿನ ನರಕ ನಿನಗೆ ಮಾತ್ರ ಹೇಳಿ ಮಾಡಿಸಿದ್ದೇನೋ ಅನ್ನುವ ಗುಮಾನಿ ನಿನಗೆ.

ಟೇಬಲ್ಲಿನ ಮೇಲೆ ಕೈಗಳನ್ನು ಊರಿ, ಇಷ್ಟಗಲ ಹಾಸಿಟ್ಟಿದ್ದ ಫೈಲಿನಲ್ಲಿ ತಲೆ ಹುಗಿಸಿ ಕುಳಿತಿದ್ದ ನೀನು ಮಲಗಿದ್ದೆಯೋ ಏನೋ, ಆ ನಿನ್ನ ಬಾಸ್ ನಿನ್ನ ಮೇಜಿನ ಮುಂದೆ ಎಷ್ಟು ಹೊತ್ತಿನಿಂದ ನಿಂತು ನಿನ್ನನ್ನೇ ನೋಡುತ್ತಿದ್ದನೋ ಏನೋ, ನೀನು ಕಣ್ಣು ಬಿಟ್ಟಾಗ ನಿನಗೆ ಕಾಣುವುದು ಆ ಗಂಟು ಮುಖ. ಅತ್ತಿತ್ತ ತಿರುಗಿ ನೋಡುತ್ತೀಯ. ಎಲ್ಲರೂ ನಿನ್ನತ್ತ ನೋಡುತ್ತಿದ್ದಾರೆ. ಎಲ್ಲರ ಮುಖದ ಮೇಲೂ ಮುಚ್ಚಿಟ್ಟ ಒಂದು ಕೊಂಕಿದೆ. ನೀನು ಎಚ್ಚರವಾಗುವುದನ್ನೇ ಕಾಯುತ್ತಿದ್ದನೋ ಏನೋ ಆ ಬಾಸ್, 'ಏನ್ರೀ

ಆಯ್ತಾ ಇವತ್ತಿನ ನಿದ್ದೆ ಅಥವಾ ಇನ್ನೂ ಬಾಕಿಯಿದೆಯೋ' ಎಂದು ಕೇಳುತ್ತಾನೆ. ನಿನಗೆ ಉತ್ತರ ಹೊಳೆಯುವುದಿಲ್ಲ. ಬ್ಬೆ ಬ್ಬೆ ಎಂದು ನಗುತ್ತೀಯ. ಟೇಬಲ್ಲಿನ ಮೇಲಿರುವ ಫೈಲಿನೊಳಗೆ ಮುಖ ತೂರಿಸುತ್ತೀಯ. ನೀನು ನಿದ್ದೆಯೇ ಮಾಡಿಲ್ಲ, ಈ ಫೈಲಿನಲ್ಲಿ ಮುಳುಗಿದ್ದೆ ಎನ್ನುವಂತೆ ನಾಟಕವಾಡುತ್ತೀಯ. ಆದರೆ ಅದು ನಾಟಕ ಎನ್ನುವುದು ಎಲ್ಲರಿಗೂ ತಿಳಿದಿದೆ ಎನ್ನುವುದು ನಿನಗೆ ಗೊತ್ತು. ಇದೇನು ಮೊದಲನೇ ಸಾರಿ ಅಲ್ಲವಲ್ಲ. ಬಾಸ್ ಮುಂದುವರೆಸುತ್ತಾನೆ, 'ಒಂದು ಕೆಲಸ ಮಾಡಿ, ಒಂದೆರಡು ತಿಂಗಳು ರಜ ಹಾಕಿ ಅದೆಷ್ಟು ನಿದ್ದೆಯಿದೆಯೋ ಅದನ್ನು ಪೂರಾ ಮಾಡಿ ಮುಗಿಸಿ ಬನ್ನಿ. ಇಲ್ಲಿ ನಿಮಗೆ ಸಂಬಳ ಕೊಡೋದು ಕೆಲಸ ಮಾಡಕೆ, ನಿದ್ದೆ ಮಾಡಕ್ಕಲ್ಲ' ಎಂದು ಚುಚ್ಚುತ್ತಲೇ ಇದ್ದಾನೆ. ನಿನ್ನ ಕಿವಿಗಳಲ್ಲಿ, ನಿನ್ನ ತಲೆಯಲ್ಲಿ ಸಾವಿರಾರು ಗಂಟೆಗಳು ಮೊಳಗತೊಡಗುತ್ತವೆ. ತಲೆಯ ಚಿಪ್ಪು ಈಗ ಸಿಡಿದೇ ಬಿಡುತ್ತದೇನೋ ಅನಿಸುತ್ತಿದೆ. ಕತ್ತೆತ್ತಿ ನೋಡಿದರೆ ಬಾಸ್ ಕೈಗಳನ್ನು ಬೀಸುತ್ತಾ ಕೂಗುತ್ತಲೇ ಇದ್ದಾನೆ. ನಿನ್ನ ಕಣ್ಣಲ್ಲಿ ನೀರೂ ಬಂದಿರಬೇಕು. ಗಂಟೆಗಳು ಮೊಳಗುವುದು ಒಂದೇ ಸಲ ನಿಂತು ಬಾಸ್ ಅಬ್ಬರಿಸುತ್ತಿರುವುದು ಕಿವಿಗೆ ಬೀಳುತ್ತದೆ. 'ಇನ್ನೊನ್ಸತಿ ನಿದ್ದೆ ಮಾಡಿದ್ದೇನಾರಾ ಕಂಡ್ರೆ ಅವತ್ತೇ ಕೊನೆ. ಒಂದು ರೆಸಿಗ್ನೇಷನ್ ಲೆಟರ್ ಕೊಟ್ಟು ಮನೆಗೆ ಹೋಗಿ ಮಲಕ್ಕೊಳಿ.' ನೀನು ಅವನ ಮುಖ ನೋಡುತ್ತಿದ್ದಂತೇ ಅಬ್ಬರಿಸಿ ಹೋಗುತ್ತಾನೆ. ಅವನ ಕೋಣೆಯ ಬಾಗಿಲಲ್ಲಿ ನಿಂತು, 'ನಿದ್ದೆ ಮಾಡಕೆ ಪಿಲ್ಲೋ ಅಂತ ಇಟ್ಕಂಡಿದ್ರಲ್ಲಾ ಆ ಫೈಲ್‌ನ ಇವತ್ತೇ ಮುಗಿಸಿ, ಸಿಎಮ್‌ಡೀ ಕೇಳಿದಾರೆ' ಎಂದು ಮತ್ತೊಮ್ಮೆ ಅಬ್ಬರಿಸಿ ಹೋಗುತ್ತಾನೆ. ಇಲ್ಲಿಯವರೆಗೂ ನಿಶ್ಚಲವಾಗಿದ್ದ ಆಫೀಸಿಗೆ ಇದ್ದಕ್ಕಿದ್ದಂತೇ ಜೀವ ಬರುತ್ತದೆ. ಆಫೀಸಿನ ಹಾಲು ಹಲವಾರು ಗದ್ದಲಗಳಿಂದ ತುಂಬಿ ಹೋಗುತ್ತದೆ. ಒಮ್ಮೆ ಇಡೀ ಆಫೀಸನ್ನು ನೋಡುತ್ತೀಯ. ಎಲ್ಲರ ಮುಖಗಳಲ್ಲಿನ ವ್ಯಂಗ್ಯ, ಅಣಕು ಮಾಯವಾಗಿದೆ. ಎಲ್ಲರೂ ನಿನ್ನನ್ನು ಅನುಕಂಪದಿಂದ ನೋಡುತ್ತಿದ್ದಾರೆ. ಅಥವಾ ಅನುಕಂಪದಿಂದ ನೋಡುತ್ತಿದ್ದಾರೆ ಎಂದು ಅನಿಸುತ್ತದೆ ನಿನಗೆ. ಇದುವರೆಗೂ ತಡೆಹಿಡಿದಿದ್ದ ನಿನ್ನ ಕಣ್ಣೀರು ಒಂದೆರಡು ಹನಿ ತುಳುಕುತ್ತದೆ. ಎದುರಿದ್ದ ಫೈಲನ್ನೇ ದಿಟ್ಟಿಸಿ ನೋಡುತ್ತೀಯ. ಯಾಕೋ ಎಲ್ಲಾ ಅರೆ ಮಂಜಾಗಿ ಕಾಣುತ್ತಿದೆ. ಆ ಫೈಲಿನ ಬಣ್ಣ ಪಿಂಕಾ...ಇಲ್ಲ ಹಳದಿ ಇರಬೇಕು...ಇಲ್ಲಾ ಹಸುರಾಗಿ ಕಾಣುತ್ತಿದೆ. ತಲೆಕೊಡವಿ ಕಣ್ಣುಗಳನ್ನು ಉಜ್ಜಿಕೊಳ್ಳುತ್ತೀಯ. ಫೈಲನ್ನು ಮುಂದೆ ಎಳೆದುಕೊಂಡು, ಒಂದೆರಡು ಹಾಳೆಗಳನ್ನು ತಿರುಗಿಸಿ, ಯಾವುದೋ ಒಂದು ಹಾಳೆಯನ್ನು ಗಮನವಿಟ್ಟು ನೋಡುತ್ತೀಯ. ಎಲ್ಲವೂ ಮಸುಕು ಮಸುಕಾಗಿದೆ. ಕಣ್ಣ ರೆಪ್ಪೆಯಡಿಯಲ್ಲೇ ತೂಕಡಿಕೆ ಕುಳಿತಿತ್ತೋ ಏನೋ, ಹಾಗೇ ನಿನ್ನ ತಲೆ ಜೂಗರಿಸುತ್ತದೆ. ಧಡಕ್ಕನೆ ಎಚ್ಚರವಾಗುತ್ತದೆ. ಮತ್ತೆ ಫೈಲನ್ನು ಅತ್ತ ದೂಡಿ, ಎದ್ದು ನಿಲ್ಲುತ್ತೀಯ. ನಿಧಾನವಾಗಿ ಎದ್ದು ಟಾಯ್‌ಲೆಟ್ಟಿನ

ಕಡೆ ನಡೆಯುತ್ತೀಯ. ಟಾಯ್ಲೆಟ್ ಒಂದು ನೆವ ಅಷ್ಟೇ, ನಿಜವಾಗಿಯೂ ನಿನಗೆ ಆ ಹಾಲಿನಿಂದ ಹೊರಕ್ಕೆ ಹೋಗಬೇಕೂ ಅನಿಸುತ್ತಿದೆ. ವಾಶ್‌ಬೇಸನ್ನಿನ ಮುಂದೆ ನಿಂತು ಮುಖ ತೊಳೆದುಕೊಳ್ಳುತ್ತೀಯ. ಸ್ವಲ್ಪ ಹಗುರಾದಂತೆ ಅನಿಸುತ್ತದೆ. ಕರ್ಚೀಫಿನಿಂದ ಮುಖ ಒರೆಸಿಕೊಳ್ಳುತ್ತಾ ಬಾಗಿಲ ಕಡೆ ತಿರುಗುತ್ತೀಯ. ಹಿಂದೇ ಹಂಡೆ ನಿಂತಿದ್ದಾನೆ. ದೀಪಕ್ ಹಂಡೆ. ನಿನ್ನ ಹೆಗಲ ಮೇಲೆ ಕೈ ಹಾಕುತ್ತಾನೆ. 'ಬಾ, ಒಂದು ಕಾಫಿ ಹಾಕಿ ಬರಣ, ಸರಿ ಹೋಗತ್ತೆ' ಎನ್ನುತ್ತಾ ಸ್ನೇಹದ ಬಲವಂತದಿಂದ ನಿನ್ನನ್ನು ಹೆಚ್ಚೂ ಕಮ್ಮಿ ಎಳೆದುಕೊಂಡೇ ಹೋಗುತ್ತಾನೆ.

ಎದುರಿದ್ದ ಹೊಟೇಲಿನಲ್ಲಿ ಕೂತು ಕಾಫಿ ಆರ್ಡರ್ ಮಾಡಿದ ಮೇಲೆ ಹಂಡೆ ಟೇಬಲ್ ಮೇಲೆ ನಿನ್ನತ್ತ ಬಾಗಿ, 'ಯಾಕೋ ದಿನಾ ಹಿಂಗೆ ಉಗುಸ್ಕೋತಿದೀಯಾ ಅವನತ್ರ, ರಾತ್ರಿ ನಿದ್ದೆಯಿಲ್ವಾ, ನಿದ್ದೆ ಹಾಳು ಮಾಡ್ಕಳಾ ಅಂಥಾ ಕೆಲಸ ಏನು ಮಾಡ್ತಾಯಿದೀಯಪಾ, ಅದೂ ಎವೆರಿ ನೈಟ್, ನಿನ್ನ ಪ್ರಾಬ್ಲಮ್ ಏನೂ ಅಂತ ಹೇಳು, ಯೇನಾರ ಮಾಡಿ ಸಾಲ್ವ್ ಮಾಡಣ...' ತನ್ನ ಬತ್ತಳಿಕೆಯಿಂದ ಪ್ರಶ್ನೆಗಳನ್ನು ಒಂದಾದ ಮೇಲೆ ಒಂದರಂತೆ ತೂರಿಬಿಡುತ್ತಾನೆ. 'ನಿನ್ನ ಸೀನಿಯರ್ ಆಗಿ ಹೇಳ್ತಾಯಿದೀನಿ, ನಿನ್ನೊಳೇದಕ್ಕೆ, ಒನ್ನತಿ ಯೇನಾರ ನಿನ್ನ ರೆಕಾರ್ಡನಗೆ ಟುಂಗೂ ಟುಸ್ಗೂ ಅಂತ ಬರೆದ್ನೋ, ಸರ್ವನಾಶ ನಿಂದು, ನಿನ್ನ ಪ್ರಾಬ್ಲಮ್ ತೀರಾ ಪರ್ಸನಲ್ ಆಗಿದ್ರೆ ಹೇಳಬೇಡ.' ನೀನು ನಿಧಾನವಾಗಿ ನಿನ್ನ ಸಮಸ್ಯೆಯನ್ನು ಅವನಿಗೆ ಬಿಡಿಸಿ ಹೇಳುತ್ತೀಯಾ. ತೀರಾ ಗಂಭೀರ ಮುಖಮುದ್ರೆಯಿಂದ ಹಂಡೆ ನೀನು ಹೇಳಿದ್ದನ್ನು ಕೇಳಿಸಿಕೊಳ್ಳುತ್ತಾನೆ. ನೀನು ಕತೆ ಮುಗಿಸಿದ ಕೂಡಲೇ ಒಮ್ಮೆ ಗಹಗಹಿಸಿ ನಕ್ಕು, 'ಅಯ್ಯೋ ಯಿದಾ ನಿನ್ನ ಪ್ರಾಬ್ಲಮ್ಮೂ, ನಾನು ಯಾವುದೋ ಹುಡುಗಿ ಕೈಲಿ ಸಿಗಾಕ್ಕಂಡು ಡಬಲ್ ಡ್ಯೂಟಿ ಮಾಡ್ತಾ ವದ್ದಾಡ್ತಾಯಿದೀಯಾ ಅನ್ಕಂಡಿದ್ದೆ' ಅನ್ನುತ್ತಾನೆ. 'ಹಿಂಗೆ ನನ್ನ ಗೇಲಿ ಮಾಡಂಗಿದ್ರೆ ಮಾತು ಮುಂದುವರೆಸದು ಬೇಡ. ನನ್ನ ಪಾಡಿಗೆ ನನ್ನ ಬಿಟ್ಟು ಬಿಡು' ಎನ್ನುತ್ತೀಯ, ಸ್ವಲ್ಪ ಗಂಭೀರವಾಗಿಯೇ. 'ಸಾರಿ ದೋಸ್ತ್. ಇನ್ನು ನಕ್ರೆ ತಾಯಾಣೆ' ಎಂದು ಅವನೂ ಗಂಭೀರನಾಗಿ ಮಾತು ಶುರುಮಾಡುತ್ತಾನೆ, 'ಓಕೇ, ನಿನ್ನ ಸಮಸ್ಯೆ ತೀರಾ ಸೀರಿಯಸ್ಸೇನಲ್ಲ ತಗಿ. ಒಂದಿಷ್ಟು ಕಲ್ಲು ಗುಡ್ಡೆ ಮಾಡಿಟ್ಗ. ಅದು ಬರಾ ಹೊತ್ತಿಗೆ, ಕಿಟಕೀನಗೆ ಕೂತು ಅದನ್ನು ನೋಡಾ ಬದಲು, ಕಲ್ಲು ಹೊಡಿ. ಹೆಂಗೂ ಅದು ಬರಾ ಟೈಮು ನಿಂಗೆ ಗೊತ್ತು. ರೆಡಿಯಾಗಿರು. ದಿನಾ ಕಲ್ಲು ಹೊಡೀತಾಯಿದ್ರೆ ಇದ್ಯಾವ ಗ್ರಾಚಾರ ಅಂತಂದು ಅದೂ ಬರಲ್ಲ' ಎಂದು ಸಿಗರೇಟು ಹಚ್ಚುತ್ತಾನೆ. 'ಅಷ್ಟು ಸುಲಭ ಆಗಿದ್ರೆ–' ಎಂದು ಮಾತು ಮುಂದುವರೆಸದೇ ಸುಮ್ಮನೆ ಕುಳಿತು ಬಿಡುತ್ತೀಯ. ಉಳಿದ ಗಿರಾಕಿಗಳ ಗಲಗಲ ಸದ್ದು, ಗೋಡೆಗೆ ಅಂಟಿಕೊಂಡ ಒಂದು ಟೀವಿಯ ಗದ್ದಲ, ಯಾರಿಗೂ ಅರ್ಥವಾಗದ ಎಲ್ಲರ ನಗು, ಕೇಕೆ, ಸಂಭ್ರಮ.

ಕೊನೆಗೂ ಒಂದೈದು ನಿಮಿಷಗಳಾದ ಮೇಲೆ ಕಾಫಿ ಬರುತ್ತದೆ. ಕಾಫಿಯನ್ನು ಇಬ್ಬರೂ ಗುಟುಕರಿಸುತ್ತೀರ. ಇಬ್ಬರದ್ದೂ ಮಾತಿಲ್ಲ. ಒಂದೆರಡು ಗುಟುಕು ಕಾಫಿ ಹೊಟ್ಟೆ ಸೇರಿದ ಮೇಲೆ ಭಾರವಾಗಿದ್ದ ಕಣ್ಣು ರೆಪ್ಪೆಗಳು ಹಗುರವಾದವು ಅನಿಸುತ್ತದೆ ನಿನಗೆ. ಕಾಫಿ ಕಪ್ಪನ್ನು ಕೆಳಗಿಟ್ಟು, ನೀನು ಮೇಜಿನ ಮೇಲೆ ಕೈಯೂರಿ ಹಂಡೆ ಕಡೆಗೆ ಬಗ್ಗಿ ಹೇಳುತ್ತೀಯ. ಸುತ್ತಲಿನ ಗದ್ದಲದಿಂದಾಗಿ ನೀನು ಹೇಳಿದ್ದು ಒಮ್ಮೊಮ್ಮೆ ಹಂಡೆಗೆ ಕೇಳಲ್ಲ. ಏನಂದಿ ಅಂತ ಮುಂದೆ ಬಾಗಿದಾಗ ನೀನು ಈಗಷ್ಟೇ ಹೇಳಿದ ಸಾಲನ್ನು ಮತ್ತೆ ಹೇಳುತ್ತೀಯ. ಹಂಡೆ ಅರ್ಥವಾಯಿತೂ ಎಂದೋ ಅಥವಾ ಕೇಳಿಸಿತು ಎಂದೋ ತಲೆಯಾಡಿಸುತ್ತಾನೆ. ನೀನು ನಿನ್ನ ಕತೆ ಮುಂದುವರೆಸುತ್ತೀಯ. ನೀನು ಹೇಳಿದ್ದು ಇಷ್ಟೇ: ಅಷ್ಟು ಸುಲಭ ಅಲ್ಲ ಕಣೋ ಇದು. ಕಲ್ಲು ಹೊಡ್ದೂ, ಬಿಸಿ ನೀರು ಉಗ್ಗಿ ಅದನ್ನ ಓಡಿಸೋ ಅಷ್ಟು ಸುಲಭ ಅಲ್ಲ ಇದು. ಅದು ನನ್ನ ರೂಮಿನ ಕಿಟಕಿ ಕೆಳಗೇ ಬಂದು ಯಾಕೆ ಊಳಿಡಬೇಕು ಹೇಳು. ಅದು ನನ್ನಕಡೇನೇ ನೋಡಿ ಯಾಕೆ ಊಳಿಡಬೇಕೂ ಹೇಳು. ಅದು ನಂಗೇನಾರಾ ಹೇಳಕೆ ನೋಡ್ತಾಯಿದ್ಯಾ ಅಂತ ಒನ್ನೊನ್ಸತಿ ನಂಗೆ ಅನುಮಾನ ಬರತ್ತೆ. ಅದರ ಭಾಷೆ ನಂಗೆ ಅರ್ಥವಾಗಲ್ಲ ಅನ್ನದು ಅದಕ್ಕೆ ಗೊತ್ತಾಗಿದೆಯೋ ಇಲ್ಲವೋ. ಅದೇನು ಒಂದೇ ಸಾಲನ್ನ ಮತ್ತೆ ಮತ್ತೆ ಹೇಳ್ತಾಯಿದ್ಯಾ, ಒಂದು ಕತೇನ್ನೇ ದಿನಾ ಹೇಳ್ತಾಯಿದ್ಯಾ, ದಿನಾ ಒಂದೊಂದೇ ಸಾಲನ್ನ ಹೇಳ್ತಾಯಿದ್ಯಾ, ದಿನಕ್ಕೆ ನಾಕ್ನಾಕು ಸಾಲು ಹೇಳ್ತಾಯಿದ್ಯಾ, ದಿನಾ ದಿನಾ ಬೇರೆ ಬೇರೆ ಕತೆ ಹೇಳ್ತಾಯಿದ್ಯಾ, ಅದೇನು ಅದರ ಸೊಂತ ಕತೇನಾ, ಆಟೋಬಯಾಗ್ರಫೀನಾ, ಅಥವಾ ತಾನು ಕಂಡ ಮನುಷ್ಯರ ಕತೇನಾ, ಅದು ಊಳಿಡೋದು ನಂಗೆ ಮಾತ್ರಾನಾ, ಅದರ ಊಳಾಟ ನಂಗೆ ಮಾತ್ರ ಕೇಳ್ತಾಯಿದ್ಯಾ, ಉಳಿದ ಮನೆಯೋರಿಗೆ ಇದು ಕೇಳಲ್ವಾ, ಇವ್ಯಾವುದಕ್ಕೂ ಉತ್ತರ ನಂಗೊತ್ತಿಲ್ಲ. ಆದ್ರೆ ಅದು ಊಳಿಡೋವಾಗ ಅದರ ಕಣ್ಣು ನಂಗೆ ಕ್ಲಿಯರ್ರಾಗಿ ಕಾಣತ್ತೆ. ಎಷ್ಟರ ಮಟ್ಟಿಗೆ ಕ್ಲಿಯರ್ರೂ ಅಂದ್ರೆ ಅದರ ಕೆಂಪು ಗೋಲಿ ಕಣ್ಣಿನ ನಡೂಮದ್ಯೆಯಿರಾ ಒಂದು ಹಳದೀ ಚುಕ್ಕೆ ಸೈತಾ ಕಾಣತ್ತೆ ನಂಗೆ. ಒನ್ನೊನ್ಸತಿ ನಂಗೂ ಅಳು ಬಂದಂಗಾಗತ್ತೆ. ಎಷ್ಟೋ ಸತಿ ಅದು ಊಳಿಟ್ಟು ಸುಮ್ಮನಾದ ಮೇಲೆ ನಾನೂ ಅತ್ತಿದೀನಿ. ಅಮ್ಮ ಹೇಳ್ತಾಯಿದ್ರು, ನಾನು ಸಣ್ಣೋನಿದ್ದಾಗ, ಅದು ಹಂಗೇನಾರಾ ಆಕಾಶಕ್ಕೆ ಮಕಾ ಮಾಡಿ ಊಳಿಟ್ರೆ ಸತ್ತೋಗಿರಾ ಯಾರನ್ನೋ, ನಮಗೆ ಬೇಕಾದೋರನ್ನ ಕರೀತದಂತೆ. ನಂಗೆ ಬೇಕಾದೋರು ಯಾರಿದಾರೆ ಹೇಳು. ಅಪ್ಪ ಹೆಂಗಿದ್ದ, ಅವನ ಮುಕ ಹೆಂಗಿತ್ತು ಅಂತಾನೇ ನೆನಪಿಲ್ಲ. ಅಮ್ಮನ್ನೂ ನನ್ನೂ ಹಂಗೇ ಬಿಟ್ಟು ಅದ್ಯಾವುದೋ ಹೆಂಗಸಿನ ಜತೆ ಓಡಿ ಹೋದ್ನಂತೆ. ಸತ್ತಿದಾನೋ ಬದುಕಿದಾನೋ ಗೊತ್ತಿಲ್ಲ. ಇನ್ನೇನು ಅದು ನನ್ನೇ ಕರೀತಾಯಿದ್ಯಾ, ಕರೀತಾಯಿದ್ರೆ ಎಲ್ಲಿಗೆ ಏನೂ ಗೊತ್ತಾಗ್ತಾಯಿಲ್ಲ. ಅದು ಹಂಗೆ ಕರೆದ ಕೂಡ್ಲೇ ಯಾರಾರ ಬಂದೇ

ಬಿಡ್ತಾರಾ...ನಿದ್ದೆ ಹಾಳಾಗದು ನಂಗೆ ಅಂಥಾ ದೊಡ್ಡ ಸಮಸ್ಯೆ ಅಲ್ಲ. ಅದು ಊಳಿಟ್ಟಾಗ ನನ್ನ ತಲೇಲಿ ಬಾರಿಸತ್ತಲ್ಲ ಸಾವಿರ ಗಂಟೆಗಳು ಅದನ್ನ ನನ್ನ ಕೈಲಿ ತಡಕೊಳಕ್ಕಾಗಲ್ಲ. ಅದು ಊಳಿಟ್ಟ ಒಂದು ಗಂಟೆ ಮೇಲೂ ನನ್ನ ತಲೇಲಿ ಗಂಟೆಗಳು ರೊಂಯ್ ಅಂತಾನೇ ಇರ್ತಾವೆ. ಒನ್ನೊನ್ನಲ ಬೆಳಿಗ್ಗೆ ಹೊತ್ನಾಗೂ ಅದು ಸಿಗತ್ತೆ. ಆದ್ರೆ ಆ ಮರದ ಕೆಳಗೆ ಅಲ್ಲ, ಅಲ್ಲಿಂದ ಒಂದು ಇಪ್ಪತ್ತು ಅಡಿ ದೂರ, ಇನ್ನೊಂದು ಮರದ ನೆರಳಲ್ಲಿ ಸುಮ್ಮನೆ ಕೂತಿರತ್ತೆ. ಹಿಂದಿನ ರಾತ್ರಿ ಊಳಿಟ್ಟಿದ್ದು ಇದೇನಾ ಅಂತ ಅನುಮಾನ ಬರಬೇಕು ಹಂಗೆ ಸಪ್ಪೆ ಮಕ ಹಾಕ್ಕಂಡು ಕೂತಿರತ್ತೆ. ನೋಡಿದ್ರೆ ಅಯ್ಯೋ ಪಾಪ ಅನ್ನುಸ್ಬೇಕು ಹಂಗಿರತ್ತೆ. ಆದ್ರೆ ಒಂದು ಗ್ಯಾರಂಟಿ. ಬೆಳಿಗ್ಗೆ ಹೊತ್ನಗೆ ನನ್ನ ನೋಡಕೆ ಅದಕ್ಕೆ ಇಷ್ಟ ಇಲ್ಲ ಕಾಣತ್ತೆ. ಬೈಕ್ ತೆಗೆದು ಸ್ಟಾಂಡ್ ಹಾಕಿ ವಾಪಸ್ಸು ಗೇಟ್ ಹಾಕಕೆ ಹೋಕ್ತೀನಲ್ಲಾ ಅವಾಗ ಅದನ್ನು ನೋಡ್ತೀನಿ. ನಾನು ನೋಡ್ತಿದ್ದಂಗೇ ಅದು ಎದ್ದು ಹೋಗಿಬಿಡತ್ತೆ. ನಾನೇನು ಹೇಳಲೇ ಬೇಕಾಗಿಲ್ಲ. ಒಟ್ನಗೆ ನನ್ನ ನಾಶ ಮಾಡಬೇಕೂ ಅಂತ ಅದು ತೀರ್ಮಾನ ಮಾಡಿದ ಹಂಗಿದೆ. ಅದು ಹೇಳಿದ್ದು ನಂಗೆ ಅರ್ಥವಾಗಲ್ಲ, ನಂಗೆ ಅರ್ಥ ಆಗ್ತಿಲ್ಲ ಅಂತ ಹೇಳಿ ಅದು ಊಳಿಡದನ್ನ ನಿಲ್ಸಲ್ಲ...

ಇನ್ನು ಏನು ಹೇಳಬೇಕೋ ನಿಂಗೆ ತಿಳಿಯುತ್ತಿಲ್ಲ. ಗಪ್ಪೆಂದು ಕುಳಿತು ಬಿಡ್ತೀಯಾ. ಹಂಡೇ ಕೂಡಾ ಏನೂ ಮಾತಾಡದೇ ವೇಯ್ಟರ್ ತಂದಿಟ್ಟ ಬಿಲ್ಲನ್ನು ಎತ್ತಿಕೊಳ್ಳುತ್ತಾನೆ. 'ಒಂತಿಳಕ ಯಾರೂ ಯಾರನ್ನೂ ಕರಿಯಲ್ಲ ಈ ಕಾಲದಗೆ. ಅದೂ ಸ್ಪೈತ ಯಾರನ್ನೂ ಕರಿಯಲ್ಲ. ನಿಮ್ಮಮ್ಮ ಅಂತೂ ಹೋಗಿದಾರೆ. ಅವ್ರು ಬರಂಗಿಲ್ಲ. ಒಂದ್ವೇಳೆ ನಿಮ್ಮಪ್ಪ ಬದುಕಿದ್ದು, ನಾಳೆ ಬೆಳಿಗ್ಗೆ ಬಾಗಿಲು ತಗೀತಿದ್ದಂಗೇ ಬಂದು ನಾನೇ ನಿನ್ನಪ್ಪ ಅಂದ್ರೆ ವಪ್ಗಂಡು ಬಿಡ್ತೀಯಾ ನೀನು? ಇಲ್ಲ. ಸೋ, ನೆಂಟ್ರನ್ನ ಕರೀತದೆ, ಬೇಕಾದೋರ್ನ ಕರೀತದೆ, ಲಂಡೂ ಲಸ್ಗೂ ಎಲ್ಲಾ ಬುಲ್‌ಶಿಟ್. ಅದನ್ನು ಮುಗಿಸಬೇಕು ನೀನು. ಅಂದ್ರೇನೇ ನಿಂಗೆ ಅದ್ರಿಂದ ಫ್ರೀಡಮ್ಮು.' ನೀನು ಅರ್ಥವಾಗದೇ ಅವನ ಮುಖ ನೋಡುತ್ತೀಯ. 'ಕಿಲ್ ಇಟ್, ಫಿನಿಷ್ ಇಟ್' ಅಂತ ಖಡಾಖಂಡಿತದಲ್ಲಿ ಹೇಳುತ್ತಾನೆ. ಅವನು ಎಷ್ಟು ಗಂಭೀರವಾಗಿ ಅದನ್ನು ಹೇಳಿದ ಅಂದರೆ ಅವನು ಹೇಳಿದ ಪರಿಗೆ ನೀನು ಬೆಚ್ಚಿಬೀಳುತ್ತೀಯ. ಅವನಿಗೆ ಅಥವಾ ಅವನಂದಿದ್ದಕ್ಕೆ ಇಲ್ಲಾ ಎಂದು ಹೇಳಲು ನಿನ್ನ ಕೈಲಿ ಆಗುವುದಿಲ್ಲ. ಹೋಗಲಿ ಹೇಳಿದ ಮೇಲೆ ನಿನ್ನ ಪ್ರತಿಕ್ರಿಯೆ ಏನು ಅನ್ನುವುದನ್ನಾದರೂ ನೋಡಿದನಾ? ಇಲ್ಲ. ಅಸಲಿಗೆ ಅವನು ನಿನ್ನ ಕಡೆ ನೋಡಲೇ ಇಲ್ಲ. ಜೇಬಿನಿಂದ ಸಿಗರೇಟ್ ಪ್ಯಾಕ್ ತೆಗೆದು ಏಳುವ ಗಡಿಬಿಡಿಯಲ್ಲಿದ್ದಾನೆ. ಅವನು ಹೇಳಿದ ರೀತಿ ನೋಡಿದರೆ ನಿನ್ನ ಪರವಾಗಿ ಅವನು ಆಗಲೇ ಒಂದು ನಿರ್ಧಾರಕ್ಕೆ ಬಂದ ಹಾಗಿದೆ. 'ಐ ವಿಲ್ ಡೂ ಸಮ್‌ಥಿಂಗ್ ಡೋಂಟ್ ವರಿ' ಅನ್ನುತ್ತಾನೆ.

ರಾತ್ರಿ ಎಂಟು ಗಂಟೆಯಾಗಿರಬೇಕು. ಅರೆ ತೂಕಡಿಕೆ ಅರೆ ಎಚ್ಚರದಲ್ಲಿ, ಇತ್ತ

ಯಾವ ಕೆಲಸವನ್ನೂ ಮಾಡಲಾಗದ ಸುಮ್ಮನಿರಲೂ ಆಗದ ಸ್ಥಿತಿಯಲ್ಲಿ ನೀನು ಜೂಗರಿಸುತ್ತಿರುವಾಗ, ಯಾವುದೋ ಬೈಕ್ ನಿಂತ ಶಬ್ದವಾಗುತ್ತದೆ. ನೀನು ಬಾಗಿಲು ತೆಗೆಯುತ್ತೀಯ. ಗೇಟಿನ ಆಕಡೆ ಹಂಡೆ ಬೈಕ್ ಮೇಲೇ ಕುಳಿತಿದ್ದಾನೆ. ನಿನ್ನನ್ನು ನೋಡಿದ ಕೂಡಲೇ ಬೈಕಿನಿಂದ ಇಳಿದು, ಒಂದು ಸಿಗರೇಟು ಹಚ್ಚುತ್ತಾನೆ. ಗೇಟು ತೆಗೆದು ನೀನು ಅವನ ಬಳಿ ನಿಲ್ಲುತ್ತೀಯ. ಹಂಡೆ ರಸ್ತೆಯನ್ನು ಎಡಕೂ ಬಲಕೂ ನೋಡಿ ಕಣ್ಣಲ್ಲೇ ಅಳೆಯುತ್ತಾನೆ. ನಿನ್ನ ಕಡೆ ತಿರುಗಿ ಹುಬ್ಬು ಹಾರಿಸುತ್ತಾನೆ. ಅವನು ಏನು ಕೇಳುತ್ತಿದ್ದಾನೆ ಎಂದು ನಿನಗೆ ಗೊತ್ತು. ನೀನು ಪಿಸುಗುಡುತ್ತೀಯ, 'ಇನ್ನೂ ಬಂದಿಲ್ಲ. ಇಷ್ಟೊತ್ನಗೆ ಬರಲ್ಲ ಅದು.' 'ಯಾವ ಮರ' ಅವನೂ ಪಿಸುಗುಡುತ್ತಿದ್ದಾನೆ. ನೀನು ಮರದ ಕಡೆ ನೋಡದೇ ಪಿಸುಗುಟ್ಟುತ್ತಾ ಅವನಿಗೆ ಸೂಚನೆ ಕೊಡುತ್ತೀಯಾ 'ನಿನ್ನ ರೈಟಿಗಿದೆ, ಒಂದು ಕೊಂಬೆ ತ-ವತ್ತಿದ್ದಂಗಿದೆ ನೋಡು ಅದೇ.' ಅವನು ನೇರವಾಗಿ ಆಕಡೆ ತಿರುಗದೆ ಕೈಯಲ್ಲಿದ್ದ ಸಿಗರೇಟು ಪ್ಯಾಕನ್ನು ನೆಲಕ್ಕೆ ಹಾಕಿ ಅದನ್ನು ಎತ್ತಿಕೊಳ್ಳುವ ನೆವದಲ್ಲಿ ಆಕಡೆ ಒಂದು ಸಾರಿ ಕಣ್ಣನ್ನು ಹಾಯಿಸಿ ನಿನ್ನ ಕಡೆ ನೋಡಿ, 'ಹೂಂ' ಎಂದು ಪಿಸುಗುಡುತ್ತಾನೆ. ನೀನು ಧೈರ್ಯವಾಗಿ ಆ ಮರದ ಕಡೆ ನೋಡುತ್ತಾ 'ಹೆಂಗಾಡ್ತಾಯಿದೀವಿ ನೋಡು, ಅದೇನು ಇಲ್ಲೇ ಇದೆಯೇನೋ, ಅಥವಾ ಅದೇನು ಈಗ ಬಂದೇ ಬಿಡ್ತತೇನೋ, ಇದ್ದರೆ ಅಥವಾ ಬಂದೇ ಬಿಟ್ರೆ ನಾವು ಮಾತಾಡಿದ್ದು ಅದಕ್ಕೆ ಕೇಳಿಬಿಡ್ತತೇನೋ ಅನ್ನೋ ಹಂಗೆ ಆಡ್ತಾಯಿದೀವಿ. ಹೇಳೀ ಕೇಳೀ ಅದೊಂದು ಪ್ರಾಣಿ. ನಮ್ಮ ಭಾಷೆ ಹೆಂಗೆ ಅರ್ಥವಾದೀತು ಅದಕ್ಕೆ. ಅದರ ಭಾಷೆ ನಮಗೆ ಅರ್ಥ ಆಗಾ ಹಂಗಿದ್ರೆ ದಿನಾ ರಾತ್ರಿ ಅದೇನು ಹೇಳ್ತಾಯಿದೆ ಅನ್ನದು ಇಷ್ಟತ್ತಿಗೆ ನನಗೆ ಅರ್ಥ ಆಗಿರದು.' ಹಂಡೆ ಸಿಗರೇಟಿನ ಹೊಗೆಯನ್ನು ಊದಿ, ಸಿಗರೇಟಿನ ತುಂಡನ್ನು ನೆಲಕ್ಕೆ ಬಿಸಾಕಿ ಹೊಸಕಿ, 'ನೀನೊಂಥರ ಸೈಕಾಗಿ ಹೋಗಿದೀಯಾ. ನಾನು ಹೇಳಿದ್ದು ಮಾಡದು ಬಿಟ್ರೆ ನಿಂಗೆ ಬೇರೆ ದಾರಿಯಿಲ್ಲ' ಎನ್ನುತ್ತಾ ಬೈಕ್ ಸೀಟಿನ ಒಂದು ಬದಿಯಲ್ಲಿ ತೂಗುಬಿಟ್ಟಿದ್ದ ಒಂದು ಉದ್ದನೆಯ ರಟ್ಟಿನ ಡಬ್ಬಿಯನ್ನು ತೆಗೆದು ನಿನ್ನ ಕೈಗೆ ಕೊಡುತ್ತಾ, 'ತಗಾ, ಯೂಸ್ ದಿಸ್. ಎಲ್ಲಾ ಸರಿಹೋಗತ್ತೆ' ಅಂದವನೇ ನಿನ್ನ ಪ್ರತಿಕ್ರಿಯೆಗೂ ಕಾಯದೇ ಹೊರಟೇ ಬಿಡುತ್ತಾನೆ. ಉದ್ದನೆಯ ರಟ್ಟಿನ ಡಬ್ಬಿಯನ್ನು ಕೈಲಿ ಹಿಡಿದು ನೀನು ನಿಂತೇ ಇದ್ದೀಯ. ಈ ಡಬ್ಬಿ ಸ್ವಲ್ಪ ತೂಕ ಇದೆ ಅನಿಸುತ್ತದೆ ನಿಂಗೆ.

ಒಳಗೆ ಬಂದವನೇ ನೀನು ಡಬ್ಬಿಯನ್ನು ಹಾಸಿಗೆಯ ಮೇಲಿಟ್ಟು ಅದಕ್ಕೆ ಅಂಟಿಸಿರುವ ಟೇಪುಗಳನ್ನು ಕಿತ್ತಿ, ಡಬ್ಬಿಯನ್ನು ತೆಗೆದು ನೋಡುತ್ತೀಯ. ಅದನ್ನು ನೋಡುತ್ತಿದ್ದಂತೇ ಬೆಚ್ಚಿ ಬಿದ್ದು, ಬಾಯಿ ಬಿಟ್ಟುಕೊಂಡು ಹಾಗೇ ನಿಲ್ಲುತ್ತೀಯ. ಅದೊಂದು ಏರ್‌ಗನ್, ಬಂದೂಕು. ಹಳದೀ ಬಣ್ಣದ ಮರದ ತುಂಡು,

ಅದಕ್ಕೊಂದು ಉದ್ದನೆಯ ಲೋಹದ ನಳಿಕೆ. ಕೊಂಚ ಮಸುಕಾಗಿದೆ. ಅಂದರೆ ಸ್ವಲ್ಪ ಉಪಯೋಗಿಸಿದ್ದಿರಬೇಕು. ಅದನ್ನು ಮುಟ್ಟಿ ನೋಡಲೂ ನಿಂಗೆ ಹೆದರಿಕೆಯಾಗುತ್ತಿದೆ. ಏನೋ ವಿಪರೀತಕ್ಕೆ ಕೈ ಹಾಕುತ್ತಿದ್ದೇನೆ ಅನಿಸಿ ಕಂಗಾಲಾಗುತ್ತೀಯ. ಒಂದಷ್ಟು ಹೊತ್ತು ಹಾಗೇ ಕೂತು ಬಿಡುತ್ತೀಯ. ಕೊನೆಗೊಂದು ಸಾರಿ ಧೈರ್ಯ ಮಾಡಿ ಅದನ್ನು ಕೈಗೆತ್ತಿಕೊಳ್ಳುತ್ತೀಯ. ಇಲ್ಲಿಯವರೆಗೂ ಕಣ್ಣಿಗೆ ಬಿದ್ದಿರದಿದ್ದ, ಬಂದೂಕಿನ ಕೆಳಗೆ ಅಡಗಿದ್ದ ಒಂದು ಪುಟ್ಟ ಡಬ್ಬ ಕಣ್ಣಿಗೆ ಬೀಳುತ್ತದೆ. ಜೊತೆಯಲ್ಲಿ ಒಂದು ಪುಟ್ಟ ಪುಸ್ತಕ ಕೂಡಾ ಇದೆ. ಡಬ್ಬವನ್ನು ಕೈಗೆತ್ತಿಕೊಂಡು ಅದರ ಮುಚ್ಚಳ ತೆಗೆದು ನೋಡುತ್ತೀಯ. ಅದರಲ್ಲಿ ತಾಮ್ರದ, ಕಡಲೇಕಾಯಿಯಷ್ಟು ದೊಡ್ಡದಾದ ಗುಂಡುಗಳಿದ್ದಾವೆ. ಸುಮಾರು ಒಂದಿಪ್ಪತ್ತಿರಬೇಕೇನೋ. ಪುಸ್ತಕವನ್ನು ಎತ್ತಿ ನೋಡುತ್ತೀಯ. ಈ ರೈಫಲ್ಲನ್ನು ಉಪಯೋಗಿಸುವ ಬಗೆಯನ್ನು ವಿವರಿಸಿದ್ದಾರೆ. ಓದಲು ಪುಸ್ತಕವನ್ನು ಕೈಗೆತ್ತಿಕೊಳ್ಳುತ್ತೀಯ...

ರಾತ್ರಿ ಒಂದು ಗಂಟೆಯಿಂದಲೇ ನೀನು ಕಾಯುತ್ತಿದ್ದೀಯ. ನೀನು ನಿನ್ನ ಬೆಡ್‌ರೂಮಿನ ಕಿಟಕಿಯಲ್ಲಿ ಇಣುಕುತ್ತಾ ಕುಳಿತಿಲ್ಲ, ಬದಲಿಗೆ ಗೇಟಿನ ಬಳಿ, ಕತ್ತಲಲ್ಲಿ ಅಡಗಿ ಕುಳಿತಿದ್ದೀಯ. ಕೈಯಲ್ಲಿ ಬಂದೂಕು ಹಿಡಿದುಕೊಂಡಿದ್ದೀಯ. ಅದರಲ್ಲಿ ಕಡಲೇಕಾಯಿ ಗಾತ್ರದ ಒಂದು ಗುಂಡನ್ನು ತುಂಬಿದ್ದೀಯ. ಯಾವುದಕ್ಕೂ ಇರಲಿ ಎಂದು ಜೇಬಿನಲ್ಲೂ ಒಂದೈದಾರು ಗುಂಡುಗಳನ್ನು ಇಟ್ಟುಕೊಂಡಿದ್ದೀಯ. ಒಂದು ರೀತಿಯಲ್ಲಿ ಯುದ್ಧಕ್ಕೆ ಸಿದ್ಧನಾದ ಸೈನಿಕನ ಹಾಗಿದ್ದೀಯ.

ಕಪ್ಪನ್ನು ಹುಡುಕಲು ಕತ್ತಲನ್ನೇ ದಿಟ್ಟಿಸುತ್ತಿರುವ ನಿನ್ನ ಕಣ್ಣುಗಳಿಗೆ ಆಯಾಸವಾದಂತಿದೆ. ಆದರೂ ಒಂದರೆ ಕ್ಷಣ ಕಣ್ಣು ಮುಚ್ಚಿ ಮತ್ತೆ ಮರದ ಕೆಳಗೆ ಹೆಪ್ಪುಗಟ್ಟಿರುವ ಕತ್ತಲನ್ನೇ ದಿಟ್ಟಿಸುತ್ತೀಯ. ಅದೆಷ್ಟು ಹೊತ್ತು ಹೀಗೇ ಕಾದು ಕುಳಿತಿದ್ದೀಯೋ, ಅದೆಷ್ಟು ಸಾರಿ ಕಣ್ಣನ್ನು ಮುಚ್ಚಿ ಮತ್ತೆ ಕತ್ತಲನ್ನು ದಿಟ್ಟಿಸಿದ್ದೀಯೋ. ಕೊನೆಗೂ ಮರದ ಕೆಳಗಿನ ಕತ್ತಲು ಅಲ್ಲಾಡಿದ ಹಾಗಾಗುತ್ತದೆ. ನೀನು ಬಂದೂಕನ್ನು ಗಟ್ಟಿಯಾಗಿ ಹಿಡಿದುಕೊಳ್ಳುತ್ತೀಯ. ಅದಕ್ಕೂ ನೀನು ಕಾಯುತ್ತಾ ಕುಳಿತಿರುವುದು ಗೊತ್ತಾಗಿರಬೇಕು, ಅದಕ್ಕೇ ಹೊತ್ತಿಗೆ ಮುಂಚೆ ಬಂದಿರಬೇಕು. ತನ್ನ ಮುಂಗಾಲುಗಳನ್ನು ಚಾಚಿ ಕೂತಿರೋದು ನಿನಗೆ ಸ್ಪಷ್ಟವಾಗಿ ಕಾಣುತ್ತಿದೆ. ಬಂದೂಕಿನ ಬುಡವನ್ನು ಎದೆಗೆ ಒತ್ತಿಕೊಂಡು ಗುರಿ ಹಿಡಿಯುತ್ತೀಯ. ಮತ್ತೆ ಅದೇನು ಅನಿಸಿತೋ ಏನೋ, ಬಂದೂಕನ್ನು ಕೈಯಲ್ಲಿ ಹಿಡಿದು ಎದ್ದು, ಗೇಟನ್ನು ತೆಗೆದು, ಅಳುಕುತ್ತಾ ಅದರ ಕಡೆಗೆ ಒಂದೆರಡು ಹೆಜ್ಜೆ ಹಾಕುತ್ತೀಯ. ಅದು ಕುಳಿತಲ್ಲಿಂದ ಅಲ್ಲಾಡುವುದಿಲ್ಲ. ನಿನಗೂ ಒಂದಿಷ್ಟು ಧೈರ್ಯ ಬಂತೋ ಏನೋ, ಗಟ್ಟಿ ಹೆಜ್ಜೆಗಳಲ್ಲಿ ಅದರ ಕಡೆಗೆ ನಡೆಯುತ್ತೀಯ. ಅದು ನಿನ್ನನ್ನೇ ನೋಡುತ್ತಿದೆ. ಅದರಿಂದ ಒಂದೈದು ಅಡಿ

ದೂರದಲ್ಲಿ ನಿಲ್ಲುತ್ತೀಯ. ಅದು ನಿಧಾನವಾಗಿ ಎದ್ದು ತನ್ನ ಹಿಂಗಾಲುಗಳ ಮೇಲೆ ಕೂಡುತ್ತದೆ. ನಿನ್ನನ್ನೇ ನೋಡುತ್ತಿದೆ. ಅದರ ಕೆಂಪು ಗೋಲಿ ಕಣ್ಣುಗಳು, ನಡೂ ಮಧ್ಯೆ ಇರುವ ಹಳದಿ ಚುಕ್ಕೆಗಳು ನಿನಗೆ ಸ್ಪಷ್ಟವಾಗಿ ಕಾಣುತ್ತಿವೆ. ಆ ಕಣ್ಣುಗಳು ನಿನಗೇನೋ ಹೇಳುತ್ತಿವೆ ಎಂದು ಭಾಸವಾಗುತ್ತಿಲ್ಲವೇ ನಿನಗೆ? ಅದ್ಯಾಕೆ ಎಂದಿನಂತೆ ಊಳಿಡದೇ, ಸದ್ದಿಲ್ಲದೇ ನಿನ್ನನ್ನೇ ನೋಡುತ್ತಿದೆ ಎಂದು ಆಶ್ಚರ್ಯವಾಗುತ್ತಿಲ್ಲವೇ ನಿನಗೆ? ಅದು ತನ್ನ ಕೊರಳನ್ನೆತ್ತುತ್ತಿದೆ. ಸಣ್ಣದಾಗಿ ತನ್ನ ಆಲಾಪವನ್ನು ಆರಂಭಿಸುತ್ತದೆ, ನೀನು ಬಚ್ಚಲುಮನೆಯಲ್ಲಿ ಹಾಡನ್ನು ಗುಣುಗುವುದಿಲ್ಲವಾ, ಹಾಗೆ. ಆಶ್ಚರ್ಯವೆನ್ನುವಂತೆ ಅದು ತನ್ನ ಗುಣುಗನ್ನು ನಿಲ್ಲಿಸಿ ನಿನ್ನನ್ನೇ ನೋಡುತ್ತದೆ. ಮತ್ತೆ ಆರಂಭಿಸುತ್ತದೆ, ಹಾಗೇ, ಗುಣುಗುವಂತೆ. ನೀನು ಬಂದೂಕನ್ನು ನಿನ್ನ ಎದೆಗೆ ಒತ್ತಿಕೊಂಡು ಅದಕ್ಕೆ ಗುರಿಯಿಡುತ್ತೀಯ. ಅದರ ಊಳಾಟ ಗಟ್ಟಿಯಾಗುತ್ತಿದೆ, ಗುಣುಗು ಹಾಡೊಂದಕ್ಕೆ, ಆಲಾಪವೊಂದಕ್ಕೆ ಬದಲಾಗುವ ಧಾಟಿಯಲ್ಲಿ. ಗುರಿಯಿಟ್ಟು ನಿಂತಿರುವ ನೀನು ಅಲ್ಲಾಡುತ್ತಿಲ್ಲ. ಕೇವಲ ಐದು ಅಡಿ ದೂರದಲ್ಲಿದೆ ಅದು. ಗುರಿ ತಪ್ಪಲು ಸಾಧ್ಯವೇ ಇಲ್ಲ. ಗುರಿ ಸಿಕ್ಕ ಖಾತ್ರಿಯಾದ ಕೂಡಲೇ ನೀನು ಗನ್ನಿನ ಕುದುರೆಯನ್ನು ಒತ್ತುತ್ತೀಯ. ಗಟ್ಟಿಯಾದ ಠೊಳ್ ಎನ್ನುವ ಸದ್ದು ಊಳಾಟವನ್ನೂ ಮೀರಿ ಕೇಳುತ್ತದೆ. ಗುಂಡು ಅದಕ್ಕೆ ತಾಗಿರಬೇಕು, ಗಟ್ಟಿಯಾಗಿ ವಂಯ್ಯ್ ಎನ್ನುವ ಸದ್ದು ಹೊರಡಿಸುತ್ತದೆ ಅದು. ಗಾಬರಿಯಿಂದ ಅತ್ತಿತ್ತ ನೋಡುತ್ತೀಯ. ನೀನು ಹಾರಿಸಿದ ಗುಂಡಿನ ಸದ್ದು, ಅದು ವಂಯ್ಯೆಂದ ಸದ್ದು ಯಾರಿಗೂ ಕೇಳಿದಂತಿಲ್ಲ. ಯಾವ ಮನೆಯ ದೀಪವೂ ಹೊತ್ತಲಿಲ್ಲ. ಗುಂಡು ಅದಕ್ಕೆ ಎಲ್ಲಿಗೆ ತಾಗಿದೆ ಎಂದು ನಿನಗೆ ಗೊತ್ತಿಲ್ಲ. ಗಡಿಬಿಡಿಯಿಂದ ಜೇಬಿನಿಂದ ಇನ್ನೊಂದು ಗುಂಡನ್ನು ತೆಗೆದು ತುಂಬುತ್ತೀಯ. ಅದರ ಊಳಾಟ ನಿಂತಿದೆ. ಮೆಲ್ಲಗೆ ಅದು ನೆಲಕ್ಕೆ ಒರಗುತ್ತಿದೆ. ನಿನ್ನ ಕಣ್ಣೆದುರೇ ಒರಗುತ್ತಿದೆ. ಶರಣಾಗುತ್ತಿದೆ. ಸದ್ದಿಲ್ಲ. ಈಗ ಅದು ಅಲ್ಲಾಡುತ್ತಿಲ್ಲ. ಗುಂಡು ತುಂಬಿದ ಗನ್ನನ್ನು ಹಿಡಿದು ಅದರತ್ತ ಗುರಿ ಹಿಡಿದು ಕಾಯುತ್ತಿದ್ದೀಯಾ. ಮಲಗಿದ ಅದು ಮಿಸುಗಾಡುತ್ತಿಲ್ಲ.

ಅವತ್ತು ರಾತ್ರಿ ಮಲಗಿದ ನಿನಗೆ ಕನಸುಗಳೇ ಇಲ್ಲದ ಗಾಢ ನಿದ್ದೆ.

ಒಮ್ಮೆಲೇ ಎಚ್ಚರವಾದಾಗ ಮಧ್ಯಾಹ್ನವಾಗಿದೆ. ತಿಂಗಳುಗಳೇ ಆಗಿರಬೇಕು ನೀನು ಇಂತಹ ನಿದ್ದೆ ಮಾಡಿ. ಗಡಿಬಿಡಿಯಿಂದ ಎದ್ದು ಕೂಡುತ್ತೀಯ. ಕುಳಿತ ಕೂಡಲೇ ಯಾಕೋ ಬೆನ್ನಮೂಳೆಯ ಕೆಳಗೆ ಏನೋ ಒತ್ತಿದಂತಾಗಿ ಸ್ವಲ್ಪ ನೋವಾದಂತೆ ಆಗುತ್ತದೆ. ಪೈಜಾಮದೊಳಗೆ ಕೈ ತೂರಿಸಿ ಬೆನ್ನಮೂಳೆಯ ಬುಡವನ್ನು ಮುಟ್ಟಿಕೊಳ್ಳುತ್ತೀಯ. ಏಟು ಬಿದ್ದಿರಬೇಕೇನೋ, ಕೊಂಚ ಊದಿಕೊಂಡಿದೆ ಅನಿಸುತ್ತದೆ ನಿನಗೆ. ಒಂದಿಷ್ಟು ಸ್ನಾನದ ಶಾಸ್ತ್ರ ಮಾಡಿ, ನಿನ್ನ ಬಾಸ್‌ಗೆ ಕೊಡಬೇಕಾದ ಉತ್ತರವನ್ನು ಯೋಚಿಸುತ್ತಾ

ತಯಾರಾಗುತ್ತೀಯ. ಬೂಟು ಹಾಕಿಕೊಳ್ಳಲು ಕುರ್ಚಿಯಲ್ಲಿ ಕುಳಿತಾಗ ಬೆನ್ನಮೂಳೆ ಒತ್ತಿದಂತಾಗಿ ಮತ್ತೆ ನೋವಾಗುತ್ತದೆ. ಈ ಬಾರಿ ಸ್ವಲ್ಪ ಜೋರಾಗಿಯೇ ಆಗುತ್ತದೆ. ಬೆಲ್ಟು ಬಿಚ್ಚಿ ಪ್ಯಾಂಟಿನೊಳಗೆ ಕೈ ಹಾಕಿ ನೋಡಿಕೊಳ್ಳುತ್ತೀಯ. ಊತ ಹೆಚ್ಚಾದಂತಿದೆ. ನಿಂತೇ ಬೂಟು ಹಾಕಿಕೊಳ್ಳುತ್ತೀಯ. ನಿನ್ನ ನಿಜವಾದ ಸಮಸ್ಯೆ ಶುರುವಾಗುವುದು ಬೈಕ್ ಮೇಲೆ ಕುಳಿತಾಗ. ಕೂಡಲು ಸಾಧ್ಯವೇ ಆಗದಂಥಾ ನೋವು ನಿನಗೆ. ಅಲ್ಲೇ ಬೆನ್ನುಮೂಳೆಯ ಬುಡದಲ್ಲಿ. ಆ ನೋವಿನಲ್ಲೂ ನೀನು ಮರದತ್ತ ನೋಡುತ್ತೀಯ. ನಿನ್ನೆ ರಾತ್ರಿ ಮಲಗಿ ನಿನಗೆ ಶರಣಾದ ಅದು ಮರದ ಕೆಳಗಿಲ್ಲ. ನೀನು ಹಾರಿಸಿದ ಗುಂಡು ಅದರ ಮರ್ಮಕ್ಕೇ ತಗಲಿತ್ತೋ ಏನೋ, ಅದು ಸತ್ತೇ ಹೋಯಿತೋ ಏನೋ...ನಿನಗೆ ಗೊತ್ತಿಲ್ಲ. ನಿನ್ನ ಸದ್ಯದ ಸಮಸ್ಯೆ ಅದಲ್ಲ, ನಿನ್ನ ಬೆನ್ನಮೂಳೆಯಲ್ಲಿ ಅವತಾರವೆತ್ತಿರುವ ನೋವು. ಅಸಲಿಗೆ ಕುರ್ಚಿಯ ಮೇಲಾಗಲೀ, ನೆಲದ ಮೇಲಾಗಲೀ ಕೂಡಲು ಸಾಧ್ಯವೇ ಆಗದಂಥಾ ನೋವು.

ಮನೆಯೊಳಗೆ ಬಂದ ನೀನು ಪ್ಯಾಂಟನ್ನು ಕಳಚಿ ಬೆನ್ನಮೂಳೆ ಕೊನೆಯಾಗುವಲ್ಲಿ ಮುಟ್ಟಿ ನೋಡಿಕೊಳ್ಳುತ್ತೀಯ. ಆ ಊತ ಈಗ ಸುಮಾರು ಒಂದು ನಾಲ್ಕಿಂಚಿನಷ್ಟು ಬೆಳೆದಿದೆ. ಒರಟೊರಟಾಗಿದೆ. ಒಂದಿಷ್ಟು ಒರಟು ಕೂದಲು ಕೈಗೆ ಹತ್ತಿದ ಅನುಭವವಾಗುತ್ತದೆ. ನಿನಗೆ ಗಾಬರಿಯಾಗುತ್ತದೆ. ಬೆನ್ನಮೂಳೆಯಲ್ಲಿ ಏನಾಗುತ್ತಿದೆ ಎಂದು ನೋಡಿಕೊಳ್ಳಲೇ ಬೇಕು ನಿನಗೆ. ಕನ್ನಡಿಯನ್ನು ಕೈಗೆತ್ತಿಕೊಳ್ಳುವ ಕ್ಷಣದಲ್ಲಿ ಕನ್ನಡಿಯಲ್ಲಿ ನಿನ್ನ ಮುಖ ಕಾಣುತ್ತದೆ. ನಿನ್ನ ಮುಖ ಸ್ವಲ್ಪ ಕಪ್ಪಾಗಿದೆ ಅನಿಸುತ್ತದೆ ನಿನಗೆ. ಕನ್ನಡಿಯನ್ನು ಹಿಡಿದ ನಿನ್ನ ಕೈಗಳು ಕೂಡಾ ಕಪ್ಪಾಗಿವೆ ಅನಿಸುತ್ತದೆ. ಕನ್ನಡಿಯನ್ನು ಅತ್ತ ಇಟ್ಟು ಕೈಗಳನ್ನು ನೋಡಿಕೊಳ್ಳುತ್ತೀಯ. ನಿಜಕ್ಕೂ ಕಪ್ಪಾಗಿವೆ. ಕೈ ಮೇಲಿನ ಕೂದಲುಗಳು ದಟ್ಟವಾಗಿವೆ. ಉದ್ದವಾಗಿವೆ. ಇವು ನಿನ್ನ ಕೈಗಳು ಅಲ್ಲೇ ಅಲ್ಲ ಎನ್ನುವಂತಿವೆ. ಗಾಬರಿಯಿಂದ, ಹತಾಶೆಯಿಂದ ನೀನು ಹಾಸಿಗೆಯ ಮೇಲೆ ಒರಗುತ್ತೀಯ. ಅಂಗಾತ ಮಲಗಲು ಆಗುವುದಿಲ್ಲ. ಬೋರಲು ಮಲಗುತ್ತೀಯ. ಅದೆಂಥದೋ ಮತ್ತು ಆವರಿಸಿದಂತೆ ನಿದ್ದೆ ನಿನ್ನನ್ನು ಆವರಿಸುತ್ತದೆ. ಎಚ್ಚರವಾದಾಗ, ಕತ್ತಲಾಗುತ್ತಿದೆ. ಆದದ್ದೆಲ್ಲಾ ನೆನಪಾಗಿ ನೀನು ಧಡಕ್ಕನೆದ್ದು ಗೋಡೆಗೆ ಸಿಗಿಸಿದ ಕನ್ನಡಿಯಲ್ಲಿ ಮುಖ ನೋಡಿಕೊಳ್ಳುತ್ತೀಯ. ಅದು ನಿನ್ನ ಮುಖ ಅಲ್ಲವೇ ಅಲ್ಲ. ಕತ್ತಲಿಗಿಂತಾ ಕಪ್ಪಾಗಿದೆ ನಿನ್ನ ಮುಖ. ಮುಖವನ್ನು ಕಪ್ಪಾದ ದಟ್ಟ ಕೂದಲು ಆವರಿಸಿದೆ. ಕೈಗಳೂ ನಿನ್ನವಲ್ಲ. ಕೈ ಉಗುರುಗಳೂ ನಿನ್ನವಲ್ಲ. ಗಾಬರಿಯಿಂದ ಅಯ್ಯೋ ದೇವರೇ ಅನ್ನುತ್ತೀಯ. ಗಂಟಲಿನಿಂದ ಪದಗಳು ಹೊರಡುವುದಿಲ್ಲ. ಬದಲಿಗೆ ಆಲಾಪದಂತಹ ದನಿ ಹೊರಡತ್ತೆ. ಊಳಿಡುವಂಥಾ ದನಿ. ಅದು ನಿನ್ನ ದನಿಯೇ ಅಲ್ಲ.

ಈಗ ಮರದ ಕೆಳಗೆ ಕುಳಿತಿದ್ದೀಯ, ಮುಂಗಾಲುಗಳನ್ನು ಮುಂಚಾಚಿ. ಕತ್ತಲಿನಲ್ಲಿ

ಬೆರೆತು ಹೋದ ಕಪ್ಪು ಬಣ್ಣವಾಗಿ. ನಿನ್ನ ಕಣ್ಣುಗಳು ಮಾತ್ರ ಕೆಂಪಗೆ ಹೊಳೆಯುತ್ತಿವೆ. ದಿಟ್ಟಿಸಿ ನೋಡಿದಲ್ಲಿ ಅವುಗಳ ನಡುವಿನ ಹಳದಿ ಬಣ್ಣದ ಚುಕ್ಕೆಯೂ ಕಾಣಬಹುದು. ನಿಧಾನವಾಗಿ ಕೊರಳೆತ್ತಿ ನೀನು ಅಯ್ಯೋ ದೇವರೇ ನನಗೇನಾಗಿದೆ ಎಂದು ಕೇಳುತ್ತೀಯ. ಒಂದು ಊಳಿನಂತೆ ಕೇಳುತ್ತದೆ. ಒಂದು ಆಲಾಪ. ಮೊದ ಮೊದಲು ತುಂಡರಿಸೀ ತುಂಡರಿಸೀ. ನಂತರ ರಾಗವಾಗಿ ಎಡೆಬಿಡದೆ, ದೀರ್ಘವಾಗಿ. ಅಲ್ಲೊಂದು ಕಿಟಕಿಯಲ್ಲಿ ದೀಪ ಹೊತ್ತಿಕೊಳ್ಳುತ್ತದೆ, ಇಂತಹ ಮಧ್ಯ ರಾತ್ರಿಯಲ್ಲೂ...ನಂತರ ದೀಪ ಹೊತ್ತಿದ ಕಿಟಕಿಗೆ ಅಡ್ಡವಾಗಿ ಪರದೆಯನ್ನು ಎಳೆಯಲಾಗುತ್ತದೆ.

▶ ▶ ▶

ನೀನು ರಾತ್ರಿ ಯಾವುದೋ ಒಂದು ಹೊತ್ತಲ್ಲಿ ಧಡಕ್ಕಂತ ಎದ್ದು ಕೂಡುತ್ತೀಯ. ಬೆಚ್ಚಿ ಬಿದ್ದಿರಬೇಕು. ಕೆಟ್ಟ ಕನಸು ಬಿದ್ದಿರಬೇಕು ನಿನಗೆ. ಬೆವರಿನಿಂದ ನಿನ್ನ ಮೈ ತೊಯ್ದು ಹೋಗಿದೆ. ಮುಖ ಒರೆಸಿಕೊಳ್ಳಬೇಕು. ಅಲ್ಲೇ ಮಂಚದ ಮೇಲೆ ನಿನ್ನ ಸೊಂಟದ ಕೆಳಗೆ ಟವೆಲ್ ಬಿದ್ದಿದೆ. ಸ್ವಲ್ಪ ಸೊಂಟ ಎತ್ತಿ ಟವಲ್ ಎಳೆದುಕೊಳ್ಳುತ್ತೀಯ. ಮುಖ ಒರೆಸಿಕೊಳ್ಳುತ್ತೀಯ. ಟೈಮ್ ನೋಡಬೇಕು ನಿನಗೆ. ಏನು ಹುಡುಕುತ್ತಿದ್ದೀಯಾ ನೀನು? ಟೈಮ್ ನೋಡಲು ಸೆಲ್‌ಫೋನಾ? ಈ ಕತ್ತಲಲ್ಲಿ ಕಾಣಿಸುತ್ತಿಲ್ಲ ಅದು. ದೀಪ ಹಾಕುತ್ತೀಯ ನೀನು. ಕಿಟಕಿಯಲ್ಲಿ ದೀಪ ಕಂಡು ಅದು ಬರದೇ ಹೋದಾತೂ ಅಂತ ಅನುಮಾನ ನಿನಗೆ. ಕಿಟಕಿಗಿದ್ದ ಪರದೆಯನ್ನು ಕಿಟಕಿಗೆ ಅಡ್ಡ ಎಳೆಯುತ್ತೀಯ. ಸೆಲ್‌ಫೋನ್ ಆ ಹೊದಿಕೆಯ ಮಡಿಕೆಗಳಲ್ಲಿ ಎಲ್ಲೋ ಸೇರಿಕೊಂಡಿರಬೇಕು. ಎದ್ದು ಹೊದಿಕೆಯನ್ನು ಕೊಡವುತ್ತೀಯಾ. ಟಪ್ಪ್..ಟಪ್ಪ್...ಅಕೋ ಸೆಲ್‌ಫೋನ್ ಬೀಳುತ್ತದೆ...

ಹೀಗೇ ಕತೆ ಮುಂದುವರಿಯುತ್ತದೆ...

ಬೆಟ್ಟದಾ ಬುಡದಲ್ಲೀ...

ನೀನು, ಸುಬ್ಬರಾಮು ಅಲಿಯಾಸ್ ಸುಬ್ಬು ಅಲಿಯಾಸ್ ಎಸ್ಸಾರ್ ಅಲಿಯಾಸ್ ಬಿಎಮ್ ಅಲಿಯಾಸ್ ಬಿಳಿಮಂಗ (ಆಫೀಸಲ್ಲಿ ನಿನ್ನ ಬೆನ್ನ ಹಿಂದೆ ಎಲ್ಲಾ ನಿನ್ನನ್ನ ಕರಿಯೋದು ಇದೇ ಹೆಸರಲ್ಲಿ. ಅದು ನಿನಗೂ ಗೊತ್ತಿದೆ, ಗೊತ್ತಿಲ್ಲಾಂತ ನಾಟಕ ಆಡ್ತೀಯ. ಅದು ಅವರಿಗೂ ಗೊತ್ತಿದೆ) ಈಗ ಬೆಳಿಗ್ಗೆ ಬೆಳಿಗ್ಗೆ ಲಾಲ್‌ಬಾಗಲ್ಲಿ ಬಿರಬಿರ ನಡೀತಾಯಿದ್ದೀಯ. ಮೂರು ತಿಂಗಳ ಹಿಂದೆ ಡಾಕ್ಟರು ನಿನ್ನ ಶುಗರ್ ಟೆಸ್ಟ್ ಮಾಡಿ 'ಏನ್ರೀ ಸುಬ್ಬೂ, ನಿಮ್ಮಲ್ಲಿರದು ಶುಗರ್ ಅಲ್ಲಾರೀ, ಶುಗರ್ ಫ್ಯಾಕ್ಟರಿ, ಏನೂ ಫಾಸ್ಟಿಂಗ್ ಶುಗರ್‍ರೇ ಇನ್ನೂರು ದಾಟಿದೆಯಲ್ರೀ, ಇದೇನು ಒಂದೆರಡು ಮಾತ್ರೆಗಳಲ್ಲಿ ಕಮ್ಮಿಯಾಗಂಥಾದ್ದಲ್ಲ, ಇನ್ನು ಸಾಯಾ ತನಕ ಮಾತ್ರೆ ನುಂಗ್ತಾಯಿರಿ, ಹೊತ್ತೊತ್ತಿಗೆ ಊಟ ಮಾಡಿ, ಪಚ್ಚಬಾಳೇ, ಸಪೋಟಾ, ಹಲಸಿನಹಣ್ಣು, ಮಾವಿನಹಣ್ಣಿನ ಕಡೆ ತಿರುಗಿ ನೋಡಬೇಡಿ. ಐಸ್‌ಕ್ರೀಮೂ ಚಾಕಲೇಟ್ ಅಂಗಡೀಯಿರಾ ರೋಡ್ನಗೆ ಅಡ್ಡಾಡಬೇಡಿ. ಪ್ರತಿ ದಿಸಾ ಒಂದೆರಡು ಗಂಟೆ ಕೈಕಾಲು ಬೀಸ್ಕೊಂಡು ಬ್ರಿಸ್ಕಾಗಿ ವಾಕಿಂಗ್ ಮಾಡಿ. ಬೆವರು ಸುರೀಬೇಕು ಹಂಗೆ ವಾಕ್ ಮಾಡಿ. ಇನ್ನು ಮೊದಲ್ನಂಗೆ ಬೇಕು ಬೇಕಾದಂಗಿರಕ್ಕಾಗಲ್ಲ' ಅಂತ ಹೇಳಿ ನಿನ್ನ ಭವಿಷ್ಯದ ಬದುಕಿನ ಬಗ್ಗೆ ಗಾಬರಿ, ಜುಗುಪ್ಸೆ, ಹತಾಶೆ ಎಲ್ಲವನ್ನೂ ಒಟ್ಟಿಗೇ ನಿನ್ನ ತಲೆಯಲ್ಲಿ

ತುಂಬಿ ಹೊರಗೆ ಕಳಿಸಿದ್ದರು. ಅವತ್ತಿಂದಾ ನೀನು ಪ್ರತಿ ದಿನ ಐದೂವರೆಯಿಂದ ಏಳೂವರೆ ಎಂಟರ ತನಕ ಹೀಗೆ ಲಾಲ್‌ಬಾಗಲ್ಲಿ ನಡೀತಾಯಿದೀಯ. ಎರಡೂ ಕೈಗಳನ್ನು ಅಸಡಾ ಬಸಡಾ ಬೀಸುತ್ತಾ ಹೊರಟೀ ಅಂದ್ರೆ (ಬೆವರು ಸುರೀಬೇಕಲ್ಲ?) ಕರ್ನಾಟಕದ ಜನ ನಿನ್ನಿಂದ ನಾಕಡಿ ದೂರ ಓಡಾಡಬೇಕು. ಮೊದಲು ಮೊದಲು ನಿಂಗೆ ಈ ವಾಕಿಂಗ್ ಅನ್ನೋದು ಬಲು ಉಪದ್ರವದ್ದು ಅನಿಸಿತ್ತು. ಬೆಳಿಗ್ಗೆ ಅಷ್ಟೊತ್ತಿಗೆ ಏಳದಿದೆಯಲ್ಲಾ, ಎದ್ದು ತಯಾರಾಗದಿದ್ಯಲ್ಲ, ಮಲಗೋದು ಬಿಟ್ಟು ಇದ್ಯಾವ ನರಕ ಅನಿಸಿತ್ತು ನಿನಗೆ. ಬರ್ತಾ ಬರ್ತಾ ಈಗ ವಾಕಿಂಗ್ ನಿನಗೆ ರೂಢಿಯಾಗಿ ಬಿಟ್ಟಿದೆ. ಈಗ ಆನಂದವಾಗಿ ವಾಕಿಂಗ್ ಮಾಡ್ತಾಯಿದ್ದೀಯ.

ಇವತ್ತೂ ಅಷ್ಟೇ, ಅಸಡಾ ಬಸಡಾ ಕೈ ಬೀಸುತ್ತಾ ಸುತ್ತಲಿನವರನ್ನು ಹೆದರಿಸುತ್ತಾ ಲಾಲ್‌ಬಾಗಲ್ಲಿ ನಡೀತಾಯಿದ್ದೀಯ. ಇಡೀ ಪಾರ್ಕಿಗೇ ಒಂದು ರೀತಿಯ ಬಿಳೀ ಸೊಳ್ಳೆಪರದೆ ಹೊದೆಸಿದ ಹಾಗಿದೆ. ಇತ್ಲಗೆ ಬೆಳಕೂ ಅಲ್ಲ, ಅತ್ಲಗೆ ಕತ್ತಲೂ ಅಲ್ಲ ಅನ್ನೋ ಹಾಗಿದೆ. ನೀನು ಮಾತ್ರ ಸುತ್ತ ಮುತ್ತಲಿನದನ್ನು ನೋಡದೇ, ಏಕದೃಷ್ಟಿಯುಳ್ಳವನಾಗಿ ನಡೆಯುತ್ತಿದ್ದೀಯ. ಯಾವುದೋ ಶಮ್ಮೀಕಪೂರನ ಹಾಡನ್ನು ಗುಣುಗುತ್ತಾ ಇದ್ದೀಯ. ಇದ್ದಕ್ಕಿದ್ದ ಹಾಗೇ ಯಾರೋ ನಮಸ್ಕಾರ ಸಾರ್ ಅಂದಿದ್ದು ನಿನಗೆ ಕೇಳುತ್ತದೆ. ನೀನು ನಡೆಯುವುದನ್ನು ನಿಲ್ಲಿಸದೇ ಭುಜದ ಮೇಲಿಂದ ಹಿಂತಿರುಗಿ ನೋಡುತ್ತೀಯ. ನಿನ್ನಷ್ಟೇ ಎತ್ತರದ ವ್ಯಕ್ತಿ, ನಿನ್ನಷ್ಟೇ ವೇಗವಾಗಿ ಹೆಜ್ಜೆಯಿಕ್ಕುತ್ತಾ ಬರುತ್ತಿದ್ದಾನೆ. ಹೆಚ್ಚೂ

ಕಮ್ಮಿ ನಿನ್ನ ಹಾಗೇ ಕೈ ಬೀಸುತ್ತಿದ್ದಾನೆ. ನೋಡ ನೋಡುತ್ತಾ ಆತ ನಿನ್ನ ಪಕ್ಕದಲ್ಲೇ ಬಂದು ಬಿಡುತ್ತಾನೆ. ಮತ್ತೊಮ್ಮೆ 'ನಮಸ್ಕಾರ' ಎನ್ನುತ್ತಾನೆ. ನಿನಗೆ ಮಾತನಾಡಲು ಮನಸ್ಸಿಲ್ಲ. ಆದರೂ ಯಾವುದಕ್ಕೂ ಇರಲಿ ಎಂದು ಒಂದು ನಮಸ್ಕಾರವನ್ನು ಅತ್ತ ಬಿಸಾಕಿ ನಿನ್ನ ಪಾಡಿಗೆ ನೀನು ನಡೆಯುತ್ತೀಯ. ಈಗ ಆತ ಹೆಚ್ಚೂ ಕಮ್ಮಿ ನಿನ್ನ ಭುಜ ಸವರುವಷ್ಟು ಹತ್ತಿರದಲ್ಲಿ ನಡೆಯುತ್ತಿದ್ದಾನೆ. ಮತ್ತೆ 'ನಮಸ್ಕಾರ' ಎಂದು (ಈ ಸಾರಿ ಸ್ವಲ್ಪ ಜೋರಾಗಿಯೇ ಇದೆ ದನಿ, ಒತ್ತಾಯದಿಂದ ಎಂಬಂತೆ) ಆತ ಕೈ ನೀಡುತ್ತಾನೆ. ಆತನ ಕೈಗಳನ್ನು ನೋಡುತ್ತೀಯ. ಮೊಣಕೈಯಿಂದ ಬೆವರು ಧಾರೆಯಾಗಿ ಇಳಿದು ಅವನ ಅಂಗೈ ಸೇರುತ್ತಿದೆ. ಚಾಚಿದ ಅಂಗೈ ಮೇಲೆ ಒಂದು ತೇವದ ಪಾರದರ್ಶಕ ಬಟ್ಟೆ ಹೊದೆಸಿದ ಹಾಗಿದೆ. ನಿನಗೆ ಆ ಕೈಯನ್ನು ಮುಟ್ಟುವ ಮನಸ್ಸಿಲ್ಲ, ಕುಲುಕುವ ಮನಸ್ಸೂ ಇಲ್ಲ. 'ನಾನು ಇಂಥಾ ಹೊತ್ತಲ್ಲಿ ಕೈ ಕುಲುಕಲ್ಲ' ಎಂದು ಖಾಲಿ ನಮಸ್ಕಾರ ಮಾಡುತ್ತೀಯ. ಮತ್ತೆ ಒಂದಿಷ್ಟು ಹೊತ್ತು ಮಾತಿಲ್ಲ, ಕೇವಲ ನಡಿಗೆ. 'ಹಾಡು ಚೆನ್ನಾಗಿ ಹೇಳ್ತೀರ' ಅಂದು ಬಿಡುತ್ತಾನೆ. ಆತ ಹೇಳಿದ್ದು ಕೇಳಿ ನಿನಗೆ ಆಶ್ಚರ್ಯವಾಗುತ್ತದೆ. ಎಲ್ಲರಿಗೂ ಕೇಳುವ ಹಾಗೆ ಹಾಡುತ್ತಿದ್ದೀನಾ ಎಂದು ಸಂಕೋಚವಾಗುತ್ತದೆ. 'ಅದನ್ನು ಲತಾ ಮಂಗೇಶ್ಕರ್ ಹಾಡಿದಾಳೆ, ಅಷ್ಟೇನೂ ಚೆನ್ನಾಗಿಲ್ಲ' ಅಂದು ಬಿಡುತ್ತಾನೆ. ಈಗಂತೂ ನಿನಗೆ ಜೀವ ಹೋಗುವಂತಾಗುತ್ತದೆ. ಅಂದರೆ ನೀನು ಹಾಡಿಕೊಂಡಿದ್ದು ಯಾವ ಹಾಡು ಎಂದು ಎಲ್ಲರಿಗೂ ಗೊತ್ತಾಗಿದೆ, ಎಲ್ಲರೂ ಕೇಳಿದ್ದಾರೆ. ನಾಳೆ ಬೇರೆ ದಾರಿಯಲ್ಲಿ ಓಡಾಡಬೇಕು ಅಂದುಕೊಳ್ಳುತ್ತೀಯ. ರಸ್ತೆ ಕವಲಾಗುತ್ತದೆ. ನೀನು ನಿನ್ನ ಎಂದಿನ ಬಲಗಡೆ ರಸ್ತೆ ಹಿಡಿಯುತ್ತೀಯ. ಆತ ಲಾಲ್‌ಬಾಗ್ ಬೆಟ್ಟದ ದಾರಿ ಹಿಡಿಯುತ್ತಾನೆ. ಹೋಗುತ್ತಾ ಹೇಳುತ್ತಾನೆ, 'ನಾನು ದಿನಾ ಎರಡು ಸತಿ ಬೆಟ್ಟ ಹತ್ತಿ ಇಳಿದು ಹೋಗ್ತೀನಿ. ಟ್ರೈ ಮಾಡಿ. ಸ್ಟಾಮಿನಾ ಹೆಚ್ಚಾಗ್ತದೆ. ಬರ್ತೀನಿ' ಎಂದವನೇ ಕೈ ಬೀಸಿ ಹೋಗುತ್ತಾನೆ. ಅವನೂ ಅಸಡಾ ಬಸಡಾ ಕೈ ಬೀಸಿ ನಡೆಯುತ್ತಿದ್ದಾನೆ. ಅವನು ನಡೆಯುತ್ತಿರುವ ರೀತಿ ನೋಡಿ ನಿನಗೆ ನಗು ಬರುತ್ತದೆ. ಥಟ್ಟನೇ ಒಂದು ಆಲೋಚನೆಯೂ ಬರುತ್ತದೆ, ನೀನೂ ಹೆಚ್ಚೂ ಕಮ್ಮಿ ಅವನ ಹಾಗೇ ಕೈ ಬೀಸಿ ನಡೆಯುತ್ತಿರಬಹುದಲ್ಲಾ, ಅವನ ನಡಿಗೆ ನೋಡಿ ನೀನು ಈಗ ನಕ್ಕಂತೆ ಜನ ನಿನ್ನನ್ನೂ ನೋಡಿ ನಗುತ್ತಿರಬಹುದಲ್ಲ? ನೀನು ಅವನ ಬೆನ್ನನ್ನೇ ನೋಡುತ್ತಾ ನಿಂತು ನಂತರ ನಿನ್ನ ದಾರಿ ಹಿಡಿಯುತ್ತೀಯ. ನೀನು ಈಗ ಕೈಗಳನ್ನು ಬೀಸುತ್ತಿಲ್ಲ. ಕೈಗಳು ಒಂದಿಷ್ಟು ತಹಬಂದಿಗೆ ಬಂದಿವೆ. ಒಂದಷ್ಟು ಹೆಜ್ಜೆಗಳನ್ನು ನಿನ್ನ ದಾರಿಯಲ್ಲಿ ನಡೆದ ನಿನಗೆ ಏನನಿಸಿತೋ ಏನೋ ಹಿಂತಿರುಗಿ ರಸ್ತೆಯ ಕವಲಿನ ಕಡೆ ನಡೆಯುತ್ತೀಯ, ಅಲ್ಲಿಂದ ಬೆಟ್ಟದ ಬುಡಕ್ಕೆ. ಬುಡದಲ್ಲಿ ನಿಂತು ಒಮ್ಮೆ ನೋಡುತ್ತೀಯ. ಬೆಟ್ಟದ ಮೇಲೆ ಹತ್ತಿಳಿಯುತ್ತಿರುವ ಒಂದು ರಾಶಿ ಜನ ಕಾಣುತ್ತಿದ್ದಾರೆ ನಿನಗೆ. ಆದರೆ ಅವನು ಮಾತ್ರ

ಕಾಣುತ್ತಿಲ್ಲ. ಇನ್ನೂ ಒಂದೆರಡು ನಿಮಿಷ ಕಾಯುತ್ತೀಯ. ಬೆಟ್ಟ ಹತ್ತುವವರಲ್ಲಾಗಲೀ, ಇಳಿಯುವವರಲ್ಲಾಗಲೀ ನೀನು ಅವನನ್ನು ಕಾಣುವುದಿಲ್ಲ. ಇಷ್ಟು ಬೇಗ ಬೆಟ್ಟಾನ್ನ ಎರಡು ಸತಿ ಹತ್ತಿ ಇಳಿದ್ನೋ ಅಥವಾ ಬರೀ ಬೊಗಳೆ ಬಿಟ್ನೋ, ಯಾರಿಗ್ಗೊತ್ತು ಎಂದುಕೊಳ್ಳುತ್ತಾ ನಿನ್ನ ದಾರಿ ನೀನು ಹಿಡಿಯುತ್ತೀಯ. ಅವನನ್ನು ಹುಡುಕಿ ಹಿಂತಿರುಗಿ ಹೋಗಿದ್ದು ಯಾಕೆ ಎನ್ನುವ ಪ್ರಶ್ನೆಗೆ ನಿನ್ನಲ್ಲಿ ಉತ್ತರವಿಲ್ಲ, ಆಶ್ಚರ್ಯವಿದೆ ಅಷ್ಟೇ. ಮುಂದಿನ ಅರ್ಧ ಗಂಟೆಯ ವಾಕಿಂಗ್ ಮುಗಿಸುವಷ್ಟರಲ್ಲಿ ಸಾಕಷ್ಟು ಬೆವೆತಿದ್ದೀಯ, ಎಂದಿನಂತೆ ಹಾಡಿಕೊಳ್ಳುತ್ತಿದ್ದೀಯ, ಕೈಗಳನ್ನು ಮತ್ತೆ ಹರಿಯಬಿಟ್ಟು ಅಸಡಾ ಬಸಡಾ ಬೀಸುತ್ತಿದ್ದೀಯ. ನೀನು ಹಾಕಿರುವ ಟೀ ಶರ್ಟ್ ಬೆವರಿನಿಂದ ತೊಪ್ಪೆಯಾಗಿದೆ. ಹಣೆ, ಕಿವಿಯ ಹಿಂದೆ, ಕಂಕುಳು, ತೊಡೆ ಸಂದಿ, ಮೊಣಕಾಲ ಹಿಂಬದಿ, ಎದೆ ಮತ್ತು ಬೆನ್ನಿನ ಮುಕ್ಕಾಲು ಪಾಲು ಬೆವರಿನಿಂದ ತೊಯ್ದು ಹೋಗಿದೆ. ಅಷ್ಟು ಬೆವರು ಸುರಿಸಿದ್ದಕ್ಕೆ ನಿನಗೆ ಹೆಮ್ಮೆಯಾಗುತ್ತದೆ. ನಾಳೆ ನಾಡಿದ್ದರಲ್ಲಿ ಮತ್ತೊಮ್ಮೆ ಶುಗರ್ ಟೆಸ್ಟ್ ಮಾಡಿಸಿಕೋಬೇಕು ಅಂದುಕೊಳ್ಳುತ್ತೀಯ. ಸುಮ್ಮನೇ ಅಂಗೈಯನ್ನು ನೋಡಿಕೊಳ್ಳುತ್ತೀಯ. ಅದೂ ಬೆವೆತು ಹೋಗಿದೆ. ಎರಡೂ ಅಂಗೈಗಳನ್ನು ನಿನ್ನ ಕುಂಡೆಗೆ ಸವರಿಕೊಂಡು ಬೈಕ್ ಸ್ಟಾರ್ಟ್ ಮಾಡುತ್ತೀಯ.

ಇವತ್ತೂ ಎಂದಿನಂತೆ ಇತ್ತು ಜಗತ್ತು. ಅದೇ ಬ್ಯಾಂಕು, ಅವೇ ಸಹೋದ್ಯೋಗಿಗಳು, ಅದೇ ಸಾಲ ಮಂಜೂರು, ಸಾಲ ಮನ್ನಾ, ಸಾಲ ರಿಯಾಯಿತಿ, ಅದೇ ದರ್ಶಿನಿ ಊಟ, ಅದೇ ಸಕ್ಕರೆಯಿಲ್ಲದ ಕಾಫಿ, ಅದೇ ನಿನ್ನ ಬೈಕು, ಅದೇ ನಿನ್ನ ಮನೆ. ಎಂದಿನಂತೆ ರಾತ್ರಿ ಒಂಬತ್ತಕ್ಕೆಲ್ಲಾ ಮಲಗಿ ಬಿಟ್ಟೆ ನೀನು. ಕಳೆದ ಒಂದಿಷ್ಟು ವರ್ಷಗಳಿಂದ ನಿನ್ನ ದಿನಚರಿಯಲ್ಲೇನೂ ಬದಲಾವಣೆಗಳಿಲ್ಲ.

ಬೆಳಿಗ್ಗೆ ಬೆಳಿಗ್ಗೆ ಅಷ್ಟು ಹೊತ್ತಿಗೇ ನೀನು ಸಿದ್ದಾಪುರ ಗೇಟಿನಿಂದ ಲಾಲ್‌ಬಾಗ್ ಪ್ರವೇಶ ಮಾಡುವುದು ಅವನಿಗೆ ಗೊತ್ತಿತ್ತೋ ಏನೋ, ನಿನಗಿಂತಾ ಮೊದಲೇ ಅವನು ಕಾಯುತ್ತಿದ್ದಾನೆ. ನೀನು ಗೇಟು ದಾಟಿ ಒಳ ಬಂದಿದ್ದನ್ನು ನೋಡಿದ್ದನೋ ಏನೋ, ಎದ್ದು ನಿನ್ನ ಪಕ್ಕ ಹೆಜ್ಜೆ ಹಾಕಲು ಶುರುಮಾಡುತ್ತಾನೆ. ಸ್ವಲ್ಪ ಹೊತ್ತು ಇಬ್ಬರೂ ಮಾತನಾಡುವುದಿಲ್ಲ. ಮಾತಿಲ್ಲದೇ ಕೈ ಬೀಸುತ್ತಾ ನಡೆಯುತ್ತಿರುವ ನೀವಿಬ್ಬರೂ ಕವಾಯತಿನಲ್ಲಿರುವ ಸಿಪಾಯಿಗಳಂತೆ ಕಾಣುತ್ತಿರಬೇಕು ಅನಿಸುತ್ತದೆ ನಿನಗೆ. 'ಯಾಕೆ ಹಾಡ್ತಾಯಿಲ್ಲ' ಅನ್ನುತ್ತಾನೆ. ಅರೇ ಹೌದಲ್ಲಾ ಇವತ್ತು ಹಾಡಿಲ್ಲದೇ, ಯಾವುದೇ ಸದ್ದಿಲ್ಲದೇ ನಡೆಯುತ್ತಿದ್ದೇನೆ ಅನಿಸಿ ನಿನಗೆ ಆಶ್ಚರ್ಯವಾಗುತ್ತದೆ. ಮೊದಲ ಬಾರಿಗೆ ಅವನ ಜೊತೆ ಮೌನ ಮುರಿಯುತ್ತೀಯ, 'ನಾನು ಅಷ್ಟು ಜೋರಾಗಿ ಹಾಡ್ತೀನಾ' ಎಂದು ಕೇಳುತ್ತೀಯ, 'ಅಂದರೆ ಇನ್ನೊಬ್ಬರಿಗೆ ಕೇಳುವಷ್ಟು?' 'ಇನ್ನೊಬ್ಬರಿಗೆ ಕೇಳತ್ತೋ ಬಿಡತ್ತೋ ನಂಗೊತ್ತಿಲ್ಲಾರೀ, ನಂಗಂತೂ ಕೇಳ್ತು' ಎನ್ನುತ್ತಾನೆ.

ಅವನೊಂದಿಗೆ ನಿನ್ನೆಯಷ್ಟು ಬಿಗುವಾಗಿಲ್ಲ ನೀನು. ನಿನ್ನ ದನಿಗೆ ಕೊಂಚ ಸಲಿಗೆ ಬಂದಿದೆ. ಅವನೇ ಮಾತು ಮುಂದುವರೆಸುತ್ತಾನೆ, 'ನಾವಿಬ್ರೂ ಹೀಗೆ ಮಾತಿಲ್ಲದೇ ಕೈ ಬೀಸ್ತಾ ನಡೀತಾಯಿರೋದನ್ನ ಯಾರಾದ್ರೂ ನೋಡಿದ್ರೆ ಮಿಲಿಟ್ರೀಲೋ ಪೋಲೀಸ್ ಡಿಪಾರ್ಟ್‌ಮೆಂಟಲ್ಲೋ ವಳ್ಳೇ ಮಾರ್ಚ್‌ಪಾಸ್ಟಿಗೆ ಹೊರಟಿದಾರೇನೋ ಅಂದ್ಕೋಬೇಕು.' ಒಮ್ಮೆ ಮುಗ್ಗರಿಸುತ್ತೀಯ. ಅವನ ಮುಖ ನೋಡುತ್ತೀಯ. ಅವನು ಕೊಂಕಿದನೋ, ಸಹಜವಾಗೇ ಹೇಳಿದನೋ ನಿನಗೆ ತಿಳಿಯುವುದಿಲ್ಲ. ಮತ್ತೆ ಮೌನ. ಮತ್ತೆ ಒಂದಿಷ್ಟು ನಡಿಗೆ. 'ಅದ್ಯಾಕೆ ವಾಪಸ್ಸು ಬಂದು ನಾನು ಬೆಟ್ಟ ಹತ್ತುತಾಯಿದೀನೋ ಇಲ್ವೋ ಅಂತ ಚೆಕ್ ಮಾಡಿದ್ರೀ' ಅನ್ನುತ್ತಾನೆ. ಮತ್ತೊಮ್ಮೆ ಮುಗ್ಗರಿಸುತ್ತೀಯ. ಅಂದರೆ ಎಲ್ಲೋ ಕೂತು ನಾನು ಹಿಂತಿರುಗಿ ಹೋಗಿದ್ದನ್ನು ನೋಡಿದ್ದಾನೆ. ಮತ್ತೆ ಮುಖ ನೋಡುತ್ತೀಯ. ಆದರೆ ಇನ್ನೂ ಅರೆಗತ್ತಲು, ಅವನ ಮುಖ ಸ್ಪಷ್ಟವಾಗಿ ಕಾಣುತ್ತಿಲ್ಲ. ಬೆಟ್ಟದ ಬುಡದ ಕವಲುದಾರಿ ಮುಟ್ಟುವಷ್ಟರಲ್ಲಿ ರವೆ ಚೆಲ್ಲಿದಂತೆ ಒಂದಿಷ್ಟು ಬೆಳಕಾಗಿದೆ. ಕವಲಿನಲ್ಲಿ ನಿಂತು 'ಸರಿ ಬರ್ತೀನಿ' ಅನ್ನುತ್ತಾನೆ. ನೀನು ನಿಂತು ಅವನ ಮುಖ ನೋಡುತ್ತೀಯ. 'ಬೆಟ್ಟ ಹತ್ತಿ ಇಳೀಬೇಕು, ಶುಗರ್‌ಗೆ ಒಳ್ಳೇ ಟ್ರೀಟ್‌ಮೆಂಟ್. ಟ್ರೈ ಮಾಡಿ ಒಂದಿನ' ಅನ್ನುತ್ತಾನೆ. ನೀನು ತಲೆಯಾಡಿಸುತ್ತೀಯ. ಅವನ ಗಲ್ಲದ ಮೇಲೆ ಒಂದು ಸಣ್ಣ ಪ್ಲಾಸ್ಟರ್ ಇದೆ. ನಿನ್ನ ಕಣ್ಣು ಅದರ ಮೇಲೆ ಹರಿದಾಡಿದ್ದು ಅವನಿಗೆ ಅರಿವಾಯಿತೋ ಏನೋ, 'ಬ್ಲೇಡಲ್ಲಿ ಕುಯ್ಕೊಂಡೆ. ಸರಿ ಬರ್ತೀನಿ' ಎಂದು ಹೊರಟುಬಿಡುತ್ತಾನೆ. ಒಂದಿಷ್ಟು ಹೊತ್ತು ಅವನನ್ನೇ ನೋಡುತ್ತಿದ್ದು ನೀನೂ ನಿನ್ನ ದಾರಿ ಹಿಡಿಯುತ್ತೀಯ.

ಇವತ್ತು ಎಂದಿಗಿಂತಾ ತಡವಾಗುತ್ತಿದೆ. ಕಾರಣ ಗೊತ್ತಿಲ್ಲ. ವಾಕಿಂಗ್‌ನಿಂದ ಬಂದದ್ದೇ ಒಂದೈದು ನಿಮಿಷ ಎಂದು ಮಲಗಿದ್ದೇ ಇರಬಹುದು, ಜಪ್ಪನೇ ನಿದ್ದೆ ಹತ್ತಿತ್ತು. ಮುಂದಿನದು ಎಲ್ಲಾ ಕಾಲಿಗೆ ತೊಡರು ಬಿದ್ದಂತೆ. ಗೀಸರ್ ಆನ್ ಮಾಡಿಲ್ಲ ಅಂತ ಹೇಳಿ ನೀರು ಬಿಸಿಯಾಗಿಲ್ಲ. ನೀರು ಬಿಸಿಯಾಗುವಷ್ಟರಲ್ಲಿ ಟೀ ಮಾಡೋಣವೆಂದರೆ ಟೀಪುಡಿ ಮುಗಿದಿದೆ. ಗ್ಯಾಸ್ ಸ್ಟೋವ್ ಮೇಲೇ ಒಂದಿಷ್ಟು ನೀರು ಕಾಯಿಸಿಕೊಂಡು ಗಡ್ಡ ಮಾಡಿಕೊಳ್ಳುತ್ತೀಯ. ಎಲ್ಲವೂ ಅವಸರದಲ್ಲಾಗಬೇಕು. ಬ್ಲೇಡ್ ಒಂದಿಷ್ಟು ಹೆಚ್ಚೇ ಕೆರೆಯುತ್ತದೆ. ರಕ್ತದ ಒಂದು ಸಣ್ಣ ಗೆರೆ ಗಲ್ಲದ ಮೇಲೆ. ಸ್ನಾನ ಮಾಡಿ, ಬಟ್ಟೆ ಹಾಕಿಕೊಂಡು, ತಲೆಬಾಚಿಕೊಳ್ಳುವಾಗಲೂ ರಕ್ತದ ಗೆರೆ ಹಸಿಯಾಗಿಯೇ ಇದೆ. ಡಾಕ್ಟರ್ ಹೇಳಿದ್ರಲ್ಲಾ, ರಕ್ತಗಿಕ್ತ ಬರಕೆ ಬಿಡಬೇಡಿ, ಹುಷಾರು, ಒಂದು ಹೋಗಿ ಇನ್ನೊಂದಾದೀತು, ಕ್ಲೀನಾಗಿ ವಾಷ್ ಮಾಡ್ಕೊಂಡು ಧೂಳು ಹತ್ತಥಂಗೆ ಗಾಯಾನ್ನ ಯಾದ್ರಗಾನಾ ಮುಚ್ಚಿ ಅಂತ. ನೀನು ಮತ್ತೆ ಬಾತ್‌ರೂಮಿಗೆ ಹೋಗಿ ತೆರೆದ ಗಾಯಕ್ಕೆ ಏನೋ ಮುಲಾಮು ಹಾಕಿ ತೊಳೆದು ಒಂದು ಸಣ್ಣ ಪ್ಲಾಸ್ಟರ್ ಅಂಟಿಸಿಕೊಳ್ಳುತ್ತೀಯ.

ಪ್ಲಾಸ್ಟರ್ ಅಂಟಿಸಿಕೊಳ್ಳುವಾಗ ಕನ್ನಡಿಯಲ್ಲಿ ನಿನ್ನ ಮುಖ ನೋಡುತ್ತಿದ್ದ ನಿನಗೆ ಯಾಕೋ ಅವನ ಮುಖ ನೆನಪಿಗೆ ಬರುತ್ತದೆ ನಿನಗೆ. ಆದರೆ ಅವನು ಬ್ಯಾಂಡೇಜ್ ಯಾವ ಗಲ್ಲಕ್ಕೆ ಹಾಕಿದ್ದ ಎನ್ನುವುದು ಸ್ಪಷ್ಟವಾಗಿ ನೆನಪಿಲ್ಲ ನಿನಗೆ, ಎಡ ಗಲ್ಲಕ್ಕೋ ಬಲ ಗಲ್ಲಕ್ಕೋ. ಅವನೂ ಬ್ಲೇಡ್‌ನಿಂದ ಕುಯ್ಕೊಂಡೆ ಅಂದಿದ್ದೂ ನೆನಪಿಗೆ ಬಂದು ನಿನ್ನ ಮನಸ್ಸು ಹುಳಿಯಾಗುತ್ತದೆ.

ಮತ್ತೆ ಅದೇ ಬ್ಯಾಂಕು, ಅವೇ ಸಹೋದ್ಯೋಗಿಗಳು. ಅದೇ ಏಕತಾನತೆ, ಒಂದೇ ಪುಸ್ತಕದ ಅದೇ ಅದೇ ಹಾಳೆಯನ್ನು ತಿರುವಿದಂತೆ. ಮಧ್ಯಾಹ್ನದ ಹೊತ್ತಿನಲ್ಲಿ ಒಂದಿಷ್ಟು ಪೇಪರ್‌ಗಳನ್ನು ಹಿಡಿದು ನೀನು ಡಿಎಮ್ ಆಫೀಸಿಗೆ ಹೋಗುತ್ತೀಯ. 'ಇಲ್ಲಾ ಸಾ, ಅದ್ಯಾಕೋ ಹೆಡ್ಡಾಫೀಸಿಂದ ಅರ್ಜಂಟ್ ಫೋನ್ ಬಂದಿತ್ತು, ಏನೋ ಎನ್‌ಕ್ವಯರಿ ಅಂತೆ, ಇವತ್ತು ಇನ್ನು ಬರ್ತಾರೋ ಇಲ್ವೋ' ಅನ್ನುತ್ತಾನೆ ಅವನ ಪೀಯೆ. ಇನ್ನು ನಾಳೇನೇ ಸೈ ಎಂದು ನೀನು ನಿನ್ನ ಜಾಗಕ್ಕೆ ವಾಪಸ್ಸು ಬರುತ್ತೀಯ. ಸಾಯಂಕಾಲ ನಾಲ್ಕು ಗಂಟೆ ಹೊತ್ತಿಗೆ ನಿನ್ನ ಸೆಲ್‌ಫೋನ್ ಬಡಿದುಕೊಳ್ಳತ್ತೆ. ಡಿಎಮ್ 'ನಾಳೆ ಬ್ರಾಂಚಲ್ಲೇ ಇರ್ರಿ, ಯಾವುದೇ ಇನ್ಸ್‌ಪೆಕ್ಷನ್ನೂ ಇತ್ಯಾದಿ ಅಂತ ಹೋಗಬೇಡಿ. ಒಂದು ಮೀಟಿಂಗ್ ಇದೆ' ಅನ್ನುತ್ತಾನೆ. ಬ್ಯಾಂಕ್ ಬಾಗಿಲು ಹಾಕುವ ಹೊತ್ತಿಗೆ ಸರಿಯಾಗಿ ಜಿಎಮ್ ಬಂದು 'ನಾಳೆ ಬ್ರಾಂಚಲ್ಲೇ ಇರಬೇಕಂತೆ ಸುಬ್ಬೂ, ಡಿಎಮ್ ಫೋನ್ ಮಾಡಿದ್ರು. ಎಲ್ಲಾ ಸೀನಿಯರ್‌ಗಳಿಗೂ ಹೇಳಿದಾರೆ. ಎಲ್ಲೂ ಹೋಗಬಾರದಂತೆ. ಅದೇನು ಖರ್ಮಾನೋ ಏನೋ' ಎಂದು ತಲೆ ಚಚ್ಚಿಕೊಳ್ಳುತ್ತಾ ಹೋಗುತ್ತಾನೆ.

ಇಬ್ಬರೂ ನಡೆಯುತ್ತಿದ್ದೀರ. ಮಾತಿಲ್ಲ. ನೀನಾಗೇ ನೀನು ಮಾತನಾಡಲು ಹೋಗುವವನಲ್ಲ. ಅವನೇ ಮಾತನ್ನು ಕೆರೆದು ತೆಗೆಯಬೇಕು. ಅಂತಹುದರಲ್ಲಿ ಅವನಿಗೆ ಮಾತಿನ ಅಗತ್ಯ ಕಾಣುತ್ತಿಲ್ಲ. ಗಾಳಿಯಲ್ಲಿ ಅದೊಂದು ರೀತಿಯ ಘಮ ತುಂಬಿದೆ ಅಂತ ಇವತ್ತು ಅನಿಸುತ್ತಿದೆ ನಿನಗೆ. ದೇವಕಣಗಿಲೆ ಹೂವಿನ ಪರಿಮಳವಿರಬೇಕು. ಎದುರಲ್ಲೇ ಸಾಲು ಸಾಲಾಗಿ ದೇವಕಣಗಿಲೆ ಮರಗಳು. ಇದ್ದಕ್ಕಿದ್ದಂತೇ ಅವನು ತಲೆಯೆತ್ತಿ ಗಾಳಿಗೆ ಮೂಗು ತೂರಿಸಿ ಗಟ್ಟಿಯಾಗಿ ಉಸಿರೆಳೆದು ಕೊಳ್ಳುತ್ತಾನೆ. 'ದೇವಕಣಗಿಲೆ' ಅನ್ನುತ್ತಾನೆ. ನೀನು ಮತ್ತೆ ಮುಗ್ಗರಿಸುತ್ತೀಯ. 'ಆಫೀಸಲ್ಲಿ ಯಡವಟ್ಟಾಗಿ ಹೋಯಿತು' ಅನ್ನುತ್ತಾನೆ. ನಿನ್ನಿಂದ ಪ್ರತಿಕ್ರಿಯೆ ಇಲ್ಲ. ಆತ ನಿನ್ನ ಪ್ರತಿಕ್ರಿಯೆಗೆ ಕಾಯದೇ ಮಾತು ಮುಂದುವರೆಸುತ್ತಾನೆ. 'ಯಾವತ್ತೋ ಮುಚ್ಚೋಗಿದ್ದ ಕೇಸನ್ನ ಮತ್ತೆ ಯಳಕೊಂಡು ಬಂದಿದಾರೆ, ನಿನ್ನೆಯಿಂದ ಆಫೀಸ್ನಲ್ಲಿ ನಾನೇನೋ ಒಂದು ಘನಂದಾರಿ ಪಾಪ ಮಾಡಿದೋನಂಗೆ ಯಲ್ಲಾ ನನ್ನ ನೋಡ್ತಾಯಿದಾರೆ.' ಇದ್ದಕ್ಕಿದ್ದಂತೇ ಅವನು ನಿಂತು, ನಿನ್ನ ಭುಜ ಹಿಡಿದು ನಿನ್ನನ್ನೂ ನಿಲ್ಲಿಸಿ, 'ನನ್ನ ಮುಕಾ ನೋಡಿ, ಹೇಳಿ ನಾನೇನು ಕಳ್ಳಂಗೆ ಕಾಣ್ತೀನಾ, ಪಾತಕೀ ಹಂಗೆ ಕಾಣ್ತೀನಾ?'

ಅವನ ಮುಖ ನೋಡದೇ ನಿನಗೆ ಬೇರೆ ದಾರಿಯಿಲ್ಲ. ಅವನ ಮುಖ ಎಲ್ಲರಂತೆ ಇದೆ. ಸಿನೆಮಾಗಳಲ್ಲಿ ನೋಡುವ ಯಾವುದೇ ಖಳನಾಯಕನಂತೆ ಮುಖದ ಮೇಲೆ ಒಂದು ದೊಡ್ಡ ಮಚ್ಚೆ, ಅಥವಾ ನೋಡುವವರ ಎದೆ ಝಲ್ಲೆನಿಸುವಂಥಾ ಗಾಯದ ಗುರುತು, ಬೇಕಾಬಿಟ್ಟಿ ಬೆಳೆದ ಗಡ್ಡ, ಅಂತಹ ಯಾವ ಕುರುಹುಗಳು ಇಲ್ಲ. ಇಲ್ಲ ಎಂದು ತಲೆಯಾಡಿಸುತ್ತೀಯ. 'ಯಾಕೆ ಬದುಕಿರಬೇಕೂ ಹೇಳಿ. ಒಳ್ಳೇ ಹುಚ್ನಾಯಿ ಥರಾ ನೋಡ್ತಿದಾರೆ ಎಲ್ಲಾ ನನ್ನ. ಯಾರಾರ ಬೇಕೂಂತ ಪಾಪ ಮಾಡ್ತಾರೇನ್ರೀ. ಮನುಷ್ಯನಿಗೆ ಪುಣ್ಯ ಮಾಡಕೆ ಎಷ್ಟು ಜರೂರು ಇರತ್ತೋ ಪಾಪ ಮಾಡಕೂ ಅಷ್ಟೇ ಜರೂರು ಇರತ್ತೆ. ಇಲ್ಲಾಂದ್ರೆ ಪಾಪ ಯಾಕೆ ಮಾಡ್ತಾನೆ ಅವನು. ಜನಕ್ಕೆ ಇವೆಲ್ಲಾ ಅರ್ಥ ಆಗ್ತಾವಾ?' ಅವನು ನಿನ್ನ ಭುಜ ಬಿಟ್ಟು ಮತ್ತೆ ನಡೆಯುತ್ತಾನೆ. ನೀನು ಅವನ ಪಕ್ಕ ಹೆಜ್ಜೆ ಹಾಕುತ್ತೀಯ. ಅವನ ಮೇಲೆ ನಿನಗೆ ಅನುಕಂಪ ಹುಟ್ಟುತ್ತಿದೆಯಾ, ಅವನ ಮೇಲೆ ನಿನಗೆ ಕರುಣೆ ಉಕ್ಕುತ್ತಿದೆಯಾ, ಗೊತ್ತಿಲ್ಲ. ಆಶ್ಚರ್ಯವೆನ್ನುವಂತೆ ಬೆಟ್ಟದ ಹತ್ತಿರದ ಕವಲು ದಾರಿಯವರೆಗೂ ಆತ ಮಾತನಾಡುವುದಿಲ್ಲ. ನಿನಗೂ ಮಾತನಾಡಲು ಮನಸ್ಸಿಲ್ಲ. ಕವಲು ದಾರಿಯಲ್ಲಿ ಆತ ಬರುತ್ತೇನೆ ಎಂದು ಬೆಟ್ಟದ ಕಡೆ ತಿರುಗುತ್ತಾನೆ. ನೀನು ಸರಿ ಎಂದು ತಲೆಯಾಡಿಸುತ್ತಾ ನಿನ್ನ ದಾರಿ ಹಿಡಿದು ಹೋಗುವವನಂತೆ ಆಡುತ್ತಾ, ಒಂದೆರಡು ಹೆಜ್ಜೆ ಹಾಕಿ ನಂತರ ನಿಂತು ಹಿಂತಿರುಗಿ ನೋಡುತ್ತೀಯ. ಬೆಟ್ಟದ ಬುಡದಲ್ಲಿ ಒಂದಿಷ್ಟು ಜನ ಕಾಣುತ್ತಿದ್ದಾರೆಯೇ ಹೊರತು ಆತ ಕಾಣುತ್ತಿಲ್ಲ. ಕಣ್ಣು ನೋಯುವವರೆಗೂ ಬೆಟ್ಟದ ಬುಡದ ದಾರಿಗಳನ್ನು ಇಕ್ಕಿರಿದು ನೋಡುತ್ತೀಯ, ಆತ ಎಲ್ಲಿಯಾದರೂ ಸಿಗಬಹುದೇನೋ ಎಂದು. ಆತನ ಸುಳಿವೇ ಇಲ್ಲ. ನಿನ್ನಷ್ಟಕ್ಕೇ ನೀನು ಗೊಣಗುತ್ತಾ ನಿನ್ನ ದಾರಿ ಹಿಡಿಯುತ್ತೀಯ.

'ಸಾರ್ ಡಿಎಮ್ ಕರೀತಾರೆ' ಅಂತ ಜವಾನ ಬಂದು ಹೇಳಿದ್ದಕ್ಕೆ ನೀನು ಡಿಎಮ್ ಮುಂದೆ, ಅವನ ಚೇಂಬರ್ರಿನಲ್ಲಿ ನಿಂತಿದ್ದೀಯ. ಡಿಎಮ್ ಪಕ್ಕದಲ್ಲಿ ಜಿಎಮ್ ಕೂತಿದ್ದಾನೆ. ಅವನೆದುರು ಟಿಪ್‌ಟಾಪಾಗಿ ಬಟ್ಟೆ ಧರಿಸಿದ ಇಬ್ಬರು ಕೂತಿದ್ದಾರೆ. 'ಸುಬ್ಬು ಇವರು ಮಿಸ್ಟರ್ ರೇವಣ್ಕರ್ ಅಂತ. ಇವರು ಮಿಸ್ಟರ್ ಹರಿನಾಥ್ ಬಾಬು ಅಂತ. ಸಿಬಿಐನಿಂದ ಬಂದಿದಾರೆ. ನಿಮ್ಮ ಹತ್ರ ಮಾತಾಡಬೇಕಂತೆ' ಎಂದು ಡಿಎಮ್ ಇಬ್ಬರ ಪರಿಚಯ ಮಾಡಿಕೊಡುತ್ತಾರೆ. ಕೂಡಲು ಹೊರಟ ನಿನ್ನ ಮೊಣಕಾಲುಗಳು ಸ್ವಲ್ಪ ನಡುಗುತ್ತವೆ. ಇಬ್ಬರಲ್ಲಿ ಮೊದಲು ಮಾತನಾಡಿದ್ದು ರೇವಣ್ಕರ್ (ಈತನಿಗೆ ಹಣೆಯ ಮೇಲೆ ಸಿಡುಬಿನ ಕಲೆಯಿದೆ. ಕೆಕ್ಕರಿಸಿ ನೋಡುವ ಕಣ್ಣುಗಳು. ಟೇಬಲ್ ಮೇಲಿಟ್ಟ ಬಲಗೈ ಬೆರಳುಗಳು ಬದನೇಕಾಯಿಯ ಗಾತ್ರವಿದ್ದಾವೆ. ವೀಣೆಯನ್ನು ಎಳೆದು ಶ್ರುತಿ ಮಾಡಿದಂತಿದೆ ಅವನ ದನಿ) 'ಮಿಸ್ಟರ್ ಸುಬ್‌ರಾಮ್ಯೂ, ಕೂಡಿ. ಏನೂ ಅರ್ಜಂಟ್ ಕೆಲಸ ಇಲ್ವಲ್ಲಾ ನಿಮಗೆ ಈಗ' ಎಂದು ಶುರುಮಾಡುತ್ತಾನೆ. ಇಲ್ಲಾ ಎನ್ನುವಂತೆ

ತಲೆಯಾಡಿಸುತ್ತೀಯ. 'ಇದ್ದರೂ ಕೆಲಸಕ್ಕೇನು, ಕಾಯಬಹುದು ಅಲ್ವಾ?' ಎಂದು ಮತ್ತೆ ಕೊಂಕುತ್ತಾನೆ. ನಿನ್ನಲ್ಲಿ ಉತ್ತರವಿಲ್ಲ. 'ಮಿಸ್ಟರ್ ಸುಬ್ಬರಾಮು ನಿಮಗೆ ದೇವರು ಧರ್ಮದಲ್ಲಿ ನಂಬಿಕೆಯಿದೆಯೋ ಹೇಗೆ?' ನೀನು ತಲೆ ಹಾಕುತ್ತೀಯ. 'ಅಂದ್ರೆ ನಿಮಗೆ ಪಾಪ ಪುಣ್ಯಗಳಲ್ಲೂ ನಂಬಿಕೆಯಿರಬೇಕು.' ಹೌದು ಅನ್ನುತ್ತೀಯ. 'ಮಿಸ್ಟರ್ ಸುಬ್ಬರಾಮು, ನಾವು ಮಾಡಿದ ಘನಂದಾರೀ ಪಾಪಗಳು ನಮ್ಮ ಬೆನ್ನು ಹತ್ತಿ ಬರ್ತಾವಂತೆ. ನಾವು ಏನೇ ಪ್ರಾಯಶ್ಚಿತ್ತ ಅಂತ ಮಾಡ್ಕೊಂಡ್ರೂ ಪಾಪ ನಮ್ಮ ಬೆನ್ನು ಬಿಡಲ್ಲ. ಏನಂತೀರಾ ಮಿಸ್ಟರ್ ಸುಬ್ಬರಾಮು?' ನೀನು ಏನು ತಾನೇ ಅನ್ನಲು ಸಾಧ್ಯ. ಸುಮ್ಮನೆ ಅವನ ಮುಖ ನೋಡುತ್ತೀಯ. ಮಾತು ಮಾತಿಗೂ ಅವನು ಮಿಸ್ಟರ್ ಸುಬ್ಬರಾಮು ಎಂದು ಕರೆಯುವುದು ನಿನಗೆ ಕಿರಿಕಿರಿ ಮಾಡುತ್ತಿದೆ. ಅದರಲ್ಲಿ ಕೊಂಕಿದೆಯಾ, ಅಥವಾ ತೀರಾ ಶಿಷ್ಟಾಚಾರವಿದೆಯಾ, ಅಥವಾ ಸಿಟ್ಟಿದೆಯಾ? ನಿನ್ನ ಯೋಚನೆ ಹಲವು ದಿಕ್ಕುಗಳಿಗೆ ಹಾರುತ್ತಿದೆ. ಎದುರು ಕೂತವನು ಹೇಳುತ್ತಿರುವುದು ನಿನ್ನ ಕಿವಿಗೆ ಬೀಳುತ್ತಿಲ್ಲ. ಆದರೆ ಆತನ ತುಟಿ ಅಲ್ಲಾಡುತ್ತಿರುವುದು, ಆತನ ಕೈಗಳು ಅತ್ತಿಂದಿತ್ತ ಹಾರಾಡುತ್ತಿರುವುದು ಮಾತ್ರ ಕಾಣುತ್ತಿದೆ. ಆ ಇನ್ನೊಬ್ಬ ಮಾತ್ರ ಒಂದೂ ಮಾತನಾಡದೇ ನಿನ್ನನ್ನು ಹರಿದುಬಿಡುವವನ ಹಾಗೆ ನೋಡುತ್ತಿದ್ದಾನೆ. ನಿನ್ನ ತಲೆ ಈಗ ಅನೇಕ ಯೋಚನೆಗಳ ಹುತ್ತ. ತಲೆ ತುಂಬಾ ಜೇನುಹುಳುಗಳು. ಒಂದೇ ಒಂದು ಪದ ಗಿರಕಿ ಹೊಡೆಯುತ್ತಿದೆ. ಘನಂದಾರೀ ಪಾಪ. ಅದೇ ಪದ ಅಲ್ಲವಾ ಅವನು ಬಳಸಿದ್ದು. ಅದು ಬೆಳಿಗ್ಗೆ. ಅದು ನಿನ್ನೆ ಬೆಳಿಗ್ಗೆಯೋ ಇವತ್ತು ಬೆಳಿಗ್ಗೆಯೋ. ನಿನಗೆ ಅವನ ಗಲ್ಲದ ಮೇಲಿನ ಗಾಯ ನೆನಪಿಗೆ ಬರುತ್ತದೆ. ಕನ್ನಡಿಯಲ್ಲಿ ಕಂಡಿದ್ದು ನನ್ನ ಮುಖವೋ ಅವನು ಮುಖವೋ? ಗಾಯವಾಗಿದ್ದು ನನಗೆ, ಕನ್ನಡಿಯಲ್ಲಿ ಕಂಡ ಮುಖ ಅವನದ್ದು ಎನ್ನಲೇ ಅಥವಾ ಗಾಯವಾಗಿದ್ದು ಅವನಿಗೆ, ಕನ್ನಡಿಯಲ್ಲಿ ಕಂಡ ಮುಖ ನನ್ನದು ಎನ್ನಲೇ. ನಿನ್ನ ಮೈ ಬೆವೆಯುತ್ತಿದೆ. ನಿನ್ನ ಅಂಗೈಗಳು ಬೆವೆಯುತ್ತಿವೆ. ಕೈ ನೋಡಿಕೊಳ್ಳುತ್ತೀಯ. ಅಂಗೈ ಮೇಲೆ ತೇವದ ಪಾರದರ್ಶಕ ಬಟ್ಟೆ ಹರಡಿದಂತಿದೆ. ನಿನ್ನ ಕಂಕುಳುಗಳು ಬೆವೆಯುತ್ತಿವೆ. ಕೂಡಲೇ ಇಲ್ಲಿಂದ ಓಡಿ ಹೋಗಿ ಅವನನ್ನು ಹುಡುಕಿ ಕೇಳಬೇಕು, ಪ್ರಶ್ನೆಗಳನ್ನು ಕೇಳಬೇಕು, ಸಾವಿರ ಪ್ರಶ್ನೆಗಳನ್ನು ಕೇಳಬೇಕು ಅನಿಸುತ್ತದೆ ನಿನಗೆ. 'ನಾನು ಹೇಳಿದ್ದು ಕೇಳ್ತೋ ಅಥವಾ ಸುಮ್ನೇ ತಲೆಯಾಡುಸ್ತಾಯಿದೀರೋ, ಸುಬ್ಬರಾಮೂ' ರೇವಣ್ಕರ್ ಗಟ್ಟಿಯಾಗಿ ಕಿರಿಚುತ್ತಿದ್ದಾನೆ. ನೀನು ಮತ್ತೆ ಅವನೆದುರು ಬಂದು ಕೂಡುತ್ತೀಯ. 'ಹರಿನಾಥ್‌ಬಾಬು ನೀವು ಹೇಳಿ' ಎಂದು ಪಕ್ಕದವನಿಗೆ ಹೇಳುತ್ತಾನೆ. ಹರಿನಾಥ್‌ಬಾಬು ಬಾಯಿಬಿಡುತ್ತಾನೆ. ಅವನ ಗಂಟಲಿನ ಘೋರ್ಗರೆತಕ್ಕೆ ನೀನು ಬೆಚ್ಚಿ ಬೀಳುತ್ತೀಯ. ಗುಡುಗಿನ ಹಾಗಿದೆ ಅವನ ಕಂಠ. 'ಮಿಸ್ಟರ್ ಸುಬ್ಬು, ನಿನಗೆ ಈ ಡೇಟ್ ನೆನಪಿರಬೇಕು. ಆಗಸ್ಟ್ ನೈನ್ಟೀನ್ ಟೂ ಥೌಸಂಡ್ ಥರ್ಟೀನ್.' ಅವನು ಏಕವಚನದಲ್ಲಿ ಕರೆದಿದ್ದು

ನಿನ್ನ ಗಮನಕ್ಕೆ ಬಂದರೂ ನೀನು ಸುಮ್ಮನೇ ಕೂತಿದ್ದೀಯ. 'ದೊಡ್ಡಬೇಗೂರು ಪುಟ್ಸಂಗಾವಲಯ್ಯ ಅನ್ನಾ ಹೆಸರೂ ನೆನಪಿರಬೇಕು. ಪುಟ್ಸಂಗಾವಲಯ್ಯ ಈ ಬ್ಯಾಂಕಿಂದ ಆರು ಲಕ್ಷ ಸಾಲ ತಗಂಡಿದ್ದ. ಎರಡು ವರ್ಷದಿಂದ ಅವನು ಡಿಫಾಲ್ಟರ್ ಆಗಿದ್ದ. ಅವನ ಮನೇ ರೇಡ್ ಮಾಡಿ ಎಲ್ಲಾ ಜಪ್ತಿ ಮಾಡ್ಕೋತೀನಿ ಅಂತ ನೀನು ಹೇಳಿದಿ. ಮರ್ಯಾದೆಗೆ ಹೆದರಿದ ಅವನು. ಹಂಗೂ ಹಿಂಗೂ ಮಾಡಿ ನಾಲ್ಕು ಲಕ್ಷ ಜೋಡಿಸಿಕೊಂಡ. ಆಗಸ್ಟ್ ತಿಂಗಳ ನಾಕನೇ ತಾರೀಖು ಅವನ ಮನೆಗೆ ಹೋದಿ ಜಪ್ತಿ ಮಾಡಕೆ. ಅವತ್ತು ಸಂಡೇ. ಅವನು ನಾಲ್ಕು ಲಕ್ಷ ಕ್ಯಾಷ್ ಕೊಟ್ಟ. ನೀನು ಒಂದು ಲಕ್ಷ ಅಕೌಂಟಿಗೆ ತಗಂಡು ಮೂರು ಒಳಗೆ ಹಾಕ್ಕೊಂಡಿ. ಒಂದೇ ಕೊಟ್ಟಿದ್ದು ಅಂತ ಅವನಿಗೆ ಹೇಳಿದಿ. ಇನ್ನೂ ಐದು ಲಕ್ಷಕ್ಕೆ ನೋಟೀಸ್ ಕೊಟ್ಟೆ. ಬಡಪಾಯಿ ಹತ್ರ ನಾಲ್ಕು ಲಕ್ಷ ಕೊಟ್ಟಿದ್ದಿಕ್ಕೆ ಸಾಕ್ಷಿ ಇರಲಿಲ್ಲ. ಹೇಳೀ ಕೇಳೀ ರೈತ. ಕಾನೂನು ಸಾಕ್ಷಿ ಇತ್ಯಾದಿ ಎಲ್ಲಾ ಅವನಿಗೆ ಎಲ್ಲಿ ತಿಳೀಬೇಕು. ಸೌತೇಕಾಯಿ ಹಾಕಿದ್ರೆ ಇಷ್ಟೇ ಗೊಬ್ರಾ ಇಷ್ಟಿಷ್ಟು ದಿನಕ್ಕೆ ಹಾಕಬೇಕೂ ಅನ್ನದು ಮಾತ್ರ ಪಕ್ಕಾ ಗೊತ್ತಿರತ್ತೆ. ವಿಧಿಯಿಲ್ಲ ಆಗಸ್ಟ್ ನೈನ್ಟೀನ್ ಅವನು ಆತ್ಮಹತ್ಯೆ ಮಾಡಿಕೊಂಡ. ಈಗ ಒಂದು ವಾರದ ಕೆಳಗೆ ಅವನ ಮಗಳು ಒಂದು ಪುಟ್ಟ ಪುಸ್ತಕ ಪೋಲೀಸಿಗೆ ಕೊಡದೇ ಹೋಗಿದ್ದಿದ್ರೆ ಇವತ್ತಿಗೂ ಆ ಮೂರು ಲಕ್ಷ ಏನಾಯ್ತು ಅಂತ ಯಾರಿಗೂ ಗೊತ್ತಾಗ್ತಾಯಿರಲಿಲ್ಲ. ನಿನ್ನ ಪಾಡಿಗೆ ನೀನು ಸುಖವಾಗಿರ್ತಾಯಿದ್ದಿ.' ಮಾತು ನಿಲ್ಲಿಸಿ ಅವನು ನಿನಗೆ ಉಸಿರೆಳೆದುಕೊಳ್ಳಲು ಒಂದೆರಡು ನಿಮಿಷ ನೀಡುತ್ತಾನೆ. 'ನಿನ್ನ ಹಣೇಬರಾ ಆ ಪುಟ್ಟ ಪುಸ್ತಕದಲ್ಲಿ ಬರೆದಿತ್ತು.' ಗುಡುಗುವುದು ನಿಂತಿತು. ಮೌನ. ನೀನು ನೆಲ ನೋಡುತ್ತಾ ಕುಳಿತಿದ್ದೀಯ. ಜಿಮ್ 'ಎಕ್ಸ್‌ಕ್ಯೂಸ್ ಮೀ' ಎಂದು ಎದ್ದು ಹೋಗುತ್ತಾನೆ. ವೀಣಾದನಿ ಶುರುವಾಗುತ್ತದೆ. 'ನೋಡಿ ಮಿಸ್ಟರ್ ಸುಬ್ಬರಾಮು, ಸೂಸೈಡ್ ನೋಟಲ್ಲಿ ಒಂದು ಹೆಸರಿದೆ. ಹಂಗೇ ಆ ಪುಸ್ತಕದಲ್ಲೂ ಅದೇ ಹೆಸರಿದೆ. ಎಸ್ಸಾರ್ ಸರ್‌ಗೆ ನಾಲ್ಕು ಕೊಟ್ಟೆ ಅಂತ. ಈ ಎಸ್ಸಾರ್ ಯಾರೂ ಅಂತ ಭಾಳಾ ಹುಡುಕಲಿಲ್ಲ ನಾವು.' ಮತ್ತೆ ಮಾತಿಲ್ಲ. ನಿನಗೆ ಗೊತ್ತು ಆ ಎರಡೂ ಜೋಡಿ ಕಣ್ಣುಗಳು ನಿನ್ನನ್ನೇ ಇರಿಯುತ್ತಿವೆ ಎಂದು. ವೀಣಾದನಿ ಮುಂದುವರೆಸಿತು. 'ಎನ್‌ಕ್ವಯರಿ ಇರತ್ತೆ. ಸದ್ಯದಲ್ಲಿ ಊರು ಬಿಡೋ ಹಂಗಿಲ್ಲ ನೀವು. ನಿಮ್ಮ ಹೆಡಾಫೀಸಿಗೆ ರೆಕಮೆಂಡ್ ಮಾಡಿದೀವಿ, ಸದ್ಯಕ್ಕೆ ನಿಮಗೆ ಯಾವುದೇ ರೆಸ್ಪಾನ್ಸಿಬಿಲಿಟಿ ಇರಾ ಕೆಲಸ ಕೊಡಬೇಡಿ, ನಾಮಕಾವಸ್ತೆಗೆ ನಿಮ್ಮಲ್ಲಿರಲಿ, ರಜಾ ಬೇಕೂಂದ್ರೆ ಕೊಟ್ಟು ಬಿಡಿ, ಆದರೆ ದುಡ್ಡೂ ಕಾಸೂ ವ್ಯವಹಾರ ಇರೋ ಜಾಗದಲ್ಲಿ ಕೂಡಿಸಬೇಡೀ ಅಂತ. ಯಾವಾಗ ಎಷ್ಟೊತ್ತಿಗೆ ನಮ್ಮ ಡಿಪಾರ್ಟ್‌ಮೆಂಟಿಗೆ ಬರಬೇಕೂ ಅಂತ ಎರಡು ದಿನದಲ್ಲಿ ತಿಳಿಸ್ತೀವಿ. ಬನ್ನಿ. ನಿಮ್ಮ ಬ್ಯಾಂಕ್ ಅಕೌಂಟ್ ಸೀಝ್ ಮಾಡಿದೀವಿ. ಆ ನಿಮ್ಮ ಸೆಲ್‌ಫೋನ್ ಇಲ್ಲಿಟ್ಟು ನೀವಿನ್ನು ಹೋಗಬಹುದು.'

ನೀನು ನಿನ್ನ ಸೀಟಿಗೆ ಹಿಂತಿರುಗುತ್ತೀಯ. ನಿನ್ನ ಬೆನ್ನ ಹಿಂದೆ ನಿನ್ನ ಸಹೋದ್ಯೋಗಿಗಳು ಚುಚ್ಚಿ ನಗುತ್ತಿರಬೇಕೂ ಅನ್ನುವ ಗುಮಾನಿ ನಿನಗೆ. ನೀನು ಹಾಲನ್ನು ಒಂದು ಕಡೆಯಿಂದ ನೋಡುತ್ತೀಯ. ಎಲ್ಲರೂ ನಿನ್ನ ಕಡೆ ನೋಡುತ್ತಿದ್ದಾರೆ. ಮಾತಿಲ್ಲದೇ, ತಲೆಯೆತ್ತದೆಯೇ ನೀನು ನಿನ್ನ ಸೀಟಿಗೆ ಹೋಗುತ್ತೀಯ. ಒಬ್ಬನೇ ಕೂತಿದ್ದೀಯ. ಇನ್ನೂ ಒಂದು ಗಂಟೆ ಒಬ್ಬನೇ ಕೂಡುತ್ತೀಯ. ಎಷ್ಟೂ ಅಂತ ಒಬ್ಬನೇ ಕೂಡಲು ಸಾಧ್ಯ. ನೀನೇ ಎದ್ದು ನಿನ್ನ ಒಂದಿಬ್ಬರು ಸಲಿಗೆಯ ಸಹೋದ್ಯೋಗಿಗಳ ಬಳಿ ಹೋಗುತ್ತೀಯ, ಕಾಫಿಗೆ ಕರೆಯಲು. ನೀನು ಹತ್ತಿರ ಬರುತ್ತಿದ್ದಂತೇ ಅವರು ಮಾತು ನಿಲ್ಲಿಸಿಬಿಡುತ್ತಾರೆ. ನಿನ್ನ ಅಗತ್ಯವಿಲ್ಲವೆಂದು ನಿನಗೆ ಸ್ಪಷ್ಟವಾಗಬೇಕು ಅಷ್ಟರ ಮಟ್ಟಿಗೆ ನೀನು ಅಲ್ಲಿ ಅವರ ನಡುವೆ ಇಲ್ಲವೇ ಇಲ್ಲವೆನ್ನುವಂತೆ ನಡೆದುಕೊಳ್ಳುತ್ತಾರೆ. ಅಥವಾ ಕೆಲವರು ನೀನು ಹತ್ತಿರ ಬರುತ್ತಿರುವುದನ್ನು ಕಂಡು ಅವರೇ ನಿಂತಲ್ಲಿಂದ ಹೊರಟು ಬಿಡುತ್ತಾರೆ. ಯಾವುದೋ ಕೆಲಸಕ್ಕೆ ನೀನು ಒಂದಿಷ್ಟು ಕಾಗದಗಳನ್ನು ಹಿಡಿದು, ಡಿಎಮ್ ಹತ್ತಿರ ಹೋಗುತ್ತೀಯ. ನೀನು ಬಂದ ಕೂಡಲೇ ಅವರು ಹೇಳಿದ್ದೇನು, 'ಆ ನಿಮ್ಮ ಫೈಲ್ ಎಲ್ಲಾ ಜಿಯೆಮ್ಮಿಗೆ ಕೊಡಿ.' ಮುಂದೆ ನಿನ್ನ ಜೊತೆ ಮಾತನಾಡಲೂ ಇಷ್ಟವಿಲ್ಲವೆನ್ನುವ ಹಾಗೆ ಫೋನ್ ಎತ್ತಿ ಯಾವುದೋ ನಂಬರ್ ಒತ್ತ ತೊಡಗುತ್ತಾರೆ. ನಿನ್ನ ಮುಖದ ರಕ್ತವೆಲ್ಲಾ ಇಂಗಿ ಹೋಗುತ್ತದೆ. ಸದ್ದಿಲ್ಲದೇ ನೀನು ನಿನ್ನ ಜಾಗಕ್ಕೆ ಹೋಗುತ್ತೀಯ. ಯಾಕೋ ಅವನನ್ನು ನೋಡಬೇಕೂ ಅನಿಸುತ್ತದೆ. ಅವನ ಜೊತೆ ಮಾತನಾಡಬೇಕೂ ಅನಿಸುತ್ತದೆ.

ಮೊಟ್ಟ ಮೊದಲ ಬಾರಿಗೆ ನೀನು ಸಂಜೆಯ ಆರರ ಹೊತ್ತಿಗೆ ಲಾಲ್‌ಬಾಗಿಗೆ ಬಂದಿದ್ದೀಯ. ಬೆಳಗಿನಷ್ಟೇ ಸಂಜೆಯೂ ಜನ ಕಿಕ್ಕಿರಿದಿದ್ದಾರೆ. ಇಳಿಹೊತ್ತಿನಲ್ಲೂ ಕೈ ಬೀಸುತ್ತಾ, ಭುಸುಗುಡುತ್ತಾ, ಬೆವರಿಳಿಸುತ್ತಾ ಓಡಾಡುತ್ತಿರುವ ಜನ, ಬೆಂಚುಗಳ ಮೇಲೆ ಸಾಲಾಗಿ ಕೂತು ಸೊಳ್ಳೆಗಳನ್ನು ಓಡಿಸುತ್ತಿರುವ ಜನ, ಹಾಗೇ ವಾಯುವಿಹಾರಕ್ಕೆ ಬಂದ ಜನ ಇವರೆಲ್ಲರ ನಡುವೆ ಆವನನ್ನು ನೀನು ಹುಡುಕುತ್ತಿದ್ದೀಯ. ಕತ್ತಲಾಗುತ್ತಿದೆ. ಜನ ಕರಗುತ್ತಿದ್ದಾರೆ. ಓಡುತ್ತಿರುವ, ಬಿರುಬೀಸುತ್ತಾ ನಡೆಯುತ್ತಿರುವ ಜನರನ್ನು ಬಿಟ್ಟಲ್ಲಿ ಬೇರೆಯವರು ಕ್ರಮೇಣ ಖಾಲಿಯಾಗುತ್ತಿದ್ದಾರೆ. ನೀನು ಮಾತ್ರ ಆ ಬೆಂಚಿನ ಮೇಲೆ ಹಾಗೇ ಕೂತಿದ್ದೀಯ. 'ಇಷ್ಟೊತ್ತಲ್ಲೂ ಬರ್ತೀರಾ ನೀವು' ಅಂತ ದನಿ ಕೇಳುತ್ತದೆ. ತಲೆಯೆತ್ತಿ ನೋಡುತ್ತೀಯ. ಅವನು ಅರೆ ಕತ್ತಲಲ್ಲಿ ನಿಂತಿದ್ದಾನೆ. ಟಿಪ್‌ಟಾಪಾಗಿ ಬಟ್ಟೆ ಹಾಕಿದ್ದಾನೆ. ನೀನು ತಲೆಯಾಡಿಸುತ್ತೀಯ. 'ನಂಗೂ ಆಫೀಸಲ್ಲಿ ತಲೆ ಕೆಟ್ಟು ಹೋಯ್ತು, ಹಾಗೇ ಈ ಕಡೆ ಬಂದೆ.' ಬೆಂಚಿನ ಮೇಲೆ ನಿನ್ನ ಪಕ್ಕ ಕೂಡುತ್ತಾನೆ. ಕೈಯಲ್ಲಿ ಯಾವುದೋ ಪೇಪರ್, ಮಡಿಕೆ ಮಡಿಕೆ ಮಾಡಿ ಹಿಡಿದಿದ್ದಾನೆ. ಇದ್ರಲ್ಲಿ ಬಂದಿದೆ ಎಂದು ಪೇಪರ್ ಅನ್ನು ನಿನ್ನ ಕಡೆ ಹಿಡಿಯುತ್ತಾನೆ. ಏನು ಬಂದಿದೆ

ಎನ್ನುವುದು ನಿನಗೆ ಅರ್ಥವಾಗುವುದಿಲ್ಲ. ಅವನ ಮುಖ ನೋಡುತ್ತೀಯ. 'ಅದೇ ಹಳೇ ಕೇಸು, ನಾನು ಮಾಡಿದ ಘನಂದಾರೀ ಪಾಪ. ಪೇಪರ್ರಿನೋರಿಗೆ ಇಂಥಾ ಪುಡಿ ಸುದ್ದಿ ಹುಡುಕದು ಬಿಟ್ಟು ಬೇರೆ ಏನು ಕೆಲಸ ಇರತ್ತೆ ಹೇಳಿ.' ನೀನು ಪೇಪರ್ರನ್ನು ಕೈಗೆತ್ತಿಕೊಂಡು ಬಿಡಿಸಿ ನೋಡುತ್ತೀಯ. ನಾಲ್ಕು ಪುಟಗಳ ಯಾವುದೋ ಸಂಜೆಯ ಪತ್ರಿಕೆ ಅದು. ನೀನು ಹುಡುಕುತ್ತಿದ್ದೀಯ. ಅರೆ ಕತ್ತಲಲ್ಲಿ ನಿನಗೆ ಏನೂ ಸರಿಯಾಗಿ ಕಾಣುತ್ತಿಲ್ಲ. 'ಲಾಸ್ಟ್ ಪೇಜ್, ಕೆಳಾಗಿದೆ ನೋಡಿ.' ಅವನು ಹೇಳಿದಂತೇ ಕೊನೆಯ ಪುಟ ನೋಡುತ್ತೀಯ. ಅಲ್ಲೊಂದು ಫೋಟೋ, ಪಾಸ್‌ಪೋರ್ಟ್ ಸೈಝಿನದು ಪ್ರಿಂಟಾಗಿದೆ. ಕತ್ತಲಲ್ಲಿ ಮುಖವಾಗಲೀ, ಬರೆದ ಸಾಲಾಗಲೀ ಸರಿಯಾಗಿ ಕಾಣುತ್ತಿಲ್ಲ. ಅವನು ಎದ್ದು ನಿಲ್ಲುತ್ತಾನೆ. 'ಬನ್ನಿ ಹಾಗೇ ಒಂದು ಸುತ್ತು ಹಾಕಣ.' ಅವನು ಹೊರಡುತ್ತಾನೆ. ನೀನು ಅವನನ್ನು ಹಿಂಬಾಲಿಸುತ್ತೀಯ. ಇಬ್ಬರಲ್ಲೂ ಮಾತಿಲ್ಲ. ಒಂದು ಹತ್ತು ನಿಮಿಷ ನಡೆದ ಮೇಲೆ ನೀವಿಬ್ಬರೂ ಬೆಟ್ಟದ ಬುಡಕ್ಕೆ ಬಂದಿದ್ದೀರ. 'ಬೆಟ್ಟ ಹತ್ತುತೀರೇನು' ಅಂದವನೇ ನಿನ್ನ ಉತ್ತರಕ್ಕೂ ಕಾಯದೇ ಬೆಟ್ಟ ಹತ್ತಲು ಶುರುಮಾಡುತ್ತಾನೆ. ನೀನು ಬೆಟ್ಟದ ಬುಡದಲ್ಲೇ ನಿಂತು ಅವನನ್ನೇ ನೋಡುತ್ತಿದ್ದೀಯ. ಅವನು ಚುರುಕಾಗಿ ಬೆಟ್ಟ ಹತ್ತುತ್ತಿದ್ದಾನೆ. ಬೆಟ್ಟ ಹತ್ತಿಳಿಯುವ ಜನ ಕಮ್ಮಿಯಾಗಿದ್ದಾರೆ ಆದರೆ ಖಾಲಿಯಾಗಿಲ್ಲ. ನೋಡ ನೋಡುತ್ತಾ ಆತ ಬೆಟ್ಟದ ತುದಿಯಲ್ಲಿ ನಿಂತಿದ್ದಾನೆ. ಕೈ ಬೀಸುತ್ತಿದ್ದಾನೆ ಅಂತ ಕಾಣತ್ತೆ ಒಂದು ಕಪ್ಪನೆಯ ಆಕೃತಿ ಕೈಯೆತ್ತಿ ನಿಂತಿರುವುದು ನಿನಗೆ ಕಾಣುತ್ತದೆ. 'ಒಂದು ಬೆಟ್. ಇಲ್ಲಿಂದ ಹಾರಬೇಕು, ನಿಮ್ಮ ಕೈಲಿ ಆಗತ್ತಾ' ಅಂತ ಕೂಗುತ್ತಾನೆ. ನಿನಗೆ ಗಾಬರಿಯಾಗುತ್ತದೆ. ಅವನು ಈ ಹುಚ್ಚು ಬೆಟ್ ಕೂಗಿದ್ದು ಯಾರಿಗಾದರೂ ಕೇಳಿದರೆ ಗತಿಯೇನು ಎಂದು ನೀನು ಅತ್ತಿತ್ತ ನೋಡುತ್ತೀಯ. ಯಾರಿಗೂ ಅವನು ಕೂಗಿದ್ದು ಕೇಳಿದಂತಿಲ್ಲ. ಎಲ್ಲರೂ ತಮ್ಮ ತಮ್ಮ ಪಾಡಿಗೆ ಬೆಟ್ಟ ಹತ್ತುತ್ತಲೋ ಇಳಿಯುತ್ತಲೋ ಇದ್ದಾರೆ. 'ಏನಂತೀರಾ' ಅಂತ ಮತ್ತೆ ಕೂಗುತ್ತಾನೆ. ಯಾಕೋ ಜಿದ್ದಿಗೆ ಬಿದ್ದು ನೀನೂ ಕೂಗುತ್ತೀಯ, 'ಟ್ರೈ ಮಾಡಿ. ಹೆಂಗೂ ಸಾಕಾಗಿ ಹೋಗಿದೆ ಅಂತೀರಾ..'.

ಅವನು ಒಂದು ಸಾರಿ ಗಾಳಿಯಲ್ಲಿ ಚಿಮ್ಮುತ್ತಾನೆ, ಅಷ್ಟೇ. ಮರುಕ್ಷಣ ಅವನು ಬಂಡೆಯ ಮೇಲೆ ಉರುಳುತ್ತಾ ಉರುಳುತ್ತಾ, ತಲೆಯನ್ನು ಬಂಡೆಗೆ ಅಪ್ಪಳಿಸುತ್ತಾ, ಹೊಟ್ಟೆಯನ್ನು ಬಂಡೆಗೆ ಅಪ್ಪಳಿಸುತ್ತಾ, ಒಮ್ಮೆ ತಲೆ ಮೇಲಾಗಿ, ಒಮ್ಮೆ ಕಾಲು ಮೇಲಾಗಿ ಉರುಳುತ್ತಿದ್ದಾನೆ. ನೀನು ನೋಡುತ್ತಲೇ ಇದ್ದೀಯ. ನಿಂತೇ ಇದ್ದೀಯ. ಜನ ನೋಡುತ್ತಿದ್ದಾರೆ. ಕೂಗುತ್ತಿದ್ದಾರೆ. ಉರುಳುತ್ತಿರುವ ದೇಹವನ್ನು ಹಿಂಬಾಲಿಸುತ್ತಾ ದುಡುದುಡು ಇಳಿಯುತ್ತಿದ್ದಾರೆ. ಅವನ ದೇಹ ನಿನ್ನ ಕಾಲ ಬಳಿ ಬಿದ್ದಿದೆ. ಜನ ಸುತ್ತು ನೆರೆದಿದ್ದಾರೆ. ಪಾಪ ಕಾಲು ಜಾರಿತೋ ಏನೋ, ಇಲ್ಲಾರೀ ಬೇಕೂಂತಾನೇ ಹಾರಿದ್ದು ನಾನೇ ನೋಡಿದೆ, ಪಾಪಾ ಏನು ಕಷ್ಟಾ...ಏ...ನೋ...ಬಂ...ದಿ...ತ್ತೋ...

ಹಾ...ಕ್ಕಂ...ಡಿ...ರಾ...ಬ...ಟ್ಟೆ.......ನೋ....... ಡಿ.....ದ್ರೆ.......

ಬೆಟ್ಟದಾ ಬುಡದಲ್ಲಿ ಜನ ನಿನ್ನನ್ನೇ ನೋಡುತ್ತಿದ್ದಾರೆ. ನೀನು ನಿಧಾನವಾಗಿ ಕಣ್ಣು ಮುಚ್ಚುತ್ತೀಯ.

ಈ ಕತೆಯನ್ನು ತೊಡಗಿರುವ ಕ್ರಮ ಗಮನಿಸಿ. ಈ ನಿರೂಪಕ ಕತೆಯ ಪಾತ್ರದೊಂದಿಗೆ ನೇರವಾಗಿ ಮಾತಿಗಿಳಿದಿದ್ದಾನೆ. ನೀನು ಹೀಗೆ ಮಾಡಿದಿ, ನೀನು ಹಾಗೆ ಮಾಡಿದಿ ಎಂದು ಆತ್ಮಸಖನ ಸಲಿಗೆಯಿಂದಲೂ, ನಿಷ್ಠುರ ವಿಮರ್ಶಕ ದೃಷ್ಟಿಯಿಂದಲೂ ಮಾತನಾಡುತ್ತಲೇ ನಮಗೆ ನಿರೂಪಿಸುತ್ತಿರುವಾಗ ಕೂಡ ಅವನ ಚಿತ್ತ ಇರುವುದು ಓದುಗನ ಜೊತೆಗಲ್ಲ. ಬದಲಿಗೆ ತನ್ನದೇ ನಿರೂಪಣೆಯ ಕೇಂದ್ರವಾದ ಒಂದು ಪಾತ್ರದ ಜೊತೆಗೆ. ನಾವೆಲ್ಲಾ ನಮ್ಮನ್ನೇ ಪ್ರೀತಿಸುತ್ತಾ, ನಮ್ಮನ್ನೇ ದ್ವೇಷಿಸುತ್ತಾ, ಅದಕ್ಕೆಲ್ಲಾ ಪರರ ಧ್ವನಿ, ರೂಪ, ವ್ಯಕ್ತಿತ್ವ ಇತ್ಯಾದಿಗಳನ್ನು ಆರೋಪಿಸುತ್ತಾ ಒಂದು ರೀತಿಯ ಭ್ರಾಮಕ ಜಗತ್ತಿನಲ್ಲೇ ಇರುತ್ತೇವಲ್ಲಾ, ಮತ್ತದನ್ನು ಗುರುತಿಸಲು ಕೂಡಾ ನಮಗೆ ಪುರುಸೊತ್ತಿಲ್ಲವಲ್ಲ ಅನಿಸುವಾಗಲೇ ಸುರೇಂದ್ರನಾಥ್ ಕತೆಯೊಂದು ಬಂದು ಎದೆಯ ಮೇಲೆ ಕೈಯಿಡುತ್ತದೆ.

ಸುರೇಂದ್ರನಾಥ್ ಒಬ್ಬ ನಾಟಕಕಾರ, ರಂಗಕರ್ಮಿ. ಅವರ ಕಥನದ ನಿರೂಪಣೆಯ ಸೊಗಸು ಗಮನಿಸಿ. ಅಲ್ಲಿ ಬರುವ ಚರಾಚರ ವಿವರಗಳೆಲ್ಲಾ ಚಲಿಸುತ್ತಿರುತ್ತವೆ. ಪಾತ್ರಗಳ ಆಕೃತಿ, ಬಾಡಿಲೈನ್, ಆಂಗಿಕ ಚಲನೆ, ಮ್ಯಾನರಿಸಂ, ಭಾಷೆ, ಬಟ್ಟೆ, ವಾತಾವರಣದ ಬೆಳಕಿನ ಪ್ರಮಾಣ ಸೂಚಿಸುವ ದಿನದ ಹೊತ್ತು, ಪ್ರತಿ ಸನ್ನಿವೇಶದ ಪರಿಸರದ ವಿವರ ಎಲ್ಲ ಮುಖ್ಯ ಅವರಿಗೆ. ಅದರಿಂದಲೇ ಅವರು ಅವನನ್ನೋ ಅವಳನ್ನೋ ಸಾಕ್ಷಾತ್ಕರಿಸುತ್ತಾ ಹೋಗುತ್ತಾರೆ. ಅವರ ಕಥಾಜಗತ್ತು ಸದಾ ಜೀವಂತಿಕೆಯಿಂದ ನಳನಳಿಸುತ್ತ ಇರುತ್ತದೆ. ಹಾಗೆಯೇ ಬದುಕಿನಲ್ಲಿ ಎದುರಾಗುವ ಸನ್ನಿವೇಶಗಳ ನಾಟಕೀಯ ಅಂಶಗಳನ್ನು ಕಾಣುವ ಕಣ್ಣಿದೆ ಅವರಿಗೆ. ಅವುಗಳನ್ನು ಎಷ್ಟು ಬೇಕೋ ಅಷ್ಟೇ ಎಗ್ಸಾಜರೇಟ್ ಮಾಡುತ್ತಾ, ಹಾಗೆ ಮಾಡಿದಾಗಲೂ ಮಗುವಿನ ಮುಗ್ಧತೆಯಿಂದ ಅಂಥದ್ದನ್ನೆಲ್ಲಾ ಹೌದು ಹೌದು ಎಂದು ನಂಬುತ್ತಾ ಓದುವಂತೆ ಮಾಡುವ ಮೋಡಿಯೂ ಗೊತ್ತಿದೆ.

• ನರೇಂದ್ರ ಪೈ

ಒಂದಿಷ್ಟು ಖಾಲಿ ಪುಟಗಳು

"ಬಿ ಜಿ ಸುರೇಶ ಜೆ ಪಿ ನಗರದ ಹನ್ನೆರಡನೇ ಕ್ರಾಸ್‌ನಲ್ಲಿರುವ ಎಸ್ಸೆನ್‌ನಿಂದ ಸರಿಯಾಗಿ ಹದಿನಾರು ಹೆಜ್ಜೆ ದೂರ, ತಾನು ಯಾವತ್ತೂ ನಿಲ್ಲಿಸುವ ಜಾಗದಲ್ಲೇ ತನ್ನ ಬೈಕ್ ನಿಲ್ಲಿಸಿ, ಹೆಲ್ಮೆಟ್‌ಅನ್ನು ತೆಗೆದು ಬೈಕ್ ಹ್ಯಾಂಡಲ್ಲಿಗೆ ಜೋತು ಬಿಟ್ಟು, ಎಸ್ಸೆನ್ ಕಡೆ ತನ್ನ ಹದಿನಾರು ಹೆಜ್ಜೆ ಹಾಕಿದಾಗ, ಕರಾರುವಾಕ್ಕಾಗಿ ಬೆಳಗಿನ ಎಂಟೂ ಇಪ್ಪತ್ತಾಗಿರತ್ತೆ. ಯಾರಿಗಾದರೂ ಟೈಮ್ ನೋಡಿಕೋಬೇಕೂ ಅಂತಿದ್ರೆ ಅವರು ವಾಚ್ ನೋಡಲೇ ಬೇಕೂಂತಿಲ್ಲ. ಸುಮಾರು ಎಂಟು ವರ್ಷಗಳಿಂದ ಬಿ ಜಿ ಸುರೇಶ ಬರೋದು ಇಷ್ಟು ಹೊತ್ತಿಗೇ, ಒಂದು ನಿಮಿಷ ಹಿಂದಿಲ್ಲ, ಒಂದು ನಿಮಿಷ ಮುಂದಿಲ್ಲ. ಅವನು ಬಂದ ಕೂಡಲೇ ಒಂದು ಆಳವಾದ ತಟ್ಟೆಯಲ್ಲಿ ಚಟ್ನಿ ಬೆರೆತ ಸಾಂಬಾರಿನಲ್ಲಿ ಹದವಾಗಿ ತೇಲುತ್ತಿರುವ ಎರಡು ಇಡ್ಲಿ, ಒಂದು ವಡೆ ತುಂಬಿದ ತಟ್ಟೆ ವಾಡಿಕೆಯಂತೆ ತಯಾರಿರುತ್ತದೆ. ಇಪ್ಪತ್ಮೂರು ಗುಕ್ಕಿನಲ್ಲಿ, (ನೆನಪಿರಲಿ, ಇಪ್ಪತ್ಮೂರು ಅಂದರೆ ಇಪ್ಪತ್ಮೂರೇ) ತಟ್ಟೆಯನ್ನು ಖಾಲಿ ಮಾಡಿ ಇತ್ತ ಬರುವಷ್ಟರಲ್ಲಿ ಅವನ ಬೋರ್ನವಿಟಾ ಬೆರೆತ ಬಿಸಿ ಬಿಸಿ ಹಾಲಿನ ದೊಡ್ಡ ಸ್ಟೀಲ್ ಲೋಟ್ ತಯಾರಿರುತ್ತದೆ. ಅದನ್ನು ಹದಿನಾರು ಗುಟುಕಿನಲ್ಲಿ, ಹದಿನಾರೆಂದರೆ ಹದಿನಾರೇ..."

'ಯಾರ್ರೀ ಅದೂ...ನಾನು ಹದಿನಾರು ಗುಟುಕಲ್ಲಾದ್ರೂ ಕುಡೀತೀನಿ ಹದಿನೆಂಟರಲ್ಲಾದ್ರೂ ಕುಡೀತೀನಿ ಕಟ್ಕಂಡು ನಿಮಗೇನಾಗಬೇಕು...'

ತಾರಸಿಯನ್ನು ನೋಡುತ್ತಾ ನೀನು ಆರ್ಭಟಿಸಿದ ಪರಿ ಹೇಗಿತ್ತೂ ಅಂದ್ರೆ ಎಸ್ಸೆನ್‌ನಲ್ಲಿ ಗೋಡೆಗೆ ಮುಖ ಮಾಡಿ, ಪ್ರಪಂಚಕ್ಕೆ ಬೆನ್ನು ಹಾಕಿ, ತಮ್ಮ ಇಡ್ಲೀ-ಸಾಂಬಾರಿನಲ್ಲೋ, ಖಾರಾ ಬಾತ್-ಕೇಸರಿ ಬಾತಿನಲ್ಲೋ ಮುಳುಗಿದ್ದವರು ತಾವು ತಿನ್ನುತ್ತಾ ಇದ್ದುದರಲ್ಲಿ ಒಂದೊಂದು ಚಮಚ ನೆಲದ ಮೇಲೋ, ತೊಟ್ಟ ಬಟ್ಟೆಯ ಮೇಲೋ ಚೆಲ್ಲಿಕೊಳ್ಳುತ್ತಾರೆ. ಎಲ್ಲಾ ಒಂದಿನಿತೂ ಅಲ್ಲಾಡದೇ ನಿನ್ನನ್ನೇ ನೋಡುತ್ತಾರೆ. ಒಮ್ಮೆ ಅವರತ್ತ ನೋಡಿ ನೀನು ಸಾರಿ ಅನ್ನುತ್ತೀಯ ಎಂದು ಕಾಯುತ್ತಾರೆ. ಆದರೆ ನೀನು ಅವರತ್ತ ಗಮನ ಕೊಡದೇ, ಮತ್ತೆ ನಿನ್ನ ಬೋರ್ನವಿಟಾ ಬೆರೆತ ಹಾಲನ್ನು ಗುಟುಕರಿಸತೊಡಗಿದಾಗ, ಚಿತ್ರಗಳಂತೆ ಅಲ್ಲಾಡದೇ ನಿಂತಿದ್ದ ಜನ ಮತ್ತೆ ಪ್ಲೇಟುಗಳಲ್ಲಿ ಚಮಚೆಯಾಡಿಸತೊಡಗುತ್ತಾರೆ. ಇಡೀ ವಾತಾವರಣ ಅರ್ಥವಿಲ್ಲದ, ಅರ್ಥವಾಗದ ಸದ್ದು ಗದ್ದಲದಿಂದ ತುಂಬಿಹೋಗುತ್ತದೆ. ನಿನ್ನ ತಲೆಯಲ್ಲೂ ಅದೇ ಧ್ವನಿ ಕಿಕ್ಕಿರಿಯುತ್ತದೆ. ಈಗೊಂದಷ್ಟು ದಿನಗಳಿಂದ ತಲೆಯಲ್ಲಿ ತುಂಬಿಕೊಳ್ಳುವ ಈ ಧ್ವನಿಯ ಗದ್ದಲದಿಂದ ತಲೆ ಚಿಟ್ಟೆನಿಸುತ್ತಿದೆ ನಿನಗೆ. ಎಸ್ಸೆನ್ನಿಂದ ಹೊರಗೆ ಬಂದು ಬೈಕ್‌ಅನ್ನು ಝಾಡಿಸಿ ಒದ್ದಾಗಲೂ ನಿನ್ನ ತಲೆಯಲ್ಲಿ ಅದೇ ಧ್ವನಿ ಮೊರೆಯುತ್ತಿದೆ.

"ಬಿ ಜಿ ಸುರೇಶ ಒಂದು ಐದು ನಿಮಿಷ ಹಿಂದೆ ಮುಂದೆ ಒಂಬತ್ತೂ ಮುಕ್ಕಾಲಿಗೆ ತನ್ನ ಎಂ ಜಿ ರೋಡ್ ಆಫೀಸಿಗೆ ಬಂದು ತಲುಪುತ್ತಾನೆ. ಬೈಕ್ ನಿಲ್ಲಿಸಿದ ಮೇಲೆ ಎಣಿಸಿದಂತೆ ನಲವತ್ತು ಹೆಜ್ಜೆಗಳಲ್ಲಿ ಪಾರ್ಕಿಂಗ್ ಜಾಗದಿಂದ ಮೆಟ್ಟಿಲುಗಳ ಹತ್ತಿರ ಬಂದು ನಿಲ್ಲುತ್ತಾನೆ. ಬಿ ಜಿ ಸುರೇಶ ಲಿಫ್ಟ್ ಬಳಸುವುದಿಲ್ಲ. ಎದುರಿನ ಇಪ್ಪತ್ನಾಲ್ಕು

ಇಂಟೂ ಎರಡು ಮೆಟ್ಟಿಲುಗಳನ್ನು ಸರಿಯಾಗಿ ನಾಲ್ಕು ನಿಮಿಷಗಳಲ್ಲಿ ದುಡುದುಡು ಹತ್ತಿ ಎರಡನೇ ಮಹಡಿಗೆ ಬಂದು ತಲುಪುತ್ತಾನೆ. ಬೆನ್ನ ಮೇಲೆ ತನ್ನ ಎರಡೂ ಹೆಗಲುಗಳಿಂದ ಜೋತು ಬಿದ್ದಿರುವ ಚೀಲವನ್ನು ಅಕೌಂಟ್ ಡಿಪಾರ್ಟ್‌ಮೆಂಟಿನ ತನ್ನ ವರ್ಕ್‌ಸ್ಟೇಷನ್ ಎದುರು ಜಾರಿಸಿದಾಗ ಹತ್ತು ಗಂಟೆಗೆ ಇನ್ನೂ ಐದು ನಿಮಿಷಗಳಿವೆ. ಚೀಲದ ಒಂದು ಮಗ್ಗುಲಿಗೆ ಸಿಕ್ಕಿಸಿರುವ ಹಿತ್ತಾಳೆ ಬಾಟಲನ್ನು ತೆಗೆದು ಐದೇ ಐದು ಗುಟುಕು ನೀರು ಕುಡಿದು ಬಾಟಲಿನ ಮುಚ್ಚಳ ಮುಚ್ಚಿ ಟೇಬಲ್ ಮೇಲೆ ಕಂಪ್ಯೂಟರ್ ಪಕ್ಕ ಅದಕ್ಕೆಂದೇ ತಾನು ಮೀಸಲಾಗಿಟ್ಟ ಜಾಗದಲ್ಲಿ ಇಟ್ಟು, ಒಮ್ಮೆ ಕೂಡುವ ಕುರ್ಚಿಯನ್ನೂ, ಎದುರಿನ ಟೇಬಲ್‌ಅನ್ನೂ ಊದಿ ಧೂಳು ತೆಗೆದ ಶಾಸ್ತ್ರ ಮಾಡಿ, ತನ್ನ ಕೆಲಸಕ್ಕೆ ರೆಡಿಯಾಗಿ ಕೂಡುವಲ್ಲಿ ಸರಿಯಾಗಿ ಹತ್ತು ಗಂಟೆ. ಒಂದಿಬ್ಬರು ಸಹೋದ್ಯೋಗಿಗಳು ಬಿ ಜಿ ಸುರೇಶ ತಯಾರಾಗುವುದನ್ನೇ ಕಾಯುತ್ತಿದ್ದಂತೆ ಅವನ ಬಳಿ ಬಂದು, ಬಿ ಜಿ ಸುರೇಶ, ಮೂರು ಸಾವಿರದ ಮೂವತ್ಮೂರಕ್ಕೆ ಇಪ್ಪತ್ತೆಂಟೂವರೆ ಪರ್ಸೆಂಟ್ ಅಂದರೆ ಎಷ್ಟೋ ಎಂದು ಕೇಳುತ್ತಾರೆ. ಬಿ ಜಿ ಸುರೇಶ ನಾಕು ಸೆಕೆಂಡುಗಳು ಅಂದರೆ ನಾಕೇ ಸೆಕೆಂಡುಗಳಲ್ಲಿ ಉತ್ತರ ಹೇಳುತ್ತಾನೆ, ಎಂಟು ನೂರಾ ಅರವತ್ತನಾಕು ಪಾಯಿಂಟ್ ನಲವತ್ತು. ಕೇಳಿದವರು ಮುಖದಲ್ಲಿ ನಾನು ಹೇಳ್ಲಿಲ್ವಾ ಎಂಬ ನಗೆ ಬೀರಿ ಮರಳುತ್ತಾರೆ. ಬಿ ಜಿ ಸುರೇಶನಿಗೂ ಗೊತ್ತು ಇದು ತನ್ನನ್ನು ಪರೀಕ್ಷಿಸುವ ಒಂದು ವಿಧಾನ ಎಂದು. ಒಮ್ಮೊಮ್ಮೆ ರೇಜಿಗೆಯಾಗುತ್ತದೆ. ಆದರೆ ಸಹೋದ್ಯೋಗಿಗಳು, ಸಿಡುಕುವ ಹಾಗಿಲ್ಲ. ಒಣಗುತ್ತಿರುವ ಗಾಯವನ್ನು ಉಗುರು ತಾಗದ ಹಾಗೆ ತುರಿಸಿಕೊಳ್ಳುವಂತೆ ಬಂದವರಿಗೆ ಉತ್ತರ ಹೇಳಿ ಕಳಿಸುತ್ತಾನೆ. ದಿನಕ್ಕೆ ಒಂದ್ಯೆದಾರು ಬಾರಿಯಾದರೂ ಇಂತಹ ಪ್ರಸಂಗಗಳು ನಡೆಯುತ್ತಿರುತ್ತವೆ. ಕೆಲವು ಸಲ ಇವನನ್ನು ಪರೀಕ್ಷಿಸಲೆಂದೋ, ಕೆಲವು ಸಲ ಥಟ್ಟನೆ ಉತ್ತರ ಸಿಗುವ ಅನುಕೂಲಕ್ಕೆಂದೋ... ಹಾಗೆ ಕರಾರುವಾಕ್ಕಾಗಿ ಸೆಕೆಂಡುಗಳಲ್ಲಿ ಲೆಕ್ಕ ಹಾಕುವುದು, ಅಥವಾ ಸೆಕೆಂಡುಗಳನ್ನು ಲೆಕ್ಕದಂತೆ ಕರಾರುವಾಕ್ಕಾಗಿ ಬಳಸುವುದು ತನಗೆ ಬಂದ ವರವೋ ಅಥವಾ ಶಾಪವೋ ತಿಳಿಯದಾಗಿದ್ದಾನೆ."

ನಿನ್ನ ದಿನಚರಿಯ ಪ್ರತಿ ಸೆಕೆಂಡುಗಳನ್ನೂ ಯಾವುದೋ ಆಟದ ವೀಕ್ಷಕ ವಿವರಣೆಯಂತೆ ನಿನ್ನ ತಲೆಯಲ್ಲಿ ಬಿತ್ತರಿಸುತ್ತಿರುವ ಈ ಧ್ವನಿ ನಿನ್ನನ್ನು ನುರಿಯುತ್ತಿದೆ. ನೀನು ಇಡುವ ಪ್ರತಿ ಹೆಜ್ಜೆಯ, ನೀನು ತಿನ್ನುವ ಪ್ರತಿ ತುತ್ತಿನ, ಕುಡಿಯುವ ನೀರಿನ ಪ್ರತಿ ಗುಟುಕಿನ, ನೀನು ಆಡುವ ಮಾತಿನ ಲೆಕ್ಕ, ಅಷ್ಟೇ ಏಕೆ ನಿನ್ನ ಉಸಿರಾಟದ ಪ್ರತಿ ಉಚ್ಛ್ವಾಸ ನಿಶ್ವಾಸಗಳ ಲೆಕ್ಕವೂ ಆ ಧ್ವನಿಗೆ ಗೊತ್ತಿದ್ದಂತಿದೆ. ನೀನು ಅಲ್ಲಾಡದೇ ಕೂಡುತ್ತೀಯ. ಒಂದು ನಿಮಿಷ. ಐದು ನಿಮಿಷ. ಹತ್ತು ನಿಮಿಷ. ಇದ್ದಕ್ಕಿದ್ದಂತೇ ನಿನ್ನ ತಲೆಯಲ್ಲಿ ಮೊರೆಯುತ್ತಿದ್ದ ಭೋರ್ಗರೆತ ನಿಂತು ತಲೆ ಶಾಂತವಾಗಿಬಿಡುತ್ತದೆ.

ಅಂದರೆ ಆ ಧ್ವನಿಯಿಂದ ನೀನು ತಪ್ಪಿಸಿಕೊಳ್ಳಬೇಕೆಂದರೆ ನೀನು ಅಲ್ಲಾಡದಂತಿರಬೇಕು. ಬದುಕನ್ನು ನಿಶ್ಚಲಗೊಳಿಸಬೇಕು. ಇದು ನಿನ್ನಿಂದಾಗದ ಮಾತು. ಎದ್ದು ಮ್ಯಾನೇಜರ್ ರೂಮಿನ ಕಡೆ ನಡೆಯುತ್ತೀಯ.

"ಬಿ ಜಿ ಸುರೇಶ ಮೊಟ್ಟ ಮೊದಲ ಬಾರಿಗೆ ಮಧ್ಯಾಹ್ನದ ಮೂರು ಗಂಟೆಯ ಹೊತ್ತಿಗೆ ತನ್ನ ಜಾಗ ಬಿಟ್ಟು ಎದ್ದೇಳುತ್ತಾನೆ. ಮೊಟ್ಟ ಮೊದಲ ಬಾರಿಗೆ ಮಧ್ಯಾಹ್ನದ ಮೂರು ಗಂಟೆಯ ಹೊತ್ತಿಗೆ ತನ್ನ ಕಂಪ್ಯೂಟರ್ ಅನ್ನು ಮುಚ್ಚಿಟ್ಟು ಎದ್ದೇಳುತ್ತಾನೆ. ಮೊಟ್ಟ ಮೊದಲ ಬಾರಿಗೆ ಮಧ್ಯಾಹ್ನದ ಮೂರು ಗಂಟೆಯ ಹೊತ್ತಿಗೆ ಆಫೀಸಿನಿಂದ ಹೊರಬೀಳುತ್ತಾನೆ. ಮೊಟ್ಟ ಮೊದಲ ಬಾರಿಗೆ ಮಧ್ಯಾಹ್ನದ ಮೂರು ಗಂಟೆಯ ಹೊತ್ತಿಗೆ ತನ್ನ ಬೈಕ್ ಅನ್ನು ಆಫೀಸಿನಲ್ಲೇ ನಿಲ್ಲಿಸಿ, ಟ್ಯಾಕ್ಸಿ ಕರೆಯುತ್ತಾನೆ. ಮೊಟ್ಟ ಮೊದಲ ಬಾರಿಗೆ ಮಧ್ಯಾಹ್ನದ ಮೂರು ಗಂಟೆಯ ಹೊತ್ತಿಗೆ ತನ್ನ ಮನೆಯ ಕಡೆ ಹೊರಡುತ್ತಾನೆ. ಮೊಟ್ಟ ಮೊದಲ ಬಾರಿಗೆ..."

ನಿನ್ನ ತಲೆ ಧಿಮ್ಮೆನ್ನ ತೊಡಗುತ್ತದೆ. ಎರಡೂ ಕೈಗಳಿಂದ ನಿನ್ನ ತಲೆಯನ್ನು ಒತ್ತಿ ಹಿಡಿದು ಕೂಡುತ್ತೀಯ. ಟ್ಯಾಕ್ಸಿಯಲ್ಲಿ ಯಾವುದೋ ಎಫ್ ಎಮ್ ರೇಡಿಯೋ ಹಾಡೊಂದನ್ನು ಹಾಕಿ ನಲಿಯುತ್ತಿದೆ. 'ಬೇರೆಯೇನಾರಾ ಹಾಕಿ' ಎಂದು ಟ್ಯಾಕ್ಸಿ ಡ್ರೈವರ್‌ಗೆ ಹೇಳುತ್ತೀಯ. ಗೊಣಗುಟ್ಟುತ್ತಾ ಆತ ಚಾನೆಲ್ ಬದಲಿಸುತ್ತಾನೆ. ಯಾವುದೋ ಚಾನೆಲ್‌ನಲ್ಲಿ ನನ್ನ ಸಂದರ್ಶನ ಬರುತ್ತಿದೆ. "ಹೀಗೆ ಸಾಗತ್ತೆ ನನ್ನ ಕತೆ. ಅಥವಾ ಬಿ ಜಿ ಸುರೇಶನ ಕತೆ. – ನಿಮ್ಮ ಕಾದಂಬರಿ ಯಾವತ್ತು ಪ್ರಕಟವಾಗಬಹುದು ಹೇಳ್ತೀರಾ – ಸದ್ಯದಲ್ಲೇ ಅಂತ ಹೇಳಬಹುದು, ಇನ್ನೂ ಕಾದಂಬರಿಗೆ ಒಂದು ಕೊನೆ ಕಾಣಿಸಬೇಕಲ್ಲಾ – ಕೊನೆಯಲ್ಲಿ ಏನಾಗತ್ತೆ ಅಂತ ನಮ್ಮ ಕನ್ನಡನುಡಿ ಎಫೆಮ್ ಚಾನೆಲ್‌ನ ಶ್ರೋತೃಗಳಿಗೆ ಹೇಳಬಹುದಾ – ಹೀಗೇ ಆಗತ್ತೆ ಅಂತ ನಾನು ಹೇಳಲಾರೆ..." ಥಟ್ಟನೇ ನಿನಗೆ ಆ ಧ್ವನಿಯ ಗುರುತು ಸಿಕ್ಕಿಬಿಡುತ್ತದೆ. ನಿನ್ನ ತಲೆಯಲ್ಲಿ ಮೊಳಗುತ್ತಿರುವ ಧ್ವನಿ ಅದೇ. ನನ್ನ ಧ್ವನಿ. ನಾನು ಹೇಳುತ್ತಿರುವುದು ಬಿ ಜಿ ಸುರೇಶನ ಕತೆಯನ್ನೇ. ಅಂದರೆ ನಿನ್ನ ಕತೆಯನ್ನೇ. "ಆದರೆ ಒಂದಂತೂ ನಿಜ. ಬದುಕನ್ನ ಲೆಕ್ಕಾಚಾರದಂತೆ ಬದುಕುತ್ತಿರುವ ಈ ಬಿ ಜಿ ಸುರೇಶ ಸಾಯುತ್ತಾನೆ. ಬಹುಶಃ ಒಂದು ಅಪಘಾತದಲ್ಲೋ, ಅಥವಾ ಆತ್ಮಹತ್ಯೆ ಮಾಡಿಕೊಂಡೋ, ಇನ್ನೂ ನಿರ್ಧಾರ ಮಾಡಿಲ್ಲ. ಯಾವ ಸಾವು ನಾಟಕೀಯವಾಗಿರತ್ತೆ ಅಂತ ಯೋಚನೆ ಮಾಡ್ತಾಯಿದೀನಿ. – ನಿಮ್ಮ ಕಥಾನಾಯಕನನ್ನ ಹೇಗೆ ಕೊಲ್ಲ ಬಯಸುತ್ತೀರಾ, ಒಂದೆರಡು ಉದಾಹರಣೆ ಹೇಳಬಹುದಲ್ಲಾ – ಈಗ ನೋಡಿ ಆತ ಒಂದು ಟ್ಯಾಕ್ಸಿಯಲ್ಲಿ ಮನೆಗೆ ಹೊರಟಿದ್ದಾನೆ. ಮೊಟ್ಟ ಮೊದಲ ಬಾರಿಗೆ ಮೂರು ಗಂಟೆಯ ಹೊತ್ತಿಗೆ ಮನೆಗೆ ಹೋಗುತ್ತಿದ್ದಾನೆ. ಈಗ ಆ ಟ್ಯಾಕ್ಸಿಗೆ ಆ್ಯಕ್ಸಿಡೆಂಟ್ ಆಗಬಹುದು, ಬಿ ಜಿ ಸುರೇಶ ಅದರಲ್ಲಿ ಸಾಯಬಹುದು

ಅಥವಾ..." ಟ್ಯಾಕ್ಸಿಯನ್ನು ನಿಲ್ಲಿಸುವಂತೆ ಕೂಗುತ್ತೀಯ. ಡ್ರೈವರ್ ಗಾಬರಿಯಿಂದ ನಡು ರಸ್ತೆಯಲ್ಲೇ ಟ್ಯಾಕ್ಸಿಯನ್ನು ನಿಲ್ಲಿಸುತ್ತಾನೆ. ಅದೆಷ್ಟು ದುಡ್ಡು ಕೊಟ್ಟೆಯೋ ನಿನಗೆ ಬೇಕಾಗಿಲ್ಲ, ಒಂದಿಷ್ಟನ್ನು ಡ್ರೈವರ್ ಕೈಯಲ್ಲಿ ತುರುಕಿ ಗಡಿಬಿಡಿಯಿಂದ ಟ್ಯಾಕ್ಸಿ ಇಳಿಯುತ್ತೀಯ.

ಟ್ಯಾಕ್ಸಿಯಿಂದ ಇಳಿದ ಕೂಡಲೇ ನಿನ್ನ ತಲೆಯಲ್ಲಿ ಆ ಧ್ವನಿ ಮೊರೆಯುತ್ತಿಲ್ಲ. ಎಲ್ಲವೂ ಶಾಂತವಾಗಿದೆ. ಅಂದರೆ ಆ ಧ್ವನಿ ನಿನ್ನ ಭೌತಿಕ ದೇಹದ ಕುರುಹನ್ನು ಹುಡುಕುತ್ತಿರಬೇಕು, ಗೂಗಲ್ ಭೂಪಟದಲ್ಲಿ ನೀನು ಯಾವುದೋ ವಿಳಾಸ ಹುಡುಕುತ್ತೀಯಲ್ಲ ಹಾಗೆ. ಆ ಧ್ವನಿಯ ಸುಳಿಯಿಂದ ನೀನು ಪಾರಾಗಬೇಕಾದರೆ ಆ ಧ್ವನಿಯ ಸುಳಿಯಲ್ಲಿ ಸಿಗಬಾರದು, ಆ ಧ್ವನಿಯ ನೆರಳಿನಿಂದ ದೂರವಿರಬೇಕು. ಅಂದರೆ ನಿನ್ನ ದಿನಚರಿಯಲ್ಲಿ ಇಲ್ಲೀವರೆಗೂ ಇಲ್ಲದ್ದನ್ನು ನೀನು ಮಾಡಬೇಕು. ನಿನ್ನ ದಿನಚರಿಯನ್ನು ನೀನು ಬದಲಿಸಬೇಕು. ಕ್ಷಣಕ್ಷಣಕ್ಕೂ ನಿನ್ನ ದಿನಚರಿಯಲ್ಲಿ ಅಚ್ಚರಿಗಳನ್ನು, ಅನಿರೀಕ್ಷಿತ ತಿರುವುಗಳನ್ನು ತಂದಿಟ್ಟು ಧ್ವನಿಯನ್ನು ತಬ್ಬಿಬ್ಬು ಮಾಡಬೇಕು. ಅದಕ್ಕೂ ಮೊದಲು ಆ ಧ್ವನಿ ಯಾರದ್ದು ಕಂಡು ಹಿಡಿಯಬೇಕಾಗಿದೆ ನಿನಗೆ.

ಫುಟ್‌ಪಾತಿನಲ್ಲಿ ನಿಂತೇ ಶ್ರಾವಣಿಗೆ ಫೋನ್ ಮಾಡುತ್ತೀಯ. ಶ್ರಾವಣಿ ನಿನ್ನ ಗೆಳತಿ. ಒಂದು ಪೇಪರ್‌ನಲ್ಲಿ ಕೆಲಸ ಮಾಡುತ್ತಿದ್ದಾಳೆ. ಒಂದರ್ಧ ಗಂಟೆಯಲ್ಲಿ ಆಕೆ ನಿನಗೆ ನನ್ನ ಹೆಸರು ಹೇಳುತ್ತಾಳೆ. 'ಅವರ ಫೋನ್ ನಂಬರ್ ಇಲ್ಲೇನು?' 'ಸಾಧಾರಣವಾಗಿ ಫೋನ್ ನಂಬರ್ ಯಾರೂ ಕೊಡಲ್ಲ. ಅಡ್ರೆಸ್ ಇದೆ. ಮೆಸೇಜ್ ಮಾಡ್ತೀನಿ.' ಅಂತೂ ನಿನಗೆ ನನ್ನ ಅಡ್ರೆಸ್ ಸಿಗುತ್ತದೆ.

ರಾತ್ರಿ ಎಂಟು ಗಂಟೆಗೆ ನೀನು ನನ್ನ ಮನೆಯ ಬಾಗಿಲನ್ನು ತಟ್ಟುತ್ತೀಯ. ನಾನು ಬಂದು ಬಾಗಿಲು ತೆಗೆಯುತ್ತೇನೆ. ನೀನು ನಮಸ್ಕಾರ ಅನ್ನುತ್ತೀಯ. ನಾನೂ ನಮಸ್ಕಾರ ಅನ್ನುತ್ತೇನೆ. ಒಳಗೆ ಬರಬಹುದೇ ಎಂದು ಅಪ್ಪಣೆ ಕೇಳುತ್ತೀಯ, ತುರ್ತು ವಿಷಯ, ಮುಖ್ಯವಾದ ವಿಷಯ ಮಾತನಾಡುವುದಿದೆ ಅನ್ನುತ್ತೀಯ, ಕೇವಲ ಹತ್ತೇ ನಿಮಿಷ ಅನ್ನುತ್ತೀಯ. ನಾನು ನಿನ್ನನ್ನು ಒಳಗೆ ಬರಮಾಡಿಕೊಳ್ಳುತ್ತೇನೆ. ಇಡೀ ಮನೆಗೆ ಒಂದೇ ರೂಮು, ಅದೇ ನನ್ನ ಮನೆಯ ಹಾಲ್, ಅದೇ ನನ್ನ ಬರೆಯುವ ಕೋಣೆ, ಅದೇ ನನ್ನ ಮಲಗುವ ಕೋಣೆ ಎಲ್ಲಾ. ರೂಮು ಅಥವಾ ಹಾಲ್ ಅಥವಾ ನನ್ನ ಬೆಡ್‌ರೂಮ್ ತುಂಬಾ ಪುಸ್ತಕಗಳು, ನೆಲದ ಮೇಲೆ, ಮೂಲೆಯಲ್ಲಿನ ಮೇಜಿನ ಮೇಲೆ, ಗೋಡೆಗೆ ಅಂಟಿ ಮಲಗಿರುವ ಮಂಚದ ಮೇಲೆ. ಕೂಡಲು ಇನ್ನೊಂದು ಕುರ್ಚಿಯಿಲ್ಲ. ಹಾಗಾಗಿ ನೀನು ಮೇಜಿನ ಬದಿಯಿರುವ ನನ್ನ ಕುರ್ಚಿಯ ಮೇಲೆ ಕೂಡುತ್ತೀಯ, ನಾನು ಮಂಚದ ಮೇಲೆ, ಮಂಚದ ಒಂದು ತುದಿಗೆ ನನ್ನ ಕುಂಡೆಯನ್ನು ಅಂಟಿಸಿ ಕೂಡುತ್ತೇನೆ.

ಮುಂದೆ ನನ್ನ ನಿನ್ನ ಸಂಭಾಷಣೆ ಹೀಗಿದೆ.

– ಇವತ್ತು ರೇಡಿಯೋದಲ್ಲಿ ನಿಮ್ಮ ಸಂದರ್ಶನ ಕೇಳಿದೆ. ನಿಮ್ಮ ಹೊಸ ಕತೆ ಅಥವಾ ಕಾದಂಬರಿಯ ಪ್ಲಾಟ್ ತುಂಬಾ ಇಂಟರೆಸ್ಟಿಂಗ್ ಆಗಿದೆ.

– ಥ್ಯಾಂಕ್ಯೂ.

– ಸಾರ್, ಮುಗೀಲಿಕ್ಕೆ ಇನ್ನೂ ಎಷ್ಟು ದಿನ ಬೇಕು?

– ಹೇಳಕೆ ಬರಲ್ಲಾರೀ. ಆಗಬಹುದು ಒಂದ್ಯೆದಾರು ದಿನ. ಸರಿಯಾಗಿ ಪದಗಳು ಹೊಳೆದ್ರೆ ಇವತ್ತು ರಾತ್ರೀನೇ ಮುಗೀಬಹುದು.

ನಾನು ಎದ್ದು ಹೋಗಿ ಟೇಬಲ್ ಮೇಲಿರುವ ಕತೆಯ ಪುಟಗಳನ್ನು ತಂದು ನಿನಗೆ ತೋರಿಸುತ್ತೇನೆ.

– ನೋಡಿ ಇಷ್ಟಾಗಿದೆ. ಸುಮಾರು ಇಪ್ಪತ್ತು ಪುಟಗಳಿರಬೇಕು. ನೀಳ್ಗತೆ ಅಂತಾನೇ ಕರೀಬಹುದು.

– ಒಂದು ಪ್ರಶ್ನೆ. ಅದರಲ್ಲಿ ನಿಮ್ಮ ನಾಯಕನನ್ನು ಕೊಲ್ಲಬೇಕೂ ಅಂತ ಇದೀರಲ್ಲ ಯಾಕೆ? ನಾಯಕನ ಸಾವಿಲ್ಲದೆಯೇ ನಿಮ್ಮ ಕತೆ ಅಥವಾ ಕಾದಂಬರಿ ಮುಕ್ತಾಯವಾಗಲು ಸಾಧ್ಯವಿಲ್ಲವೇ?

ನಾನು ಪುಟಗಳನ್ನು ನನ್ನ ತೊಡೆಯ ಮೇಲಿಟ್ಟುಕೊಳ್ಳುತ್ತೇನೆ.

– ಆ ಬಗ್ಗೆ ನಾನಿನ್ನೂ ಯೋಚನೆ ಮಾಡಿಲ್ಲ. (ಒಂದರೆ ಕ್ಷಣ ಮೌನ) ಸಾಧ್ಯವಿಲ್ಲ ಅನ್ಸತ್ತೆ. ನಾಯಕ ಸಾಯೋದೂ ಒಂದು ಪೊಯೆಟಿಕ್ ಜಸ್ಟೀಸ್ ಅನ್ಸತ್ತೆ. ಬದುಕಿನ ಕ್ಷಣಗಳನ್ನು ಲೆಕ್ಕ ಮಾಡಿ ಬದುಕ್ತಾಯಿರೋನಿಗೆ ಇದ್ದಕ್ಕಿದ್ದಂಗೇ ಒಂದು ಕ್ಷಣದ ಲೆಕ್ಕ ತಪ್ಪಿ ಹೋಗಿಬಿಟ್ರೆ ಆ ಕ್ಷಣದಲ್ಲೇ ಸಾವು ಎರಗಿಬಿಡತ್ತೆ. ಆ ಕ್ಷಣ ಲೆಕ್ಕ ತಪ್ಪಿದ ಮೇಲೆ ಉಳಿದ ಲೆಕ್ಕದ ಪ್ರಶ್ನೆಯೇ ಇಲ್ಲ. ಅಥವಾ ಉಳಿದ ಬದುಕಿನ ಪ್ರಶ್ನೆಯೇ ಇಲ್ಲ.

– ನಾಯಕ ಬದುಕಿದ್ರೆ ನಿಮ್ಮ ಕಾದಂಬರಿ ಅಥವಾ ಕತೆ ಏನು ಮುಕ್ಕಾಗಿ ಬಿಡತ್ತಾ?

– ಮುಕ್ಕಾಗತ್ತೋ ಬಿಡತ್ತೋ ಮುಖ್ಯ ಅಲ್ಲ. ನಾಯಕ ಸಾಯದೇ ಹೋದ್ರೆ ಕತೆ ಸಪ್ಪೆ ಆಗಿಬಿಡತ್ತೆ ಅನ್ನೋದಂತೂ ಗ್ಯಾರಂಟಿ. ಒಂದು ಟ್ರಾಜೆಡಿಯಲ್ಲಿ ಅರಳುವ ಅಂತ್ಯ ಸಾಧ್ಯವಾಗೋಲ್ಲ. ಟ್ರಾಜೆಡಿಗೆ ಒಂದು ಶಕ್ತಿಯಿದೆ. ಕತೆಗೆ ಆ ಶಕ್ತಿ ಬೇಕು. ಅಲ್ಲದೇ ಇದು ನನ್ನ ಕತೆ. ನನ್ನ ಕತೆಗೆ ಯಾವ ಅಂತ್ಯ ಬೇಕೂ ಅನ್ನೋ ನಿರ್ಧಾರ ನನಗೆ ಬಿಟ್ಟಿದ್ದು. ನಿಮಗೂ ಆ ಕತೆಗೂ ಏನು ಸಂಬಂಧ ಅಂತ?

– ಇದೆ. ಸಂಬಂಧ ಇದೆ. ಆ ಕತೆ ನನ್ನದು. ಅಥವಾ ನಾನು ನಿಮ್ಮ ಕತೆಯ ನಾಯಕ.

– ತಮಾಷೆ ಮಾಡ್ತಾಯಿದೀರಾ? ನಾನು ಯಾವುದೇ ಜೀವಂತ ವ್ಯಕ್ತಿಯನ್ನು

ಗುರಿಯಿಟ್ಕೊಂಡು ಕತೆ ಅಥವಾ ಕಾದಂಬರಿ ಬರೆದಿಲ್ಲ. ನನ್ನ ಪಾತ್ರಗಳು ನನ್ನ ಕಲ್ಪನೆಯಲ್ಲಿ ಹುಟ್ಟಿದಂಥವು.

– ನನ್ನ ಹೆಸರು ಬಿ ಜಿ ಸುರೇಶ.

– ಸಾಧ್ಯಾನೇ ಇಲ್ಲ.

– ಅರೇ, ನಾನೇ ಬಿ ಜಿ ಸುರೇಶ ಅಂತ ನಾನೇ ಹೇಳಿದ್ರೆ ಸಾಧ್ಯ ಇಲ್ಲ ಅಂತಿದೀರಾ. ನಾನು ನಿಜಾನಾ ಅಥವಾ ನಿಮ್ಮ ಕತೆಯ ಪಾತ್ರಾನಾ ಒಂದೂ ತಿಳೀತಾಯಿಲ್ಲ. ಒಂದು ತಿಂಗಳಿನವರೆಗೂ ನೆಟ್ಟಗಿದ್ದೆ. ಇದ್ದಕ್ಕಿದ್ದಂಗೇ ನನ್ನ ತಲೇಲಿ ನಿಮ್ಮ ಧ್ವನಿ ಬಡ್ಕೋತಾಯಿರತ್ತೆ. ನಾನೇನು ಮಾಡ್ತೀನಿ, ಎಷ್ಟು ತಿಂತೀನಿ, ಎಷ್ಟು ಕುಡೀತೀನಿ, ಏನು ಕುಡೀತೀನಿ ಎಲ್ಲಾ ಲೆಕ್ಕ ಇಟ್ಟು ಹೇಳ್ತೀರ. ನೀವು ಕತೆ ಬರೆದಂಗೇ ನಾನು ಆಡ್ತೀನೋ ಅಥವಾ ನಾನು ಆಡೋದನ್ನ ನೋಡಿ ನೀವು ಬರೀತೀರೋ ಗೊತ್ತಾಗ್ತಾಯಿಲ್ಲ. ನನ್ನ ಹಣೇಬರಹ ನಿಮ್ಮ ಕೈಲಿದೆಯೋ ಏನೋ ಯಾರಿಗ್ಗೊತ್ತು. ನಾನು ಸಾಯ್ತೀನಿ ಅಂತ ನೀವು ಹೇಳಿದಾಗಿಂದಾ ಹೆದರಿ ಸಾಯ್ತಾಯಿದೀನಿ. ಅದೇನು ಈವಾಗ ಸಾಯ್ತೀನೋ, ನಾಳೆ ಸಾಯ್ತೀನೋ, ಬಸ್ಸಿನ ಕೆಳಗೆ ಬಿದ್ದು ಸಾಯ್ತೀನೋ, ಹಂಗೇ ಢಮಾರ್ ಅಂತೀನೋ, ಒಟ್ನಲ್ಲಿ ಹೆದರಿ ಸಾಯ್ತಾಯಿದೀನಿ. ಇವತ್ತು ಮಧ್ಯಾಹ್ನ ನಿಮ್ಮ ನಾಯಕ ಬಿ ಜಿ ಸುರೇಶ, ಅಂದ್ರೆ ನಾನು, ಒಂದು ಟ್ಯಾಕ್ಸೀಲಿ ಹೋಗ್ತಾಯಿದಾನೆ ಅಂತ ಹೇಳಿದಾಗ ನಿಜವಾಗ಼್ೂ ನಾನು ಟ್ಯಾಕ್ಸಿಯಲ್ಲಿದ್ದೆ. ಅದಕ್ಕೇ ಹೇಳಿದ್ದು ಒಂದೇ ಈ ಕತೆ ಮುಂದೆ ಬರೀಬೇಡಿ. ಅಥವಾ ಆ ಬಿ ಜಿ ಸುರೇಶನ್ನ ಸಾಯಿಸಬೇಡಿ. ಒಂದು ವೇಳೆ ಸಾಯಿಸಲೇ ಬೇಕೂಂತಿದ್ರೆ ಹೆಸರು ಬದಲಿ ಮಾಡಿ. ಒಟ್ನಲ್ಲಿ ಏನಾರಾ ಮಾಡಿ. ನನ್ನ ಕೊಲ್ಲಬೇಡಿ, ನಂಗೆ ಸಾಯಕೆ ಇಷ್ಟ ಇಲ್ಲ.

– ನೀವು ಹೇಳಿದಂಗೆ ಕತೆ ಕಾದಂಬರಿ ಬರಿಯೋಕೆ ಆಗತ್ತೇನ್ರಿ? ಅದು ನನ್ನ ವೈಯಕ್ತಿಕ ಅಭಿಪ್ರಾಯ. ನನ್ನ ವೈಯಕ್ತಿಕ ನಿಲುವು. ನನಗೆ ಹೆಂಗೆ ಬೇಕೋ ಹಂಗೆ ಬರೀತೀನಿ.

– ಸಾರ್, ದಯವಿಟ್ಟು ಅರ್ಥ ಮಾಡ್ಕೊಳಿ. ನಾನು ನಿಮ್ಮ ಕತೆಯ ಪಾತ್ರ ಅಷ್ಟೇ ಅಲ್ಲ. ನಿಜವಾದ ಮನುಷ್ಯ. ಜೀವಂತ ಮನುಷ್ಯ. ಇದು ನಿಮ್ಮ ಕತೆಯ ಅಂತ್ಯದ ಪ್ರಶ್ನೆ ಅಲ್ಲ, ನನ್ನ ಅಂತ್ಯದ ಪ್ರಶ್ನೆ. ನೀವು ಕೊಲ್ಲೋದು ನಿಮ್ಮ ನಾಯಕನನ್ನ ಅಲ್ಲ, ನನ್ನನ್ನ. ಈಗ ನೀವು ನನ್ನ ಮಾತು ಕೇಳಲಿಲ್ಲಾ ಅಂದ್ರೆ ನನಗೆ ಏನು ಸರಿ ಕಾಣತ್ತೋ ಅದನ್ನ ನಾನು ಮಾಡಬೇಕಾಗತ್ತೆ.

– ಏನು ಹೆದರುಸ್ತಾಯಿದೀರಾ?

– ಇಲ್ಲ. ನನ್ನ ನಿರ್ಧಾರ ಹೇಳ್ತಾಯಿದೀನಿ. ಮೂರು ಎಣುಸ್ತೀನಿ. ಅಷ್ಟರಲ್ಲಿ ಆ ಪುಟಗಳನ್ನು ಹರಿದು ಒಗೆದು ಬಿಡಿ. ಇಲ್ಲಾಂದ್ರೆ ನನ್ನ ಕತೆಗೆ ನಾನೇ ಒಂದು ಕೊನೆ

ಕಾಣುಸ್ತೀನಿ. ಒಂದು –

ನಾನು ಅಲ್ಲಾಡುವುದಿಲ್ಲ.

– ಎರಡು.

ನಾನು ಅಲ್ಲಾಡುವುದಿಲ್ಲ. ನೀನು ಎದ್ದು ನಿಲ್ಲುತ್ತೀಯ.

– ಮೂರು.

ಈಗ ನಾನು ಸ್ವಲ್ಪ ಹೆದರಿದ್ದೇನೆ. ನೀನು ನನ್ನ ಕಡೆ ಹೆಜ್ಜೆ ಹಾಕುತ್ತೀಯ. ನಾನು ನನ್ನ ತೊಡೆಯ ಮೇಲಿರುವ ಪುಟಗಳನ್ನು ಗಟ್ಟಿಯಾಗಿ ಹಿಡಿದುಕೊಳ್ಳುತ್ತೇನೆ. ಎಷ್ಟು ಗಟ್ಟಿಯಾಗಿ ಹಿಡಿದಿದ್ದೇನೆ ಎಂದರೆ ಹಾಳೆಗಳು ಮುದುಡುತ್ತಿವೆ, ಅಕ್ಷರಗಳು ಕಲೆಸಿ ಹೋಗುವಷ್ಟು ಮುದುಡುತ್ತಿವೆ. ನನ್ನ ಕೈ ಬೆವರುತ್ತಿರಬೇಕು, ಹಾಳೆಗಳು ಒದ್ದೆಯಾಗುತ್ತಿವೆ. ನೀನೇನೋ ಅನಾಹುತಕ್ಕೆ ಕೈ ಹಾಕುವವನಿದ್ದೀಯ ಎಂದು ನನಗೆ ಖಾತ್ರಿಯಾಗುತ್ತಿದೆ. ನಿನ್ನ ಕಣ್ಣುಗಳಲ್ಲಿ ತಣ್ಣಗಿನ ಬೆಂಕಿ ಕುಣಿಯುತ್ತಿದೆ. ನೀನು ನೆಟ್ಟಗೆ ಬಂದವನೇ ನನ್ನ ಕುತ್ತಿಗೆಗೆ ಕೈ ಹಾಕುತ್ತೀಯ. ಕುತ್ತಿಗೆಯನ್ನು ಹಿಚುಕಲು ಆರಂಭಿಸುತ್ತೀಯ. ನನ್ನ ಗಂಟಲಲ್ಲಿ ಮಾತು ನಿಲ್ಲುತ್ತಿಲ್ಲ. ಆದರೂ ಅರೆ ಉಸಿರಿನಲ್ಲಿ ಹೇಳುತ್ತೇನೆ. 'ಬಿಡೋ, ಬಿಡೋ, ನನ್ನ ಕೊಂದರೆ ಏನೂ ಉಪಯೋಗವಿಲ್ಲ, ನಾನು ಸತ್ತರೆ ನೀನೂ ಸಾಯ್ತೀ...' ಅಂತ ಗೊರಲುತ್ತೇನೆ. ನಿನಗೆ ನನ್ನ ಮಾತುಗಳನ್ನು ಕೇಳುವ ವ್ಯವಧಾನವಿಲ್ಲ. ನನ್ನ ಉಳಿದ ಮಾತುಗಳು ಉಸಿರಿನ ಜೊತೆ ನನ್ನ ಗಂಟಲಲ್ಲೇ ಹೂತು ಹೋಗುತ್ತವೆ. ನನ್ನ ಮಾತುಗಳನ್ನು ಕೇಳಿದ್ದರೆ ನೀನು ಈ ಕೆಲಸಕ್ಕೆ ಕೈ ಹಾಕುತ್ತಿರಲಿಲ್ಲ. ಬಹುಶಃ ನಮ್ಮಿಬ್ಬರ ಕೊನೆ ಬದಲಾಗುತ್ತಿತ್ತೇನೋ? ಈಗ ನಿನ್ನ ಕೈ ನರಗಳು ಉಬ್ಬಿ ಒಡೆದು ಹೋಗುವಷ್ಟು ಶಕ್ತಿ ಬಳಸಿ ನನ್ನ ಕುತ್ತಿಗೆಯನ್ನು ಹಿಸುಕುತ್ತಿದ್ದೀಯ. ನನ್ನ ಉಸಿರು ತಣ್ಣಗಾಗುತ್ತಿದೆ. ರಕ್ತ ತಣ್ಣಗಾಗುತ್ತಿದೆ. ಎದೆ ಬಡಿತ ನಿಲ್ಲುತ್ತಿದೆ. ಗೊರಗೊರ ಸದ್ದನ್ನಷ್ಟೇ ಮಾಡುತ್ತಿದ್ದೇನೆ. ನೀನು ಕುತ್ತಿಗೆಯನ್ನು ಗಟ್ಟಿಯಾಗಿ ಹಿಸುಕುತ್ತಲೇ ಇದ್ದೀಯ. ನನ್ನ ಉಸಿರು ನಿಂತಂತಾಗುತ್ತಿದೆ. ಕಣ್ಣ ಮುಂದೆ ಕತ್ತಲು ಕವಿಯುತ್ತಿದೆ. ಕೊನೆಗೊಮ್ಮೆ ನನ್ನ ತೊಡೆಯಿಂದ ನಾನು ಬರೆದ ಪುಟಗಳು ನೆಲಕ್ಕೆ ಬೀಳುತ್ತವೆ. ಕತ್ತಲಾಗುತ್ತದೆ.

▶ ▶ ▶

ಬೆಳಿಗ್ಗೆ ಬಾಗಿಲು ಒಡೆದು ಬಂದವರಿಗೆ ಕಂಡಿದ್ದು ನನ್ನ ಉಸಿರು ನಿಂತ ದೇಹ. ಕುತ್ತಿಗೆ ಮೇಲೆ ಆಳವಾದ ಕೈ ಬೆರಳುಗಳ ಗುರುತುಗಳು. ನೆಲದ ಮೇಲೆ ಬಿದ್ದಿದ್ದ ಖಾಲಿ ಹಾಳೆಗಳು.

ಕಥೆಗಾರ, ಪಾತ್ರ, ವಸ್ತು, ನಿರೂಪಣೆ ಮತ್ತು ಕಥನ ಕ್ರಮವನ್ನು ಬೆರೆಸಿ ಚಿತ್ರಾನ್ನ ಮಾಡಿರುವ ಕಥೆ. ನಾವು ನಿಯಂತ್ರಣದಲ್ಲಿದ್ದೇವೆ ಎನ್ನುವ ಭ್ರಮೆಯನ್ನು ಪ್ರಶ್ನಿಸುವ ಕಾಫ್ಕಾ ಮಾದರಿಯ ಕಥನವು ಒಂದು ರೀತಿಯ ಅಸಹಾಯಕತೆ ಮತ್ತು ಚಡಪಡಿಕೆಯ ದುರಂತವನ್ನು ಸೂಚಿಸುತ್ತದೆ. ಆ ಕಥೆಗಳಲ್ಲಿ ಒಂದು ಅದೃಶ್ಯವಾದರೂ ಸರ್ವಾಂತರ್ಯಾಮಿ ನಿಯಂತ್ರಕರಿದ್ದಾರೆ. ಡಿಸ್ಟಾಪಿಕ್ ಅನ್ನುವಂತಹ ವಿಚಲಿತಗೊಳಿಸಿ ಅಸಹಾಯಕತೆಯನ್ನು ಉದ್ದೀಪಿಸುವ ಕಥೆಗಳ ಸಾಲಿನಲ್ಲಿ ಇದೊಂದು ಹೊಸ ಪ್ರಯೋಗ. ಅಲ್ಲಿ ನಿಯಂತ್ರಕರು ನಿರಂಕುಶವಾದಿಗಳಾಗಿರಬಹುದು. ಆದರೆ ಇಲ್ಲಿ ನಿಯಂತ್ರಕರೂ ನಿಯಂತ್ರಣದಲ್ಲಿಲ್ಲ. ಕಥಾಪಾತ್ರವೇ ಕಥೆಯನ್ನು ಬರೆಯಿಸುತ್ತದೋ, ಕಥೆಗಾರನೇ ಪಾತ್ರವನ್ನು ಬರೆಯಿಸುತ್ತಿದ್ದಾನೋ ಎನ್ನುವ ಭೇಜಾ ಫ್ರೈ ತಂತ್ರದಲ್ಲಿ ಉಳಿಯುವುದು ಶೂನ್ಯ – ಖಾಲಿ ಹಾಳೆ. ವಿಪಸ್ಸಣ ತಂತ್ರದ ಮೌನದಲ್ಲಿ ಸಿಗಬಹುದಾದ ಕಾಣ್ಕೆಗೆ ವಿರುದ್ಧವಾಗಿ – ಮೌನವಿರದ, ಶಬ್ದಗಳಿಂದಾವೃತ್ತವಾದ, ಗೋಜಲಿನ ನಡುವೆಯೇ ಒಂದು ಕಾಣ್ಕೆಯನ್ನು ಕಾಣಿಸುವ ಪ್ರಯತ್ನದಲ್ಲಿ – ಪ್ರಥಮ–ದ್ವಿತೀಯ–ಉತ್ತಮ ಪುರುಷ ನಿರೂಪಣೆಯ, ಪಾತ್ರಪಲ್ಲಟ, ಸಮಯಪಲ್ಲಟದ ವಿಚಿತ್ರ ತಂತ್ರವಿರುವ ಈ ಕಥೆ ನಮ್ಮನ್ನು ವಿಚಲಿತಗೊಳಿಸದಿರುವುದಿಲ್ಲ. ಆದರೆ ಕಡೆಗೂ ಸಂಪಾದಿಸಿದ್ದೇನು? ಶೂನ್ಯ. ವೇರ್ ಈಸ್ ದ ಪಾಯಿಂಟ್? ವಾಟ್ಸ್ ದ ಪಾಯಿಂಟ್?

● ಎಂ ಎಸ್ ಶ್ರೀರಾಮ್

ಹಾಗೇ ಸುಮ್ಮನೆ ಕತೆಗಳು

ಹೂ ಮರದ ಮನೆ

ಕೆ ಬಿ ಎಕ್ಸ್‌ಟೆನ್ಷನ್ ಹತ್ತನೇ ಕ್ರಾಸ್ನಲ್ಲಿರೋ ಶ್ರೀಪಾದರಾಯರು ಇತ್ಲಾಗಿನ ನಾಕು ಕ್ರಾಸು ಅತ್ಲಾಗಿನ ಮೂರು ಕ್ರಾಸುಗಳಲ್ಲಿ ಎರಡು ಕಾರಣಗಳಿಗೆ ಹೆಸರುವಾಸಿ. ಒಂದು. ಸುಮಾರು ತೊಂಬತ್ತು ವರ್ಷಗಳಷ್ಟು ಹಳೆಯದಾಗಿರುವ ಅವರ ಮನೆಯ ಅಂಗಳದಲ್ಲಿನ ಸಂಪಿಗೇ ಮರ. ವರ್ಷದಲ್ಲಿ ಎರಡು ಸಲ ಅದು ಎಷ್ಟು ಹೂ ಬಿಡತ್ತೆ ಅಂದರೆ ಶ್ರೀಪಾದರಾಯರಿಗಿರಲಿ ಹಿಂದು–ಮುಂದಿನ ಕ್ರಾಸ್ ಮನೆಯೋರಿಗೂ ತಲೆನೋವು ಗ್ಯಾರಂಟಿ. ಒಂದೆರಡು ವಾರಗಳಂತೂ ಮರದ ಹಸಿರು ಎಲೆಗಳೇ ಬಣ್ಣ ಬದಲಿಸಿದ್ದಾವೇನೋ ಅನ್ನುವಂತೆ ಮರದ ತುಂಬಾ ಅರಿಶಿನ ಮತ್ತು ಕುಂಕುಮದಲ್ಲಿ ಅದ್ದಿ ತೆಗೆದಂಥಾ ಹೂಗಳು. ದಿನಾ ಒಂದೆರಡು ಬುಟ್ಟಿ ಹೂಗಳು ಬಿಡತಾವೆ. ಹೇಳೋರೂ ಕೇಳೋರೂ ಯಾರೂ ಇಲ್ಲ ಅಂತ ಹೇಳಿ ನೆಲಕ್ಕೆ ಬೀಳತಾವೆ. ಆ ಒಂದೂ ಒಂದೂವರೆ ತಿಂಗಳು ಬೀದಿಯಲ್ಲಿ ಹೋಗೋರೆಲ್ಲಾ ಶ್ರೀಪಾದರಾಯರ ಮನೆ ಹತ್ತಿರ ಬರತ್ತಿದ್ದ ಹಾಗೇ ಮೂಗು ಅರಳಿಸಿ ಗಾಳೀಲಿ ಮೂಗು ಎತ್ತಿ ಓಡಾಡೋದು ಒಂದು ಸಾಮಾನ್ಯ ದೃಶ್ಯ. ಎರಡು. ಶ್ರೀಪಾದರಾಯರ ಸಿಟ್ಟು. ಸಿಟ್ಟನ್ನು ಮೂಗಿನ ತುದಿಯಲ್ಲೇ ಯಾಕೆ, ಹಿಡಿತುಂಬಾ ತುಂಬಿಕೊಂಡು ಓಡಾಡುತ್ತಾರೆ. (ಮೂರನೇ ಮನೆ ಟೆನ್ತ್ ಕ್ಲಾಸ್ ಪ್ರಹ್ಲಾದನ ಅಮ್ಮ

ಹೇಳ್ತಾಯಿರ್ತಾರೆ, ದೂರ್ವಾಸನೋ ಇಲ್ಲಾಂತಂದ್ರೆ ವಿಶ್ವಾಮಿತ್ರನೋ ಈವಯ್ಯನ ಮನೇ ಮುಂದೆ ಹಾದೋಗಿರಬೇಕು ಅದಕ್ಕೇ ಹಂಗಾಡ್ತನೆ ಅಂತ.) ಹೆಂಡತೀನೂ ಹೆಚ್ಚೂ ಕಮ್ಮಿ ಇವರ ಸಿಟ್ಟಿಗೇ ಬಲಿಯಾಗಿದ್ದು ಅಂತ ಸಮ್ಮಂದಿಕರು ಆಡಿಕೊಳ್ತಾರೆ. ಪುಣ್ಯಕ್ಕೆ ಆ ಆಡಿಕೊಳ್ಳೋದು ಇವರ ಕಿವಿಗೆ ಬಿದ್ದಿಲ್ಲ, ಆಡಿಕೊಳ್ಳೋರು ಇವರ ಕಣ್ಣಿಗೆ ಬಿದ್ದಿಲ್ಲ. ಇವರ ಮನೆ ಪಕ್ಕದಲ್ಲೇ ಒಂದು ಪುಟ್ಟ ಬಯಲು ಇದೆ. ಆಟದ ಖಯಾಲಿ ಇರೋ ಹುಡುಗರು ಆಸೆ ಕಣ್ಣುಗಳಿಂದ ಆ ಬಯಲಿನ ಕಡೆ ದಿನಕ್ಕೊನ್ನತಿನಾದರೂ ನೋಡದೇ ಇರೋದಿಲ್ಲ. ಹುಡುಗರು ಆಟವಾಡೋಲ್ಲ, ಕಿರಿಚಾಡ್ತಾರೆ ಅಂತ ಶ್ರೀಪಾದರಾಯರು ಖಾಯಂ ಆಗಿ ನಂಬಿರೋದ್ರಿಂದ ಆ ಬಯಲು ವರ್ಷದ ಮುನ್ನೂರರವತ್ತೈದು ದಿನಗಳೂ ಖಾಲಿಯಾಗಿರತ್ತೆ. ಒಂದೆರಡು ಸತಿ ಒಂದೈದಾರು ಹುಡುಗರು ಧೈರ್ಯ ಮಾಡಿ ಕ್ರಿಕೆಟ್ ಆಟಕ್ಕೆ ಆ ಬಯಲಿನಲ್ಲಿ ಸುಳಿದಿದ್ದಕ್ಕೆ ಶ್ರೀಪಾದರಾಯರು ಅವರಿಗೆ ಭೂತದರ್ಶನ ಮಾಡಿಸಿದ್ದರಿಂದ ಹುಡುಗರಿರಲಿ ದೆವ್ವ ಭೂತಗಳೂ ಈ ಬಯಲನ್ನು ಹೊಕ್ಕುವ ಧೈರ್ಯ ಮಾಡುವುದಿಲ್ಲ. ಮನೆ ಪಕ್ಕದ ಬಯಲಲ್ಲೇ ಯಾರಿಗೂ ಸುಳಿಯಲು ಬಿಡದ ಶ್ರೀಪಾದರಾಯರು ಇನ್ನು ಮನೆಯೊಳಗೆ ಕರೆಸಿಕೊಂಡಾರೇ? ನೆಲಕ್ಕೆ ಬಿದ್ದ ಹೂ ಆರಿಸಿಕೊಳ್ಳಕೆ ಯಾರಾದರೂ ಗೇಟ್ ತೆಗೆದೋ, ಕಾಂಪೋಂಡ್ ಹಾರೀನೋ ಒಳಗೆ ಬಂದು, ಇವರ ಕೈಗೆನಾರಾ ಸಿಗಾಕ್ಕಂಡ್ರೆ ಮುಗೀತು ಅವರ ಕತೆ. ಹಾಗಾಗಿ ಸಂಪಿಗೇ ಹೂಗಳಿಗೆ, ಯಾವ ಹೆಣ್ಣಿನ ಮುಡಿಯೂ ಅಲ್ಲ, ಯಾವ ದೇವರ ಫೋಟೋ ತಲೆಯೂ ಅಲ್ಲ, ಧೂಳೇ ಸ್ವರ್ಗ. ಹೂವಿನಾಸೆ ಇರೋ ಹೆಣ್ಣು ಮಕ್ಕಳಂತೂ ಮರದ ತುಂಬಾ ಜೋತು ಬಿದ್ದಿರೋ ಸಂಪಿಗೆ ಹೂಗಳ ರಾಶಿ ನೋಡಿ ಬಾಯಲ್ಲಿ ನೀರೂರಿಸಿಕೊಂಡು ಬೇಡಪ್ಪಾ ಮುಡಕೊಂಡ್ರೆ ಬರೀ ತಲ್ನೋವು ಅಂತ ಒಂದು ಸಬೂಬು ಹೇಳಿ ತಮಗೆ ತಾವೇ ಸಮಾಧಾನ ಮಾಡಿಕೊಳ್ಳುತ್ತಾರೆ. ಎಲ್ಲರ ಗ್ರಾಚಾರಾನೋ ಏನೋ, ಶ್ರೀಪಾದರಾಯರು ಮನೆ ಬಿಟ್ಟು ಹೋಗೋದೇ ಇಲ್ಲ. ಬೆಳಿಗ್ಗೆ ಬೆಳಿಗ್ಗೆ ಜಯದೇವ ಸರ್ಕಲ್ ತಂಕ ಹೋಗಿ ಒಂದಿಷ್ಟು ತರಕಾರಿ, ತೆಂಗಿನಕಾಯಿ, ಇತ್ಯಾದಿಗಳನ್ನು ಅಥವಾ ತಿಂಗಳಿಗೊನ್ನತಿ ಮಂಡೀಪೇಟೆಗೆ ಹೋಗಿ ತಿಂಗಳಿಗೆ ಬೇಕಾಗಾ ದಿನಸಿ ತಂದು ಹಾಕ್ಕಂಡ್ರೆ ಇನ್ನುಳಿದ ಕಾಲ ಅವರು ಇರೋದು ಮನೆಯಲ್ಲೇ. ಸಾಯಂಕಾಲದ ಹೊತ್ತಿಗೆ ಅವರ ಕೆಲವರು ಗೆಳೆಯರು ಮನೆಗೆ ಬರ್ತಾರೆ. ಅಲ್ಲೇ ಕಟ್ಟೇ ಮೇಲೆ ಕೂತು ಹರಟೇ ಹೊಡೀತಾ ರಾತ್ರಿ ಮಾಡಿಬಿಟ್ಟರೆ ಶ್ರೀಪಾದರಾಯರ ದಿನಚರಿ ಮುಗಿದ ಹಾಗೆ. ನ್ಯಾಷನಲ್ ಇನ್ಶೂರೆನ್ಸ್ ಕಂಪೆನೀಲಿ ಕೆಲಸ ಮಾಡ್ತಾ ಇದ್ರು, ರಿಟೈರ್ ಆಗಿದಾರೆ ಈಗ. ಉದ್ಯೋಗದಲ್ಲಿದ್ದಾಗಲೂ ಇವರು ನಕ್ಕಿದ್ದು ಯಾರೂ ನೋಡಿಲ್ಲಂತೆ. ಅದ್ಯಾವುದೋ ಸೆಂಡಾಫ್ ಪಾರ್ಟೀಲಿ ಇವರು ಒಂದು ಸ್ವಲ್ಪ ತುಟಿ ಕೊಂಕಿಸಿದ್ದನ್ನೇ ನಗು ಅನ್ಕಂಡು ಇವರ ಸಹೋದ್ಯೋಗಿಗಳು

ಆ ಫೋಟೋಗೆ ಸೆಪರೇಟಾಗಿ ಫ್ರೇಮ್ ಹಾಕಿಸಿ ಇವರು ರಿಟೈರಾದಾಗಾ ಪ್ರೆಸೆಂಟ್ ಮಾಡಿದ್ರಂತೆ .

ಇಂತಹ ಶ್ರೀಪಾದರಾಯರಿಗೂ ದಿಕ್ಕು ತಪ್ಪಿಸುವ ಒಂದು ಘಟನೆ ಆಗಿಹೋಯ್ತು. ಅವತ್ತು ಮಧ್ಯಾಹ್ನ. ಇಡೀ ದಾವಣಗೆರೆ ಬಿಸಿಲನ್ನು ಹೊದ್ದು ಬೆವರುತ್ತಿತ್ತು. ರಸ್ತೆಯಲ್ಲೂ ಜನರ ತಲೆ ಕಾಣುವುದು ಅಪರೂಪವಾಗಿತ್ತು. ಶ್ರೀಪಾದರಾಯರು ಯಾವುದೋ ಸರ್ಕುಲೇಟಿಂಗ್ ಲೈಬ್ರರಿಯಿಂದ ತಂದಿದ್ದ ಭಾರತೀಸುತ ಅವರ ಕಾದಂಬರಿಯನ್ನು ಕೈಲಿ ಹಿಡಿದು ಜೇಕು ಕುರ್ಚಿಯ ಮೇಲೆ ಕೂತಿದ್ದರು. ಇತ್ತ ನಿದ್ದೆಯೂ ಅಲ್ಲದ ಇತ್ತ ಓದೂ ಅಲ್ಲದ ಮಂಪರು ಮಂಪರು ಸ್ಥಿತಿ ಅದು. ತಲೆ ಒನ್ಸತಿ ಬಲಕ್ಕೆ ತೂಗಿದರೆ ಇನ್ನೊನ್ಸತಿ ಎಡಕ್ಕೆ ತೂಗುತ್ತಿತ್ತು. ಶ್ರೀಪಾದರಾಯರೂ ಒಂದೊಂದೇ ಮೆಟ್ಲು ಏರ್ತಾ ಏರ್ತಾ ಕೈವಲ್ಯವನ್ನು ತಲುಪುತ್ತಿದ್ದರು. ಅಂಥಾ ಹೊತ್ತಿನಲ್ಲೇ ಕಬ್ಬಿಣದ ಗೇಟು ಕೊಂಯ್ಯೋ ಎಂದು ಹಲುಬಿತು. ಶ್ರೀಪಾದರಾಯರು ಥಕ್ಕನೆ ಕೈವಲ್ಯದಿಂದ ಜಾರಿ ಒಂದೇ ಸೆಕೆಂಡಿನಲ್ಲಿ ಸಂಪೂರ್ಣ ಎಚ್ಚರ ಸ್ಥಿತಿಗೆ ಬಂದು ಕಿವಿಗಳನ್ನು ಚೂಪು ಮಾಡಿಕೂತರು, ಮತ್ತೊಂದು ಸದ್ದಿಗೆ ಕಾಯುತ್ತಾ, ಅದು ತಮ್ಮ ಮನೆಯ ಗೇಟಿನ ಸದ್ದೇ ಎಂದು ಖಾಯಂ ಮಾಡಿಕೊಳ್ಳಲು ಕಾಯುತ್ತಾ. ಅಂದುಕೊಂಡಂತೇ ಗೇಟು ಇನ್ನೂ ದೀರ್ಘವಾದ ರಾಗ ಹಾಕಿತು. ಅಂದರೆ ತಮ್ಮ ಮನೆಯ ಗೇಟನ್ನೇ ಯಾರೋ ತಳ್ಳುತ್ತಿದ್ದಾರೆ. ಎರಡೇ ಸೆಕೆಂಡಿನಲ್ಲಿ ವಿಶ್ವಾಮಿತ್ರನನ್ನೂ, ದೂರ್ವಾಸನನ್ನೂ, ಮತ್ತೊಂದೈದಾರು ಪುರಾಣದ ಋಷಿಮುನಿಗಳನ್ನೂ ಮೈಮೇಲೆ ಎಳೆದುಕೊಂಡು ದರದರ ಮುಂಬಾಗಿಲಿಗೆ ನಡೆದರು. ಯಾರದು ಎಂದು ಅಬ್ಬರಿಸುತ್ತಾ ಬಾಗಿಲನ್ನು ತೆಗೆದರು ಅಷ್ಟೇ, ಒಂದು ಪುಟ್ಟ ಹುಡುಗಿ ಕಿಟ್ಟನೇ ಕಿರುಚಿ ತೆರೆದ ಗೇಟಿನತ್ತ ಓಡಿತು. ಅದರಾಚೆ ನಿಂತಿದ್ದ ಒಂದು ಹೆಂಗಸು, ಬಹುಶಃ ಅದರ ತಾಯಿಯಿರಬೇಕು, ಓಡಿ ಬಂದ ತನ್ನ ಮಗುವನ್ನು ತಬ್ಬಿ, ಎತ್ತಿಕೊಂಡು ಶ್ರೀಪಾದರಾಯರು ಮೆಟ್ಟಿಲಿಳಿದು ಅರ್ಧ ಅಂಗಳ ದಾಟುವಷ್ಟರಲ್ಲಿ ಓಡಿಬಿಟ್ಟಿದ್ದಳು. ಆ ಹೆಂಗಸು ಯಾವ ವೇಗದಲ್ಲಿ ಓಡಿದ್ದಳು ಎಂದರೆ, ಶ್ರೀಪಾದರಾಯರು ಗೇಟಿನ ಬಳಿ ಬಂದು ಅವಳು ಓಡಿದ ದಿಕ್ಕಿನತ್ತ ನೋಡುವಷ್ಟರಲ್ಲಿ ಆಕೆ ರಸ್ತೆಯ ತಿರುವು ದಾಟಿ, ರಸ್ತೆ ಖಾಲಿಯಾಗಿತ್ತು. ಮನಸೋ ಹಿಡಿ ಶಾಪ ಹಾಕುತ್ತಾ ಗೇಟನ್ನು ಮತ್ತೆ ಮುಚ್ಚಿ ಮನೆ ಹೊಕ್ಕರು.

ಅವತ್ತು ಅಲ್ಲಿಗೆ ಮುಗೀತೂ ಅಂದರೆ ಅವತ್ತಿಗೆ ಮುಗೀಲಿಲ್ಲ ಅದು. ಮಾರನೇ ದಿನ ಹೆಚ್ಚೂ ಕಮ್ಮಿ ಅದೇ ಹೊತ್ತಿನಲ್ಲಿ ಮತ್ತೆ ಗೇಟು ತೆಗೆದ ಸದ್ದಾಯಿತು. ಮಂಚದ ಮೇಲೆ ಅಡ್ಡಾಗಿದ್ದ ಶ್ರೀಪಾದರಾಯರು ಈ ಹೊತ್ತಿನಲ್ಲಿ ಯಾವ ಅತಿಥಿಯನ್ನೂ ನಿರೀಕ್ಷಿಸಿರಲಿಲ್ಲ. ನಿದ್ದೆಗೆಟ್ಟ ಮಂಪರಿನಲ್ಲಿ, ಹಣೆಗೆ ಹುಬ್ಬುಗಳನ್ನು 'ಗ'ಕಾರದಲ್ಲಿ ಅಂಟಿಸಿಕೊಂಡು 'ಯಾರ್ರೀ ಅದೂ' ಎಂದು ಅಬ್ಬರಿಸುತ್ತಾ ಬಾಗಿಲು ತೆಗೆದರು.

ಬಾಗಿಲು ತೆಗೆದದ್ದೇ ಆ ಹುಡುಗಿ ಓಡಿ ಅಮ್ಮನ ಸೀರೆಯ ನೆರಿಗೆ ಸೇರಿದ್ದೇ ಇಬ್ಬರೂ ಅಲ್ಲಿಂದ ಓಡಿದರು. ಈ ಸತಿ ಹುಡುಗಿ ಕಿರಿಚಲಿಲ್ಲ. ಅದು ಶ್ರೀಪಾದರಾಯರ ಗಮನಕ್ಕೆ ಬರಲಿಲ್ಲ. ಹುಡುಗಿಗೆ ಸ್ವಲ್ಪ ಧೈರ್ಯ ಬಂದಿದ್ದೂ ಅವರ ಗಮನಕ್ಕೆ ಬರಲಿಲ್ಲ. ಎರಡೇ ಹೆಜ್ಜೆಗಳಲ್ಲಿ ಶ್ರೀಪಾದರಾಯರು ಗೇಟನ್ನು ಮುಟ್ಟಿದರು. ಆ ಹೆಂಗಸು ಬರಬರ ನಡೆಯುತ್ತಿದ್ದಳು. ಜೊತೆಯಲ್ಲಿ ಆಕೆಯ ಕೈ ಹಿಡಿದು ಆ ಮಗು ಕೂಡಾ ಓಡುತ್ತಿತ್ತು. ಶ್ರೀಪಾದರಾಯರು ಕೂಗಿದರು, ನಾಳೆಯಿಂದ ಗೇಟಿಗೆ ಬೀಗ ಹಾಕ್ತೀನಿ...ಅವರು ಕೂಗಿದ್ದು ಅವಳಿಗೆ ಕೇಳಿತೋ ಇಲ್ಲವೋ, ಅವರಂತೂ ತಮ್ಮ ಶಪಥವನ್ನು ಸಾರಿಯಾಗಿತ್ತು. ಆ ಹೆಂಗಸು ಬೀದಿ ತಿರುವು ದಾಟೋ ತಂಕ ನೋಡುತ್ತಾ ನಿಂತಿದ್ದರು.

ಅವತ್ತು ಮಧ್ಯಾಹ್ನದಿಂದಲೇ ಶ್ರೀಪಾದರಾಯರು ಗೇಟಿಗೆ ಬೀಗ ಹಾಕಿ ಓಡಾಡತೊಡಗಿದರು. ಆದರೆ ಶ್ರೀಪಾದರಾಯರ ಈ ಬೀಗ ಹಾಕುವ ಶಪಥ ನೆರವೇರಿದ್ದು ಒಂದು ಸಂಜೆ ಮಾತ್ರ. ಅವರು ಗೇಟಿಗೆ ಬೀಗ ಹಾಕಿದ ಸಂಜೆ ಎಂದಿನಂತೆ ಗೆಳೆಯರಿಬ್ಬರು ಗೇಟಿನಾಚೆ ನಿಂತು ಶ್ರೀಪಾದರಾಯರ ಹೆಸರು ಹಿಡಿದು ಕೂಗೇ ಕೂಗಿದರು. ಶ್ರೀಪಾದರಾಯರಿಗೆ ಅವರ ಕೂಗು ಕೇಳಿ ಹೊರಬಂದು ಗೇಟಿನ ಬೀಗ ತೆಗೆದು ಇಬ್ಬರನ್ನೂ ಒಳ ಬರಮಾಡಿಕೊಳ್ಳಬೇಕೆನ್ನುವಷ್ಟರಲ್ಲಿ ಗೆಳೆಯರಿಬ್ಬರೂ ವಾಪಸ್ಸು ಹೋಗುವ ತರಾತುರಿಯಲ್ಲಿದ್ದರು. ಒಳಗೆ ಬನ್ರೋ ಅಂದರೂ ಇಬ್ಬರೂ ಗೇಟು ದಾಟಿ ಅಂಗಳಕ್ಕೆ ಕಾಲಿಡುವ ಮನಸ್ಸು ಮಾಡಲಿಲ್ಲ. 'ಅಲ್ಲಪಾ, ರಾತ್ರೀ ಗೇಟಿಗೆ ಬೀಗ ಹಾಕಿ ಮಲಗಾ ಜನಾನ್ನ ನೋಡೀನಿ. ರಾತ್ರಿ ಗೇಟಿಗೆ ಬೀಗ ಹಾಕಿದ್ರೆ ನನ್ನ ಇವತ್ತಿನ ದಿಸಾ ಮುಗೀತು, ಇನ್ನು ನಾಳೆ ಬೆಳಕರಿಯಾತನ ಬರಬೇಡಿ ಅಂತ. ಹಿಂಗೆ ಹಗಲೊತ್ನಗೇ ಗೇಟಿಗೆ ಬೀಗ ಹಾಕಿ ಬರಬೇಡಿ ಅಂತನ್ನಾರನ್ನ ನಿನ್ನ ಬಿಟ್ಟು ಇನ್ನೂ ಯಾರನ್ನೂ ನೋಡಿಲ್ಲ ತಗಿ. ನೀನು ಬೇಡ ಅನ್ನಂಗಿದ್ರೆ ನಾವು ಬರಲ್ಲ. ನೀನು ಕರಿಯಾದೂ ಬೇಡ, ನಾವು ಇಲ್ಲಿ ಬಂದು ಗಂಟ್ಲರಿಯಾತನ ಕೂಗೋದೂ ಬೇಡ..' ಇತ್ಯಾದಿ ಇತ್ಯಾದಿ ಗೊಣಗುತ್ತಾ ಮುನಿಸಿಕೊಂಡು ಗೇಟಿನಾಚೆಯೇ ನಿಂತುಬಿಟ್ಟರು. ಇನ್ನು ಗೇಟಿಗೆ ಬೀಗ ಹಾಕಲ್ಲ ಅಂತ ಶ್ರೀಪಾದರಾಯರು ಆಣೆ ಪ್ರಮಾಣ ಮಾಡಿದ ಮೇಲೆಯೇ ಗೆಳೆಯರು ಅಂಗಳಕ್ಕೆ ಕಾಲಿಟ್ಟಿದ್ದು.

ಮೂರನೇ ದಿನವೂ ಆ ಹುಡುಗಿ ಕಾಂಪೋಂಡಿನೊಳಗೆ ಕಾಲಿಟ್ಟಾಗ ಮಾತ್ರ ಶ್ರೀಪಾದರಾಯರು ತಬ್ಬಿಬ್ಬಾದರು. ಆ ಹುಡುಗಿಯ ಈ ಪರಿಯ ಹಠದ ಕಾರಣವೇನಿರಬಹುದು... ಎಷ್ಟು ಯೋಚಿಸಿದರೂ ಬಗೆಹರಿಯಲೊಲ್ಲದು. ನಾಳೆ ನೋಡಿಯೇ ಬಿಡಬೇಕು ಎಂದು ನಿರ್ಧಾರ ಮಾಡಿದ ಮೇಲೆಯೇ ರಾತ್ರಿ ನಿಸೂರಾಗಿ ಮಲಗಿದ್ದು.

ಇವತ್ತು, ಈಗ ಮಧ್ಯಾಹ್ನವಾಗಿದೆ. ಶ್ರೀಪಾದರಾಯರು ಮಧ್ಯಾಹ್ನದ ಸಿಹಿನಿದ್ದೆಯನ್ನು ಅತ್ಲಗೆ ದೂಡಿ ಕಾಯುತ್ತಿದ್ದಾರೆ. ಮನೆಯ ಮುಂದಿನ ಕಿಟಕಿಯನ್ನು ಒಂದಿಷ್ಟೇ ತೆಗೆದಿಟ್ಟಿದ್ದಾರೆ. ಹಾಲಿನಲ್ಲಿ ಕೂತಿದ್ದರೂ, ಕೈಯ್ಯಲ್ಲಿ ಪುಸ್ತಕವಿದ್ದರೂ, ಅವರು ಕೂತಿರುವುದು, ಕೈಯ್ಯಲ್ಲಿ ಹಿಡಿದಿರುವ ಪುಸ್ತಕ ನೆಪ ಮಾತ್ರ. ಕಿವಿಗಳನ್ನು ಅಂಗಳದಲ್ಲಿ ಹರಿಯಬಿಟ್ಟು ಕಾಯುತ್ತಿದ್ದಾರೆ. ಕಾಯುವ ಬೇಗುದಿಯಲ್ಲಿ ಒಂದೆರಡು ಬಾರಿ ನೀರು ಕುಡಿದು ಬಂದಿದ್ದೂ ಆಗಿದೆ. ಕೊನೆಗೂ ಆ ಸದ್ದು ಕೇಳಿತು, ಗೇಟು ಕೊಂಯ್ಯೆಂದು ಆಲಾಪ ತೆಗೆದ ಸದ್ದು. ಹೆಜ್ಜೆ ಸದ್ದಾಗದಂತೆ ವೆರಾಂಡಕ್ಕೆ ನಡೆದು ಅರೆ ತೆರೆದಿಟ್ಟ ಕಿಟಕಿಯಲ್ಲಿ ಇಣುಕಿದರು. ಹುಡುಗಿ ಗೇಟು ತೆಗೆದು ಒಂದೆರಡು ಹೆಜ್ಜೆ ಒಳಗೆ ಬಂದಿತ್ತು. ಅದೇನೋ ಗಾಬರಿ ಅದರ ಮುಖದಲ್ಲಿ. ಹಿಂತಿರುಗಿ ನೋಡಿತು. ಗೇಟಿನಾಚೆಯೇ ನಿಂತಿದ್ದ ಅದರ ಅಮ್ಮ ಒಳಗೆ ಹೋಗು ಎನ್ನುವಂತೆ ಸನ್ನೆ ಮಾಡಿದಳು. ಹುಡುಕಿ ಅಳುಕುತ್ತಾ, ಅಂಜುತ್ತಾ ಇನ್ನೂ ಒಳಗೆ ಬಂದಳು. ಒಮ್ಮೆ ನಿಂತು ಬಾಗಿಲನ್ನು ನೋಡಿದಳು. ತಾವೆಲ್ಲಾದರೂ ಅವಳ ಕಣ್ಣಿಗೆ ಬಿದ್ದರೆ ಎಂಬ ಅಳುಕಿನಿಂದ ಶ್ರೀಪಾದರಾಯರು ಕಿಟಕಿಯಿಂದ ಕೊಂಚ ಮರೆಯಾದರು. ಹುಡುಗಿ ನಿಧಾನವಾಗಿ ಸಂಪಿಗೆಮರದ ಕಡೆಗೆ ನಡೆದಂತೇ ಶ್ರೀಪಾದರಾಯರು ಉಸಿರು ಬಿಗಿಹಿಡಿದು ನೋಡಿದರು. ಹುಡುಗಿಗೆ ಈಗ ಧೈರ್ಯ ಬಂದಿತ್ತೋ ಏನೋ, ಸಂಪಿಗೆಮರದ ಬುಡ ಮುಟ್ಟಿದವಳೇ ಕೆಳಗೆ ಹರಡಿ ಬಿದ್ದಿದ್ದ ಹೂಗಳನ್ನು ಹೆಕ್ಕಿ, ತನ್ನ ಲಂಗದ ನೆರಿಗೆಗಳನ್ನು ಒಟ್ಟು ಮಾಡಿ ಜೋಳಿಗೆ ಮಾಡಿಕೊಂಡು ತುಂಬಿಕೊಳ್ಳತೊಡಗಿದಳು. ಮಧ್ಯೆ ಒನ್ಸತಿ ತನ್ನ ತಾಯಿಯನ್ನು ನೋಡಿದಳು. ಆಕೆ ಕೂಡಾ ನಗುತ್ತಾ ತಗೋ ತಗೋ ಎಂದು ಸನ್ನೆ ಮಾಡಿದಳು. ಹುಡುಗಿ ಏಕ ಮನಸ್ಸಿನಿಂದ ಹೂಗಳನ್ನು ಹೆಕ್ಕ ತೊಡಗಿದಳು. ಲಂಗದ ಜೋಳಿಗೆ ತುಂಬಿತೋ ಏನೋ, ಲಂಗದ ಜೋಳಿಗೆಯನ್ನು ಎರಡೂ ಕೈಲಿ ಹಿಡಿದೇ ಬೆನ್ನು ಬಗ್ಗಿಸಿ ದುಡುದುಡು ತನ್ನ ತಾಯಿಯ ಕಡೆಗೆ ಓಡಿದಳು. ಕುಕ್ಕರುಗಾಲಿನಲ್ಲಿ ಕುಳಿತ ಆ ಹೆಂಗಸು ತನ್ನ ಸೆರಗೊಡ್ಡಿ ಮಗಳ ಲಂಗದ ಜೋಳಿಗೆಯಲ್ಲಿದ್ದ ಎಲ್ಲಾ ಹೂಗಳನ್ನು ತುಂಬಿಕೊಂಡಳು. ನಿಧಾನವಾಗಿ ಎದ್ದು ಗೇಟನ್ನು ಎಂದಿನಂತೆ ಮುಚ್ಚಿ ಮಗಳ ಕೈ ಹಿಡಿದು ಹೊರಟೇ ಬಿಟ್ಟಳು. ಶ್ರೀಪಾದರಾಯರು ನೋಡುತ್ತಲೇ ಇದ್ದರು.

ಮಾರನೇ ದಿನ ಮಧ್ಯಾಹ್ನ ಶ್ರೀಪಾದರಾಯರಿಗೆ ಬೇಕೂ ಅಂದರೂ ನಿದ್ದೆ ಬರುತ್ತಿಲ್ಲ. ಗೇಟು ಸದ್ದಾಗಲು ಇನ್ನೂ ಒಂದೆರಡು ತಾಸು ಇದೆ ಎನ್ನುವಾಗಲೇ ಎದೆಯಲ್ಲಿ ತಹತಹ ಶುರುವಾಗಿತ್ತು. ಗಳಿಗೆಗೊಮ್ಮೆ ಅರೆತೆರೆದ ಕಿಟಕಿಯಲ್ಲಿ ಇಣುಕಿ ಬರುತ್ತಿದ್ದರು. ಯಾರದೇ ಮನೆಯ ಗೇಟಿನ ಸದ್ದಾದರೂ ತಮ್ಮದೇ ಮನೆಯ ಗೇಟು ಸದ್ದಾದಂತೆ ಅನಿಸಿ ತುದಿಗಾಲಲ್ಲಿ ಓಡಿ ಕಿಟಕಿಯಲ್ಲಿ, ಅಂದರೆ ಅದೇ ಅರೆತೆರೆದ

ಕಿಟಕಿಯಲ್ಲಿ ಇಣುಕುತ್ತಿದ್ದರು. ಒನ್ನತಿ ಅಂತೂ ಕೂತವರೇ ಎದ್ದು ನಿಂತರು. ಒಂದು ವೇಳೆ ಆ ಮಗು ಬಂದಾಗ, ಗೇಟು ತೆಗೆದಾಗ, ಗೇಟು ತೆಗೆದ ಸದ್ದಾಗದೇ, ಆಕೆ ಒಳಗೆ ಬಂದು ಹೂಗಳನ್ನೆಲ್ಲಾ ಆರಿಸಿಕೊಂಡು ಹೋಗಿದ್ದರೇ...ದುಡುದುಡು ಓಡಿ ಅರೆತೆರೆದ ಕಿಟಕಿಯಲ್ಲಿ ಇಣುಕಿ ಸಂಪಿಗೆಮರದ ಬುಡ ನೋಡಿದರು. ಹೂಗಳಿನ್ನೂ ಹಾಗೇ ಬಿದ್ದಿದ್ದವು. ಒಂದು ಉಸಿರನ್ನು ಎತ್ತಿ ಹಾಕಿ ಮತ್ತೆ ಕಾಯುತ್ತಾ ಕೂತರು. ಅದೆಷ್ಟೋ ಹೊತ್ತಾಗಿದ್ದಿರಬೇಕು, ಗೇಟು ತೆಗೆದ ಸದ್ದಾಯಿತು. ಹಜ್ಜೆಯ ಸದ್ದು ಮಾಡದಂತೆ ವೆರಾಂಡಕ್ಕೆ ಓಡಿ ಅರೆತೆರೆದ ಕಿಟಕಿಯಲ್ಲಿ ಇಣುಕಿದರು. ಹುಡುಗಿ ಒಂದೆರಡು ಹೆಜ್ಜೆ ಒಳಗೆ ಬಂದಾಗಿತ್ತು. ಬಾಗಿಲನ್ನೇ ದಿಟ್ಟಿಸಿ ನೋಡುತ್ತಿದ್ದಳು. ಒಮ್ಮೆ ಹಿಂತಿರುಗಿ ತನ್ನ ತಾಯಿಯತ್ತ ನೋಡಿದಳು. ಆಕೆ ಹೋಗು ಎನ್ನುವಂತೆ ಸನ್ನೆ ಮಾಡಿದಳು. ಹುಡುಗಿ ಸಂಪಿಗೆಮರದ ಬುಡಕ್ಕೆ ಹೆಜ್ಜೆ ಹಾಕಿದಳು. ನೆನ್ನೆಯ ಹಾಗೇ ಲಂಗದ ನೆರಿಗೆಗಳನ್ನು ಜೋಡಿಸಿ ಜೋಳಿಗೆ ಮಾಡಿಕೊಂಡು ಹೂಗಳನ್ನು ತುಂಬಿಕೊಳ್ಳತೊಡಗಿದಳು. ಶ್ರೀಪಾದರಾಯರು ತಮ್ಮ ಉಸಿರಿನ ಸದ್ದು ಎಲ್ಲಿ ಆಕೆಗೆ ಕೇಳಿಬಿಡತ್ತೋ ಎನ್ನುವಂತೆ ಉಸಿರು ಬಿಗಿ ಹಿಡಿದು ನೋಡುತ್ತಿದ್ದರು. ಅವರಿಗೆ ಅರಿವಿಲ್ಲದಂತೇ ಆ ಪುಟ್ಟ ಹುಡುಗಿ ಶ್ರೀಪಾದರಾಯರ ದಿನಚರಿಯನ್ನು ತಿದ್ದಿ ಬರೆದಿದ್ದಳು. ಮುಂದಿನ ಒಂದೆರಡು ದಿನಗಳಲ್ಲಿ ಶ್ರೀಪಾದರಾಯರು ಮಧ್ಯಾಹ್ನದ ಹೊತ್ತಿನಲ್ಲಿ ಆ ಹುಡುಗಿ ಗೇಟು ತೆಗೆಯುವುದನ್ನು ಕರಾರುವಾಕ್ಕಾಗಿ ಗೊತ್ತು ಮಾಡಿಕೊಳ್ಳುವಷ್ಟು ಸಿದ್ಧಿಸಿಕೊಂಡು ಬಿಟ್ಟಿದ್ದರು. ಆ ಪುಟ್ಟ ಹುಡುಗಿಯೂ ಈಗ ಮೊದಲಿನಷ್ಟು ಅಳುಕದೇ, ಆದರೆ ಹೆದರು ಹೆದರುತ್ತಲೇ ಕಾಂಪೋಂಡಿನೊಳಗೆ ಬರುವಂತಾಗಿದ್ದಳು.

ಇವೆಲ್ಲಾ ನಡೆದು ಸುಮಾರು ಒಂದೈದಾರು ದಿನಗಳಿರಬೇಕು, ಅವತ್ತು ಗೇಟು ಬಳಿ ನಿಂತ ತಾಯಿ–ಮಗು ಜೋಡಿಗೆ ಢಾಳಾಗಿ ಕಂಡಿದ್ದು ಮನೆಯ ಮುಂಬಾಗಿಲಿಗೆ ಹಾಕಿದ ಬೀಗ. ಎಂದಿನಂತೆ ತಾಯಿ ಆಕೆಯ ಕೈ ಬಿಡಲಿಲ್ಲ. ಸೊಲ್ಪ ಹೊತ್ತು ಬಾಗಿಲಿಗೆ ನೇತಾಡುತ್ತಿದ್ದ ಬೀಗವನ್ನೇ ನೋಡುತ್ತಿದ್ದಳು. ಮಗು ಒಂದೆರಡು ಸತಿ ಕೈ ಬಿಡಿಸಿಕೊಳ್ಳುವ ಪ್ರಯತ್ನ ಮಾಡಿದಾಗಲೇ ಆಕೆ ಅದರ ಕೈ ಬಿಟ್ಟಿದ್ದು. ಎಂದಿನಂತೆ ಮಗು ಹೂಗಳನ್ನು ತುಂಬಿಕೊಂಡು ಲಂಗದ ಜೋಳಿಗೆಯನ್ನು ಮುಂದೆ ಮಾಡಿ ತಾಯಿಯ ಮುಂದೆ ನಿಂತಳು. ಹೂಗಳನ್ನು ತನ್ನ ಸೆರಗಿನಲ್ಲಿ ತುಂಬಿಕೊಂಡು, ಗೇಟು ಮುಂದೆ ಮಾಡಿಕೊಂಡು ಇಬ್ಬರೂ ಹೊರಟರು. ಬೀದಿಯ ಆ ತುದಿಯಲ್ಲಿ ನಿಂತು ಇವರನ್ನೇ ನೋಡುತ್ತಿದ್ದ ಶ್ರೀಪಾದರಾಯರೂ ಇವರನ್ನು ಹಿಂಬಾಲಿಸ ಹತ್ತಿದರು. ತಾಯಿ ಮಗಳಿಬ್ಬರೂ ಬಿರಬಿರ ನಡೆಯುತ್ತಿದ್ದರು. ಶ್ರೀಪಾದರಾಯರೂ ಅವರಿಂದ ಒಂದಿಷ್ಟು ದೂರ ನಡೆಯುತ್ತಿದ್ದರು. ರಸ್ತೆಯ ತಿರುವಿನಲ್ಲಿ ಅವರಿಬ್ಬರೂ ತಿರುಗಿ ಕಾಣದಾದಂತೇ ಶ್ರೀಪಾದರಾಯರು ಹೆಜ್ಜೆ ಚುರುಕುಗೊಳಿಸಿದರು. ಇನ್ನೇನು

ತಿರುವಿನಲ್ಲಿ ತಾವೂ ಥಕ್ಕನೆ ತಿರುಗಬೇಕು, ನಿಂತುಬಿಟ್ಟರು. ಆ ತಿರುವಿನಿಂದ ಒಂದಿಷ್ಟು ದೂರ, ಫುಟ್‌ಪಾತಿನ ಮೇಲೆ, ಒಂದು ಅಂಗಡಿಯ ಪಕ್ಕ, ಆ ಮಗು ನೆಲದ ಮೇಲೆ ಒಂದು ಬಟ್ಟೆಯನ್ನು ಹಾಸುತ್ತಿದ್ದಳು. ಬಹುಶಃ ಆಕೆಯ ತಾಯಿಯ ಯಾವುದೋ ಸೀರೆಯ ತುಂಡಿರಬೇಕು. ಬಟ್ಟೆ ಹಾಸಿ ಮುಗಿದಂತೇ ತಾಯಿ ತನ್ನ ಉಡಿಯಲ್ಲಿದ್ದ ಎಲ್ಲಾ ಹೂಗಳನ್ನು ಬಟ್ಟೆಯ ಮೇಲೆ ಚೆಲ್ಲಿದಳು. ನಂತರ ಇಬ್ಬರೂ ಬಟ್ಟೆಯ ಪಕ್ಕ ಕೂತು ಹೂವಿನ ಆರೋಗ್ಯಕ್ಕೆ ತಕ್ಕಂತೆ ವಿಂಗಡಿಸ ತೊಡಗಿದರು. ವಿಂಗಡಿಸಿದ ಹೂಗಳನ್ನು ಐದು ಐದು ಹೂಗಳ ಹಾಗೆ ಒಂದು ಗುಪ್ಪೆ ಮಾಡಿ, ತಮ್ಮ ಅಂಗಡಿಯನ್ನು ತೆಗೆದು ವ್ಯಾಪಾರಕ್ಕೆ ಕೂತು ಗಿರಾಕಿಗಳಿಗಾಗಿ ಕಾಯತೊಡಗಿದರು. ಇದನ್ನೆಲ್ಲಾ ಬೀದಿಯ ಆ ತುದಿಯಿಂದ ನೋಡುತ್ತಿದ್ದ ಶ್ರೀಪಾದರಾಯರ ಎದೆಯೊಳಗೆ ಅದೇನು ಬೆಂಕಿಹೊತ್ತಿ ಅದ್ಯಾವ ಕರುಳು ಚುರ್ ಎಂದಿತೋ ಏನೋ, ಫುಟ್‌ಪಾತಿನಲ್ಲಿ ವ್ಯಾಪಾರ ನಡೆಸಿದ್ದ ತಾಯಿ–ಮಗುವಿನ ಹೂ ಅಂಗಡಿಯತ್ತ ನಡೆದು ಶ್ರೀಪಾದರಾಯರು ಹೂವಿನ ವ್ಯಾಪಾರ ನಡೆಸೇ ಬಿಟ್ಟರು. ಹೆಂಗಮ್ಮಾ ಎನ್ನುತ್ತಾ ಕುಕ್ಕರುಗಾಲಲ್ಲಿ ಕೂತರು. ಹುಡುಗಿ ಅಮ್ಮನ ನೆರಳಲ್ಲಿ ಅಮ್ಮನಿಗೊರಗಿ ಕೂತಿತ್ತು. ಶ್ರೀಪಾದರಾಯರು ಆಕೆಯ ಅಂಗಡಿ, ಅಂದರೆ ಹಾಸಿದ ಬಟ್ಟೆಯನ್ನು ಒಮ್ಮೆ ನೋಡಿದರು. ಐದು ಐದು ಹೂಗಳ ಗುಪ್ಪೆಗಳು, ಒಂದಿಷ್ಟು, ಬಟ್ಟೆಯ ಮೇಲೆ ಸಾಲಾಗಿ ಕೂತಿದ್ದವು. ಬಿಸಿಲಿನ ಹೊಡೆತಕ್ಕೆ ಹೂಗಳು ಬಾಡುವ ಎಲ್ಲಾ ಸೂಚನೆಗಳೂ ಇದ್ದವು. ಶ್ರೀಪಾದರಾಯರು ಲೆಕ್ಕ ಹಾಕಿದರು, ಹದಿನಾರು ಗುಪ್ಪೆಗಳಿದ್ದವು. ಒಂದು ರೂಪಾಯಿಗೆ ಒಂದು ಗುಪ್ಪೆ ಅಂದ್ಲು. ಶ್ರೀಪಾದರಾಯರು ಜೇಬಿಗೆ ಕೈ ಹಾಕಿ, ಇಪ್ಪತ್ತು ರೂಪಾಯಿಗಳನ್ನು ಲೆಕ್ಕ ಹಾಕಿ ತೆಗೆದು ತಗಾ, ಎಲ್ಲಾ ಬೇಕು, ಸಾಯಂಕಾಲದ ಪೂಜೆಗಿಲ್ಲ ಅಂದವರೇ, ಅವಳ ಮುಂದೆ ದುಡ್ಡಿಟ್ಟು ಕೈಲಿದ್ದ ಚೀಲದ ಬಾಯಿಯನ್ನು ಆಕೆಯ ಮುಂದೆ ಹಿರಿದು ಕೂತರು. ಹೆಂಗಸು ಒಂದಿಷ್ಟು ಹೊತ್ತು ಅವರ ಚೀಲವನ್ನೇ ನೋಡಿ, ನಂತರ ಎಲ್ಲಾ ಹೂಗಳನ್ನು ಆ ಚೀಲಕ್ಕೆ ಸುರುವಿ ಬಿಟ್ಟಳು. ಶ್ರೀಪಾದರಾಯರು ಎದ್ದು ಹಿಂತಿರುಗಿ ನೋಡದಂತೆ ನಡೆದರು. ಮನೆಗೆ ಬಂದವರೇ ಹೆಂಡತಿ ದೇವರಿಟ್ಟಿದ್ದ, ಈಗೇನೂ ಇರದ ಗೂಡಿನಲ್ಲಿ ಹೂಗಳನ್ನು ಸುರುವಿಬಿಟ್ಟರು.

ಅಂದಿನಿಂದ ತಾಯಿ–ಮಗಳ ಜೋಡಿ ತಮ್ಮ ಅಂಗಳದ ಹೂಗಳನ್ನು ತುಂಬಿಕೊಳ್ಳುವಾಗ ತಮ್ಮ ಮುಖ ಅವರಿಗೆ ಕಾಣದಂತೆ ಜಾಗರೂಕರಾಗಿದ್ದು, ಅವರು ಹೋದ ಹತ್ತು ನಿಮಿಷ ಅಥವಾ ಹದಿನೈದು ನಿಮಿಷಗಳ ತರುವಾಯ ಅವರ ಅಂಗಡಿ ಮುಂದೆ ನಿಂತು ತಮ್ಮ ಅಂಗಳದಲ್ಲೇ ಬೆಳೆದಿದ್ದ ಹೂಗಳನ್ನು ತಾವೇ ಖರೀದಿ ಮಾಡತೊಡಗಿದರು. ತಮ್ಮ ಅರಿವಿಗೇ ಬರದಂತೆ ಅವರ ದಿನಚರಿ ಮತ್ತೊಂದು ಮಗ್ಗಲು ಹೊರಳಿತ್ತು.

ಅವರ ಪಂಚಾಂಗದ ಮತ್ತೊಂದು ಪುಟ ಹೊರಳಿದ್ದು ಅವತ್ತು ಬೆಳಿಗ್ಗೆ ಅವರು ಮಾಮೂಲಾಗಿ ಸಂಪಿಗೆ ಮರದ ಬುಡ ನೋಡಿದಾಗ. ಏನಿದೆ ಅಲ್ಲಿ... ಒಂದೈದಾರು ಹೂಗಳು ಬಿದ್ದಿದ್ದಾವೆ ಅಷ್ಟೇ. ತಲೆಯೆತ್ತಿ ಮರ ನೋಡಿದರು. ಮರದ ಮೇಲೇನೋ ಹೂಗಳಿದ್ದಾವೆ ಆದರೆ ನೆಲದ ಮೇಲೆ ಬಿದ್ದಿಲ್ಲ. ಇನ್ನೊಂದು ಅರೆ ತಾಸಿನಲ್ಲಿ ಆ ಜೋಡಿ ಹೂ ಆರಿಸಲು ಬರಬೇಕು. ದುಡದುಡನೆ ಮನೆಯೊಳಗೆ ಓಡಿದರು. ಒಳಗಿನಿಂದ ಒಂದು ಏಣಿಯನ್ನು ತಂದು, ಮರದ ಬುಡಕ್ಕೆ ಆನಿಸಿ, ಮರ ಹತ್ತಿ, ಕಾಲಿಗೆಟುಕಿದ ಕೊಂಬೆಯೇರಿ ಕುಣಿ ಕುಣಿದು ಹೂಗಳನ್ನು ನೆಲಕ್ಕೆ ಉದುರಿಸಿದರು. ನೆಲದ ಮೇಲೆ ಒಂದು ರಾಶಿ ಹೂಗಳಾದುವೋ ಸರಬರ ಮರದಿಂದ ಇಳಿದು, ಏಣಿಯನ್ನು ಮನೆಯೊಳಗಿಟ್ಟು, ಅರೆ ತೆರೆದ ಕಿಟಕಿಯಲ್ಲಿ ಮುಖ ಹೂತು ಕುಳಿತರು. ಕಾಯುವ ಕುದಿಯಲ್ಲಿ ಯಾಕೋ ಹೊತ್ತೇ ಹೋಗದಂತಾಯಿತು ಶ್ರೀಪಾದರಾಯರಿಗೆ. ನಿಂತೂ ನಿಂತೂ ಕಾಲುಗಳು ನೋಯ ಹತ್ತಿದವು. ಕಿಟಕಿಯ ನೇರ ಕೆಳಗೇ ಒಂದು ಕುರ್ಚಿಯನ್ನು ಹಾಕಿ, ಅರೆ ಬೆಳಕಿನಲ್ಲಿ, ಕಿವಿಗಳನ್ನು ಕಿಟಕಿಯಿಂದ ಹೊರಗೆ ಹಾಕಿ ಕಾಯುತ್ತಾ ಕುಳಿತರು, ಗೇಟಿನ ಸದ್ದಿಗಾಗಿ, ಹುಡುಗಿಯ ಬರವಿಗಾಗಿ. ಕೊನೆಗೊಮ್ಮೆ ಗೇಟಿನ ಸದ್ದಾಯಿತು. ಥಟ್ಟನೆ, ಆದರೆ ಒಂದಿಷ್ಟೂ ಸದ್ದಾಗದಂತೆ ಎದ್ದು ಅರೆ ತೆರೆದ ಕಿಟಕಿಯಲ್ಲಿ ಮುಖ ತೂರಿಸಿದರು. ಅಷ್ಟು ಹೊತ್ತಿಗಾಗಲೇ ಹುಡುಗಿ ಸಂಪಿಗೆ ಮರದ ಬುಡ ಮುಟ್ಟಿಯಾಗಿತ್ತು. ಒಂದು ರಾಶಿ ಹಚ್ಚನೆಯ ಹೊಸ ಹೂಗಳು. ಆಕೆಯ ಮುಖದಲ್ಲೂ ಮತ್ತೊಂದು ಹೂ ಅರಳಿತ್ತು. ತಾಯಿಯ ಕಡೆ ಬೆಳಗುವ ಮುಖ ತಿರುಗಿಸಿದಳು. ತಾಯಿ ಸನ್ನೆ ಮಾಡಿದಳು. ಹುಡುಗಿ ಲಂಗದ ಜೋಳಿಗೆಯಲ್ಲಿ ಹೂಗಳನ್ನು ತುಂಬಿಕೊಂಡು ತಾಯಿಯ ಕಡೆ ಓಡಿದಳು. ತಾಯಿ ಮಗಳಿಬ್ಬರೂ ಅತ್ತ ನಡೆದಂತೇ, ಶ್ರೀಪಾದರಾಯರು ಬಾಗಿಲು ತೆರೆದು ಮತ್ತೈದು ನಿಮಿಷ ಕಾದರು. ಮುಂದಿನ ಹದಿನೈದು ನಿಮಿಷಗಳಲ್ಲಿ ಶ್ರೀಪಾದರಾಯರು ತಾವು ಖರೀದಿ ಮಾಡಿದ ತಮ್ಮದೇ ಮರದ ಒಂದು ರಾಶಿ ಹೂಗಳನ್ನು ದೇವರಿಲ್ಲದ ಗೂಡಿನಲ್ಲಿ ಸುರಿದು ನಿಟ್ಟುಸಿರು ಬಿಟ್ಟರು.

ಇದೆಲ್ಲವೂ ಇಂತೇ ನಡೆದಿದ್ದರೆ ಶ್ರೀಪಾದರಾಯರ ದಿನಚರಿಯಲ್ಲಿ ಏನೂ ವ್ಯತ್ಯಯ ಬರುತ್ತಿರಲಿಲ್ಲವೇನೋ....ಆದರೆ ಹೂ ಬಿಡುವ ಮರಗಳಿಗೂ ಒಂದು ದಿನಚರಿಯಿರುತ್ತದಲ್ಲವೇ...ಶ್ರೀಪಾದರಾಯರೂ ಇದರ ಬಗ್ಗೆ ಯೋಚನೆ ಮಾಡಿರಲಿಲ್ಲ. ಅವತ್ತು ಬೆಳಿಗ್ಗೆ, ಭಾನುವಾರವಿರಬೇಕು, ಕೈಲಿ ಚೀಲ ಹಿಡಿದು ತರಕಾರಿ ತರಲು ಹೊರಟವರಿಗೆ ಮರದ ಬುಡದಲ್ಲಿ ಒಂದಿಷ್ಟು ಎಲೆಗಳ ಹೊರತು ಬೇರೆ ಏನೂ ಕಾಣಲಿಲ್ಲ. ತಲೆಯೆತ್ತಿ ನೋಡಿದರೆ, ಊಹೂಂ, ಒಂದು ಹೂ ಕಾಣುತ್ತಿಲ್ಲ. ಚೀಲವನ್ನು ಅಲ್ಲೇ ಬಿಟ್ಟು, ಮನೆಯೊಳಗೆ ಹೋಗಿ ಏಣಿ ತಂದು ಮರ ಹತ್ತಿದರೂ ಒಂದೂ ಹೂ ಕಾಣುತ್ತಿಲ್ಲ.

ಇತ್ತೀಚಿನ ದಿನಗಳಲ್ಲಿ ಹೂಗಳು ಕಮ್ಮಿಯಾಗುತ್ತಿರುವುದು ಶ್ರೀಪಾದರಾಯರ ಗಮನಕ್ಕೇ ಬಂದಿರಲಿಲ್ಲ. ಅವರ ಪ್ರಪಂಚವನ್ನು ಆವರಿಸಿದ್ದು ಲಂಗದ ಜೋಳಿಗೆಯಲ್ಲಿ ಹೂ ತುಂಬಿಕೊಳ್ಳುವ ಆ ಹುಡುಗಿ ಮಾತ್ರ. ಈಗ ಮರದಲ್ಲಿ ಒಂದೂ ಹೂ ಇಲ್ಲದ್ದು ಅವರ ಎದೆ ಕುಸಿದಂತಾಯಿತು. ಒಂದರೆ ಕ್ಷಣ ಏನು ಮಾಡಲೂ ತೋಚಲಿಲ್ಲ.

ಆ ಹುಡುಗಿ ಬರುವ ಹೊತ್ತಿಗೆ ಏನನ್ನೋ ಸಾಧಿಸಿದ ಕಳೆ ಹೊತ್ತ ಮುಖವನ್ನು ಕಿಟಕಿಯ ಮರೆಯಲ್ಲಿ ಹೂತು ಕಾಯುತ್ತಾ ಕೂತರು. ಎಂದಿನಂತೆ ಗೇಟು ತೆಗೆದು ಒಳ ಬಂದ ಹುಡುಗಿಗೆ ಅಚ್ಚರಿಯೋ ಅಚ್ಚರಿ. ತಿರುಗಿ ತಾಯಿಯ ಕಡೆ ನೋಡಿದಳು. ತಾಯಿಯ ಮುಖ ಎಂದಿನಂತೆ ನಗಲಿಲ್ಲ. ಬದಲಿಗೆ ಆರಿಸಿಕೋ ಎನ್ನುವಂತೆ ಸನ್ನೆ ಮಾಡಿ ಗೇಟಿನಾಚೆ ಕಾಯುತ್ತಾ ನಿಂತಳು. ಹುಡುಗಿ ಮರದ ಬುಡಕ್ಕೆ ನಡೆದು ನಿಂತು ನೋಡಿದಳು. ಸಂಪಿಗೆ ಮರದ ಬುಡದಲ್ಲಿ ರೋಜಾ, ತಾವರೆ, ಇನ್ನೂ ಏನೇನೋ ಹೂಗಳು. ಈಗಷ್ಟೇ ಗಿಡದಿಂದ ಕಿತ್ತು ತಂದಂತೆ, ಅವುಗಳ ಮೇಲಿದ್ದ ನೀರ ಹನಿಗಳೂ ಹಾಗೇ ಇದ್ದವು. ಶ್ರೀಪಾದರಾಯರು ನೋಡುತ್ತಲೇ ಇದ್ದರು. ಹೂಗಳನ್ನು ಆರಿಸಿದ ಹುಡುಗಿ ತಾಯಿಯ ಜೊತೆ ನಡೆದು ಬಿಟ್ಟಳು. ಮತ್ತೆ ಹದಿನೈದು ನಿಮಿಷಗಳ ತರುವಾಯ ತಾವೇ ಖರೀದಿ ಮಾಡಿದ ಹೂಗಳನ್ನು ಶ್ರೀಪಾದರಾಯರು ಮತ್ತೆ ಖರೀದಿ ಮಾಡಿ ಗೂಡಿನಲ್ಲಿ ಚೆಲ್ಲಿ ಬಿಟ್ಟರು. ಅಲ್ಲಿಗೆ ಅವರ ದಿನಚರಿ ಇನ್ನೊಂದು ತಿರುವು ತಿರುಗಿತ್ತು.

ಬೆಳಿಗ್ಗೆ ಬೆಳಿಗ್ಗೆ ವಸಂತ ಟಾಕೀಸು, ಚಾಮರಾಜ ಪೇಟೆ ಇತ್ಯಾದಿ ತಿರುಗಿ ಒಂದೆರಡು ಚೀಲದ ತುಂಬಾ ಹೂ ಖರೀದಿ ಮಾಡಿ ತಂದು, ಬಾಡದಂತೆ ಅವುಗಳನ್ನು ಪೇಪರಿನಲ್ಲಿ ಸುತ್ತಿಟ್ಟು, ಆ ಪೇಪರ್ರಿಗೆ ನೀರು ಚಿಮುಕಿಸಿ, ಆ ಹುಡುಗಿ ಬರುವ ಅರ್ಧ ಗಂಟೆ ಮೊದಲು ಆ ಹೂಗಳನ್ನು ಸಂಪಿಗೆ ಮರದ ಬುಡದಲ್ಲಿ ಚೆಲ್ಲ ಬೇಕು. ಇವತ್ತೂ ಚೆಲ್ಲಿದರು. ಮತ್ತೆ ಕಿಟಕಿಯ ಹಿಂದೆ ಕುರ್ಚಿ ಹಾಕಿ ಕಾಯುತ್ತಾ ಕೂತರು. ಕಾಯುವುದು ಅವರಿಗೆ ರೂಢಿಯಾಗಿತ್ತೋ ಏನೋ, ಅಂತಹ ತಹತಹ ಅನಿಸುತ್ತಿರಲಿಲ್ಲ ಈಗ. ಕಾದರು, ಕಾದರು...ಹುಡುಗಿ ಬರಲಿಲ್ಲ. ಬರಬೇಕಾದ ಸಮಯ ಮೀರಿದರೂ ಹುಡುಗಿ ಮತ್ತವಳ ತಾಯಿ ಬರಲಿಲ್ಲ. ಈಗ ಕುರ್ಚಿಯಲ್ಲಿ ಕೂತು ಕಾಯುತ್ತಿರಲಿಲ್ಲ, ನಿಂತು ಕಿಟಕಿಯಲ್ಲಿ ಮುಖ ಹೂತು ಕಾಯುತ್ತಿದ್ದರು. ಬರಲಿಲ್ಲ. ಅವರಿಬ್ಬರ ಸುಳಿವೇ ಇಲ್ಲ. ಮರದ ಕೆಳಗೆ ಹೂಗಳು ಕಾಯುತ್ತಿದ್ದವು. ಏನನಿಸಿತೋ ಏನೋ, ಬಾಗಿಲು ತೆಗೆದು ಓಡಿದರು. ತಾಯಿ–ಮಗಳ ಅಂಗಡಿ ಇರಲಿಲ್ಲ. ಇಡೀ ರಸ್ತೆಯುದ್ದಕ್ಕೂ ಒಮ್ಮೆ ಓಡಾಡಿ ನೋಡಿದರು, ಎಲ್ಲಿಯಾದರೂ ಜಾಗ ಬದಲಿ ಮಾಡಿ ಕೂತಿದ್ದರೇ...ಎಲ್ಲೂ ಕಾಣಲಿಲ್ಲ. ಕಾಲೆಳೆಯುತ್ತಾ ಮನೆಗೆ ಬಂದರು. ಸಂಜೆಯಾದರೂ ಆ ಹುಡುಗಿ ಹೂ ಆರಿಸಲು ಬರಲಿಲ್ಲ.

ಮಾರನೇ ದಿನವೂ ಊರು ತಿರುಗಿ ಒಂದು ರಾಶಿ ಹೂಗಳನ್ನು ತಂದರು. ಮರದ ಕೆಳಗೆ ಸುರಿದರು. ಹುಡುಗಿ ಬರಲಿಲ್ಲ. ಒಮ್ಮೆಲೇ ಶ್ರೀಪಾದರಾಯರ ದಿನಚರಿಯ ಪುಟಗಳು ಖಾಲಿಯಾಗಿದ್ದವು. ಆಕೆ ಬರಬಹುದು, ಹೂಗಳನ್ನು ಆರಿಸಿಕೊಳ್ಳಬಹುದು ಎನ್ನುವ ಆಸೆ ಹೋಗಿಲ್ಲ ಅವರಿಗಿನ್ನೂ...ಹಾಗಾಗಿ ಊರು ತಿರುಗಿ ಹೂ ತಂದು ಮರದ ಬುಡಕ್ಕೆ ಸುರಿಯುವ ತಮ್ಮ ಕಾಯಕವನ್ನು ನಿಲ್ಲಿಸಿಲ್ಲ. ಎಂದಾದರೂ ಆಕೆ ಬರಬಹುದು, ಬಂದಾಗ ಮರದ ಬುಡ ಖಾಲಿಯಿರಬಾರದು ಅಲ್ಲವಾ...ಜೀವನದಲ್ಲಿ ಅಷ್ಟಾದರೂ ಆಸೆಯಿಟ್ಟುಕೊಳ್ಳದಿದ್ದರೆ ಹೇಗೆ. ಅಷ್ಟೂ ಆಸೆಯಿಲ್ಲದಿದ್ದಲ್ಲಿ ಬದುಕು ಸಹ್ಯವಾಗುವುದಾದರೂ ಹೇಗೆ...

ಹೂವುಗಳೇ ಸೇರಿಕೊಂಡು ಈ ಮನುಷ್ಯ ಜೀವಿಗಳ ಬಗ್ಗೆ ಮಾತಾಡಿಕೊಂಡರೆ ಹೇಗಿರುತ್ತದೆ, ಹಾಗಿದೆ ಈ ಕಿರುಗತೆ. ಪ್ರಫುಲ್ಲವಾದ ಭಂಗುರತೆಯೊಂದು ಪರಿಮಳ ತುಂಬಿಕೊಂಡು ಓಡಾಡಿದಂತೆ. ಒಂದು ನಿಶ್ಶಬ್ದ ಮನೆ, ನಿರ್ಜನ ಅಂಗಳ, ಮೂಕ ಹೂ ಮರ, ಗೇಟು, ಕಿಟಕಿ. ಗೇಟಿನಾಚೆ ಒಂದು ಲೋಕ, ಈಚೆ ಒಂದು ತಬ್ಬಲಿತನದ ದೈನಿಕ. ಎರಡರ ನಡುವೆ ತಂಗಾಳಿಯಂತೆ ಸುಳಿದಾಡುತ್ತ ಇಹದ ಪರಿಮಳದ ದಾರಿಯನ್ನು ಹೊಳೆಸುವ ಸೂಕ್ಷ್ಮ ಕಥನ. ನಮ್ಮ ನಮ್ಮ ನಿತ್ಯದಲ್ಲೇ ನಮ್ಮನ್ನು ಒರೆಗೆ ಹಚ್ಚಬಲ್ಲ ಸರಳ ಸಹಜ ನಿಗೂಢತೆಯೊಂದು ಇದೆ. ಇಲ್ಲೇ ಇದೆ. ಅದು ಕರೆದಾಗ ನಾವು ಕೇಳಿಸಿಕೊಳ್ಳಬೇಕು ಅಷ್ಟೇ! ಮತ್ತು ಅದನ್ನು ಆಲಿಸಲು ಮೊದಲು ಬೇಕಾದದ್ದು ನಮ್ಮೊಳಗಿನ ನಿಶ್ಶಬ್ದ...ಎಂಬುದು ಈ ಕಥೆಯ ಧ್ವನಿ. ಪ್ರತಿ ಜೀವಿಯೂ ಒಂದು ಪಯಣದಲ್ಲಿರುತ್ತಾಳೆ/ನೆ. ಈ ಭಿನ್ನ ಪಯಣದ ರೇಖೆಗಳು ಛಕ್ಕಂತ ಅಲ್ಲಲ್ಲಿ ಪರಸ್ಪರ ಸಂಧಿಸುವುದುಂಟು...ನೋಟವನ್ನೇ ತಿದ್ದುವಂತೆ, ಅಂತಃಕರಣವನ್ನು ಅರಳಿಸುವಂತೆ. ಅಂಥ ಸಂಧಿಸಮಯವೊಂದನ್ನು ಹೌದೋ ಅಲ್ಲವೋ ಎಂಬಂತೆ ಸ್ಪರ್ಶಿಸುವ ಯತ್ನ ಈ ಬರವಣಿಗೆಯದು. 'ಒಂದು ಉಸಿರನ್ನು ಎತ್ತಿ ಹಾಕಿ ಮತ್ತೆ ಕಾಯುತ್ತ ಕೂತರು' – ಇಂಥ ತಮ್ಮದೇ ಅಪ್ಪಟ ಒಕ್ಕಣಿಕೆಯ ಸುರೇಂದ್ರನಾಥ್, ಈ ಕಥೆಯ ಜೀವಾಳವೇ ಆಗಿರುವ ನೀರವವೊಂದು ನಮಗೆ ಕೇಳಿಸುವಂತೆ ಬರೆದಿದ್ದಾರೆ. ಪರಿಮಳವನ್ನು ಹೀರಲು ಮೂಗು ಸಾಕು, ಮೂಗುತಿ ಬೇಕಿಲ್ಲ. ಅಂಥ ಪ್ರಾಂಜಲ ಉಸಿರಾಟವನ್ನು ಈ ಕಥೆ ನನಗೆ ರವಾನಿಸಿದೆ.

• ಜಯಂತ ಕಾಯ್ಕಿಣಿ

ಕೋಮಣಮಾಮ

ಕೋಮಣಮಾಮಂಗೆ ಸಿಟ್ಟು ಬಂದಿದೆ ಅನ್ನದು ಸಾಯಂಕಾಲ ಫಳಾರಕ್ಕೆ ಕೂತ ಹುಡುಗ್ರಿಗೆಲ್ಲಾ, ಹುಡುಗ್ರಿಗೇನು ಇಡೀ ಮನೆಗೇ ಗೊತ್ತಾಗಿತ್ತು. ಅವನು ಸೆಟಗೊಂಡು ಕೂತ ರೀತೀನೇ ಹಂಗಿತ್ತು. ಕೋಮಣಮಾಮ ಯಾರತ್ರಾನೂ ಮಾತಾಡದೇ ಗುಮ್ಮಂತ ಗೋಡೆಗಂಟಿಕೊಂಡು ಕೂತಿದ್ದ. ಈ ಕಡೆ ಗೋಡೆಗಂಟಿದ ಸಾಲಿನ ಕೊನೇ ಸೀಟು, ಮೂಲೆಗೆ ಒತ್ತಿಕೊಂಡಿದ್ದು, ಕೋಮಣಮಾಮನ ಸೀಟು. ಫಳಾರಕ್ಕೆ ಕೂತ ಹುಡುಗರ ತುಂಡು ಬಾಳೆಲೆಗಳು ಒಂದೇ ಸಾಲಲ್ಲಿದ್ದರೆ ಇವನ ಎಲೆ ಸಾಲು ಬಿಟ್ಟು ಒಂದು ನಾಕಿಂಚು ಮುಂದಿತ್ತು. ತುಂಡು ಬಾಳೆಲೆ ಮುಂದೆ ದೂಡಿ ತಾರಸಿ ನೋಡ್ತಾ ಕೂತಿದ್ದ. ಚಿಕ್ಕತ್ತೆ ಎಲ್ಲರ ಎಲೆಗೆ ಕೇಸರಿಬಾತ್ ಬಡಿಸುತ್ತಾ ಹೋದಂಗೆ ಘಮ್ಮನ್ನ ವಾಸನೆ ಹುಡುಗರ ಮೂಗುಗಳನ್ನ ಮುರೀತಾಯಿದ್ರೂ ಹುಡುಗ್ರಿಗೆ ಎಲೆಗೆ ಕೈ ಹಾಕಕೆ ಮನಸೇ ಇರಲಿಲ್ಲ. ಅವರ ಹೀರೋ ಕೋಮಣಮಾಮ ಉಪವಾಸ

ಮುಷ್ಕರ ಹೂಡಿರಬೇಕರೆ ಅವರು ಹೆಂಗೆ ತಿನ್ನದು. ಎಲೆಗೆ ಕೈ ಹಾಕಬೇಕೋ ಬೇಡವೋ ಅನ್ನೋ ಜಿಜ್ಞಾಸೆಯಲ್ಲಿ ಅವರು ವಾರೆಗಣ್ಣಿಂದ ಕೋಮಣಮಾಮನ ಕಡೆ ನೋಡಿದರು. ಕೋಮಣಮಾಮ ತಲೆಯೆತ್ತಿ ತಾರಸಿ ನೋಡ್ತಾ ಕೂತಿದ್ದನು ಕೇಸರಿಬಾತ್ ಬಿದ್ದಿದ್ದ ತನ್ನ ಎಲೆ ತುಂಡಿನ ಕಡೆ ನೋಡ್ತಾನೇಯಿರಲಿಲ್ಲ. ಅಷ್ಟರಲ್ಲಿ ದೊಡ್ಡಜ್ಜಿ ನಿಧಾನಕ್ಕೆ ನಡಕೋತಾ ಬಂದು ಅವನ ಮುಂದೆ ಕುಕ್ಕರುಗಾಲಲ್ಲಿ ಕೂತರು. ತೀರಾ ನಾಟಕೀಯವಾಗಿ 'ಅಯ್ಯೋ ಇವನಿಗೆ ಏನು ಬಂತಪಾ, ಫಳಾರ ತಿನ್ನಲ್ಲಂತೆ, ಒನ್ನಾಕು ಅಕ್ಕಿ ಉಂಡೆ ಸೀ ಚಟ್ನಿ ಮಾಡಿದ್ದೆ, ಇವನು ತಿನ್ನಲ್ಲಾ ಅಂತಿದಾನೆ, ಸರಿ, ಇವನು ತಿನ್ನಲ್ಲಾ ಅಂದ್ರೇನಾತು, ದೊಣಪನ ಮಗನಿಗೆ ಕೊಡ್ತೀನಿ. ಅವನಾರಾ ತಿನ್ಲಿ' ಅಂತ ನೆಲಕ್ಕೆ ಕೈಯೂರಿ ಏಳೋಕೆ ನೋಡಿದ್ರು. ಅಕ್ಕಿಉಂಡೆ ಅಂತ ಕಿವಿಗೆ ಬಿತ್ತೋ ಇಲ್ಲೋ, ಕೋಮಣಮಾಮ ಮೆತ್ತಗೆ ಎಲೇನ ತನ್ನ ಕಡೆ ಎಳಕೊಂಡ. ತಾರಸಿ ನೋಡತನೇ ಇದ್ದ. ದೊಡ್ಡಜ್ಜಿ ನಕ್ಕು ಅಡುಗೇಮನೆ ಬಾಗಿಲಲ್ಲಿ ನಿಂತಿದ್ದ ಚಿಕ್ಕತ್ತೇಗೆ ಕೈ ಸನ್ನೆ ಮಾಡಿದ್ರು. ಚಿಕ್ಕತ್ತೆ ಎರಡು ಉಂಡೆ ತಂದು ಹಾಕಿದ್ರು. ಕೋಮಣಮಾಮ ಎಲೆಗೆ ಬಿದ್ದ ಎರಡೇ ಉಂಡೆ ನೋಡಿ, 'ನಾಕೂ ಅಂದ್ರೀ?' ಅಂತಂದ. 'ನಾಕೂ ಹಾಕ್ತೀನಿ, ಎಂಟೂ ಹಾಕ್ತೀನಿ. ಮದ್ಲು ಎಲೆಗೆ ಹಾಕಿದ್ದು ತಿನ್ನು. ಕಣ್ಣು ದೊಡ್ದು ನಿಂದು' ಅಂದವರೇ ಎದ್ದು ನಿಂತು ಅವನ ತಲೆಗೆ ಪ್ರೀತಿಯಿಂದ ಮೊಟಕಿ ದೊಡ್ಡಜ್ಜಿ ಕಾಲು ಸವರಿಕೋತಾ ಅಡುಗೆಮನೆಗೆ ಹೋದರು. ಕೋಮಣಮಾಮ ಅಕ್ಕಿಉಂಡೆ ಮುರುದ್ನೋ ಇಲ್ವೋ ಹುಡುಗ್ರು ಕೇಸರೀಬಾತ್ ಮೇಲೆ ದಾಳಿ ಮಾಡಿದ್ರು. ತಣ್ಣಗಿದ್ದ ಊಟದಮನೆ ಇದ್ದಕ್ಕಿದ್ದಂತೇ ಗಳಗಳ ಅಂತ ಗಲಾಟೆಯಿಂದ ತುಂಬಿ ಹೋಯಿತು. ಫಳಾರದ ಒಂದು ಸಮಯದಲ್ಲಿ ಕೋಮಣಮಾಮ ಇದ್ದಕ್ಕಿದ್ದಂಗೇ ಹಾಡೋಕೆ ಶುರುಮಾಡಿದ, ಬಾಗಿಲನು ತೆರೆದೂ ಅಂತ. ಗೊಳಗೊಳ ಸದ್ದಿನಿಂದ ತುಂಬಿದ್ದ ಊಟದ ಮನೆ ಮಾತು ನಿಲ್ಲಿಸಿ ಅವನ ಹಾಡು ಕೇಳಿತು. ಎದುರು ಸಾಲಿನ ಇನ್ನೊಂದು ಮೂಲೆಯಲ್ಲಿ ಕೂತಿದ್ದ ದೊಡ್ಡಜ್ಜ ಕೈಯಲ್ಲಿ ಉಪ್ಪಿಟ್ಟಿನ ಉಂಡೆಯನ್ನು ಆಡಿಸುತ್ತಾ, ಕಣ್ಣು ಮುಚ್ಚಿ ಇಡೀ ಹಾಡನ್ನು ಕೇಳಿದರು. ಮುಖದಲ್ಲಿ ಒಂದು ನಗೆ ನಿಂತಿತ್ತು. ಅದು ಹಂಗೇ, ಕೋಮಣಮಾಮಂಗೆ ಬೇಜಾರಾಯ್ತೂ ಅಂದ್ರೆ ಇಡೀ ಮನೆಗೆ ಬೇಜಾರಾಗತ್ತೆ. ಕೋಮಣಮಾಮ ಮಾತಾಡದಿಲ್ಲ ಅಂದ್ರೆ ಇಡೀ ಮನೆ ಗಪ್‌ಚಿಪ್ ಅಂತ ಕೂತುಬಿಡತ್ತೆ. ಕೋಮಣಮಾಮಂಗೆ ಸಿಟ್ಟು ಬಂದಿದೆ ಅಂದ್ರೆ ಇಡೀ ಊರಿಗೆ ಗೊತ್ತಾಗತ್ತೆ. ಕೋಮಣಮಾಮಂಗೆ ಸಂತೋಷ ಆಯ್ತೂ ಅಂದ್ರೆ ಇಡೀ ಊರೇ ಗದ್ದಲ ಮಾಡತ್ತೆ.

ಅವತ್ತಂತೂ ಕೋಮಣಮಾಮ ಸಾಯಂಕಾಲದ ಫಳಾರದ ಎಲೇನ್ನ ದೂಡೋ ಅಷ್ಟು ಸಿಟ್ಟು ಮಾಡ್ಕಳಾಂಥಾದ್ದೇನೂ ಆಗಿರಲಿಲ್ಲ. ಆಗಿದ್ದಿಷ್ಟೇ. ಹೇಳೀ ಕೇಳೀ ಬೇಸಿಗೆ

ರಜ. ಊರೂರಿಂದ ಮಕ್ಕಳೂ, ಅಳಿಯಂದ್ರೂ, ಸೊಸೆಯಂದ್ರೂ ಬಂದಿದ್ರು. ಮನೆ ತುಂಬಾ ಮೊಮ್ಮಕ್ಕಳು ಮರಿ ಮಕ್ಕಳು. ಕೋಮಣಮಾಮಂಗೆ ನಾಕು ಕಾಲು ಬಂದಿತ್ತು. ಅಜ್ಜೀ ಹೇಳೋ ಹಂಗೆ ಒಂದು ಬಾಲ ಕಮ್ಮಿಯಿತ್ತು ಅಷ್ಟೇ ಅವನಿಗೆ. ಸದ್ಯಕ್ಕೆ ಅವನಂತೂ ತನ್ನ ವಯಸ್ಸನ್ನ ಮರೆತು ಹುಡುಗರ ಸೈನ್ಯಾನ್ನ ಬೆನ್ನಿಗೆ ಕಟ್ಕಂಡು ಗುಡ್ಡ ಗುಡ್ಡ ಏರಿ ಗೇರು ಮರಕ್ಕೆ ಲಗ್ಗೆಯಿಟ್ಟಿದ್ದಾಗಿತ್ತು. ಮಾವಿನಮರ ಹತ್ತಿ ಮರದಿಂದ ಪೀಚು ಕಾಯಿ ಬೋಳಿಸಿದ್ದಾಗಿತ್ತು. ಮನೆ ಹಿಂದೇ ಇದ್ದ ತೋತಾಪುರಿ ಮರಾನ್ನ ಎಲೇನ್ನೂ ಬಿಡದಂಗೆ ಬೋಳಿಸಿದ್ದಾಗಿತ್ತು. ಲಂಗೋಟಿ ಕಟ್ಕಂಡು, ಈಜು ಬರಾ ಹುಡುಗ್ರನ್ನ ಎಳಕೊಂಡು ಕಟ್ಟೇ ಬಾವಿಗೆ ಬಿದ್ದಿದ್ದಾಗಿತ್ತು. ಬಂಡೆ ಸಂದಿ, ಮರದ ಪೊಟರೆ ಎಲ್ಲಂದ್ರಲ್ಲಿ ಹುಡುಕಿ ಓತಿಕ್ಯಾತ ಹಾವು ಓಡಿಸಿದ್ದಾಗಿತ್ತು. ಜೇಬು ತುಂಬಾ ಕೇಪಳೆಹಣ್ಣು ತುಂಬಿಕೊಂಡು ಬಟ್ಟೇನ್ನ ರಾಡಿ ಮಾಡಿದ್ದಾಗಿತ್ತು. ಮರಕೋತಿ ಆಡಿ ಮುಗಿಸಿದ್ದಾಗಿತ್ತು. ರಾತ್ರಿ ಅಂಗಳದಲ್ಲಿ ಸಾಲಾಗಿ ಮಲಕ್ಕೊಂಡಾಗ ದೇವರ ಕತೆ ಹೇಳಿ ಹುಡುಗರಿಗೆ ದೇವಲೋಕ ತೋರಿಸಿದ್ದಾಗಿತ್ತು. ವಾಲಿ ಸುಗ್ರೀವರ ಪ್ರಸಂಗವನ್ನೂ ಆಡಿ ಮುಗಿಸಿದ್ದಾಗಿತ್ತು. ಇಷ್ಟೆಲ್ಲಾ ಆದ್ರೂ ಊರು ಪುಡಿ ಮಾಡೋದು ಇನ್ನೂ ಭಾಳಾ ಉಳಿದಿತ್ತು, ದಿನಾ ಸೈತಾ ಭಾಳಾಯಿತ್ತು. ಹುಡುಗರ ಪಾಲಿಗಂತೂ ಅವನೇ ದೇವೇಂದ್ರ, ಅವನೇ ಕೋದಂಡರಾಮ, ಅವನೇ ಆಂಜನೇಯ, ಅವನೇ ಪರಶುರಾಮ. ಹುಡುಗರ ಸೈನ್ಯಕ್ಕೆ ಸೇನಾಪತಿಯಾಗಿ ಕಾರ್ಯ ನಿರ್ವಹಿಸಿ ನಾಕು ದಿನ ಆಗಿದ್ವೋ ಏನೋ, ಅವತ್ತು ಅದೆಂಥದೋ ಪೂಜೆ. ಸಾಯಂಕಾಲ ಆರು ಗಂಟೆಗೆಲ್ಲಾ ಪೂಜೆ ಮುಗೀಬೇಕು, ಬೆಳಗ್ಗಿಂದಾ ಹಸಿದು ಕುದೀತಿದ್ದ ಹಿರಿಯರ ಹೊಟ್ಟೆಗೆ, ಪೂಜೆ ಮುಗೀತಿದ್ದ ಹಾಗೇ ಫಳಾರ ಬೀಳಬೇಕು. ಅವರಾದ್ರೂ ಎಷ್ಟೂಂತ ಎಲೆ-ಅಡಿಕೆ-ತಂಬಾಕು ಮೇಯ್ತಾ, ನೀರು ಕುಡೀತಾ, ಕೈಗೆ ಸಿಕ್ಕಿದ ಹಣ್ಣು ತಿಂತಾ ಕಾಲ ಕಳೀತಾರೆ ಹೇಳಿ. ಹೊಟ್ಟೇ ಹಸಿವಿಗೆ ಅಡುಗೆಮನೆಯ ಘಮ ವಿಶೇಷ ವಗ್ಗರಣೆ ಬೇರೆ ಹಾಕ್ತಾಯಿತ್ತು. ಪೂಜೇನೂ ಆಯ್ತು. ಮಂಗಳಾರತಿ ಒಂದು ಆಗಬೇಕು ಅಷ್ಟೇ. ಅದಾಗಿ ಪ್ರಸಾದ ಹಂಚಿ ಬಿಟ್ರೆ ಎಲ್ಲಾ ಮುಗೀತು. ಊಟದ ಮನೇಲಿ ಆಗಲೇ ಫಳಾರಕ್ಕೆ ಎಲೆ ತುಂಡು ಹಾಕಿ, ತುದೀಲಿ ಲೋಟಗಳಲ್ಲಿ ನೀರು ತುಂಬಿಟ್ಟಿದ್ದೂ ಆಗಿತ್ತು. ಹೆಂಗಸರೆಲ್ಲಾ ಚಾವಡೀನಲ್ಲಿ ಒಂದು ಕಡೆ ಗೋಡೆಗೆ ಒರಕ್ಕೊಂಡು ನಿಂತು ಮಂಗಳಾರತಿಗೆ ಕಾಯ್ತಾಯಿದ್ರು. ಗಂಡಸ್ರೆಲ್ಲಾ ದೇವರ ಮುಂದೆ ಗುಂಪಾಗಿ ನಿಂತು, ಲವಧತೀ ವಿಕ್ರಾಳ ಬ್ರಹ್ಮಾಂಡ ಮಾಳಾ ಅಂತ ಆರತಿಗೆ ತೊಡಗಿದ್ದರು. ಮಕ್ಕಳು ಮುಂದೆ ನಿಂತು ಕೈಲಿ ತಾಳ ಮತ್ತು ಜಾಗಟೆ ಹಿಡಿದು ಬಾರಿಸಲು ಸದ್ದಾಗಿ ಮಂಗಳಾರತಿ ಎತ್ತೋದನ್ನೇ ಕಾಯ್ತಾ ನಿಂತಿದ್ದರು. ಕೋಮಣಮಾಮ ಸೈತಾ ಆರತಿ ತಟ್ಟೆ ಕೈಲಿ ಹಿಡಿದಿದ್ದ ಪಾಂಡುರಂಗಭಟ್ಟರ ಹಿಂದೇ ಕೈಮುಗಿದು ನಿಂತಿದ್ದ. ಮಂಗಳಾರತಿ

ಮುಗೀತು. ದೊಡ್ಡಜ್ಜನಿಗೆ ಮೊದಲು ಆರತಿ ಕೊಡಬೇಕು, ಕೊಟ್ಟರು, ದೊಡ್ಡಜ್ಜ ಆರತಿ ತಗೊಂಡರು. ನಂತರ ಇನ್ನುಳಿದ ಒಂದೆರಡು ಹಿರಿಯರಿಗೆ ಆರತಿ ಕೊಡಬೇಕು, ಕೊಟ್ಟಿದ್ದಾಯಿತು, ಅವರೂ ತಗೊಂಡರು. ಇನ್ನುಳಿದವರಿಗೆ ಪಾಂಡುರಂಗಭಟ್ಟರೇ ಕೊಡಬೇಕೂ ಅಂತೇನಿಲ್ಲ. ಆರತಿತಟ್ಟೆಯನ್ನು ಯಾರಾದರೂ ಎಲ್ಲರ ಮುಂದೆ ಹಿಡಿದರೆ ಸಾಕು. ಕೋಮಣಮಾಮನಿಗೆ ಅದ್ಯಾವ ದೇವರು ಮೈಮೇಲೆ ಬಂದಿದ್ದನೋ ಏನೋ, ಪಾಂಡುರಂಗಭಟ್ಟರು ಆರತಿತಟ್ಟೆಯನ್ನು ನೆಲದ ಮೇಲಿಡೋಕೆ ಮೊದಲೇ ಅವರ ಕೈಯಿಂದ ಇಸಿದುಕೊಂಡುಬಿಟ್ಟ. ಪಾಂಡುರಂಗಭಟ್ಟರು ಒಮ್ಮಿಗಿಲೇ ಉರಿದು ಬಿದ್ದರು, ಮಡಿ ಹಾಳಾಯಿತಲ್ಲಾ. ಇನ್ನೂ ಅವರು ಪ್ರಸಾದ ಸ್ವೀಕರಿಸಿರಲಿಲ್ಲವಾಗಿ ಪೂಜೆಗೆ ಇನ್ನೂ ಮುಕ್ತಾಯ ಹಾಡೋ ಹಂಗಿರಲಿಲ್ಲ, ಅಷ್ಟರಲ್ಲಿ ಈ ಮಂಗ ಮುಟ್ಟಿ ಅವರ ಮಡಿ ಹಾಳು ಮಾಡಿಬಿಟ್ಟ. ಈಗ ಮತ್ತೊಮ್ಮೆ ಸ್ನಾನ ಮಾಡಿ ಆರತಿ ಮಾಡಿದ ಶಾಸ್ತ್ರ ಮಾಡಿ ಎಲ್ಲರಿಗೂ ಪ್ರಸಾದ ಹಂಚಬೇಕು. ಅಲ್ಲೀವರೆಗೂ ಎಲ್ಲಾ ಕಾಯಬೇಕು. ಕೋಮಣಮಾಮನ ಹಿಂದೇ ನಿಂತಿದ್ದ ದೊಡ್ಡಜ್ಜ 'ಯಂತಾ ಹುಡುಗಾಟನೋ ನಿಂದು' ಅಂತ ಕೋಮಣಮಾಮನ ತಲೆಯ ಮೇಲೆ ಒಮ್ಮೆ ಮೊಟಕಿದರು. ದೊಡ್ಡಜ್ಜಂಗೆ ಸಿಟ್ಟು ಬಂದಿದೆ ಅಂತ ಎಲ್ಲಾ ಹುಡುಗರಿಗೆ ಗೊತ್ತಾಯಿತು. ಗಲಾಟೆ ಮಾಡದೆ ಕೈಲಿ ಹಿಡಿದಿದ್ದ ತಾಳ-ಜಾಗಟೆಗಳನ್ನು ಸದ್ದಿಲ್ಲದೇ ನೆಲಕ್ಕೆ ಇಳಿಸಿ ಮುಂದೇನಾಗತ್ತೋ ಅಂತ ನೋಡುತ್ತಾ ನಿಂತರು. ಪಾಂಡುರಂಗಭಟ್ಟರು ಬಚ್ಚಲು ಮನೆಯತ್ತ ಸರಸರ ಹೆಜ್ಜೆ ಹಾಕಿದರು. 'ಆರತಿತಟ್ಟೆ ಅತ್ಲಾಗಿಟ್ಟು ಹಿಂದೆ ನಿಂತ್ಗೋ ಮಂಗಾ' ಅಂತ ದೊಡ್ಡಜ್ಜ ಕೋಮಣಮಾಮನಿಗೆ ಬೈದರು. ಈಗೊಂದು ಕ್ಷಣದವರೆಗೂ ಲಂಕೆಯನ್ನು ಹಾರಿದ ಹನುಮಂತನೋ, ಬಕಾಸುರನನ್ನು ಕೊಂದ ಭೀಮನೋ ಆಗಿ ಎಲ್ಲ ಹುಡುಗರ ನಾಯಕನಾಗಿ ಮೆರೆಯುತ್ತಿದ್ದ ಕೋಮಣಮಾಮ ಇದ್ದಕ್ಕಿದ್ದಂತೇ ಕಲಿಯುಗದ ಈ ಮನೆಯ ಚಾವಡಿಗೆ ಬಂದು ಬಿದ್ದ. ಹುಡುಗರ ಮುಂದೆ ಅವನಿಗೆ ದೊಡ್ಡ ಅಪಮಾನವಾಯಿತು. ಕಣ್ಣಲ್ಲಿ ನೀರು ತುಂಬಿಕೊಂಡು ಅಂಗಳದ ಇನ್ನೊಂದು ತುದಿಗೆ, ಕತ್ತಲಿಗೆ ನಡೆದುಬಿಟ್ಟ. ಪೂಜೆ ಮುಗಿಸುವ ತರಾತುರಿಯಲ್ಲಿದ್ದ ಯಾರಿಗೂ, ದೊಡ್ಡಜ್ಜಿಗೂ ಸೈತ, ಕೋಮಣಮಾಮನ ಕಡೆ ಗಮನ ಹರಿಯಲಿಲ್ಲ. ಕೋಮಣಮಾಮಂಗೆ ಆದ ಅಪಮಾನದಿಂದ ಸಿಟ್ಟು ಬಂದಿದೆ ಅನ್ನದು ಗೊತ್ತಾಗಿದ್ದು ಎಲ್ಲಾ ಫಳಾರಕ್ಕೆ ಕೂತಾಗಲೇ. ಅಷ್ಟತ್ತಿಗಾಗಲೇ ಪೂಜೆಯ ಸಮಯದಲ್ಲಾಗಿದ್ದು, ಕೋಮಣಮಾಮನನ್ನು ಬಿಟ್ಟು, ಎಲ್ಲರಿಗೂ ಮರತೇ ಹೋಗಿತ್ತು. ದೊಡ್ಡಜ್ಜ ಸೈತಾ ನಗುನಗುತ್ತಾ ಬಾಳೆಲೆ ತುಂಡಿಗೆ ಫಳಾರ ಬೀಳುವುದನ್ನೇ ಕಾಯುತ್ತಿದ್ದರು.

▶ ▶ ▶

ಕೋಮಣಮಾಮನ ಹೆಸರು ಲಕ್ಷ್ಮಣ ಅಂತ ನಮಗೆಲ್ಲಾ ಗೊತ್ತಾಗಿದ್ದು ಅವನು ಹೋಗಿ ಒಂದಿಷ್ಟು ವರ್ಷಗಳಾದ ಮೇಲೆ. ಅಷ್ಟತ್ತಿಗೆ ನಾವು ಕಾಲೇಜು ಮುಟ್ಟಿದ್ವಿ, ಊರಿನ ವಹಿವಾಟೂ ಸಂಪರ್ಕ ಹೆಚ್ಚೂ ಕಮ್ಮಿ ಮುಗಿದೇಹೋಗಿತ್ತು. ಶಹರ ಸೇರಿದ ನಮ್ಮೆಲ್ಲರಿಗೂ ನಮ್ಮದೇ ಆದ ಧಾವಂತಗಳಿದ್ದವು, ಧ್ಯಾನಗಳಿದ್ದವು, ದಾಹಗಳಿದ್ದವು. ಊರಿನ ಉಸಾಬರಿ ಯಾಕೆ ಅಂತ ಸುಮ್ಮನಾಗಿಬಿಟ್ಟಿದ್ದೆವು. ಅಲ್ಲೀ ತನಕ ನಮಗೆ ಕೋಮಣಮಾಮ ಅಂದ್ರೆ ಕೋಮಣಮಾಮ ಅಷ್ಟೇ. ಆ ಹೆಸರಿನ ಅರ್ಥ ಏನು, ಅದೆಂತಹ ಹೆಸರು, ಅದ್ಯಾರು ಅಂತಹ ಹೆಸರಿಟ್ಟಿದ್ದು ಅನ್ನದ್ಯಾವುದೂ ನಮಗೆ ಬೇಕಾಗಿರಲಿಲ್ಲ. ನಮಗೆ ನೆನಪು ಬಂದಾಗಿನಿಂದ ಕೋಮಣಮಾಮಾನ್ನ ಬಹುವಚನದಲ್ಲಿ ಕರೆದು ಮಾತನಾಡಿದ್ದು ಯಾರೂ ಇಲ್ಲ. ಅವನಿಗಿಂತಾ ಸಣ್ಣವರು ಪ್ರೀತಿಯಿಂದ 'ಏಯ್ ಕೋಮಣಮಾಮಾ ಬಾರೋ ಇಲ್ಲೀ' ಅಂತ ಅಂದ್ರೆ, ಅವನಿಗಿಂತ ದೊಡ್ಡವರು ವಯಸ್ಸಿನ ಸಲುಗೆಯಿಂದ 'ಕೋಮಣಮಾಮಾ ಇದನ್ನ ಅತ್ಲಾಗಿಡು' ಅಂತ ಏಕವಚನದಲ್ಲಿ ಕರೆಯುತ್ತಿದ್ದರು. ಊರಲ್ಲಿ ಚಿಕ್ಕವರಿಗಂತೂ ಅವನು ಕೋಮಣಮಾಮಾನೇ ಸರಿ, ಆದರೆ ದೊಡ್ಡವರಿಗೂ ಅವನು ಕೋಮಣಮಾಮಾ ಆಗಿದ್ದು ನಮಗೆ ಎಂದೂ ಅಚ್ಚರಿ ಆಗಿರಲೇಇಲ್ಲ. ಯಾಕೆಂದರೆ ಅವನ ಹೆಸರೇ ಕೋಮಣಮಾಮಾ ಅಂದುಕೊಂಡಿದ್ದೆವಲ್ಲಾ ನಾವೆಲ್ಲಾ. ನಮ್ಮ ಅಜ್ಜ ಕೂಡಾ (ವಯಸ್ಸಿನಲ್ಲಿ ಕೋಮಣಮಾಮಾನಿಗಿಂತಾ ಭಾಳಾ ದೊಡ್ಡೋರು ಅನ್ನೋದು ಒಂದು ಕಡೆ, ಇಡೀ ನಮ್ಮ ಫ್ಯಾಮಿಲಿಗೇ ಅವರು ದೊಡ್ಡ ತಲೆ, ಅಂಥೋರೂ ಕೂಡಾ) 'ಏಯ್, ಆ ಕೋಮಣಮಾಮಾ ಯತ್ಲಗೆ ಹೋದ್ನೋ ನೋಡ್ರೋ, ಸೊಲ್ಪ ಕರ್ಕಂಡು ಬರ್ರಿ' ಅನ್ನೋರು. ಸತ್ತಾಗ ಸೈತಾ ಕೋಮಣಮಾಮಾನ ವಯಸ್ಸು ಎಷ್ಟಾಗಿತ್ತು ಅಂತ ನಮಗೆ ಯಾರಿಗೂ ಗೊತ್ತಾಗಲಿಲ್ಲ.

▶ ▶ ▶

ಇದ್ದಕ್ಕಿದ್ದಂಗೇ ಊರು ತುಂಬಾ ಒಂದು ಸುದ್ದಿ ಹರಡಿಬಿಡ್ತು. ಕೋಮಣಮಾಮ ರಾತ್ರಿ ಒಂದೊತ್ತಲ್ಲಿ ದೆವ್ವ ಆಗಿಬಿಡ್ತನೆ, ಮತ್ತೆ ಬೆಳಿಗ್ಗೆ ಆಗ್ತಿದ್ದಂಗೇ ಮನುಷ್ಯ ಆಗಿಬಿಡ್ತನೆ. ಸುದ್ದಿ ಹೆಂಗೆ ಹರಡ್ತೋ, ಯಾರು ಹರಡಿಸಿದ್ರೋ ಗೊತ್ತಿಲ್ಲ, ಆದ್ರೆ ದೊಡ್ಡಜ್ಜ ಕುದ್ದು ಬಿಟ್ರು. (ಕೋಮಣಮಾಮ ಒನ್ನೊನ್ಸತಿ ಮೂರ್ಛೆ ಬಂದು ಬಿದ್ದು ಬಿಡ್ತಾಯಿದ್ದ ಅನ್ನದು ಇಡೀ ಊರಿಗೇ ಗೊತ್ತಿತ್ತು. ಅದಕ್ಕೇ ಅವನಿಗೆ ಹೆಣ್ಣು ಕೊಡಕೆ ಯಾರೂ ಮುಂದೆ ಬರ್ತಾಯಿರಲಿಲ್ಲ, ಬರಲೂಯಿಲ್ಲ. ಅದೂ ಅಲ್ಲದೇ ಕೋಮಣಮಾಮನ ಅಪ್ಪ ಅಮ್ಮ ಯಾರು ಅಂತಾನೂ ಗೊತ್ತಿರಲಿಲ್ಲ. ದೊಡ್ಡಜ್ಜ ಒನ್ಸತಿ ದಾವಣಗೆರೆಗೆ

ಹೋಗಿದ್ರಂತೆ, ವಾಪಸ್ಸು ಬಂದಾಗ ಕೋಮಣಮಾಮಾನೂ ಜತೆಗಿದ್ನಂತೆ. ಇನ್ನೂ ಆರೋ ಎಂಟೋ ವರ್ಷ ಅಂತೆ ಅವನಿಗೆ ಆಗ.) ಊರೋರಿಗೆ ಬುದ್ಧಿ ಹೇಳಕೆ ನೋಡಿದ್ರು ದೊಡ್ಡಜ್ಜ. ಬುದ್ಧಿ ಹೇಳಿದಂಗೂ ಸುದ್ದಿ ಬೆಳೀತಾ ಹೋಯ್ತು. ಅದಕ್ಕೇ ದೊಡ್ಡಜ್ಜ ಹಾಳಾಗಿ ಹೋಗಲಿ ಅಂತ ಸುಮ್ಮನಾದರು. ಬೇಸಿಗೆ ರಜಕ್ಕೆ ಊರಿಗೆ ಬಂದ ಹುಡುಗರ ಕಿವಿಗೆ ಈ ಸುದ್ದಿ ಬೀಳೋದು ತಡ ಆಗಲಿಲ್ಲ. ಒಂದಷ್ಟು ದಿನ ಕೋಮಣಮಾಮನ ಜತೆ ಬೆಳಿಗ್ಗೆ ಕಳೀತಾಯಿದ್ರೇ ವಿನಾ, ರಾತ್ರಿ ಆಗ್ತಾಯಿದ್ದಂಗೇ ಅವನಿಂದ ಸೊಲ್ಪ ದೂರಯಿರಕೆ ಶುರುಮಾಡಿದ್ರು. ಸಾಯಂಕಾಲ ಆಗ್ತಿದ್ದಂಗೇ ಕೋಮಣಮಾಮನ ಪಾದಗಳನ್ನ ಗಮನಯಿಟ್ಟು ನೋಡಕೆ ಶುರುಮಾಡಿದ್ರು, ಅದೇನೋ ಹಿಂತಿರುಗುಮುರುಗು ಆಗಿದ್ಯೋ ಹೆಂಗೆ ಅಂತ. ಕೋಮಣಮಾಮಂಗೆ ಇದೆಲ್ಲಾ ತಿಳೀತೋಯಿಲ್ವೋ ಗೊತ್ತಿಲ್ಲ, ಅವನು ಮಾತ್ರ ಒಂದಿಷ್ಟೂ ಬದಲಾಗದೇ ತನ್ನ ಪಾಡಿಗೆ ತಾನಿದ್ದ. ರಾತ್ರಿ ಕೋಮಣಮಾಮನ ಕತೆ, ಆಡಿ ತೋರಿಸುತ್ತಿದ್ದ ಪ್ರಸಂಗಗಳ ರುಚಿ ಹುಡುಗರನ್ನ ಮತ್ತೆ ರಾತ್ರಿ ಹೊತ್ತು ಕೋಮಣಮಾಮಾನ ಬಗಲಿಗೆ, ಅವನ ಕತೆಗಳ, ಪ್ರಸಂಗಗಳ ಅಂಗಳಕ್ಕೆ ತಂದು ಬಿಟ್ಟವು.

ಕೋಮಣಮಾಮ ರಾತ್ರಿ ಮಲಗ್ತಾಯಿದ್ದಿದ್ದು, ಎರಡನೇ ಮಾಡೀಲಿದ್ದ (ಮಹಡಿಯಲ್ಲಿ) ಒಂದು ರೂಮಲ್ಲಿ. ರೂಮೂ ಅನ್ನೋಕ್ಕಿಂತಾ ಅದನ್ನ ಒಂದು ಹಾಲು ಅನ್ನಬಹುದು. ಕತ್ತಲೋ ಕತ್ತಲು ಅಲ್ಲಿ. (ಇನ್ನೂ ಕರೆಂಟು ಬಂದಿರಲಿಲ್ಲ ಆವಾಗ, ರಾತ್ರಿಯ ಮನೆ ದರ್ಬಾರೆಲ್ಲಾ ಪೆಟ್ರೋಮ್ಯಾಕ್ಸ್ ಬೆಳಕಲ್ಲೇ ಆಗಬೇಕು) ಹಗಲೊತ್ತೂ ಕತ್ತಲು ಗವ್ವಂತಿರತ್ತೆ ಆ ಮಾಡೀಲಿ. ಒನ್ಸತಿ ಒಂದಿಬ್ರು ಹುಡುಗ್ರು, ಧೈರ್ಯ ಇದ್ದೋರು, ಹತ್ತಿ ಎರಡನೇ ಮಾಡಿಗೆ ಹೋದ್ರು, ಹಾಲು ಹೆಂಗಿದೆ ಅಂತ ನೋಡಕೆ. ಏನೂ ಕಾಣಲ್ವಂತೆ. ಅದೇನೋ ಯಾರೋ ಓಡಾಡಿದ ಶಬ್ದ ಆಯ್ತಂತೆ, ಬರ್ರೋ ಅಂತ ಯಾರೋ ಕರೆದ ಹಂಗಾಯ್ತಂತೆ. ಉಚ್ಚೆ ಹೊಯ್ಕಳಷ್ಟು ಹೆದರಿಕೆಯಾಗಿ ಮಾಡಿಗೆ ಹೋಗಿದ್ದ ಹುಡುಗ್ರು ತಿರುಗಿ ಓಡಿ ಬಂದ್ರು. ಕೋಮಣಮಾಮ ಅಲ್ಲಿರಲಿಲ್ಲ ಅಂದಮೇಲೆ ಅಲ್ಲಿದ್ದವರು ಯಾರು? ಸಾಯಂಕಾಲ ದೊಡ್ಡಜ್ಜಿಗೆ ಹೇಳಿದ್ರು. ದೊಡ್ಡಜ್ಜಿ ಬೈದರು, 'ಅಲ್ಲಿ ಮಡೀಗಿಡೀ ಅಂತಿರತ್ತೆ. ದೇವರ ಸಾಮಾನಿರತ್ತೆ, ಭೂತದ ಸಾಮಾನಿರತ್ತೆ. ಹೋಗಿ ಮುಟ್ಟಿ ಮೈಲಿಗೆ ಮಾಡಬೇಡಿ.' ಆಮೇಲೆ ಹುಡುಗ್ರು ಆ ಮಾಡಿ ಹತ್ತೋ ಧೈರ್ಯ ಮಾಡಲಿಲ್ಲ. ಕೋಮಣಮಾಮ ಎರಡನೇ ಮಾಡೀಲಿ ಮಲಗ್ತಿದ್ದ ಅಂದ್ರೆ ಹುಡುಗ್ರೆಲ್ಲಾ ಮೊದಲನೇ ಮಾಡೀಲಿ ಮಲಗ್ತಾಯಿದ್ರು. ದೊಡ್ಡೋರೆಲ್ಲಾ ಕೆಳಗೆ ಅಂಗಳದಲ್ಲೋ, ಅಂಗಳಕ್ಕೆ ಎದುರಿಗಿದ್ದ ಹಾಲಿನಲ್ಲೋ ಮಲಗುತ್ತಿದ್ದರು. ಮೊದಲನೇ ಮಾಡೀಲಿ ಮಲಗುತ್ತಿದ್ದ ಹುಡುಗರ ಜತೆ ಸೇರಿ ಒಂದಿಷ್ಟು ಕತೆ, ಹಾಡು, ಹಸೆ ಅಂತ ಮುಗಿಸಿ ಹುಡುಗ್ರೆಲ್ಲಾ ಮಲಗಿದ ಮೇಲೆ ಕೋಮಣಮಾಮ ಮೇಲಿನ ತನ್ನ

ಮಾಡಿ ಸೇರುತ್ತಿದ್ದ. ಅರೆ ಬರೆ ನಿದ್ದೆಯಲ್ಲಿದ್ದ ಹುಡುಗರು ಮಂಪರು ಕಣ್ಣಿನಲ್ಲಿ ಈ ಕೋಮಣಮಾಮ ಮೆಟ್ಟಿಲು ಏರುತ್ತಾ ಕಣ್ಮರೆಯಾಗೋದನ್ನೇ ನೋಡುತ್ತಿದ್ದರು. ಯಾವುದೇ ಹೆದರಿಕೆಯಿಲ್ಲದೆ ಕಗ್ಗತ್ತಲ ಗವಿ ಸೇರುವ ಈ ಕೋಮಣಮಾಮ ಯಾವ ಜಾಂಬವಂತಂಗೂ ಕಡಿಮೆಯಿರಲಿಲ್ಲ, ರಾಜಕುಮಾರಿಯನ್ನು ಉಳಿಸಲು ಗುಹೆ ಹೊಕ್ಕುವ ಯಾವುದೇ ರಾಜಕುಮಾರಂಗೂ ಕಡಿಮೆಯಿರಲಿಲ್ಲ. ಒಂದೊಂದು ರಾತ್ರಿ ಯಾವುದೋ ಒಂದು ಹೊತ್ತಿನಲ್ಲಿ ಕೋಮಣಮಾಮನ ಗುಸುಗುಸು ಮಾತುಗಳು ಹುಡುಗರ ಅರೆನಿದ್ದೆಯನ್ನು ಹಾರಿಸಿಬಿಡುತ್ತಿದ್ದವು. ಅರೆಬರೆಯೆದ್ದ ಹುಡುಗರು ಇನ್ನುಳಿದ ಹುಡುಗರನ್ನೂ ಎಬ್ಬಿಸಿಬಿಡುತ್ತಿದ್ದರು. ಎಲ್ಲರೂ ಒಟ್ಟಾಗಿ ಕಿವಿಕೊಟ್ಟು ಮಹಡಿಯಿಂದ ಬರುತ್ತಿದ್ದ ಗುಸುಗುಸು ಮಾತನ್ನು ಕೇಳುತ್ತಿದ್ದರು. ಕೋಮಣಮಾಮ ಒಬ್ನೇ ಮಾತಾಡ್ಕೋತಿದಾನೋ ಅಥವಾ ಯಾರ್ದಾರ ಜತೆಗೆ ಮಾತಾಡ್ತಾಯಿದಾನೋ, ಒಟ್ನಗೆ ಎರಡೆರಡು ಗಂಟ್ಲು ಕೇಳದು. ಒನ್ನೊನ್ಸತಿ ಮೂರ್ಮೂರು ನಾಕ್ನಾಕು ಗಂಟಲು ಕೇಳದು. ದೊಡ್ಡಜ್ಜಿ ಹೇಳಿದ್ರಲ್ಲಾ, ಅಲ್ಲಿ ದೇವರ ಪೂಜೆ ಸಾಮಾನಿರತ್ತೆ, ಭೂತದ ಪೂಜೆ ಸಾಮಾನಿರತ್ತೆ ಅಂತ, ಹುಡುಗರಿಗೆ ಕೋಮಣಮಾಮ ಸಾಕ್ಷಾತ್ ದೇವರ ಜತೆನೋ ಭೂತದ ಜತೆನೋ ಮಾತಾಡ್ತಾನೆ ಅಂತ ನಂಬಿಬಿಟ್ಟರು. ಕೋಮಣಮಾಮಾನ ಜತೆ ದೇವರುಗಳು ಭೂತಗಳು ಮೀಟಿಂಗ್ ಮಾಡ್ತಾವೇ ಅಂತ ನಂಬಿಬಿಟ್ಟರು. ಅದಕ್ಕೇ ಕೋಮಣಮಾಮಾ ಅಂದರೆ ಹುಡುಗರಿಗೆ ಪ್ರೀತಿ, ಭಯ, ಭಕ್ತಿ, ಗೌರವ ಎಲ್ಲಾ. ಕೋಮಣಮಾಮ ಬನ್ನಿ ಅಂದರೆ ಬರಲ್ಲಾ ಅನ್ನುವ ಧೈರ್ಯ ಯಾವ ಹುಡುಗನಿಗೂ ಇರಲಿಲ್ಲ. ಅಲ್ಲದೇ ಅವನ ಹಿಂದೆ ಹೋಗಿದ್ದಿಕ್ಕೆ ಯಾವ ಲುಕ್ಸಾನೂ ಇರಲಿಲ್ಲವಲ್ಲ...

▶ ▶ ▶

ಕಮಲೂ ಕಕ್ಕಿ ಅಂದರೆ ಕೋಮಣಮಾಮಾನಿಗೆ ಭಾಳಾ ಅಂದ್ರೆ ಭಾಳಾ. ಎಲ್ಲೀ ತಂಕ ಅಂದರೆ ಬೆಳಿಗ್ಗೆ ಕಮಲೂ ಕಕ್ಕಿ ನಾಷ್ಟಾ ಮಾಡಿದ ಮೇಲೇ ಕೋಮಣಮಾಮಾ ನಾಷ್ಟಾ ಮಾಡ್ತಾಯಿದ್ದಿದ್ದು. ಕಮಲೂ ಕಕ್ಕಿ ಒಂದು ಕೆಲಸ ಹೇಳಿದ್ರೆ ಅದನ್ನು ಮುಗಿಸೋ ತಂಕ ಬೇರೆ ಯಾರು ಏನು ಹೇಳಿದ್ರೂ ಕೋಮಣಮಾಮಾ ಜಪ್ಪಯ್ಯ ಅಂತಿರಲಿಲ್ಲ. ಕೋಮಣಮಾಮಂಗೆ ಸಿಟ್ಟೂ ಅಥವಾ ಬೇಜಾರೇನಾರ ಆಯ್ತೂ ಅಂದ್ರೆ ಕಮಲು ಕಕ್ಕಿ ಅಡುಗೆ ಮಾಡ್ತಾಯಿರಲಿ, ಊಟ ಮಾಡ್ತಾಯಿರಲಿ, ಮಾತಾಡ್ತಾಯಿರಲಿ, ನೆಟ್ಟಗೆ ಹೋಗಿ ಅವರ ತೊಡೇ ಮೇಲೆ ತಲೆಯಿಟ್ಟು ಮಲಗಿ ಅತ್ತು ಬಿಡ್ತಿದ್ದ. ಒನ್ನೊನ್ಸತಿ ಹಂಗೇ ನಿದ್ದೆ ಸೈತಾ ಮಾಡಿಬಿಡ್ತಿದ್ದ. ಕಮಲೂ ಕಕ್ಕಿ ಸೈತಾ ಅವನ ತಲೆ ತಟ್ತಾ ತಟ್ತಾ ಕೂತುಬಿಡ್ತಾಯಿದ್ರು. ದೊಡ್ಡಜ್ಜಿ ಆವಾಗಾವಾಗ ಹೇಳ್ತಾರಲ್ಲ, 'ಹೋದ ಜನ್ಮದಲ್ಲಿ ನಿನ್ನ

ಮಗ ಆಗಿದ್ದಿರಬೇಕೂ ಇವನೂ, ಇನ್ನೂ ನಿನ್ನ ಹಚ್ಕಂಡಿದಾನೆ ನೋಡು' ಅಂತ.

ಅಂಥಾ ಕೋಮಣಮಾಮ ಸಂತೋಷದಿಂದ ಕುಣಿದಾಡಿದ್ದು ಕಮಲೂ ಕಕ್ಕಿಗೆ ಮದುವೆ ಅಂತ ನಿಗದಿಯಾದಾಗ. ಕಾಂತಾವರದ ದೇವಣ್ಣನ ಮಗ ನಾರಾಯಣಂಗೆ ಕೊಡದೂ ಅಂತ ನಿಕ್ಕಿಯಾಯ್ತು. ಕಾಂತಾವರ ಸೊಲ್ಪ ದೊಡ್ಡ ಊರೇ. ಊರು ದೊಡ್ಡದಾದ್ರೂ ದೇವಣ್ಣನ ಸ್ಥಿತಿಗತಿ ಅಂಥಾ ಹೇಳ್ಕಳಾಹಂಗೇನೂ ಇರಲಿಲ್ಲ. ಅಂತಸ್ತಲ್ಲಿ ದೊಡ್ಡಜ್ಜನ ಸಮಕ್ಕೆ ನಿಲ್ಲಾಂಥೋರೇನಲ್ಲ ಅವರು. ಮದುವೆ ಇನ್ನೇನು ಒಂತಿಂಗಳಿದೆ ಅನ್ನೋವಾಗ ಒಂದಿನ ಕೋಮಣಮಾಮ ದೊಡ್ಡಜ್ಜಿ ಮುಂದೆ ಕೂತ. ದೊಡ್ಡಜ್ಜಿ ಒಳ ಅಂಗಳದಲ್ಲಿ ಕೂತು ನಾಳೆಗೆ ಬಾಳೆಯೆಲೆ ಸರಿ ಮಾಡಿಕೋತಾ ಇದ್ರು. ಸಾಯಂಕಾಲ ಮುಗಿದು ಕತ್ತಲಿಗೆ ದಾರಿಯಾಗಿತ್ತು. 'ಅಜ್ಜಿ ವಂದು ಮಾತು ಹೇಳ್ಲಾ?' 'ಹೇಳು.' 'ಕಮಲೂ ಕಕ್ಕಿನ್ನ ಆ ಮನೆಗೆ ಕೊಡದು ಬೇಡ' ಅಂದು ಬಿಟ್ಟ. ದೊಡ್ಡಜ್ಜಿ ಸಾಮಾನ್ಯಕ್ಕೆ ಸಿಟ್ಟಾಗೋರಲ್ಲ, ಆದ್ರೆ ಇವನು ಹಂಗೆ ಹೇಳ್ತಿದ್ದಂಗೇ ಸಿಟ್ಟಿಗೆದ್ರು, ಮಕಯೆಲ್ಲಾ ಕೆಂಪು ಕೆಂಪಾಯ್ತು. 'ಅಡ್ಡಬಾಯಿ ಹಾಕಬೇಡ, ಪಡಪೋಷಿ' ಅಂದು ಬಿಟ್ರು. ಆದ್ರೆ ಕೋಮಣಮಾಮ ಬಿಡಲಿಲ್ಲ, 'ಅವರ ಮನೇಲಿ ನಾರಾಯಣನ ಅಣ್ಣನ ಹೆಂಡತಿ ಬಿಟ್ರೆ ಬೇರೆ ಯಾರೂ ಹೆಂಗಸಿಲ್ಲ, ಮನೇಲಿ ನಾರಾಯಣನೂ ಸೇರಿ ಏಳು ಜನ ಗಂಡಸ್ರಿದಾರೆ, ಬಾವಿ ಅನ್ನದು ಬಾಳಾ ದೂರಯಿದೆ. ಈಗ ನಾರಾಯಣನ ಅತ್ತಿಗೆ ಮಾತ್ರ ನೀರು ತಂದು ಹಾಕ್ತಾರೆ, ವಬ್ರೂ ಮೈ ಬಗ್ಗಿಸಿ ದುಡಿಯಲ್ಲ, ಎಂಟೆಂಟು ಜನಕ್ಕೆ ಅಡುಗೆ ಮಾಡ್ಹಾಕಾದಂದ್ರೆ ಸುಮ್ನೇನಾ, ನಾಳೆ ಕಮಲೂ ಕಕ್ಕಿಗೂ ಅದೇ ಗತಿಯಾಗತ್ತೆ....' ಹಿಂಗೇ ಏನೇನೋ ಹೇಳ್ತಾನೆಯಿದ್ದ. 'ನಿಂಗೆ ಹೆಂಗೆ ಗೊತ್ತೋ?' ಅಂತ ದೊಡ್ಡಜ್ಜಿ ಕೇಳಿದ್ದಿಕ್ಕೆ, 'ನಿನ್ನೆ ನಾನೇ ಕಾಂತಾವರಕ್ಕೆ ಹೋಗಿ ನೋಡ್ಕಂಡು ಬಂದೆ...' ಮತ್ತೇನೋ ಹೇಳೋನಿದ್ದ, ದೊಡ್ಡಜ್ಜಿ ಬಿಡಿಸಿದ ಬಾಳೆಲೆಗಳನ್ನು ಒಂದು ಕಟ್ಟು ಮಾಡಿ 'ನಿಂತಲೆ, ಬೀಗರ ಮನೆಗೆ ಹಂಗೆಲ್ಲಾ ಹೇಳದೇ ಕೇಳದೇ ಹೋಗ ಬೇಡ' ಅಂತ ಎದ್ರು. ಭಾಳಾ ಹೊತ್ತು ಕೋಮಣಮಾಮ ಕೂತೇಯಿದ್ದ. ಅವತ್ತಿಂದ ಒಂದು ತಿಂಗಳ ಸುಮಾರಿಗೆ ಕಮಲೂ ಕಕ್ಕಿಗೆ ಮದುವೆಯಾಗಿ ಹೋಯ್ತು. ಕಮಲೂ ಕಕ್ಕಿ ಗಂಡನ ಮನೆಗೆ ಹೋದ ದಿನದಿಂದ ಕೋಮಣಮಾಮ ಗಪ್ಪಾದ. ಒಂದರಡೇ ದಿನಗಳಲ್ಲಿ ವಯಸ್ಸಾದೋನಂಗೆ ಕಂಡ. ಬೇಸಿಗೆ ರಜಕ್ಕೆ ಬಂದ ಹುಡುಗ್ರಿಗೆ ಕೋಮಣಮಾಮಾನ ಕತೆಗಳಲ್ಲಿ ಮೊದಲಿನ ರೋಮಾಂಚಕತೆ, ಹುರುಪು ಸಿಗ್ತಾಯಿರಲಿಲ್ಲ. ವಾಲೀ ಸುಗ್ರೀವನ ಕತೆಯಲ್ಲಿ ಇದ್ದಕ್ಕಿದ್ದಂಗೇ ಭೀಮ ಬಂದು ಬಿಡ್ತಾಯಿದ್ದ. ಹುಡುಗ್ರು ಕತೆ ರಿಪೇರಿ ಮಾಡಿದ್ರೆ, ಹೋಗಲಿ ಬಿಡ್ರೋ ಅಂತ ಎದ್ದು ಹೋಗಿ ಬಿಡುತ್ತಿದ್ದ. ದೊಡ್ಡಜ್ಜಿ ಎಲೆ ಹಾಕಿ ಊಟಕ್ಕೆ ಕರುದ್ರೆ ಬಂದ ಇಲ್ಲಾಂದ್ರೆ ಗುಡ್ಡ ಬೆಟ್ಟ ಅಲೀತಾಯಿರತಿದ್ದ. ಒಂದಿಸ ಒಂದಿಬ್ರು ಹುಡುಗ್ರು ಅವನನ್ನೇ ಸೀಬಡೀಗಳ

ಥರ ಹಿಂಬಾಲಿಸಿ ಹೋಗಿ ನೋಡಿದ್ದೇನು, ಕೋಮಣಮಾಮ ಒಬ್ನೆ, ಒಂದು ಬಿದಿರು ದೆಬ್ಬೆ ಹಿಡಿದು ಯಾವುದೋ ಪ್ರಸಂಗ ಆಡ್ತಾಯಿದಾನೆ. ಅವನೇ ದುರ್ಯೋಧನ, ಅವನೇ ಧರ್ಮಜ, ಅವನೇ ಭೀಮ, ಎಲ್ಲಾ ಅವನೇ. ಕೈಲಿ ಹಿಡಿದಿದ್ದ ದೆಬ್ಬೆಯೇ ಗದೆ, ಗಾಂಢೀವ, ಕತ್ತಿ, ಬತ್ತಳಿಕೆ, ಇತ್ಯಾದಿಗಳು. ಇದ್ದಕ್ಕಿದ್ದಂಗೇ ಆಟ ನಿಲ್ಲಿಸಿ ಬಿಕ್ಕಿ ಬಿಕ್ಕಿ ಅಳೋಕೆ ಶುರುಮಾಡಿದ. ಹುಡುಗ್ರು ಹೆದರಿ ಓಡಿಬಂದು ಬಿಟ್ರು.

ಕಮಲೂ ಕಕ್ಕಿಗೆ ಮದುವೆಯಾಗಿ ಇನ್ನೂ ವರ್ಷ ಆಗಿರಲಿಲ್ಲ, ಬಸುರೀ ಅಂತ ಸುದ್ದಿ ಬಂತು. ಕೋಮಣಮಾಮ ಕಾಂತಾವರಕ್ಕೆ ತಲೆ ಹಾಕಲೇಯಿಲ್ಲ. ಬಾಣಂತನಕ್ಕೆ ಕಮಲೂ ಕಕ್ಕಿ ಮನೆಗೆ ಬಂದಾಗಲೂ, ಕೋಮಣಮಾಮ ಹಾರಾಡಿ ಕುಣೀಲಿಲ್ಲ. ಕಮಲೂ ಕಕ್ಕಿ ಭಾಳಾ ಭಾಳಾ ಕರೆದ ಮೇಲೇ ಸುಮ್ನೆ ಬಂದು ಅವರೆದುರು ಕೂತು, ಅವರನ್ನೇ ದಿಟ್ಟಿಸಿ ನೋಡಿದ, ಏನೋ ಹುಡುಕೋರಂಗೆ. 'ಏನೋ ಹಂಗೆ ಮುಕಾ ನೋಡ್ತೀ' ಅಂತ ಕಮಲೂ ಕಕ್ಕಿ ಹೇಳಿದ್ರೂ ದಿಟ್ಟಿಸಿ ನೋಡೋದನ್ನ ನಿಲ್ಲಿಸಲಿಲ್ಲ. ಕಮಲೂ ಕಕ್ಕಿ ಬಡವಾದಂಗೆ, ಅವರ ನಗುವಿನಲ್ಲಿದ್ದ ಕೋಲ್ಮಿಂಚು ಮಸಕಾದಂಗೆ ಕಂಡಿತು. ಕೋಮಣಮಾಮಾನ ಕಣ್ಣುಗಳು ತುಂಬಿಬಂದವು. ಕಮಲೂ ಕಕ್ಕೀಗೇ ಮುಜುಗರವಾಗಿ, ಅವನಿಂದ ಏನನ್ನೋ ಮುಚ್ಚಿಡುವಂತೆ ಎದ್ದು ಒಳಗೆ ಹೋದ್ರು, ಕೋಮಣಮಾಮ ಹೊರಗೆ ನಡೆದ. ಮಾರನೇ ದಿಸಾನೂ ಹಂಗೇ, ಕಮಲೂ ಕಕ್ಕಿ ಎದುರು ದಿಟ್ಟಿಸಿ ನೋಡ್ತಾ ಕೂತಿದ್ದೋನು, ಎದ್ದು ಕಮಲೂ ಕಕ್ಕಿ ಕೈ ಹಿಡಿದು ಅಂಗೈ ಬಿಡಿಸಿ ನೋಡಿದ. ಕೈ ಚರ್ಮ ಸುಲಿದಿತ್ತು. ಒಂದು ಕಾಲದಲ್ಲಿ ಕೆಂಪಗಿದ್ದ ಅಂಗೈಗಳು ಕಪ್ಪಾಗಿದ್ದವು. ಒರಟಾಗಿದ್ದವು. ಗೆರೆಗಳು ಅಂಗೈ ತುಂಬಾ ಹರಡಿಕೊಂಡಿದ್ದವು. ಅವನ ಸಂಕಟ ಕಮಲೂ ಕಕ್ಕಿಗೂ ಗೊತ್ತಾಯ್ತು. ಅವರ ಕಣ್ಣಲ್ಲೂ ನೀರು ಬಂತು. ಕೋಮಣಮಾಮ ಎದ್ದು, 'ಎಲೆಲವೋ ವೈರೀ' ಎನ್ನುತ್ತಾ ಥೇಟ್ ದುರ್ಯೋಧನನಂಗೇ ಹೆಜ್ಜೆ ಹಾಕುತ್ತಾ ಆರ್ಭಟಿಸುತ್ತಾ ನಡೆದ. ಕಮಲೂ ಕಕ್ಕಿ ಕಣ್ಣೀರು ಒರೆಸಿಕೊಳ್ಳುತ್ತಾ, ಭಾಳಾ ಹೊತ್ತಿನ ತನಕ, ಹೊಟ್ಟೆಯಲ್ಲೇ ಬಿಕ್ಕುತ್ತಾ ಕೂತಿದ್ದರು.

▶ ▶ ▶

ಮುಂದಿನ ಏಳೆಂಟು ವರ್ಷ ನಮಗೂ ಊರಿಗೆ ಹೋಗಲಿಕ್ಕಾಗಲಿಲ್ಲ. ದಾವಣಗೆರೆ ಸೇರಿದ್ದ ನಮಗೆ ನಮ್ಮದೇ ಆದ ಬದುಕು ಕಾಲಿಗೆ ತೊಡರಿಕೊಂಡಿತ್ತು. ಹೈಸ್ಕೂಲು ಸೇರಿದ್ದ ನಮಗೆ ಚಿಗುರು ಮೀಸೆ–ಅರೆ ಮೊಳೆಯುತ್ತಿದ್ದ ಗಡ್ಡದ ಸಂಭ್ರಮ. ಹುಡುಗಿಯರನ್ನು ಕಂಡರೆ ಪುಳಕ. ಪದ್ಯಗಳಲ್ಲಿ ಹೊಸತನ ಕಂಡುಕೊಳ್ಳುವ, ಮತ್ತೊಂದು ಅರ್ಥ

ಕಂಡುಕೊಳ್ಳುವ ತವಕ. ದೊಡ್ಡಜ್ಜಿ ತೀರಿಕೊಂಡಾಗಲೂ ನಮಗೆ ಹುಡುಗರಿಗೆ ಊರಿಗೆ ಹೋಗಲಾಗಲಿಲ್ಲ. ಅಪ್ಪ-ಅಮ್ಮನೇ ಹೋಗಿ ಬಂದರು. ಊರು ದೂರವಾಗುತ್ತಿತ್ತು. ಊರಿನಿಂದ ಸುದ್ದಿಗಳು, ಮದುವೆ-ಮುಂಜಿಯ ಆಮಂತ್ರಣಗಳು ಬಂದಾಗ ಮಾತ್ರ ಊರು ಒಂದೆರಡು ದಿನ ನಮ್ಮೆಲ್ಲರ ಮಾತುಗಳಲ್ಲಿ ಜೀವಂತವಾಗುತ್ತಿತ್ತು.

▶ ▶ ▶

ಕಮಲೂ ಕಕ್ಕಿಯ ಜೀವದಲ್ಲಿ ಕೋಮಣಮಾಮಾನ ಜೀವ ಇತ್ತೇನೋ ಅನ್ನುವಂತೆ ಕಮಲೂ ಕಕ್ಕಿ ಬಡವಾದಂಗೇ ಕೋಮಣಮಾಮಾನೂ ಸಾರ ಕಳೆದುಕೊಳ್ಳತೊಡಗಿದ. ಜಗತ್ತಿಗೆ ವಿಮುಖನಾಗತೊಡಗಿದ. ದೊಡ್ಡಜ್ಜಿ ಹೋದಾಗಿಂದ ದೊಡ್ಡಜ್ಜನೂ ಹೆಚ್ಚೂ ಕಮ್ಮಿ ಮಾತು ನಿಲ್ಲಿಸಿ ಬಿಟ್ಟಿದ್ದರು. ಮೊದಲ ಬಾಣಂತನ ಮುಗಿಸಿದ ಮೇಲೆ ಕಮಲೂ ಕಕ್ಕಿ ಇತ್ಲಗೆ ಬರೋದೂ ಕಮ್ಮಿಯಾಗಿತ್ತು. ಆದರೆ ವರ್ಷಂಪ್ರತಿ ಕಮಲೂ ಕಕ್ಕಿ ಹೆರೋದು ಮಾತ್ರ ನಿಲ್ಲಿಸಲಿಲ್ಲ. ಹುಟ್ಟಿದ ಮಗು ಮೊಲೆ ಬಿಡುವ ಮೊದಲೇ ಕಮಲೂ ಕಕ್ಕಿ ಇನ್ನೊಂದಕ್ಕೆ ತಯಾರಾಗುವುದು ಮನೆಯ ವ್ರತದಂತೆ ನಡೀತಿತ್ತು. ಎಂಟು ವರ್ಷಗಳಲ್ಲಿ ಕಮಲೂ ಕಕ್ಕಿ ಏಳು ಸಾರಿ ಹೆರಿಗೆ ನೋವುಂಡರು. ಏಳರಲ್ಲಿ ಮೂರು ಬದುಕಲೇ ಇಲ್ಲ. ಕಾಲಿಗೆ-ಕೈಗೆ-ಎದೆಗೆ ಗಂಟು ಬೀಳುತ್ತಿದ್ದ ಮಕ್ಕಳನ್ನು ನೋಡಿಕೊಳ್ಳುತ್ತಲೇ ಮನೆಯ ಕೆಲಸಗಳನ್ನೂ ನೋಡಿಕೊಳ್ಳಬೇಕಿತ್ತು. ಎಂಟೇ ವರ್ಷಗಳಲ್ಲಿ ಕಮಲೂ ಕಕ್ಕಿ ಪೂರ್ತಿ ಬದಲಾಗಿದ್ದರು. ಗುರುತೇ ಸಿಗದಂಗಾಗಿದ್ದರು. ದೇಹದಲ್ಲಿ ಕಸುವು ಒಂದಿಷ್ಟೂ ಇರಲಿಲ್ಲ. ಬಾವಿ ಹಗ್ಗಾನೇ ಇವರಿಗಿನ್ನಾ ಎಷ್ಟೋ ದಷ್ಟಪುಷ್ಟವಾಗಿದೆ ಅನ್ನಬಹುದಿತ್ತು. ಒನ್ಸತಿ ಕಾಂತಾವರಕ್ಕೇ ಹೋಗಿ ಕಮಲೂ ಕಕ್ಕಿಯನ್ನು ನೋಡಿಕೊಂಡು ಬಂದಿದ್ದ ಕೋಮಣಮಾಮಾ ಎರಡು ದಿನ ತನ್ನ ಮಾಡಿಯಲ್ಲೇ ಅಳುತ್ತಾ ಕೂತಿದ್ದೋನು ಕೆಳಗೆ ಬಂದೇಯಿರಲಿಲ್ಲ. ಕಮಲೂ ಕಕ್ಕಿ ಹೋಗಿದ್ದೂ ಹಾಗೇ, ಹೆರಿಗೆ ಸಮಯದಲ್ಲೇ. ಅದೇನೋ ಹೆಚ್ಚೂ ಕಮ್ಮಿಯಾಗಿ, ಕೊನೆಗೆ ನಂಜಾಗಿ, ರಕ್ತ ನಿಲ್ಲದೇ ಕಮಲೂ ಕಕ್ಕಿ ಉಳೀಲೇ ಇಲ್ಲ. ದೊಡ್ಡಜ್ಜನೇ ಕಾಂತಾವರಕ್ಕೆ ಹೋಗಿ ಕಮಲೂ ಕಕ್ಕಿಯನ್ನು ಬೂದಿ ಮಾಡಿ ಬಂದಿದ್ದರು. ಕಮಲೂ ಕಕ್ಕಿ ಹೋಗಿದ್ದನ್ನ ಕೋಮಣಮಾಮಾನಿಂದ ಮುಚ್ಚಿಡೋದ್ರಲ್ಲಿ ದೊಡ್ಡಜ್ಜನಿಗೆ ಸಾಕುಸಾಕಾಗಿತ್ತು. ಕಮಲೂ ಕಕ್ಕಿಯನ್ನು ಕಳಿಸಿ ಬೆಳಗೋ ಬೆಳಿಗ್ಗೆ ಬಂದ ದೊಡ್ಡಜ್ಜ ಮಾತೇ ಆಡದೆ ಮಲಗಿಬಿಟ್ಟರು. ಎದ್ದಾಗ ಮಧ್ಯಾಹ್ನವಾಗಿತ್ತು.

ಕಮಲೂ ಕಕ್ಕಿ ಹೋಗಿದ್ದು ಮುಚ್ಚಿಡಕೆ ಅಂದ್ರೆ ಅದೇನು ತೇಗೇ ಅಥವಾ ಆಕಳಿಕೆಯೇ. ಅಚ್ಯುತನ ಅಂಗಡಿಯಲ್ಲಿ ಕೋಮಣಮಾಮಾ ಕೂತಿದ್ದ. ಅಂಗಡಿಯ

ಅಂಗಳದಲ್ಲಿದ್ದ ಬೆಂಚಿನ ಮೇಲೆ ಕೂತು ಚಪ್ಪರದ ಕಂಬಕ್ಕೆ ಆತುಕೊಂಡು ಚಪ್ಪರದಲ್ಲಿದ್ದ ತೂತುಗಳನ್ನು, ಇಣುಕುತ್ತಿದ್ದ ಬಿಸಿಲುಕೋಲುಗಳನ್ನು ಎಣಿಸುತ್ತಿದ್ದ. ಅಂಗಡಿ ತೆಗಿಯೋ ಮೊದಲೇ ಕೂತಿದ್ದನೋ ಏನೋ...ಊರಿಗೇ ಕೋಮಣಮಾಮಾನ ಸಂಗತಿ ತಿಳಿದಿದ್ದರಿಂದ ಅಚ್ಯುತನೂ ಏನೂ ಎಂತೂ ಅಂತ ವಿಚಾರಿಸದೇ ಅಂಗಡಿ ತೆಗೆದು ವ್ಯಾಪಾರಕ್ಕೆ ನಿಂತ. ಬಿಸಿಲೇರೋ ಹೊತ್ತಿಗೆ ಅಂಗಡಿಗೆ ಹೋಗಿ ಬರಾ ಜನ ಹೆಚ್ಚಾದರು. ಮಾತುಕತೆಗಳೂ ಧಾರಾಳವಾದವು. ಹಾಗೇ ಹೀಗೇ ಮಾತಾಡ್ತಾ ಮಾತಾಡ್ತಾ 'ನಿಮ್ಮ ಕಮಲೂ ಹೋಗಿಬಿಟ್ಲಲಪಾ, ಕೊನೇತಂಕ ಜೀವಕ್ಕೆ ಸುಕಾ ಅನ್ನದು ಸಿಗಲಿಲ್ಲ ನೋಡು' ಅಂತ ಯಾರೋ ಅಂದು ಬಿಟ್ಟರು. ಕೋಮಣಮಾಮಾ ಧಡಕ್ಕನೆ 'ಯೇನೂ' ಅಂತ ಎದ್ದ. 'ನಿಂಗೆ ಗೊತ್ತಿಲ್ಲೇನೋ, ಕಮಲೂ ಹೋಗಿಬಿಟ್ಲಂತಲ್ಲೋ, ಹೆರಿಗೇ ಟೈಮಲ್ಲಿ ಹೋದ್ಲಂತೆ.' ಕೋಮಣಮಾಮ ದಾಪುಗಾಲಿಟ್ಟ. 'ಈಗೆತ್ಲಾಗೆ ಹೋಗ್ತೀಯ, ಬೂದಿ ಸೈತಾ ಮಾಡಿ ಬಂದ್ರು.' ನಿಂತಲ್ಲೇ ಕುಕ್ಕರುಗಾಲಲ್ಲಿ ಕೂತು ಬಿಟ್ಟ ಕೋಮಣಮಾಮ. ಅದೆಷ್ಟು ಹೊತ್ತು ಹಾಗೇ ಕೂತಿದ್ದನೋ ಏನೋ...

ಮಧ್ಯಾಹ್ನ ಎದ್ದ ದೊಡ್ಡಜ್ಜ ಮಾತನಾಡದೇ ಹಾಸಿಗೆಯ ಮೇಲೇ ಕೂತಿದ್ದರು. ಧುಸುಧುಸು ಬಂದ ಕೋಮಣಮಾಮ ಅವರೆದುರು ಕೂತ. ಅವರನ್ನೇ ದುರುಗುಟ್ಟಿ ನೋಡಿದ. ದೊಡ್ಡಜ್ಜ ತಲೆಯೆತ್ತಿ ನೋಡಿದರು. 'ಯಾಕೆ ಹೇಳ್ಲಿಲ್ಲ ನಂಗೆ' ಅಂತಂದ. ಮಾತಿನಲ್ಲಿ ಉದ್ವೇಗವಿರಲಿಲ್ಲ, ಸಿಟ್ಟಿರಲಿಲ್ಲ, ಒಂಥರಾ ಸನ್ಯಾಸಿ ಮಾತನಾಡಿದ ಹಾಗಿತ್ತು. ದೊಡ್ಡಜ್ಜ ಮಾತನಾಡಲಿಲ್ಲ. ಅವನನ್ನೇ ನೋಡುತ್ತಿದ್ದರು. ಅವರ ಮಡಿಚಿದ್ದ ಕಾಲಿನ ಮಂಡಿಯನ್ನು ಅಲ್ಲಾಡಿಸುತ್ತಾ 'ಯಾಕೆ ಹೇಳ್ಲಿಲ್ಲ ನಂಗೇ' ಅಂತ ಮತ್ತೆ ಕೇಳಿದ. ದೊಡ್ಡಜ್ಜ ಮಾತನಾಡದೇ ತಲೆತಗ್ಗಿಸಿ ಕೂತುಬಿಟ್ಟರು. ಕೋಮಣಮಾಮಾನೂ ಅವರ ಮುಂದೆ ಭಾಳಾ ಹೊತ್ತು ಕೂತಿದ್ದ. ಗಳಿಗೆಗೊಂದು ಸತಿ ಅವರ ಮಂಡಿಯನ್ನು ಅಲ್ಲಾಡಿಸುತ್ತಾ 'ಯಾಕೆ ಹೇಳ್ಳಿಲ್ಲ ನಂಗೆ' ಅಂತ ಕೇಳ್ತಾನೇಯಿದ್ದ. ದೊಡ್ಡಜ್ಜ ಮಾತೇ ಆಡ್ತಾಯಿರಲಿಲ್ಲ. ಕೋಮಣಮಾಮ ಎದ್ದು ಒಳಗೆ ನಡೆದ. ದೊಡ್ಡಜ್ಜ ಕೂತಲ್ಲಿಂದ ಏಳಲಿಲ್ಲ, ಮಾತಾಡಲಿಲ್ಲ. ಸಾಯಂಕಾಲದ ಹೊತ್ತಿಗೆ ಎದ್ದು ಕೋಮಣಮಾಮಾನನ್ನು ಮನೆ ತುಂಬಾ ಹುಡುಕಿದರು. ಕೋಮಣಮಾಮಾ ಇಲ್ಲ. ಅಂಗಳ, ಬೆಟ್ಟ, ಬಾವಿ ಎಲ್ಲಾ ಕಡೆ ಹುಡುಕಿಸಿದರು. ಹುಡುಕಲು ಒಂದಿಷ್ಟು ಆಳುಕಾಳುಗಳು ಊರ ತುಂಬಾ ಓಡಿದರು.

ಅಚ್ಯುತನ ಅಂಗಡಿಯಲ್ಲಿ, 'ಅತ್ಲಾಗೆಲ್ಲೋ ಹೋಗ್ತಾಯಿದ್ನಪ. ಭರಾಭರಾ ನಡೀತಿದ್ದ.' ಪಾಪಣ್ಣನ ಗೋಳೀಬಜೆ ಅಂಗಡಿಯಲ್ಲಿ, 'ಹಂಗೇ ಹೋದ್ನಪಾ ಮೇಲೆ, ದೇವಸ್ಥಾನಕ್ಕಿರಬೇಕು.' ದೇವಸ್ಥಾನದಲ್ಲಿ, 'ಒಳಗೆ ಬರಲಿಲ್ಲಪಾ, ಹಂಗೇ ಮುಂದುಕ್ಕೋದ. ಹ್ವಸಾ ಬಟ್ಟೆ ಹಾಕ್ಕಂಡಂಗಿತ್ತು. ಬಿಳೀ ಮುಂಡು, ಬಿಳೀ ಅಂಗಿ,

ಭಾಳಾ ಜೋರಾಗಿ ನಡೀತಿದ್ದ, ಅತ್ಲಾಗೆ ಹೋದ' ಅಂತ ಮೂಡುಬಿದರೆ ರಸ್ತೆ ಕಡೆ ಕೈ ಮಾಡಿದರು. ವಾಮನ ಮಾಸ್ತರ್ ಮನೆ ಅಂಗಳದಲ್ಲಿ, 'ಬಾರೋ ಅಂದ್ರೂ ಬರಲಿಲ್ಲ, ಹಂಗೇ ಹೋದ. ಇತ್ಲಗೆ ಹೋದ ನೋಡು' ಅಂತ ಒಂದು ದಿಕ್ಕಿಗೆ ಕೈ ಮಾಡಿದರು. ಹುಡುಕುತ್ತಿದ್ದವರು ಆಕಡೆ ಓಡಿದರು. ಕತ್ತಲಾಗುತ್ತಿತ್ತು.

ಆ ಕಡೆ ಅಂದ್ರೆ ಕೆರೆ ಕಡೆ. ಕೆರೆ ಅಂದರೆ ಕೆರೆಯೇನಲ್ಲ. ಮಳೆಗಾಲದಲ್ಲಿ ಸುತ್ತ ಗುಡ್ಡಗಳಿಂದ ನೀರು ಹರಿದು ಬಂದು ನಾಕೈದು ಎಕರೆ ಹರಡಿಕೊಂಡಿದ್ದ ಈ ದೊಡ್ಡ ಹೊಂಡದಲ್ಲಿ ತುಂಬಿಕೊಂಡು ಕೆರೆ ಅಂತಾಗಿತ್ತು. ಹೊಂಡ ಅಂತೇಳಿ ಅದುನ್ನ ತೆಗೆದು ಹಾಕಂಗೇನಿಲ್ಲ. ಸೊಲ್ಪ ಆಳಾನೇ, ಎರಡು ಆಳು ಆಳ, ಇದೆ ಅದು. ದಂಡೆಯ ಸುತ್ತ ತರಹೇವಾರಿ ಗಿಡಗಳು ಬೆಳೆದು, ದಂಡೆ ತುಂಬಾ ನೀರಿನ ಪಸೆಯಿರೋದ್ರಿಂದ ಕೆರೆಗೆ ಇಳಿಯದು ಸೊಲ್ಪ ಕಷ್ಟ. ಕಾಲು ಜಾರಿ ಕೆರೆಗೆ ಬಿದ್ದರೆ ಮತ್ತೆ ಮೇಲೆ ಬರದೂ ಕಷ್ಟವೇ. ಕಾಲು ಜಾರಿ ನೀರಿಗೆ ಬಿದ್ದು ಮೇಲೆ ಹೋದ ಜಾನುವಾರುಗಳೂ, ಮನುಷ್ಯರೂ ಎಷ್ಟಾಗಿದಾವೋ ಏನೋ.. ಈಗ ಕೆರೆಯಲ್ಲಿ ಅಷ್ಟಾಗಿ ನೀರಿರಲಿಲ್ಲ. ನಿಂತರೆ ಕುತ್ತಿಗೆ ತನಕ ನೀರು ಅಷ್ಟೇ. ಕೆರೆಯ ದಂಡೆಯ ಮೇಲೆ ನಿಂತವರಿಗೆ ನಡು ನೀರಲ್ಲಿ ಯಾರೋ ನಿಂತಿದ್ದು ಕಾಣಿಸಿತು. 'ಯಾರದೂ' ಅಂತ ಕೂಗಿದರು. ಉತ್ತರವಿಲ್ಲ. ಮತ್ತೆ ಕೂಗಿದರು. ಉತ್ತರವಿಲ್ಲ. 'ಕೋಮಣಮಾಮಾ' ಅಂತ ಕೂಗಿದರು. 'ಬರಬೇಡೀ' ಅಂತ ಕೆರೆ ನಡುವಿನಿಂದ ಉತ್ತರ ಬಂತು. ಒಂದಿಬ್ಬರು ಕೆರೆಯ ದಂಡೆಯಲ್ಲೇ ನಿಂತು ಉಳಿದವರು ಸುದ್ದಿ ತಿಳಿಸಲು ಓಡಿದರು. ಒಂದರ್ಧ ಗಂಟೆಯಲ್ಲಿ ಊರಿಗೆ ಊರೇ ಕೆರೆಯ ದಂಡೆಯಲ್ಲಿ ನೆರೆದಿತ್ತು. ಮುಸ್ಸಂಜೆಯ ಬೆಳಕಲ್ಲಿ ನೀರಿಗೆ ಇಳಿಯಕೆ ಯಾರಿಗೂ ಧೈರ್ಯ ಇರಲಿಲ್ಲ. ದಂಡೆಯ ಮೇಲೆ ನಿಂತೇ 'ಕೋಮಣಮಾಮಾ ಬಾರೋ, ಎದ್ದು ಬಾರೋ' ಅಂತ ಕರೆದರು. ಕರೀತಾನೇ ಇದ್ದರು. ಕೋಮಣಮಾಮಾ ಬರಲಿಲ್ಲ, ಉತ್ರ ಕೊಡಲಿಲ್ಲ. ಅಷ್ಟರಲ್ಲಿ ದೊಡ್ಡಜ್ಜ ದಂಡೆ ಮೇಲೆ ಬಂದು ನಿಂತರು. 'ಕೋಮಣಮಾಮಾ ಬಾರೋ' ಅಂತ ಕರೆದರು. ಕೋಮಣಮಾಮಾ ಉತ್ತರಿಸಿದ, ಉತ್ತರಿಸಿದ ಏನು ಅಬ್ಬರಿಸಿದ. 'ಓಹೋ ಪಿತಾಮಹ ಭೀಷ್ಮ, ಬರಬೇಕೂ. ಕೊನೆಗೂ ಶರಶಯ್ಯೆಯಿಂದ ಎದ್ದು ಬರುವ ಮನಸಾಯಿತೇ ನಿಮಗೆ. ನಿಮ್ಮೆಲ್ಲರನ್ನೂ ನಂಬಿ ಮೋಸ ಹೋದೆನೋ. ನೀವೆಲ್ಲಾ ನನ್ನ ಕಡೆಯಿದ್ದವರಲ್ಲವೇ, ಪಾಂಡವರಿಗೆ ಎಂದು ಶರಣಾದಿರಿ? ನಾನಿತ್ತ ಅನ್ನದ ಋಣವನ್ನೆಂದು ತೀರಿಸಿದಿರಿ?' ಇಷ್ಟು ಹೇಳಿದವನೇ ಕೋಮಣಮಾಮ ನೀರಲ್ಲಿ ಮುಳುಗಿದ. ದೊಡ್ಡಜ್ಜನಿಗೆ ಇವನ ಮಾತಿನರ್ಥ ತಿಳಿಯಲಿಲ್ಲ. ಊರವರಿಗೂ ತಿಳಿಯಲಿಲ್ಲ. ಅದೊಂದು ತಮಾಷೆಯೆಂಬಂತೆ ನೋಡುತ್ತಾ ನಿಂತರು. ಮತ್ತೆ ಒಂದಷ್ಟು ಹೊತ್ತು ಬಿಟ್ಟು ಕೋಮಣಮಾಮ ನೀರಲ್ಲಿ ನಿಂತ. ಊರ ಒಂದಿಬ್ಬರು ಹಿರಿಯರು ಕೂಗಿದರು, 'ನೀರಿಂದ ಎದ್ದು ಬಾರೋ

ಕೋಮಣಮಾಮಾ, ನಿನ್ನ ದೊಡ್ಡಜ್ಜಂಗೆ ಹಿಂಗೆ ಮಾಡೋದು ಧರ್ಮ ಏನೋ?' 'ಓಹೋ ಧರ್ಮದ ಸೂಕ್ಷ್ಮತೆ ನನಗೆ ಹೇಳಿಕೊಡಲು ಬಂದಿರೋ ನೀವು. ಯಾರು ಧರ್ಮಿಗಳು, ಯಾರು ಅಧರ್ಮಿಗಳು? ಈ ಕೃಷ್ಣ ಧರ್ಮಿಯೋ? ಕರ್ಣನನ್ನು ಕೊಲ್ಲಬೇಕಾದಲ್ಲಿ ಇವನ ಧರ್ಮವೆಲ್ಲಿ ಅಡಗಿತ್ತು? ನನ್ನ ಗೆಳೆಯ ಕರ್ಣ ಒಂದರೆ ಗಳಿಗೆಯ ಬಿಡುವು ಕೇಳಿದ್ದನಲ್ಲೋ, ಶರಣಾಗಿರಲಿಲ್ಲ. ಆಯುಧ ಕೆಳಗಿಟ್ಟವನನ್ನು, ಬಿಡುವು ಕೇಳಿದವನನ್ನು ಮೋಸದಿಂದ ಕೊಂದಿರಲ್ಲೋ. ನೀವು ಧರ್ಮದ ಬೋಧನೆ ಮಾಡಲು ಬಂದಿರೇ ಇಲ್ಲಿಗೆ? ನೀರಿನಿಂದ ನಾನು ಬರುವುದಿಲ್ಲ. ತೊಲಗಿ.' ಎಂದವನೇ ಮತ್ತೆ ನೀರಿನಲ್ಲಿ ಮುಳುಗಿದ. ಜನ ಆತಂಕದಿಂದ ಕೆರೆಯ ನೀರನ್ನೇ ನೋಡುತ್ತಾ ನಿಂದರು. ಕೋಮಣಮಾಮಾ ಮತ್ತೆ ಎದ್ದು ನಿಂತ. ದಂಡೆಯ ಮೇಲೆ ನೆರೆದ ಇಡೀ ಊರೇ ಒಕ್ಕೊರಲಲ್ಲಿ ಕೂಗಿತು, 'ಕೋಮಣಮಾಮಾ ಮೇಲೆ ಬಾರೋ.' ಕೋಮಣಮಾಮಾ ಅಬ್ಬರಿಸಿದ, 'ನಾನು ಬರಲಾರೆ. ಕಪಟಿಗಳು ನೀವು, ಮೋಸಗಾರರು ನೀವು, ಎಲ್ಲರನ್ನೂ ಮೋಸದಿಂದ ಕೊಂದಿರಲ್ಲೋ, ಭೀಷ್ಮನ ಸಾವನ್ನು ಬೇಡಿ ಬೇಡಿ ಪಡೆದಿರಿ, ಆಚಾರ್ಯನನ್ನು ಸುಳ್ಳು ಹೇಳಿ ಕೊಂದಿರಲ್ಲೋ. ಇನ್ನು ನನ್ನನ್ನು ಉಳಿಸೀರಿಯೇ ನೀವು. ಮೋಸದಿಂದ ನನ್ನನ್ನು ಕೊಲ್ಲಲೂ ಹೇಸುವುದಿಲ್ಲ ನೀವು. ನಾನು ಬರಲಾರೆ. ನಿಮ್ಮ ಜಗತ್ತು ನಿಮಗಿರಲಿ.' ಕೋಮಣಮಾಮ ಮತ್ತೆ ನೀರಲ್ಲಿ ಮುಳುಗಿದ. ಜನ ಕಾಯುತ್ತಾ ನಿಂತರು. ಕೋಮಣಮಾಮಾ ಮತ್ತೆ ನೀರಲ್ಲಿ ನಿಂತ. ಜನ ಮತ್ತೆ ಕೂಗಿದರು. ಒಂದಿಬ್ಬರು ನೀರಲ್ಲಿ ಹಾರೋ ಧೈರ್ಯ ತೋರಿಸಿದರು. ಕೋಮಣಮಾಮ ಅಬ್ಬರಿಸಿದ, 'ನೀರಲ್ಲಿ ಮುಳುಗಿದೆಯೋ ಭೀಮ, ನಿನ್ನ ಕತೆ ಮುಗಿಯಿತೆಂದೇ ತಿಳಿ.' ಬಲಗೈಯ್ಯನ್ನು ಮೇಲೆತ್ತಿದ. ಕೈಲಿ ಹಿಡಿದಿದ್ದ ಅಡಿಕೆ ಸುಲಿಯುವ ಕತ್ತಿ ಕಂಡಿತು. ಅಥವಾ ಅಂಥದ್ದೇನೋ...ಒಟ್ನಗೆ ಕೈನಗೆ ಯೇನೋ ಹಿಡ್ಕಂಡಿದನೆ. ನೀರಲ್ಲಿ ಹಾರಲು ತಯಾರಾದವರು ಮತ್ತೆ ದಂಡೆಯೇರಿ ನಿಂತರು. ದಂಡೆಯ ಮೇಲೆ ನಿಂತೇ ದೊಡ್ಡಜ್ಜ ಮೊರೆಯಿಟ್ಟರು 'ಬಾರೋ ಕೋಮಣಮಾಮಾ, ತಪ್ಪಾಯಿತು ಬಾರೋ.' 'ಓ ಮಾರಿ, ಓ ಮಾಯಾವಿ, ಎಲವೋ ಕೊಲೆಪಾತಕ, ಅದೆಂಥಾ ಜಗದ್ರಕ್ಷಕನೋ ನೀನು, ಅದೇನು ಕೃಪಾಸಾಗರನೋ ನೀನು, ನಿಜವಾಗಿಯೂ ನೀನು ರಕ್ತ ರಾಕ್ಷಸಾ. ನನ್ನೆದುರು ಸುಳ್ಳು ಮೊರೆಯಿಡದಿರು. ಸುಳ್ಳು ಮೊರೆಯಿಟ್ಟು ನನ್ನನ್ನು ಮೋಸದಿಂದ ಕೆಡವದಿರು. ಕತ್ತಲಲ್ಲೂ ನಿಮ್ಮ ನೆರಳು ನನ್ನ ಮೇಲೆ ಬೀಳದಿರಲಿ.' ಕೋಮಣಮಾಮ ನೀರಲ್ಲಿ ಮುಳುಗಿದ. ಮತ್ತೆ ಎದ್ದು ಬರಲಿಲ್ಲ.

ಸುರೇಂದ್ರನಾಥರ ಕಥಾ ಜಗತ್ತಿನಲ್ಲಿ ಬಹಳ ಕಾಲ ನೆನಪಿನಲ್ಲಿ ಉಳಿಯುವ, ಕಾಡುವ ಹಲವು ಪಾತ್ರಗಳಿವೆ. ಈ ಪಾತ್ರಗಳಿಗೆ ಇರುವ ಒಂದು ಸಾಮಾನ್ಯ ಅಂಶವೆಂದರೆ ಅವುಗಳ ವಿಲಕ್ಷಣತೆ. ತಾವು ನೇರವಾಗಿ ಕಾರಣರಲ್ಲದಿದ್ದರೂ ಒಂದಲ್ಲ ಒಂದು ಬಗೆಯ ದುರಂತಕ್ಕೆ ಒಳಗಾಗುವುದು ಇವರ ಹೆಚ್ಚಿನ ಪಾತ್ರಗಳ 'ಸ್ಥಿತಿ' ಎನ್ನಬಹುದು. ಆದರೆ ಆ ವ್ಯಕ್ತಿಗಳ 'ಸಾಧ್ಯತೆ'ಗಳೇನೂ ಕಡಿಮೆಯಲ್ಲ. ಆ ಸಾಧ್ಯತೆಗಳಲ್ಲೇ ನಾವು ಸಾಮಾನ್ಯವಾಗಿ ಕಾಣದ ಜಗತ್ತಿನ ಮೂಲೆಗಳತ್ತ ನಮ್ಮ ಗಮನವನ್ನು ಸೆಳೆದುಬಿಡುವುದು ಸುರೇಂದ್ರನಾಥರ ಕಥೆಗಾರಿಕೆಯ ವೈಶಿಷ್ಟ್ಯ. ಇಂಥ ಪಾತ್ರಗಳ ಸಾಲಿಗೇ ಸೇರುವಂಥವನು ಕೋಮಣಮಾಮ. ಇವನ ವ್ಯಕ್ತಿತ್ವದ ಲಘು ಮುಖವನ್ನೂ ಘನ ಮುಖವನ್ನೂ ಏಕಕಾಲದಲ್ಲಿ ಕಾಣಿಸುವಂಥ ಪ್ರಬುದ್ಧ ಬರವಣಿಗೆ ಇಲ್ಲಿದೆ. ತನ್ನ ಹುಟ್ಟೇ ಗೊತ್ತಿಲ್ಲದ ಮನುಷ್ಯ ಜೀವವೊಂದರ ಚೈತನ್ಯ ಮತ್ತು ಕರುಣೆಯ ಸಾಧ್ಯತೆಗಳನ್ನು ಬಗೆಯುವಲ್ಲಿ ಸುರೇಂದ್ರನಾಥರ ಕಥನ ಸಾಧಿಸಿಕೊಂಡಿರುವ 'ಹದ' ಮೆಚ್ಚುಗೆ ಹುಟ್ಟಿಸುವಂತಿದೆ. ವಾಸ್ತವವಾದಕ್ಕೇ ಅಂಟಿಕೊಳ್ಳದೆ ಅದರಾಚೆಗೂ ದೃಷ್ಟಿ ಹಾಯಿಸುವುದು ಸುರೇಂದ್ರನಾಥರ ಕಥೆಗಳ ಒಂದು ಸಾಮಾನ್ಯ ಲಕ್ಷಣ. 'ಕೋಮಣಮಾಮ' ಕೂಡ ಇದಕ್ಕೆ ಹೊರತಲ್ಲ. ಕೇವಲ ಒಂದು ವ್ಯಕ್ತಿಚಿತ್ರವಾಗದೇ ಅದನ್ನೂ ಮೀರಿದ ಒಂದು ಜೀವನ ಆವರಣವನ್ನು ಸೃಷ್ಟಿಸುವಲ್ಲಿ ಲೇಖಕರು ಸಾಕಷ್ಟು ಯಶಸ್ವಿಯಾಗಿದ್ದಾರೆ.

● ಟಿ. ಪಿ. ಅಶೋಕ

ಛಂದ ಪುಸ್ತಕ ಬಹುಮಾನ

ಪುಟ್ಟ ಪಾದದ ಗುರುತು – ಸುನಂದಾ ಪ್ರಕಾಶ ಕಡಮೆ – ₹ 120
ಈ ಕತೆಗಳ ಸಹವಾಸವೇ ಸಾಕು – ಅಲಕ ತೀರ್ಥಹಳ್ಳಿ – ₹ 60
ಹಟ್ಟಿಯೆಂಬ ಭೂಮಿಯ ತುಣುಕು – ಲೋಕೇಶ ಅಗಸನಕಟ್ಟೆ – ₹ 180
ಗೋಡೆಗೆ ಬರೆದ ನವಿಲು – ಸಂದೀಪ ನಾಯಕ – ₹ 60
ಮೊದಲ ಮಳೆಯ ಮಣ್ಣು – ಕಣಾದ ರಾಘವ – ₹ 140
ಆಟಿಕೆ – ಬಸವಣ್ಣೆಪ್ಪಾ ಕಂಬಾರ – ₹ 100
ಮಾಯಾಕೋಲಾಹಲ – ಮೌನೇಶ ಬಡಿಗೇರ – ₹ 165
ಕೇಪಿನ ಡಬ್ಬಿ – ಪದ್ಮನಾಭ ಭಟ್, ಶೇವ್ಕಾರ – ₹ 150
ಮನಸು ಅಭಿಸಾರಿಕೆ – ಶಾಂತಿ ಕೆ ಅಪ್ಪಣ್ಣ – ₹ 230
ದೇವರು ಕಚ್ಚಿದ ಸೇಬು – ದಯಾನಂದ – ₹ 140
ಧೂಪದ ಮಕ್ಕಳು – ಸ್ವಾಮಿ ಪೊನ್ನಾಚಿ – ₹ 130
ಡುಮಿಂಗ – ಶಶಿ ತರೀಕೆರೆ – ₹ 130
ಬಯಲರಸಿ ಹೊರಟವಳು – ಛಾಯಾ ಭಟ್ – ₹ 120
ಮಾಕೋನ ಏಕಾಂತ – ಕಾವ್ಯಾ ಕಡಮೆ – ₹ 130

ಕಥಾಸಂಕಲನ

ಶಕುಂತಲಾ – ಗುರುಪ್ರಸಾದ್ ಕಾಗಿನೆಲೆ – ₹ 80
ಜುಮುರು ಮಳೆ – ಸುಮಂಗಲಾ – ₹ 220
ಶಾಲಭಂಜಿಕೆ – ಡಾ. ಕೆ. ಎನ್. ಗಣೇಶಯ್ಯ – ₹ 180 (7ನೆಯ ಮುದ್ರಣ)
ಕಾರಂತಜ್ಜನಿಗೊಂದು ಪತ್ರ – ಸಚ್ಚಿದಾನಂದ ಹೆಗಡೆ – ₹ 150
ಹಕೂನ ಮಟಾಟ – ನಾಗರಾಜ ವಸ್ತಾರೆ – ₹ 80
ಕಾಲಿಟ್ಟಲ್ಲಿ ಕಾಲುದಾರಿ – ಸುಮಂಗಲಾ – ₹ 80
ಹುಲಿರಾಯ – ಕೀರ್ತಿರಾಜ್ – ₹ 80
ನಿರವಯವ – ನಾಗರಾಜ ವಸ್ತಾರೆ – ₹ 125
ಹನ್ನೊಂದನೇ ಅಡ್ಡರಸ್ತೆ – ಸುಮಂಗಲಾ – ₹ 170
ಗಾಳಿಗೆ ಮೆತ್ತಿದ ಬಣ್ಣ – ಕರ್ಕಿ ಕೃಷ್ಣಮೂರ್ತಿ – ₹ 120
ಕನ್ನಡಿ ಹರಳು – ಪದ್ಮನಾಭ ಭಟ್, ಶೇವ್ಕಾರ – ₹ 130
ಒಂದು ಚಿಟಿಕೆ ಮಣ್ಣು – ಲಕ್ಷ್ಮಣ ಬಾದಾಮಿ – ₹ 130
ಬಂಡಲ್ ಕತೆಗಳು – ಎಸ್ ಸುರೇಂದ್ರನಾಥ್ – ₹ 140
ದೇವರ ರಜಾ – ಗುರುಪ್ರಸಾದ್ ಕಾಗಿನೆಲೆ – ₹ 150
ಕಟ್ಟು ಕತೆಗಳು – ಎಸ್ ಸುರೇಂದ್ರನಾಥ್ – ₹ 210
ಮಡಿಲು (ನೀಳ್ಗತೆ) – ನಾಗರಾಜ ವಸ್ತಾರೆ – ₹ 15
ತಿರಾಮಿಸು – ಶಶಿ ತರೀಕೆರೆ – ₹ 210

ಪ್ರಬಂಧ

ಪೂರ್ವ ಪಶ್ಚಿಮ – ಎಂ. ಆರ್. ದತ್ತಾತ್ರಿ – ₹ 80
ರಾಗಿಮುದ್ದೆ – ರಘುನಾಥ ಚ. ಹ. – ₹ 120
ಕುಟ್ಟವಲಕ್ಕಿ / ಗೊಜ್ಜವಲಕ್ಕಿ – ಪ್ರಶಾಂತ ಆಡೂರ – ₹ 170 / ₹ 170
ಕಿಲಿಮಂಜಾರೋ – ಪ್ರಶಾಂತ್ ಬೀಚಿ – ₹ 80
ಮಿಸಳ್ ಭಾಜಿ – ಭಾರತಿ ಬಿ ವಿ – ₹ 190
ನೀ ಮಾಯೆಯೊಳಗೋ... – ವಿಕ್ರಮ ಹತ್ವಾರ – ₹ 120
ಸಾವೆಂಬ ಲಹರಿ – ಗುರುಪ್ರಸಾದ ಕಾಗಿನೆಲೆ – ₹ 140
ವೈದ್ಯ, ಮತ್ತೊಬ್ಬ – ಗುರುಪ್ರಸಾದ ಕಾಗಿನೆಲೆ – ₹ 120
ಅಪ್ಪನ ರ್‍ಯಾಲೀಸ್ ಸೈಕಲ್ – ದರ್ಶನ್ ಜಯಣ್ಣ – ₹ 110

ಅನುವಾದ

ದಿ ಚಾಯ್ಸ್ – ಈಡಿತ್ ಎವಾ ಎಗರ್ (ಜಯಶ್ರೀ ಭಟ್) – ₹ 280
ದೇಹವೇ ದೇಶ – ಗರಿಮಾ ಶ್ರೀವಾಸ್ತವ (ವಿಕ್ರಮ ವಿಸಾಜಿ) – ₹ 250
ಪರ್ಸೆಪೊಲಿಸ್– ಮಾರ್ಜಾನ್ ಸತ್ರಪಿ (ಪ್ರೀತಿ ನಾಗರಾಜ) – ₹ 395
ಗಾಳಿ ಪಳಗಿಸಿದ ಬಾಲಕ – ವಿಲಿಯಂ ಕಾಂಕ್ವಾಂಬಾ (ಕರುಣಾ ಬಿ ಎಸ್) – ₹ 180
ಅಮೋಸ್ ಫಾರ್ಚೂನ್ – ಎಲಿಝಬೆತ್ ಯೇಟ್ಸ್ (ಜಯಶ್ರೀ ಭಟ್) – ₹ 100
ನವ ಜೀವಗಳು – ವಿಲಿಯಂ ಡಾಲ್ರಿಂಪಲ್ (ನವೀನ ಗಂಗೋತ್ರಿ) – ₹ 250
ಮೈಕೆಲ್ ಕೆ – ಜೆ.ಎಂ. ಕುಟ್‌ಸೀ (ಸುನಿಲ್ ರಾವ್) – ₹ 170
ಲೇರಿಯೊಂಕ – ಹೆನ್ರಿ ಆರ್. ಓಲೆ ಕುಲೆಟ್ (ಪ್ರಶಾಂತ ಬೀಚಿ) – ₹ 140
ಅರೆಶತಮಾನದ ಮೌನ – ಯಾನ್ ರಫ್–ಓ'ಹರ್ನ್ (ಅರುಣ್) – ₹ 310
ಪರ್ವತದಲ್ಲಿ ಪವಾಡ – ನ್ಯಾಂಡೊ ಪರಾಡೊ (ಸಂಯುಕ್ತಾ ಪುಲಿಗಲ್) – ₹ 340
ಚಂದಿರ ಬೇಕೆಂದವನು – ಮಿಮಿ ಬೇರ್ಡ್ (ಪ್ರಜ್ಞಾ ಶಾಸ್ತ್ರಿ) – ₹ 180
ಬಂಡೂಲ – ವಿಕಿ ಕಾನ್‌ಸ್ಟಂಟೇನ್ ಕ್ರುಕ್ (ರಾಜ್ಯಶ್ರೀ ಕುಳಮರ್ವ) – ₹ 425
ರೆಬೆಲ್ ಸುಲ್ತಾನರು – ಮನು ಎಸ್ ಪಿಳ್ಳೈ (ಸಂಯುಕ್ತಾ ಪುಲಿಗಲ್) – ₹ 420
ಫಾಲೋಯಿಂಗ್ ಫಿಶ್ – ಸಮಂತ್ ಸುಬ್ರಮಣಿಯನ್ (ಸಹನಾ ಹೆಗಡೆ) – ₹ 280
ಜಗವ ಚುಂಬಿಸು – ಸುಬ್ರೊತೋ ಬಾಗ್ಚಿ (ವಂದನಾ ಪಿ ಸಿ) – ₹ 240
ಪರ್ದಾ ಅಂಡ್ ಪಾಲಿಗಮಿ – ಇಕ್ಬಾಲುನ್ನೀಸಾ ಹುಸೇನ್ (ದಾದಾಪೀರ್) – ₹ 380
ವಾಡಿವಾಸಲ್ – ಚಿ. ಸು. ಚೆಲ್ಲಪ್ಪ (ಸತ್ಯಕಿ) – ₹ 70
ನಾಲ್ಕನೇ ಎಕರೆ – ಶ್ರೀರಮಣ (ಅಜಯ್ ವರ್ಮಾ ಅಲ್ಲೂರಿ) – ₹ 100
ಮಾವೋನ ಕೊನೆಯ ನರ್ತಕ – ಲೀ ಕ್ಷಿನ್‌ಶಿಂಗ್ (ಜಯಶ್ರೀ ಭಟ್) – ₹ 340
ಕೋಬಾಲ್ಟ್ ಬ್ಲೂ – ಸಚಿನ್ ಕುಂಡಲ್‌ಕರ್ (ಸಪ್ನಾ ಕಟ್ಟಿ) – ₹ 150
ವಿದ್ಯಾವಂತ ವೇಶ್ಯೆಯ ಆತ್ಮಕಥೆ – ಮಾನದಾ ದೇವಿ (ನಾಗ ಹುಬ್ಳಿ) – ₹ 240
ದಿ ಲೈಟ್‌ಹೌಸ್ ಫ್ಯಾಮಿಲಿ – ಫಿರಾತ್ ಸುನೇಲ್ (ಮಾಧುರಿ ಕುಲಕರ್ಣೀ) – ₹ 230

ವಸುಧೇಂದ್ರ

ಮನೀಷೆ – ಕತೆಗಳು – ₹ 120 (8ನೆಯ ಮುದ್ರಣ)
ಯುಗಾದಿ – ಕತೆಗಳು – ₹ 190 (9ನೆಯ ಮುದ್ರಣ)
ಚೇಳು – ಕತೆಗಳು – ₹ 120 (8ನೆಯ ಮುದ್ರಣ)
ಹಂಪಿ ಎಕ್ಸ್‌ಪ್ರೆಸ್ – ಕತೆಗಳು – ₹ 195 (9ನೆಯ ಮುದ್ರಣ)
ಮೋಹನಸ್ವಾಮಿ – ಕತೆಗಳು – ₹ 270 (7ನೆಯ ಮುದ್ರಣ)
ವಿಷಮ ಭಿನ್ನರಾಶಿ – ಕತೆಗಳು – ₹ 280 (4ನೆಯ ಮುದ್ರಣ)
ಕೋತಿಗಳು – ಪ್ರಬಂಧ – ₹ 120 (8ನೆಯ ಮುದ್ರಣ)
ನಮ್ಮಮ್ಮ ಅಂದ್ರೆ ನಂಗಿಷ್ಟ – ಪ್ರಬಂಧ – ₹ 75 (25ನೆಯ ಮುದ್ರಣ)
ರಕ್ಷಕ ಅನಾಥ – ಪ್ರಬಂಧ – ₹ 110 (5ನೆಯ ಮುದ್ರಣ)
ವರ್ಣಮಯ – ಪ್ರಬಂಧ – ₹ 225 (5ನೆಯ ಮುದ್ರಣ)
ಐದು ಪೈಸೆ ವರದಕ್ಷಿಣೆ – ಪ್ರಬಂಧ – ₹ 280 (5ನೆಯ ಮುದ್ರಣ)
ಹರಿಚಿತ್ತ ಸತ್ಯ – ಕಾದಂಬರಿ – ₹ 200 (6ನೆಯ ಮುದ್ರಣ)
ತೇಜೋ–ತುಂಗಭದ್ರಾ – ಕಾದಂಬರಿ – ₹ 450 (13ನೆಯ ಮುದ್ರಣ)
ಮಿಥುನ – ಶ್ರೀರಮಣರ ಕತೆಗಳು – ₹ 135 (8ನೆಯ ಮುದ್ರಣ)
ಎವರೆಸ್ಟ್ – ಜಾನ್ ಕ್ರಾಕೌರ್ – ₹ 420 (4ನೆಯ ಮುದ್ರಣ)

ಕಾದಂಬರಿ

ಎನ್ನ ಭವದ ಕೇಡು – ಎಸ್ ಸುರೇಂದ್ರನಾಥ್ – ₹ 75
ನ್ಯಾಸ – ಹರೀಶ ಹಾಗಲವಾಡಿ – ₹ 250
ಗುಣ – ಗುರುಪ್ರಸಾದ್ ಕಾಗಿನೆಲೆ – ₹ 150
ದ್ವೀಪವ ಬಯಸಿ – ಎಂ. ಆರ್. ದತ್ತಾತ್ರಿ – ₹ 320
ತಾರಾಬಾಯಿಯ ಪತ್ರ – ದತ್ತಾತ್ರಿ ಎಂ ಆರ್ – ₹ 160
ಅಗೆದಷ್ಟೂ ನಕ್ಷತ್ರ – ಸುಮಂಗಲಾ – ₹ 230
ಪ್ರಿಯೇ ಚಾರುಶೀಲೆ – ನಾಗರಾಜ ವಸ್ತಾರೆ – ₹ 380
ಋಷ್ಯಶೃಂಗ – ಹರೀಶ ಹಾಗಲವಾಡಿ – ₹ 125
ಅಂತು – ಪ್ರಕಾಶ ನಾಯಕ್ – ₹ 200
ಚುಕ್ಕಿ ಬೆಳಕಿನ ಜಾಡು – ಕರ್ಕಿ ಕೃಷ್ಣಮೂರ್ತಿ – ₹ 200
ಬರೀ ಎರಡು ರೆಕ್ಕೆ – ಸುನಂದಾ ಪ್ರಕಾಶ ಕಡಮೆ – ₹ 220
ದೀಪವಿರದ ದಾರಿಯಲ್ಲಿ – ಸುಶಾಂತ್ ಕೋಟ್ಯಾನ್ – ₹ 160
ದಾರಿ – ಕುಸುಮಾ ಆಯರಹಳ್ಳಿ – ₹ 395
ಬರೀ ಎರಡು ರೆಕ್ಕೆ – ಸುನಂದಾ ಪ್ರಕಾಶ ಕಡಮೆ – ₹ 260

ಓದಿ ಓದಿ ಮರುಳಾಗಿ!

ಛಂದ ಪುಸ್ತಕ ಬಹುಮಾನ ಪಡೆದ ಕೃತಿಗಳು

ಕತೆಗಾರರು	ಕಥಾಸಂಕಲನ	ತೀರ್ಪುಗಾರರು
ಸುನಂದಾ ಪ್ರಕಾಶ ಕಡಮೆ	ಪುಟ್ಟ ಪಾದದ ಗುರುತು	ಅಶೋಕ ಹೆಗಡೆ/ ಸುಮಂಗಲಾ
ಅಲಕ ತೀರ್ಥಹಳ್ಳಿ	ಈ ಕತೆಗಳ ಸಹವಾಸವೇ ಸಾಕು	ಕೇಶವ ಮಳಗಿ/ ಸುಮಂಗಲಾ
ಲೋಕೇಶ ಅಗಸನಕಟ್ಟೆ	ಹಟ್ಟಿಯೆಂಬ ಭೂಮಿಯ ತುಣುಕು	ಬೊಳುವಾರು ಮಹಮದ್ ಕುಂಞಿ
ವಿನಯಾ	ಊರ ಒಳಗಣ ಬಯಲು	ನೇಮಿಚಂದ್ರ
ಸಂದೀಪ ನಾಯಕ	ಗೋಡೆಗೆ ಬರೆದ ನವಿಲು	ಅಮರೇಶ ನುಗಡೋಣಿ
ಕಣಾದ ರಾಘವ	ಮೊದಲ ಮಳೆಯ ಮಣ್ಣು	ಕೆ. ಸತ್ಯನಾರಾಯಣ
ಬಸವಣ್ಣೆಪ್ಪಾ ಕಂಬಾರ	ಆಟಿಕೆ	ಕುಂ. ವೀರಭದ್ರಪ್ಪ
ಮೌನೇಶ ಬಡಿಗೇರ	ಮಾಯಾಕೋಲಾಹಲ	ಓ.ಎಲ್. ನಾಗಭೂಷಣಸ್ವಾಮಿ
ಪದ್ಮನಾಭ ಭಟ್ ಶೇವ್ಕಾರ	ಕೇಪಿನ ಡಬ್ಬಿ	ಎಂ. ಎಸ್. ಆಶಾದೇವಿ
ಶಾಂತಿ ಕೆ ಅಪ್ಪಣ್ಣ	ಮನಸು ಅಭಿಸಾರಿಕೆ	ಎಚ್.ಎಸ್. ರಾಘವೇಂದ್ರ ರಾವ್
ದಯಾನಂದ	ದೇವರು ಕಚ್ಚಿದ ಸೇಬು	ನಾ. ಡಿಸೋಜಾ
ಸ್ವಾಮಿ ಪೊನ್ನಾಚಿ	ಧೂಪದ ಮಕ್ಕಳು	ಎಂ. ಎಸ್. ಶ್ರೀರಾಮ್
ಶಶಿ ತರೀಕೆರೆ	ಡುಮಿಂಗ	ಲಲಿತಾ ಸಿದ್ಧಬಸವಯ್ಯ
ಛಾಯಾ ಭಟ್	ಬಯಲರಸಿ ಹೊರಟವಳು	ತಾರಿಣಿ ಶುಭದಾಯಿನಿ
ಕಾವ್ಯಾ ಕಡಮೆ	ಮಾಕೋನ ಏಕಾಂತ	ಟಿ.ಪಿ. ಅಶೋಕ

www.ingramcontent.com/pod-product-compliance
Lightning Source LLC
LaVergne TN
LVHW100840051026
849519LV00006B/2372

* 9 7 8 9 3 8 4 9 0 8 5 8 4 *